D1772427

குற்ற விசாரணை

குற்ற விசாரணை
லெ கிளேஸியொ (பி. 1940)

"இந்தியர்களும் பிறரும் உலகில் உன்னதமான மக்கள். மாறாக, வெள்ளையர்களும் மேற்கத்தியர்களும் கொடியவர்கள்," என்ற J.M.G. லெ கிளேஸியொ ஒரு தேசாந்திரி. பெற்றோர் பதினெட்டாம் நூற்றாண்டில் மொரீஷியஸ் தீவில் குடியேறியவர்கள். தன்னை இன்றளவும் ஒரு மொரீஷியஸ் குடிமகனாகத்தான் கருதிவருகிறார்.

இவருடைய படைப்புகள் 'Nouveau Roman' என்ற வகைமைக்குள் வருபவை. விளிம்புநிலை மக்களை மையத்திற்குக் கொண்டுவரும் முனைப்பும் இயற்கைச் சீரழிவு குறித்த அச்சமும் இவரது படைப்பின் முக்கியக் கூறுகள். வெளிச்சத்திலிருந்து இருட்டுக்குள் கால்வைத்து நடப்பதையொத்த அனுபவத்திற்குக் கைகாட்டுபவர் கிளேசியொ. சிறுகதை, நாவல், கட்டுரை, சிறுவர் இலக்கியமென ஐம்பதுக்கும் மேற்பட்ட படைப்புகள் இவரது எழுத்தாற்றலைத் தெரிவிப்பவை. இருப்பினும் 1963இல் வெளிவந்த முதல் நாவல் 'குற்ற விசாரணை' *(Le Procès-verbal)* இன்றளவும் உலகின் முக்கிய மொழிகளில் மொழியாக்கம் செய்யப்பட்டு பல பதிப்புகள் கண்டுவருகிறது. இந்நாவலுக்கு பிரெஞ்சு இலக்கிய உலகின் அதிமுக்கிய 'கொன்க்கூர் பரிசு' கிடைத்தபோது கிளேசியொவிற்கு வயது 23. பரிசளித்தவர்களின் முடிவு நியாயமானதுதான் என்பதை 2008இல் இவருக்குக் கிடைத்த நோபெல் பரிசு உறுதிசெய்துள்ளது.

நாகரத்தினம் கிருஷ்ணா (பி. 1952)
மொழிபெயர்ப்பாளர்

புதுச்சேரியைப் பூர்வீகமாகக்கொண்ட நாகரத்தினம் கிருஷ்ணா வுக்குக் கடந்த இருபத்தைந்து ஆண்டுகளாக பிரான்சு நாட்டின் கிழக்கில் ஸ்ட்ராஸ்பூர் நகரில் வாசம். சமூகவியலில் முதுகலைப் பட்டம். சொந்தமாக வணிகம் நடத்தி வருவதோடு ஆங்கிலம் – பிரெஞ்சு மொழிபெயர்ப்பாளராகவும் செயல்பட்டு வருகிறார். நவீனப் பிரெஞ்சு இலக்கியத்தைத் தமிழுக்கு அறிமுகப்படுத்துவதில் ஆர்வம் கொண்டவர். தமிழில் இரண்டு நாவல்கள், நான்கு சிறுகதைத் தொகுப்புகள், மூன்று கட்டுரைத் தொகுப்புகள், மூன்று மொழியாக்கங்கள் (பிரெஞ்சிலிருந்து தமிழில்) ஆகியன வெளி வந்துள்ளன.

முகவரி : *10, Rue Herschel,*
67200 - Strasbourg, France.

மின்னஞ்சல் : *nakrishna@live.fr*

லெ கிளேஸியொ

குற்ற விசாரணை

பிரெஞ்சிலிருந்து தமிழில்
நாகரத்தினம் கிருஷ்ணா

காலச்சுவடு பதிப்பகம்

"The work is published via the Publication Assistance Programme Tagore, with the support of Institut Français en Inde / Ambassade de France en Inde and the Institut Français de Paris"

LE PROCÈS-VERBAL by JMG Le CLÉZIO
Copyright © Editions GALLIMARD, Paris, 1963

குற்ற விசாரணை ❖ நாவல் ❖ ஆசிரியர்: J.M.G. லெ கிளேஸியொ ❖ பிரெஞ்சிலிருந்து தமிழில்: நாகரத்தினம் கிருஷ்ணா ❖ முதல் பதிப்பு: டிசம்பர் 2013, திருத்தப்பட்ட இரண்டாம் பதிப்பு: நவம்பர் 2014, ஐந்தாம் (குறும்) பதிப்பு: ஜூலை 2022 ❖ வெளியீடு: காலச்சுவடு பப்ளிகேஷன்ஸ் (பி) லிட்., 669, கே.பி. சாலை, நாகர்கோவில் 629001

kuRRa vicaaraNai ❖ Novel ❖ Author: J.M.G. Le Clézio ❖ Translated from the French by Nagarathinam Krishna ❖ Language: Tamil ❖ First Edition: December 2013, Revised Second Edition: November 2014, Fifth (Short) Edition: July 2022 ❖ Size: Royal ❖ Paper: 18.6 kg maplitho ❖ Pages: 256

Published by Kalachuvadu Publications Pvt.Ltd., 669, K.P. Road, Nagercoil 629001, India ❖ Phone: 91-4652-278525 ❖ e-mail: publications@kalachuvadu.com ❖ Printed at Clicto Print, Jaleel Towers, 42 KB Dasan Road, Teynampet Chennai 600018

ISBN: 978-93-82033-10-3

07/2022/S.No. 545, kcp 3641, 18.6 (5) 1k

எனது கிளி! எனது பிரியத்திற்கு உகந்ததாகவும் இருந்ததால் என்னிடம் பேச அதற்கு மட்டுமே உரிமையுமிருந்தது.

                                                          இராபின்சன் குருசோ

முன்னுரை

அந்தரங்கமான விருப்பங்களென்று இரண்டு எனக்கிருக்கின்றன. எழுதும் புதினமொன்றின் இறுதி அத்தியாயத்தில் கதாநாயகன் இறந்திருக்க அல்லது குறைந்தபட்சம் பார்க்கின்சன் நோயால் அவன் பீடிக்கப் பட, வெள்ளமென வந்து குவியும் அநாமதேயக் கடிதக் குப்பைகளில் நான் மூழ்கடிக்கப்பட வேண்டுமென்பது அதிலொன்று.

அவ்வகையில் 'விசாரணை' நாவல் முழுமையான தொரு வெற்றியைக் கொடுக்கவில்லை என்பதை அறிவேன். ஒருவேளை, மிகக் காத்திரமாக அது சொல்லப்பட்ட விதம்; சொற்களின் விரயம், பாசாங்குத் தன்மை; மீயுண்மை உரையாடலில் தொடங்கிப் பத்தாம்பசலித்தனமான போதனைகளைக் கொண்ட ஆரவார மொழித்தேர்வுவரை அதற்குப் பல காரணங்கள் உள்ளன.

உண்மையில் எடுபடக்கூடிய புதினமொன்றைப் பின்னாளில் எழுதுவேனென்ற நம்பிக்கை இருக்கிறது: கொனான் டாயில் வழிமுறையில் கிளர்ச்சியூட்டக்கூடியதாக அந்நாவல் – பொதுப்புத்தியின் எதார்த்த ரசனையை – அதாவது உளப்பகுப்பாய்வு, விவரணைகள் தடத்திலின்றி உணர்ச்சிகளைக் கவனத்திற்கொள்ளும். இத்திசையில் தரிசு நிலங்கள் ஏராளமாகக் கிடக்கின்றன. படைப்பாளி, வாசகன் இருவரையும் பிரிக்கிற மிகப் பரந்த பனியுறைப் பிரதேசம். இத்தரிசுநிலத்தைப் பண்படுத்த கறாரான வழி முறைகள் உதவா, மாறாகப் பிறரைப் புண்படுத்தாத – ஏறுமாறான நகைப்பில் தொடங்கி கரவின்மைவரையிலான – அணுகுமுறைகளில் எதையும் பின்பற்றி அத்தரிசு நிலங் களைப் பயன்பாட்டிற்குக் கொண்டுவர முடியும். அடுத்து கதைசொல்லிக்கும் கேட்பவனுக்குமிடையில் துளிர்க்கும் நம்பிக்கை வடிவம்பெறும் தருணமென்று ஒன்றிருக்கிறது. அத்தருணம் 'விறுவிறுப்பான' நாவல்களில் பொதுவில்

வாய்ப்பது. அத்தகைய நாவல்களுக்குள்ள நெருக்கடி, அதற்கான முக்கியக் காரணி. அங்கே: கிளைக்கதைகள், குடும்பம் போன்ற சுமைகளின்றிப் பனுவல் குறுக்கிடும். அங்கே: சஞ்சிகையொன்றின் தொடரை அல்லது சித்திரக் கதையொன்றை அல்லது மலிவுவிலை சினிமாக் கதையை வாசித்துப்பழகிய எந்தப் பெண்ணும் வழக்கம் போல உணர்ச்சிப்பெருக்கில் நெட்டுயிர்ப்பாள். அவள் விடும் பெருமூச்சு, அதுவரை வெற்றிடமாகக் கிடந்த நாவல் வரிகளின் இடைவெளியை இட்டுநிரப்ப உதவும்.

எழுதுவதும் சொல்வதும் என்வரையில் எவரையும் எதையும் நம்பவைக்கும் ஆற்றல். மக்களின் எழுத்து குறித்த மெத்தனத்தைத் தகர்க்க வேண்டுமெனில் நடப்பது நடக்கட்டுமெனத் தொடர்ந்து செயல்பட வேண்டும்.

"ராணுவத்திலிருந்தா மனநல காப்பகத்திலிருந்தா, எங்கிருந்து வந்தேன்? என்று தன்னைப் பற்றி அதிகம் தெளிவில்லாத மனிதனைப் பற்றிய புனைவே 'விசாரணை'. ஆகத் தொடக்கத்திலேயே அரூபமானதும் பலவீனமானதுமானதொரு பொருளைக் கையாண்டிருக்கிறேன் என்பதைத் தெரிவித்துவிட வேண்டும். எதார்த்தவாதத்தில் பெரிதாய் எனக்கு அக்கறையில்லை ('உண்மை' என்று ஒன்றில்லை என்ற கருத்து மேலும் மேலும் என்னிடத்தில் வலுப்பெற்று வருகிறது). இந்நாவல் முழுவதும் ஒரு புனைவென்ற எண்ணத்தைக் கட்டமைக்க விரும்பும் எனக்குள்ள ஓரே எதிர்பார்ப்பு வாசிப்பவரிடத்தில் சிந்தனைத் தாக்கத்தைக் குறைந்தபட்சம் தற்காலிகமாகவாவது ஏற்படுத்தித்தருதல். இதுபோன்ற விஷயங்கள் குற்றப் புனைவுகள் வாசித்தவர்களுக்குப் பழகியதுதான். இவ்வகை புதினங்களை வேண்டுமானால் வசதிக்காக 'விளையாட்டுப் புதினங்கள்' என்றோ, 'புதிர்ப் புதினங்கள்' என்றோ அழைக்கலாம். எளிமையான சொல்லாடல்கள், உரையாடல்களில் கூடுதலாகக் கொஞ்சம் ஜீவன், காலத்திற்கொவ்வாத விவரணைகளையும் மிகச் சிக்கலான தத்துவ விசாரங்களையும் தவிர்ப்பதென்கிற போக்கு ஆகிய நன்மைகள் மட்டும் இல்லையெனில் இப்புதினங்களை மேம்போக்கானவை எனக் கருதக்கூடிய அபாயமுள்ளதென்பதும் உண்மைதான்."

இப்படியெல்லாங்கூறி வியந்தோதிக்கொள்வதென்கிற ஒருவிதப் புதுமுறைமை அண்மைக்காலங்களில் நடைமுறையிலுள்ளதால் நாவலைக் குறித்து எனது ஒருசில சொந்த மதிப்பீடுகளைக் கூடுதலாக முன்வைத்தமைக்காக மன்னிக்க வேண்டும். பலமுறை வாசித்தும் அநேகப் பிழைகள் அதற்கும் மன்னிக்க வேண்டும் (கைக்கு ஒரு விரலென்று எனது தட்டச்சை உபயோகிக்கிறேன்).

மிகவும் பணிவுடன்

லெ கிளேஸியொ

1

சிறிது காலத்திற்கு முன்பு, கத்தரி வெயிலின்போது திறந்திருந்த சன்னலருகே ஒருவன் அமர்ந்திருந்தான். அசாதாரண உயரமுடைய இளைஞன், சிறிது கூன் போட்ட முதுகு, பெயர் ஆதாம் – ஆதாம் போலோ. பார்க்கப் பிச்சைக் காரன் போல இருந்தான், வெயிலுக்காக மணிக்கணக்கில் எவ்வித அசைவுமின்றி சுவர் மூலையில் உட்கார்ந்திருந்தான். கைகளின் உபயோகத்தை ஒருபோதும் அறிந்தவனில்லை, இரண்டும் சாதாரணமாக உடலில் பட்டும்படாமலும் ஒட்டிக்கிடந்தன. தம்மை ஆபத்தேதும் அண்டிவிடக் கூடாதென்பதுபோல வெகு சாதுர்யமாகப் பாதுகாப்பான இடத்தில் நோயுற்ற விலங்குகள் ஒளிந்திருப்பதுண்டு. உண்மையை அறியாது, தரையோடு தரையாக ஊர்ந்து வரும் பிற விலங்குகள், அவற்றின் உடலில் புகலிடம் தேடும். ஆதாமின் தோற்றமும் செயலும் நோயுற்ற அவ்விலங் கினத்தைப் போலவே இருந்தன. வெற்று மார்பு, கால்களில் எதுவுமில்லை, தலையிலும் பாதுகாப்பாக எதுவுமில்லை, சாய்வு நாற்காலியொன்றில் தலைக்கு மேலிருந்த ஆகாயத் திற்குச் சாய்வாட்டமாகப் படுத்திருந்தான். இடுப்பில் நைந்த, வேர்வைக் கறைகள் படிந்த வெளிர் பழுப்பு நிற நீண்ட கால் சராய். முழங்கால்கள் மடங்கியிருந்தன.

மஞ்சள்நிறக் கதிர் சுள்ளென்று முகத்தில் உறைத்தது, எனினும் அவ்வொளி பட்டுத் தெறிக்கவில்லை. மினுங்கல் களுக்கு வாய்ப்பின்றித் தசையின் ஈரப்பசை உடனுக்குடன் அதனை உறிஞ்சியிருந்தது. குறைந்தபட்ச பிரதிபலிப்புகள் கூட இல்லை. அதுபற்றிய பிரக்ஞை அவனுக்கு இருந்திருக்க வேண்டும், சிகரெட்டொன்றைப் பற்றவைத்து ஒரு மிடறு புகையை உள்ளிழுக்கிற நேரங்களைத் தவிரப் பிற நேரங்களில் ஆடாமல் அசையாமல் இருந்தான்.

புகைத்த சிகரெட் முடிந்தபோது சுட்டுவிரலையும் கட்டைவிரலையும் தீக்கங்கு சுட்டது. அதைத் தரையில் எறிந்தாக வேண்டியிருந்தது. பேண்ட் பையிலிருந்து கைக்குட்டையொன்றை உருவினான். மார்பில் ஆரம்பித்து முன்கைகள், கழுத்துக்குக் கீழே, கக்கமென்று அழுந்தத் துடைத்தான். வேர்வையின் மெல்லிய படலத்தால் மூடி யிருந்த தோல், அது அகற்றப்பட்டதும் செந்தழல்போல நிறம்பெற்றுப் பிரகாசித்தது. ஆதாம் எழுந்தான், இருள்

குற்ற விசாரணை

மண்டிக்கிடந்த அறையின் உட்பகுதிக்கு வேகவேகமாகச் சென்றான். மரப்பலகையொன்றில் கட்டில் விரிப்புகள் குவிந்துகிடந்தன. அத்துணி மூடையிலிருந்து மெல்லியபருத்தி அல்லது காலிக்கோ வகை துணியிலான கட்டம்போட்ட பழைய சட்டையொன்றை உருவியெடுத்து உதறியபின் அணிந்தான். குனிந்தபோது முதுகு தோள்பட்டைகளுக்கிடையில் தனித்ததொரு அடையாளத்துடன் நாணய அளவிற்குச் சட்டையில் கிழிசல், அதன் வழியே மூன்று கூர்மையான முதுகெலும்புகள் மெல்லிய சவ்வுமூடிய நகங்கள்போலத் தெரிந்தன.

அணிந்த சட்டையின் பொத்தான்களைக்கூடப் போடவில்லை, குவிந்துகிடந்த கட்டில் விரிப்புகளுக்குள் திரும்பவும் கைவிட்டு, பள்ளிகளில் உபயோகத்திலிருக்கிற ஒருவகையான மஞ்சள்நிறக் குறிப்பேடொன்றை எடுத்தான். கடிதத்தைத் தொடங்குவதுபோல முதற்பக்கத் தலைப்பிருந்தது:

அன்பினிய மிஷெல்,

சன்னலருகே உட்கார திரும்பவும் வந்தான். தற்போது விலாப் பகுதியில் ஒட்டிக்கிடந்த ஆடை அவனைச் சூரியக் கதிர்களிடமிருந்து காத்தது. குறிப்பேட்டைப் பிரித்து மடியில் வைத்தான். நெருக்கமான வரிகளால் அடைபட்டிருந்த பக்கங்களை ஒருசில நொடிகள் புரட்டினான். அவனுடைய சட்டைப்பையிலிருந்து பால் – பாயிண்ட் பேனாவொன்றைக் கையிலெடுத்துக்கொண்டான், வாசித்தான்:

அன்பினிய மிஷெல்,

வீடு தொடர்ந்து காலியாக இருக்குமெனில் நல்லதுதான், அதையே நானும் விரும்புகிறேன். வீட்டுக்குடையவர்கள் அத்தனை சீக்கிரம் வருவார்களென நினைக்கவில்லை.

வெகுகாலமாகக் கனவுகண்ட வாழ்க்கை : சன்னலுக்குக் கீழே, எதிரும்புதிருமாக இரண்டு நீள் சாய்வு நாற்காலிகளைப் போட்டுக் கொள்கிறேன். பகல் பன்னிரண்டு மணிக்கு, இப்போது படுத்திருக்கிறேனே இதைப் போலவே கால் நீட்டி வெயில் காய்ந்தபடி படுப்பேன். எதிரே, பலரும் சொல்வது போல அழகான இயற்கைக் காட்சிகள். தவறினால், வெளிச்சம் வருகிற பக்கமாகத் திரும்பிக்கொள்வேன், கவனம் முழுவதும் இயற்கைவெளிகளில் படிந்திருக்கும். நான்கு மணிக்கு இன்னும் சௌகரியமாகக் காலை நீட்டிப்படுப்பேன், சூரியன் தாழ்ந்திருக்க வேண்டும் அல்லது சூரியக் கதிர்கள் நேராகச் சுளீரென்று என்மீது விழ வேண்டும் இவைதான் அதற்கான நிபந்தனைகள். அவ்வேளையில், சன்னல் அளவில் முக்கால் பங்கு சூரியனைப் பார்க்கலாம். அதுபோன்றதொரு சூரியனையே தற்போது பார்த்துக் கொண்டிருக்கிறேன்: முழுமையான வட்டவடிவம் – கடலை அணைத்தது

போல – அதாவது தொடுவானத்தில் – நேரெதிரே சூரியன் இருக்கிறான். மொத்த காட்சிகளும் என்னைத் தவிர வேறொருவருக்குச் சொந்த மில்லையென மௌனமாக அறிவித்தபடி சன்னலருகே அமைதியாக இருக்கிறேன். குறைந்த ஆடைகளோடு, சிற்சில சமயங்களில் நிர்வாண மாகவும் வானத்தையும் கடலையும் கூர்மையாக அவதானித்தவண்ணம் சதா சர்வகாலமும் வெயில் காய்ந்துகொண்டிருப்பது, வேடிக்கைக்குரியது. நான் இறந்திருக்கக்கூடுமென எல்லோரும் நினைக்கிறார்கள். அந் நினைப்பு எனக்கு மகிழ்ச்சியை அளிக்கிறது. தொடக்கத்தில் இதனைக் கேட்பாரற்ற வீடென்று நினைக்கவில்லை. இப்படியொரு வாய்ப்பு எளிதில் கிடைக்கவும் கிடைக்காது.

இங்கே வசிப்பதென்று தீர்மானித்த பிறகு, தூண்டிலில் மீன்பிடிக்கச் செல்பவனைப் போலத் தேவையானவற்றை எடுத்துக்கொண்டேன். இரவு திரும்ப வந்தேன், அதன் பிறகு எனது இரு சக்கர வாகனத்தைக் கடலில் தள்ளி, நான் இறந்ததாகப் பிறரை நம்பச் செய்தேன். 'நான் உயிரோடிருக்கிறேன்' என்பதை மெய்ப்பிக்கச் சிற்சில காரியங்களைச் செய்தேன், இனி அதற்கு அவசியமில்லை.

தொடக்கத்திலிருந்தே ஒருவரும் இதுபற்றி அக்கறை காட்டாதது தான், வியப்பு. நல்லவேளை எனக்குச் சிநேகிதர்கள் பட்டாளமென்று எவருமில்லை, அதுபோலவே எந்தப் பெண்ணையும் தெரியவும் தெரியாது. அப்படி இருந்திருந்தால் மற்றவர்களைப் போல அவர்கள் சும்மா இருக்கமாட்டார்கள், முந்திக்கொண்டு “இதுபோன்ற முட்டாள் தனமான காரியங்களை மறந்துவிட்டு நகரத்திற்கு உடனே திரும்பு, எதுவும் நடவாததுபோல வாழ்க்கையை முன்புபோலத் தொடங்கு” என்றெல்லாம் தொந்தரவு செய்வார்கள். அவர்களுக்கு வாழ்க்கையை முன்புபோல் தொடருவதென்பது வேறொன்றுமல்ல: காப்பிபாருக்குப் போவது, திரைப்படங்கள் பார்ப்பது, ரயில் பயணம் செய்வது . . .

எனக்கு உண்பதற்கு நேரங்காலம் கிடையாது, அதேவேளை நன்றாகவும் சாப்பிடுவேன். எனவே அவ்வப்போது நகரத்திற்குச் சென்று பசிக்குத் தேவையானவற்றை வாங்கி வருகிறேன். ஒருவரும் கேள்வி கேட்பதில்லை. அதிகம் பேசவும் என்னிடத்தில் விஷயங்களில்லை. அதற்காக வருந்துவதுமில்லை. இன்று நேற்றல்ல பல ஆண்டுகளாகவே வாய்மூடியிருக்கப் பழக்கி இருக்கிறார்கள். ஊமையாகவோ செவிட னாகவோ குருடனாகவோ என்னை மாற்றிக்கொள்வதென்பது வெகு சுலபம்.

எழுதுவதை ஒருசில நொடிகள் நிறுத்தினான். விரல்களுக்கு ஓய்வுதேவையென நினைத்திருக்க வேண்டும், காற்றில் அவை குதியாட்டம் போட்டன. மறுபடியும் குறிப்பேட்டில் அவன் கவனம் சென்றபோது, சிலுப்பிய முடிகொண்ட முட்டைவடிவ தலையின் நெற்றி நரம்புகள் புடைத்தன. சூரியனின் கடுமையான தாக்குதலுக்கு அப்பகுதி ஆளானது. இம்முறை அவன் எழுதினான்:

"அன்பினிய மிஷெல்",

"நீ இல்லாமலில்லை இருக்கிறாய், நான் நம்புகிறேன். கீழேயுள்ள உலகத்துடன் எனக்குள்ள தொடர்புகட்கு நீயன்றி இங்கு வேறு யார் காரணம்? 'வேலைக்குப் போகிறாய்; சாலைகளின் சந்திப்பில், சமிக்ஞை விளக்குகளுக்கு அருகிலென்று – எந்நேரமும் நகரத்திலிருக்கிறாய் – எதற்காக?' கடவுளுக்கே வெளிச்சம். உனக்கு அறிமுகமான அநேகரிடம், முழு 'பைத்தியக்கார ஆசாமி ஒருவன் தன்னந்தனியாக, கேட்பாரற்ற வீடொன்றில் வசிக்கிறான்' எனச் சொல்கிறாய். அவர்களோ 'மனநலக் காப்பகத்தில் அடைக்காமல் எதற்காக அவனை விட்டுவைத்திருக் கிறார்கள்?' எனக் கேட்கிறார்கள். "எப்போதாவது அதுபோன்ற நடவடிக்கை களை நான் எதிர்த்திருப்பேனா? கழுத்து நரம்பு குறைபாடுகள் என்றெதுவும் எனக்கில்லை. வாழ்க்கையை முடித்துக்கொள்ளும் வழி முறைகளில் அதுவுமொன்று என்றவகையில் மனநலக் காப்பக வாழ்க்கை உகந்ததுதான். அதிலும் நிம்மதியாக, பிரெஞ்சு தோட்டத்துடன் கூடிய அழகான வீடொன்றில், நேரத்திற்கு உணவளித்து நம்மைக் கவனித்துக் கொள்ளும் மனிதர்களின் பராமரிப்பில் வாழ்க்கை அமைவதை, யார் வேண்டாமென்பார்கள்? பிறவற்றைப்பற்றி எதற்காகக் கவலைப் பட வேண்டும். அதுவும் தவிர விருப்பம்போல் கற்பனையில் மிதந்து :"

இன்று, எலிகளின் தினம்
இறுதி நாள் கடலுக்கு முன்பாக.

"எனக் கவிதை எழுதினாலும், அவ்வாழ்க்கையை ஒருவரும் தடுக்கப் போவதில்லை, என்கிறபோது", என்றெல்லாம் உன்னிடத்தில் கூறுகிறேன்.

நாம் இருவரும் கண்பொத்தி ஒளிந்துவிளையாடியது நினைவிருக் கிறதா? அதில் வட்டவடிவ இலைகளுக்கிடையில் உனது கண்கள், கை அல்லது தலைமயிர் இப்படி ஏதோவொன்றைக் கவனித்துவிடுவேன், பிறகு எல்லாவற்றையும் மனதில் ஒன்றிணைத்துப் பார்ப்பேன், தோற்றங்களின் மீதான நம்பிக்கை அறுபடும். கிரீச்சிட்ட குரலில் கத்துவேன்: "உன்னைப் பார்த்துட்டேன்!" அதுபோல நல்ல வேளை, எனது ஞாபகக் குவியல்களுக்கிடையில் கண்டறியப்படுவதற்கென அதிஷ்டவசமாக நீ ஒருத்தி மட்டும் இருக்கிறாய்.

நினைவுகள் மிஷெலிடமும் என்றாவதொருநாள் வாய்க்கவிருக்கிற – எப்போது வேண்டுமானாலும் அதுநடக்கட்டும், கவலைகளில்லை – அவளுடைய எல்லாப் பிள்ளைகளிடமும் சென்றன. அவர்களுக்காகக் காத்திருக்கக் கூடியவனாகவே இருந்தான். அப்பிள்ளைகளிடம் ஏராள மாகச் சொல்ல இருந்தன. அதற்கான நேரம் வரும்போது அவர்களிடம், உதாரணமாகப் 'பூமி வட்டவடிவமானது அல்லவென்றும், பிரபஞ்சத்தின் மையமே பூமிதானென்றும், விதிவிலக்குகளின்றி அப்பிள்ளைகளைச் சுற்றியே மற்றவை இருக்கின்றன' எனக் கூற வேண்டும். இவற்றை எல்லாம் அவர்களிடம் சொல்வது, அவர்களைத் தொலைக்காதிருக்க உதவும் – இளம்பிள்ளைவாதத்தால் அவர்கள் பாதிக்காதவரை – அவர்களைப் பிரியநேருமென்று வீணில் அச்சங்கொள்ள முகாந்திரங்க

ளில்லை. வெகு அண்மையில் கடற்கரையில் சில பிள்ளைகளைப் பார்த்தான்: அவர்கள் ஆரவாரம் செய்தார்கள், கூச்சலிட்டார்கள், ரப்பர் பந்துகளைத் துரத்திக்கொண்டு ஓடினார்கள். மிஷெலுடைய பிள்ளைகளும் 99 விழுக்காடுகள் அவர்களைப் போலவே இருப்பார்கள் என்ற நம்பிக்கை இருக்கிறது.

பூமி தலை கீழாகவும் கால்கள் மேலாகவும் புரளக்கூடிய ஆபத்து குறித்தும்; ஆறுமணி அளவில் கடற்கரையில் விழுந்ததுபோல் தெரியும் சூரியன் பற்றியும்; கடல் பொங்குவது, அதன் கிழிந்த வயிற்றிலிருந்து பொடிமீன்கள் அத்தனையும் வெளியேறுவது போன்ற தகவல்களைக் கூறி அவர்கள் பயப்பட வேண்டியது அதுவொன்றுதான் என்பதையும் மறக்காமல் மிஷெல் பிள்ளைகளிடம் கூறவேண்டும்.

உடுத்தி ஆனதும் சாய்வு நாற்காலியில் அமர்ந்தான். சன்னல் வழியாகப் பார்த்தான்; காட்சியில் குறைகண்டவன்போல் சாய்வு நாற்காலியின் கால் மட்டத்தை உயர்த்தவேண்டியிருந்தது. எதிரில் குன்றுபோல் தெரிந்த வெளி ஒருபாதி சீராகவும் மறுபாதி செங்குத்தாகவும் சரிந்து சாலைவரை நீண்டிருந்தது. அடுத்து நான்கைந்து மீட்டர்கள் தாவிக் குதித்திருந்தது, அதன் பிறகு நீர். ஆதாமால் எல்லாவற்றையும் பார்க்க முடியவில்லை. நெடுகிலும் ஏராளமாக ஊசியிலை மரங்கள், பெயர்சொல்லத் தெரியாத மரங்கள், தந்திக் கம்பங்கள். அதன் பின்னர் பிறகாட்சிகளை ஊகித்தறிய வேண்டிய நிர்ப்பந்தம், ஊகித்தான். எனினும் சிற்சிலசமயங்களில் தான் சரியாக ஊகிக்கிறோமா என்ற ஐயமிருந்தது. அடிவாரம் வரை இறங்கிச் சென்று பார்க்க வேண்டிய கட்டாயம். நடக்க நடக்க நூல்கண்டிலிருந்து பிரிவதுபோல் கோடுகளும் வளைவுகளும் பிரிந்து நீண்டன. ஆங்காங்கே மினுங்கல்களாகச் சிதறிக் கிடந்த பல்வேறு வகையான பொருட்கள். விலகிய பனிமூட்டம் வெகுதூரத்தில் மறுபடியும் ஒன்றுதிரண்டது. இது போன்ற நிலத் தோற்றங்களில் எதையும் உறுதிப்படுத்த நம்மால் இயலாது. அவற்றிடையே நாம் வேடிக்கையான மனிதர்கள், மனத்தில் வெறுப்பைச் சுமந்திருக்கிற வேடிக்கையான அந்நியர்கள் – மாறுகண் அல்லது தொண்டை அழற்சி இப்படி ஏதோ ஒன்றால் பாதிக்கப்பட்டவர்களென்று நம்மைக் கருதிக் கொள்ளலாம். வீடு அல்லது வானம் அல்லது குடாக் கடலின் வளைவு எல்லாமே ஆதாம் கீழே இறங்குவதற்கேற்ப மெல்ல மெல்ல இருளுக்குள் மறைவதற்கு, சீரான வரிசையில் திரைபோல அவைமுன் நிற்கும் குத்துச்செடிகளும் குறுஞ்செடிகளும் காரணம். பூமியுடன் முரண்படுவதுபோல் காற்று, கடுமையான வெக்கையால் வெடவெடத்தது. வெகுதூரத்தில் தொடுவானம் புல்வெளிகளில் புகுந்தெழும் புகை மூட்டத்தைப் போலக் காட்சி அளித்தது . . .

வேறுசிலவும் சூரியனால் உருக்குலைந்திருந்தன. வெப்பக் கதிர்களுக்குக் கீழே சாலை வெண்ணிறப் பாளங்களாக உருகிக்கொண்டிருந்தது. மோட்டார் வாகனங்கள் ஒற்றை வரிசையில் கடந்தபோது, சட்டென்று காரணங்களின்றி அவற்றின் கறுப்பு உலோகம் குண்டுவெடிப்பைப் போல பளீரிட்டது. மின்னல் சுருள்போல ஒளி, வாகனத்தின் முன்புற

பேனெட்டிலிருந்து பீறிட்டு மலையையும் அதன் வளைவுகளையும் ஒளியில் மூழ்கடித்தது... அதன் ஒளிக்கிரீடம் காற்றுமண்டலத்தை ஒருசில மில்லிமீட்டர்கள் இடம்பெயரவைத்தது.

இவைகளெல்லாம் ஆரம்பத்தில் நடந்தவை, அதன்பிறகுதான் தனிமை மிருகம் பற்றி அவனுக்குத் தெரியவந்தது. மஞ்சள் நிறக் குறிப்பேடொன்றை எடுத்து, முதற்பக்கத் தலைப்பில் கடிதம்போல எழுதினான்:

அன்பினிய மிஷெல்,

பிறரைப் போலவே அவனுக்கும் இசைக்க வரும். ஒருமுறை நகரத்தில் பொம்மைக் கடையில் விற்பனைக்கென கடைவிரித்திருந்த பொருட்களில் பிளாஸ்டிக் புல்லாங்குழலொன்றைக் கண்டு, களவாக எடுத்துவந்தான். வெகுநாளாகவே புல்லாங்குழலுக்கு ஆசைபட்டதுண்டு. அப்படியொன்று கிடைத்ததில் அவனுக்கு மிகவும் மகிழ்ச்சி. அப்புல்லாங்குழல் சின்னஞ்சிறார்களுக்கு என்றபோதிலும் தரமான அமெரிக்க தயாரிப்பு. வாசிக்க வேண்டுமென்று விரும்பும்போது, திறந்திருக்கும் சன்னலருகே சாய்வு நாற்காலியில் உட்கார்ந்துகொள்வான். இனிமையான ராகங்களை வாசிப்பான். மனிதர்களின் கவனத்தைத் தனது வாசிப்பு திசைதிருப்பிவிடுமோ என்கிற மெல்லிய அச்சமும் அவனுக்கிருந்தது. வீட்டைச் சுற்றியிருந்த புல்வெளிகளில் ஆண்களும் பெண்களுமாகப் படுத்திருப்பதற்கென்று வருகிற நாட்களும் உண்டென்பதால் பிறந்த அச்சம். இதமாக வாசிக்கிறபோது வரம்பற்ற மென்மையும் நெகிழ்வும் அதிலுண்டு. குழலின் வாய்ப்பகுதியைத் தொட்டிருக்கிற நாவின் நுனியையும் உதரவிதானச் சுருக்கத்தையும் கவனிக்கத் தவறினால் சிற்சில நேரங்களில் உண்மையில் வாசிக்கிறானா என்ற ஐயம் நமக்கு எழும். இடைக்கிடையே புல்லாங்குழல் வாசிப்பை நிறுத்திவிட்டு, உணவுப்பண்டங்கள் இருந்த காலி டப்பாக்களை வரிசையாகப் பரப்புவான். அவற்றில் விரல் முனைகளைக்கொண்டு தட்டுவான். அதனதன் உயரத்திற்கேற்ப இதமான ஓசை புறப்படும், கேட்க பாங்கோ வாசிப்பதுபோலவும், நாயின் ஊளைபோலவுமிருக்கும்.

இரவில் அறைக்குள்ளே பின்புலத்தில் மெழுவர்த்தி எரிந்து கொண்டிருக்க, திறந்திருக்கும் சன்னலருகே அதிகம் உறுத்தலில்லாத கடற்காற்றை எதிர்கொள்வதுபோல முழுவிறைப்புடன் நிற்பதும், தூசும்தும்புமான நாள்பொழுது, பகல் பன்னிரண்டுமணிக்கு அவனிட மிருந்து பறித்ததை மீட்டெடுக்க முனைந்து ஜீவசக்தியில் தோய்வதுமே ஆதாம் பொலோ வாழ்க்கை.

மனிதவாழ்க்கையின் பிக்கல்பிடுங்கல்கள் இனியில்லை என்கிற செருக்குடன் ஆடாமல் அசையாமல் வெகுநேரம், முதல் சுற்றுக்குரிய இரவுநேர விட்டிற்பூச்சிகள் வரும்வரை காத்திருப்பான். வந்ததும் அவை அந்தகரணமிடும், சன்னலிருக்கிற வெறுமையான துளைகளைக்

கண்டுத் தயங்கி பின் வாங்கும், பிறகு சட்டென்று தாக்குதலில் இறங்கும். சோர்ந்து எரியும் மஞ்சள்வண்ண மெழுகுவர்த்தி தீபம் அவற்றைப் பைத்தியமாக்கும்; அதுவரை நின்றிருந்தவன், தரையில் படுப்பான், கட்டில் விரிப்புக்குள் முடங்கி இமைத்தலின்றி, முண்டியடித்து ஆரவாரம் செய்யும் விட்டிற்பூச்சிகளை அவதானிப்பான். எப்போதும் அதிக எண்ணிக்கையில் வருகிற பூச்சிகள், உட்கூரை நிழல்களில் மேலும் பெருகியதுபோல் தோற்றம் தரும். தீபச்சுவாலையில் சுருண்டு விழும், கொதிக்கும் மெழுகில் அவற்றின் மெல்லிய கால்களைக்கொண்ட சரமாலை, பொரிவதுபோல சப்தம், காற்றில் உராயும்போது கிரானைட் சுவரைத் சுரண்டுமொலி, அதன்பின்னர் மூர்ச்சையாகி மினுக்மினுக் என்று அவ்வளவும் ஒவ்வொன்றாகத் தரையில் விழும்.

ஆதாமின் சூழலில் இருக்கிற ஓர் ஆசாமி அதிலும் வாழ்க்கையை வாசிப்புக்கென்று அர்ப்பணித்தவன்; அநேக வருடங்களைப் பல்கலைக் கழகங்களில் கழித்து யோசிக்கும் திறன்பெற்ற மனிதன்; தனக்குப் பைத்தியம் பிடிக்காதிருக்க வேண்டுமெனில், சிந்தனையை இது போன்ற விஷயங்களில் செலுத்தியே ஆகவேண்டும். அதைக்காட்டிலும் செய்வதற்கு வேறென்ன இருக்கிறது, அந்நேரங்களில் எல்லை மீறாதிருக்க, அச்சம் (உதாரணத்திற்குச் சூரியனிடம்) மட்டுமே தற்போதைக்கு உதவுகிறது. தவறினால் கடற்கரைக்குத் திரும்புவான். அவ்வாறான எண்ணத்துடன், வழக்கமான தனது போக்கிலிருந்து மாறுதல் வேண்டியவன்போல் சிறிது திரும்பினான். முன்னோக்கி குனிந்தான். அறையின் பின்புறத்தை நோக்கி முகத்தைத் திருப்பியவன் சுவரையே பார்த்துக்கொண்டிருந்தான். பகல்வெளிச்சமாவென்று உறுதிப்படுத்த முடியாத இடதுதோளிலிருந்த மங்கலான ஒளியைச் சாடையாகக் கவனித்தான். வலிந்து கற்பனையில் மூழ்கினான்: சூரியன் பிரம்மாண்டமானதொரு பொற்சிலந்தியாக வடிவெடுத்திருந்தது, சூரியக் கதிர்கள் சிலந்தியின் கால்கள்போல வானத்தை மூடியிருந்தன. சிலகால்கள் முறுக்கியிருந்தன வேறுசில ஆங்கில எழுத்தான ‘W’ போலவிருந்தன. எஞ்சிய கால்கள் மெல்லிய அலைகளின் நிதானத்துடனும் சோம்பலுடனும் இயங்கின, பல கிளைகளாகப் பிரிந்தன. கணக்கிட முடியாத எண்ணிக்கையில் பல்கிப் பெருகி பிளவுறுவதும், பிளவுற்ற வேகத்தில் ஒன்றிணைவதும், கடற்பாசி போல அலைவதுமாக அவை இருந்தன.

அக்காட்சியை நிரந்தரப்படுத்திக்கொள்ள, மரக்கரிகொண்டு எதிரிலிருந்த சுவரில் சித்திரமாகத் தீட்டவும் செய்தான். அதற்காக முதுகைச் சன்னற்பக்கம்வைத்து திரும்பி உட்கார வேண்டியிருந்தது. தாறுமாறாக, ஒருவித ஆவேசத்துடன் இயங்கிய கொடுக்குகளைக் குழப்பத்துடன் அவதானித்துக்கொண்டிருக்கையில் நேரம் கூடக்கூட அவனிடத்தில் அச்சம் மேலோங்கியது. அள்ளித்தெளித்ததுபோல, மினுங்கிக்கொண்டு உலர்ந்து கன்னங்கரேலென்றிருந்த அச்சித்திரம் குதிரைக்குடல்போன்ற லட்சக்கணக்கான ஒட்டும்தன்மைய கரங்களுடன், பார்ப்பதற்கு அருவருப்பாகவும் மரண பயத்தை அளிக்கிற ஆக்டொபஸ் போலவுமிருந்தது. வெகுகாலமாய்ப் பூமியில்கிடந்து மக்கிக் கரியான வேர்கள் தோற்றத்துடன் துழாவும் கால்கள்; அவை எங்கிருந்து

புறப்பட்டிருந்தனவோ அக்கரிய உருண்டையை நேரிட்டவாறு, தன்னைக் கவ்வியிருந்த பயத்திலிருந்து விடுவித்துக்கொள்ள சித்திரத்துடன் உரையாட முற்பட்டான். வெளிப்பட்ட வார்த்தைகள் சிறுபிள்ளைத் தனமானவை:

"நீ ரொம்ப அழகு – அழகான விலங்கு, அழகான மிருகம், அதோ அங்கே"

நீயொரு அழகான சூரியன், மிகவும் கறுப்பான அழகான சூரியன் என்பது உனக்கும் தெரியும்.

தான் செய்வதெல்லாம் சரியென்ற எண்ணம் அவனுக்கிருந்தது. உண்மையில் குழந்தைகளைப் போல தன்னைச்சுற்றி ஒரு பயங்கரமான உலகத்தைக் கட்டமைப்பதில் தேர்ந்திருந்தான்; சன்னல் வழியாகப் பார்த்தபோது, ஆகாயம் எப்போது வேண்டுமானாலும் பெயர்ந்து தலையில் விழும்போலிருந்தது. அதுபோலவே சூரியனும் விழலாம். குனிந்து தரையைப் பார்த்தான்: கொதித்தது; உருகிக் காலடியில் அக்கினிக்குழம்பாக ஓடியது; மரங்கள் கிளர்வுநிலைக்குத் தள்ளப்பட, அவற்றிடமிருந்து நச்சுக்காற்று வெளியேறியது; ஊதிப்பெருக்கெடுத்த கடல், ஒடுங்கிக்கிடந்த சாம்பல் நிறக் கடற்கரையை விழுங்கியும் திருப்தியுறாமல் வேகமாக முன்னேறியது; எதிரிலுள்ள மலைப் பிரதேசத்தை, அதனை மூழ்கடிக்கவும், தவறினால் அம்மலைப் பிரதேசத்தை அடக்கி அவன் பக்கம் தள்ளவும், தனது உவர் நீருக்குள் அம்மலைப் பிரதேசம் முழுவதையும் உள்வாங்கிக்கொள்ளும் நோக்கமும் கடலுக்கிருந்தது. கண்காணாத பிரதேசத்தில் புதைபடிவ மிருகங்கள் உயிர்ப்பதும் கண்ணுக்குத் தெரிந்தது. அவை பின்னர் தங்களுடைய ராட்சதக் கால்களின் கடக்முடக்கென்ற சத்தத்துடன் தற்காலிகமாக அவன் குடிபுகுந்துள்ள வில்லாவைச் சுற்றிவந்தன. வெளிப்படையாக இல்லையென்றாலும், முன்னிலும் பார்க்க பயத்துடனிருந்தான். அவ்வளவும் கற்பனை என்றபோதிலும் அதனையோ, அதன் காரணமாகக் கிளர்ச்சியுறும் மனதையோ தடுக்க அவனுக்குப் போதவில்லை. அக்கற்பனையில் இப்போது சக மனிதர்கள்கூட விரோதிகளாகவும், பண்புக்கேடானவர்களாகவும் தோற்றம் தந்தார்கள். அவர்கள் தலைகள் சுருங்கியிருந்தன, உடலெங்கும் விலங்குகளைப் போல் கம்பளி ரோமங்கள்: மனிதரை உண்ணும் அரக்கர்களாகவும் அற்பர்களாகவும் கொடியவர்களாகவும் – வயல் வெளிகள் ஊடாக, நெருங்கிய வரிசை களில் நடந்துவந்தனர். விட்டிற்பூச்சிகள் அவன் உடலை மூர்க்கமாகத் தாக்கிக் கடித்தன, பூஞ்சைமயிர்கொண்ட மென்மையான இறக்கைகளால் அவனுடலை மூடின. தேங்கிய நீர்நிலைகளிலிருந்து இறால், நண்டு, ஒட்டுண்ணி, வகைவகையான விநோத உயிரினங்கள் அவனது உடலைக் கிழித்து பசியாற வேண்டுமென்ற வெறியுடன் புறப்பட்டுவந்தன. கடற்கரையெங்கும் விநோதமான உயிரிகள், தங்கள் குட்டிகளுடனும் குஞ்சுகளுடனும் காத்திருப்பதையும் கண்டான். சாலைகளெங்கும் கேட்பாரற்றுத் திரியும் விலங்குகள், அவற்றின் உறுமலையும் ஊளையையுங்கூடக் காதில் வாங்கினான்; பலவிதமான நிறங்களில் விசித்திரமான சில விலங்குகளும் இருந்தன. கவசம்போன்ற அவற்றின்

உடல் சூரிய ஒளியில் பிராகாசிக்கின்றன. அடுத்த கணம் அத்தனையும் கண்ணெதிரே நகர்கின்றன; எடைமிக்கதும் ஏறுமாறானதுமான ஒருவகையான தாவர நீர்மூழ்கியின் அசைவை அது ஒத்திருந்தது. ஒருமுகப்படுத்தப்பட்ட, குடல் புரள்வதுபோல மும்முரமான இயக்கம். இது போன்ற காட்சிகள் தொடர்ந்துகொண்டிருக்க, தனது வழமையான மூலையில் சுருண்டு அமர்ந்தான். விலங்குகளுக்கு இரையாகவிருக்கும் நிலையில் அவற்றுடனான இறுதிப் போராட்டத்தில் தன்னைக் காப்பாற்றிக்கொள்ளவும் தேவையெனில் முந்திக்கொண்டு அதன்மீது பாயவும் தயாரானான். சற்றுமுன்பு சொல்லப்பட்ட மஞ்சள் நிறக் குறிப்பேட்டை மீண்டும் கையிலெடுத்தான். சிறிது நேரத்திற்கு முன்பு வரை சூரியனாகத் தோற்றம்தந்த கோட்டோவியத்தை மறுமுறை பார்த்தான், எழுதினான்.

அன்பினிய மிஷெல்,

இவ்வீட்டில் தங்க அச்சமாக இருக்கிறதென்பதை ஒத்துக்கொள் கிறேன். நீ மட்டும் முழு நிர்வாணமாக வெறும் தரையில், வெளிச்சத்தில் இங்கே படுப்பாயெனில் மிருதுவானதும் கதகதப்பானதுமான உனதுடலைக்கொண்டு எனதுடலை அடையாளம் காண்பேன். அதற்கான அவசியமும் இல்லை போலிருக்கிறது, இதை எழுதிக்கொண் டிருக்கிற தருணத்தில் உன்னால் அதை ஊகிக்க முடியுமாவென்று தெரியவில்லை, இங்கே, சாய்வுநாற்காலிக்கும் – பலகைக்கும் மிடையில் குறுகிய இடைவெளி ஒன்றிருக்கிறது, அது கையுறைபோல கன கச்சிதமாக உனக்குப் பொருந்தக்கூடியது; 1 மீட்டர் 61 செ.மீ, சரியாகச் சொல்ல வேண்டுமெனில் உனது உயரத்திற்கு நிகரானது, அதன் சுற்றளவும் 88, 5 செ.மீ கொண்ட உனது இடுப்பளவைத் தாண்டுமென்று நினைக்கவில்லை. எனக்கென்னவோ இப்பூமி தாறுமாறானதொரு உயிரினமாக உருமாற்றம் பெற்றிருக்கிறதென்று எண்ணம். பல்லாயிரக் கணக்கான ஆண்டுகளுக்கு முந்தைய தெயினோத்தெரியா வகை ஆனைகள், பித்தெகான்த்ரோப் என்கிற குரங்கு மனிதர்கள், தன்னின உண்ணிகளான நியாண்டர்தால் மனிதர்கள் ஆகியவர்களை நினைத்துப் பயந்து சாகிறேன். இவற்றோடு டைனொசர், லாபிரிந்த்தோஸ், டெரொடக்டில் போன்ற ஆதிகால விலங்குகளிடம் எனக்குள்ள அச்சத்தையும் கூறவேண்டும். மலையைக் குறிப்பிட்டு எழுதியிருந்தே னில்லையா, அம்மலை எங்கே எரிமலையாகிவிடுமோ என்றும் அஞ்ச வேண்டியிருக்கிறது, ஏன்? துருவப் பிரதேச பனியுருகுவதால் பெருக்கெடுக்கும் கடல்கூட என்னை மூழ்கடித்துவிடலாம். **'கீழே'** கடற்கரையில் இருக்கிற மனிதர்களைக் கண்டும் பயம். மணல் புதை மணலாகவும், சூரியன் சிலந்திபூச்சியாகவும், குழந்தைகள் இறால்கள் போலவும் உருமாற்றம் பெறுகிறார்கள்.

சட்டென்று குறிப்பேட்டை மூடினான். முன்கைகளை ஊன்றிய வண்ணம் சன்னலுக்கு மறுபக்கம் பார்வையைச் செலுத்தினான். ஒருவரும் வரவில்லை. நீர்வரைபோகவும், நீராடவும், திரும்பவும்

தனக்குத் தோராயமாக எவ்வளவு நேரம் பிடிக்குமெனக் கணக்கிட்டான். அந்தி சாயும் நேரம். வீட்டிலிருந்து வெளியில் செல்லாமல் இப்படி எத்தனை நாளாக அடைந்துகிடைக்கிறான் என்று அவனால் தெளிவாகச் சொல்ல முடியவில்லை. இரண்டு நாட்கள் இருக்கலாம் அல்லது அதற்கு மேலும் இருக்கலாம்.

முதன் முதலாகப் பார்க்கிறவர்கள் எவரும், 'பிரிஸினிக்' என்கிற பேரங்காடியில் விலைகுறைத்துப் போட்டிருந்த வேஃபர்களையும் – பிஸ்கட்டுகளையும் தின்றே உயிர்வாழ்கிறானென நினைப்பார்கள். வயிறு வலித்தது, நெஞ்செரிச்சலையும் உணர்ந்தான். சன்னலில் சாய்ந்து வெளியைப் பார்த்தான். இரண்டுமலைகளுக்குமிடையில் நகரத்தின் ஒரு சிறுபகுதியைக் காணமுடிந்தது.

சிகரெட்டொன்றைப் பற்றவைத்தான். கடைசியாக வெளியில் சென்றிருந்தபோது தலா ஒன்றென வெவ்வேறு பிராண்டுகளில் எட்டு சிகரெட் பாக்கெட்டுகள் வாங்கினான். அவற்றில், உபயோகித்ததுபோக மிச்சமிருந்த ஒரே சிகரெட் அது. சட்டென்று உரத்தகுரலில் பேசினான்:

"நகரத்திற்குப் போய் என்ன கிழிக்கப்போகிறேன்? இங்கே இருந்துகொண்டு நான் செய்வதும் – அதாவது வேறொரு உலகுபற்றிய கனவுடன் – அது பற்றிய பயத்துடன் – நான் போகவில்லையெனில் அவர்களே என்னைத் தேடிவந்து கொல்வார்கள் என நினைத்துக் கொண்டு இங்கிருப்பதும் நன்றாகத்தான் இருக்கிறது. ம்... ம்... புரிகிறது, எனது உளவியல் சிந்தனைகளைத் தொலைத்திருக்கிறேன். சரி அப்படியே வைத்துக்கொள்வோம். ஆனால் முன்பு? இது அல்லது அதுவென்று எதையாவது செய்ய முடிந்தது, நிலைமையைப் பார்க்கிற போது இனி அதற்கெல்லாம் வாய்ப்பில்லையெனத் தெரிகிறது. ஆதாம், கடவுளே! இப்படி விதவிதமான குடில்களுக்கிடையில் இறங்கி நடப்பதும்; மனிதர்களின் கூச்சலையும் தர்க்கத்தையும் முணுமுணுப்பையும் சகித்துக்கொள்வதும்; ஒற்றை மனிதனாக மூலையில் சுருண்டு அவ்வளவையும் காதுகொடுத்துக் கேட்டுக்கொண்டிருப்பதும் எவ்வளவு கஷ்டம். ஒன்றிரண்டு வார்த்தைகளை இன்றில்லாவிட்டாலும் ஒரு நாள் கட்டாயம் உதிர்த்தாக வேண்டும் : 'ஆமாம்', 'நன்றி', 'மன்னிக்க வேண்டும்', 'இன்றைய மாலைப்பொழுதுதான் எத்தனை அழகு!', இருந்தாலும், நேற்றுதான் உண்மையில் நன்றாக இருந்தது'. கல்லூரி யிலிருந்து நேராகப் புறப்பட்டு வந்ததும் நேற்றுதான் நடந்தது, என்ற உண்மையைச் சொல்ல வேண்டும். சுத்தமான காற்று, குடிக்கின்ற சிகரெட், நல்ல உணவு ஆகியவற்றிற்கு வக்கற்று, இவ்வந்திப்பொழுதில் காத்து நிற்பதற்கும்; கூடுதலாகக் கொஞ்சம் கற்பனைக்கெட்டாத விஷயங்களுக்கு, சாத்தியமில்லாமல் போனதேன்? என என்னை நானே கேட்டுக்கொள்வதற்கும் காரணமான எவ்விதப் பயனுமற்ற, அபத்தமான உளறல்களும் குப்பைகள் பிறவும் முடிவுக்கு வருவதுகூட நல்லதுதான், நல்லதாகத்தான் இருக்க முடியும்."

ஓர் அடி பின்னால் எடுத்துவைத்தான். நாசித் துவாரங்களூடாக சிகரெட் புகை. தனக்குத் தானே பேசிக்கொள்வது தொடர்ந்தது

(நல்லவேளை எல்லை மீறவில்லை, பேசுவதை அதிகம் அவன் விரும்பாததொரு காரணம்.)

நல்லது, எல்லாம் நல்லதற்கு! எனினும் இறங்கி நகரம்வரை செல்லத்தான் வேண்டும், சிகரெட், பீர், சாக்லெட், ஏதேனும் வாங்க வேண்டும், சாப்பிடுவதற்கென்று சிலபொருட்கள் தேவை.

குழப்பம் வராமலிருக்க துண்டுத் தாளொன்றில் குறித்துக் கொண்டான்:

சிகரெட்
பீர்
சாக்லெட்
சாப்பிடுவதற்கு,
தாள்கள்,
சில தினசரிகள்,
முடிந்தால் கொஞ்சம்...

பிறகு சன்னலருகே, வெயில்படும்படி, இரவில் எங்கே வழக்கமாகக் காத்திருப்பானோ அங்கே சிறிது ஓய்வு வேண்டியவன்போல் தரையில் அமர்ந்தான், தரையில் கிடந்த தூசியில் சில சின்னங்களை மனம் போனபோக்கில் மெல்லிய கோடுகளில் விரல்களால் எழுதினான், நகங்கொண்டு கீறினான். என்ன செய்வது? இம்மலைப் பிரதேசத்தில் கேட்பாரற்று அநாதையாகக் கிடக்கும் வீடொன்றில் தனியொருவனாக இருப்பது உண்மையில் மிகவும் அலுப்பு தரும் விஷயம். அவ்வாறிருப்பது ஒருவகையில் தனக்குத்தானே சில ஒழுங்குகளை வகுத்துக்கொள்ள உதவுகிறது: உதாரணத்திற்கு அச்சம், சோம்பல், நேர்மாறான காரியங்கள் போன்றவற்றில் மகிழ்ச்சிகொள்வது; விலங்கினத்தைப் போல எந்நேரமும் பதுங்குக் குழிகளைத் தோண்டுவதும் அதில் பதுங்க நினைப்பதும்; தனக்கு இழிவுதரும் காரியத்தைச்செய்வது; சின்னப் பையனாக இருந்தபோது செய்த கிழிந்துபோன இரண்டு கித்தான் பாய்களுக்கிடையில் எவரும் பார்த்துவிடக் கூடாதென்பதுபோல ஒளிவது ஆகியவற்றைக் கூறலாம்.

2

கடற்கரையில், இடதுகோடியில் பரவிக்கிடந்த கூழாங்கற்களில் படுத்திருந்தான், அருகிலேயே ஈக்கள் முட்டையிடுவதற்குத் தோதாகக் குவிந்துக் கிடந்த கடற்பாசி களும் பாறாங்கற்களும். சற்றுமுன்புதான் கடலில் குளித் திருந்தான். ஈர முதுகைக் காற்றில் உலர்த்த நினைத்தவன் போல முதுகிற்கும் தரைக்குமிடையில் சிறிது இடைவெளி வேண்டி முழங்கைகளைப் பின்புறம் ஊன்றினான். அவன் உடல் பழுப்பு நிறத்திலில்லாமல் கருஞ்சிவப்பிலிருந்தது. வெளிர் நீலத்திலிருந்த நீச்சலுடை அந்நிறத்திற்குப் பொருந்த வில்லை. தூரத்திலிருந்து பார்ப்பவர்களுக்கு அவனோர் அமெரிக்க உல்லாசப் பயணி, நெருங்கிப் பார்ப்பீர்களெனில் அழுக்கான முகமும் நீண்ட கேசமும் ஏனோதானோவென்று கத்தரிக்கப்பட்ட பழுப்பு நிறத் தாடியுடனும் அவனிருப்பது தெரியவரும். எதைக்குறித்தும் அக்கறை கொள்ளாதவன் போல தலை, மார்பில் கிடந்தது.

குளியல் துவாலையின் இருபுறமும் முழங்கைகள். தோளெலும்புகளுக்குக் கீழிருந்த உடற்பகுதி பூமியைத் தொட்டிருக்க, கால் ரோமங்களில், சகதி படிந்த இடங்களில் திட்டுத்திட்டாகக் குறுங்கற்கள் அப்பிக்கிடந்தன. தலை யிருந்த திசையில், கடலை அதிகம் காணச் சாத்தியமில்லை. குறிப்பாகப் பாறைகள் காரணம் தவிர முகத்தில் தெரியும் அசூயைக்கு, பல நூற்றாண்டுகளாக நீரைக் காணாமல்; மனிதர் கூட்டமும், விலங்குகளும் கூட்டுச்சேர்ந்து அசிங்கம் செய்திருந்த அப்பாறாங்கற்களே காரணம். இயல்பாகவே அக்கடற்கரை ஒருகோடியிலிருந்து மறுகோடிவரை (ஆதாம் தென் – கிழக்கில் தொங்கலில் இருப்பான்) பெண்கள் சிறுவர்கள் அடங்கிய மக்கள் கூட்டத்தால் நிறைந்திருக்கும். அவர்களில் சிலர் சதா நடந்துகொண்டிருப்பார்கள், சிலர் படுத்துறங்குவார்கள், வேறுசிலரோ கூச்சலிட்டுக்கொண் டிருப்பார்கள் – எல்லாக் காட்சிகளுக்கும் அங்கே இடமுண்டு.

ஆதாம் சிறிதுநேரம் கண்ணயர்ந்தான், ஒரு விதப் பாசாங்குத் தூக்கம். இப்படிப் படுத்துக்கிடப்பதைக் காட்டிலும், காலாற நடப்பது நல்லது. எங்காவது சிறிது நிழலுள்ள இடம் கிடைக்குமெனில் மிகவும் நல்லதென மனதில் பட்டது. கைக்கடிகாரத்தில் பிற்பகல் 1:30,

இரண்டுமணிவரை எவ்வித நிர்ப்பந்தமுமில்லை, தனது விருப்பம்போல நேரத்தைச் செலவிடலாம்.

வெப்பம் மிகக் கடுமையாக இருந்தது. ஓசைகள் அனைத்தும் ஒன்றன்பின்னொன்றாக அடங்கிக்கொண்டிருந்தன. மேகங்களெல்லாம், காற்று கெட்டிப்பட்டு உருவாக்கியவை எனச் சொல்லும்படியிருந்தன. வளிமண்டலத்தில் நீர், நிலம், ஆகாய அடுக்குகளுக்கடியில் தனக்கே தனக்கென அமைந்த வெளியொன்றில் அடைபட்டிருப்பதைப் போல உணர்ந்தான். ஒளிக்காமல் சொல்ல வேண்டுமெனில் இவற்றிலெல்லாம் அவனுக்கு மகிழ்ச்சி கிடைத்தது:

சும்மா இராமல் வலதுபக்கத்தில் மும்முரமாக இயங்கிக்கொண்டிருந்த மனிதர்களை அவதானிக்க விரும்பினான்: அவர்கள் பல நிறத்தவர்களாக இருந்தனர், தொணதொணவென்று பேசிக்கொண்டுமிருந்தார்கள். இங்கிருந்து பார்க்க, அவர்களைக் கண்டு அஞ்சுவதற்கு எவ்வித முகாந்திரமுமில்லை என்பதுபோல இருந்தார்கள். அவர்களுக்கும் இவனுக்கும் விட்டகுறை தொட்டகுறையாக தாயாதி உறவிருக்க வேண்டுமென்று நினைத்தான். வெகு அண்மையில் அவர்கள் இருக்கிறார்களென்கிற உண்மையே ‘போலோ’ குடுபத்தினரிடமுள்ள உறவின் அளவீட்டை உரைப்பதுபோல இருந்தது. இருதரப்பு முன்னோர்களுக்கிடையிலும் பொதுவான இனக்குறிகள் இருக்க வேண்டும். முற்றாக அழிந்துபோன சிலவகை அமெராந்த்ரோப் குரங்கினத்தின் நுட்பமான நீக்ரோய்டு முத்திரைகள்கூடப பொது அடையாளமாக அவர்களுக்கும் இவனுக்குமிடையில் இருக்கலாம். பெண்களில் சிலர் உறங்கக் காண்பது அழகு, அப்படிச் சிலர் பருவுடலும் ஊளைச்சதையுமாக நித்திரைகொண்டிருந்தார்கள்; சாம்பல் நிறக் கூழாங்கற்களில் ஒரு பாதி அமிழ்ந்திருக்க, அவ்வுடல்களில், அபாரமான எழிலும் மிக மென்மையான வளைவும், இயற்கை காதலும் குடியிருந்தன.

சிற்சிலநேரங்களில் பெண்கள் திரும்பிப் படுத்தார்கள். மார்பகங்களிரண்டும் அனிச்சையாக அசைந்துகொடுக்க குளியல் துவாலையில் உருண்டார்கள், உருளும்போது மார்பகங்கள் ஒழுங்குமுறையின்றிப் பின்னிக்கொண்டன, நெஞ்சிலிருந்து இழுபடவும் செய்தன. அப்பெண்களிடத்திலிருந்த மென்மை அவர்கள் குழந்தைகளிடத்திலில்லை. முரணாக மிகச்சிறியவர்களாகவும், குள்ளர்கள் போலவும் கறார் பேர்வழிகளாகவும் நடந்துகொண்டனர்; தண்ணீருக்கு வெகு அருகில் கூடியிருந்தனர். பிறகு இயல்பாகவே தங்களுக்குள் உத்தி பிரித்துக் கொண்டு மண்ணைக் கிளறினார்கள், மணற்கோட்டை எழுப்பினார்கள். தங்கள் கைகொண்டு எதையும் செய்யவியலாத இளம் சிறார்கள் இரண்டு மூன்றுகுழந்தைகள், உடலைக் கூசவைப்பதுபோல் காரணமின்றிச் சத்தமிட்டார்கள். தங்கள் காரியத்தை வெற்றிகரமாக செய்து முடிக்க அக்கூச்சல் உதவும் என்பதுபோல மற்றபிள்ளைகள் அவர்களைத் தடுக்கவில்லை.

சிறு சிறு பிரச்சினைகளையெல்லாம் ஊதிப்பெருக்கி இவனது சீவனைக் கொடிய பொருளாக, வேதனைகளின் மொத்த உருவமாகக்

காண்பித்து, வாழ்க்கைபற்றிய விழிப்புணர்வென்பது அங்கே பருப்பொருள் குறித்த அச்சமன்றி வேறெதுவுமில்லையென்பதைப் போல அவதியுறும் தனது உடலின் ஒவ்வொரு உளப்பாட்டிற்கும்; அங்கிருந்த குழந்தைகளுக்கும்; அக்குழந்தைகளுக்கிடையிலும்; அவர்களிடும் கூச்சல் அல்லது செய்யும் காரியங்களுக்கிடையிலும்; அவற்றிற்கும் தனக்கும் எவ்வித அறிவுபூர்வமான தொடர்புமில்லை என்பதுபோல நினைவைத் தொலைத்துக் குழந்தைகள் செய்வதையெல்லாம் பார்த்துக்கொண்டிருந்தான். இவற்றுக்கெல்லாம் சந்தேகமின்றிப் பழங்கதையென்று ஒன்றுண்டு, தேவையெனில் இன்னுமொரு ஆயிரம் கதைகளைப் பிழைகளின்றி எழுதலாம்.

காற்றில் சப்பையான ஈக்களும் கண்ணுக்குப் புலப்படாத தூசிகளும் நிறைந்திருந்தன, கூழாங்கற்களில் படிந்ததுபோக மிச்சமிருந்தவை நீளவாக்கில் நகர்ந்தன. உண்மையைச் சொல்வதெனில், வீணான கற்பனைகளுக்கு அங்கு இடமில்லை. நீங்கள் செய்ய வேண்டியது ஒன்றே ஒன்றுதான். குருட்டாம்போக்கில் கூழாங்கல்லொன்றைத் தேர்வுசெய்து அதனிடம் மௌனமாகக் கீழ்க்கண்டவாறு உங்கள் விருப்பத்தைத் தெரிவிக்கலாம்:

“தண்ணீர் நடுவில் மிதக்கிற ஆரஞ்சுபழத் தோலின் மீது கல்லை எறியப்போகிறேன்”

அவ்வாறில்லையா? வேறொரு காரியமும் செய்யலாம். மேடு பள்ளங்கள்; நீர் சூழ்ந்த நிலங்கள் நிலம் சூழ்ந்த நீர் நிலைகள்; மரங்கள் கிணறுகள்; ஆம் இல்லை; நீர் காற்று ஆகியவற்றைக்கொண்ட – குறையின்றி எங்கும் விரிந்துகிடக்கும் – இயற்கைவெளியைப் பார்வை கொண்டு வருடலாம். அவ்வகையில் சார்பற்ற பொருட்களின் அசலான மையஸ்தலமென்ற வகையில் அக்காட்சியால் ஈர்க்கப்படுவீர்கள், சூரியனிடம் உடலை ஒப்படைத்துப் படுத்துக்கிடப்பீர்கள்.

சிற்சில சமயங்களில் இப்படிப் படுத்துக்கிடப்பதைக் காட்டிலும் ஏதேனும் செய்யலாமென்பதுபோல் பைத்தியக்காரத்தனமான ஆசை வருவதுண்டு, இருந்தும் தயங்குவான்; படுத்தபடி இருந்தான், கீழிருந்த கூழாங்கற்களின் வடிவமைப்பிற்கேற்ப அவன் முதுகுத்தண்டு வளைந்து கொடுத்தது. கழுத்து வளைந்தது. விறைத்த வயிற்றிலிருந்து தசைகள் நெக்குவிடும் ஒலி. அயற்சியா, வெக்கையா எது காரணமெனச் சொல்ல முடியவில்லை, வேர்வைத் துளிகள் கன்னக் கதுப்புகளில் முத்துகளாக உருண்டன, பின்னர் அவை மழைத் துளிகள் போல முகம் நெடுகிலும் கழுத்திலும் விலாவிலும் கால்களிலும் இறங்கியோடின. முதுகு ஈரம் கூழாங்கற்களுக்கு மசகிட மசகிட உடலின் கீழ்ப்பகுதி கூடுதலாகக் கன்றிப்போகிறது, அதனை வைத்தும், அவனைச் சூழ்ந்திருந்த வெண்ணிறப் புழுதியையும் அதன் உப்புத் தன்மையையும் கொண்டு கடற்கரையில் அப்பகுதி மட்டுமே கதகதப்பான பகுதியென நினைத்தான்.

எழுந்திருக்காமல் தான் இதுபோல் படுத்திருப்பது ஏனென்ற காரணத்தை ஓரளவு அறிந்திருந்தான். தெளிவின்றி மனதில் சின்னதாய் ஓர் ஊகமுமிருந்தது. எதனால் இப்படி இருக்கிறோம்? என்பது

பற்றித் தெரிந்துகொள்ள அவனுக்குப் போதாதென்றெல்லாம், ஒருவரும் அதற்காகக் குற்றஞ்சொல்ல முடியாது; ஏனெனில் குரூரமான அமைதியி னூடாகவும், எள்ளிநகையாடுவதனூடாகவும், மும்முரமான செயல்பாடு களினாலும், ஆபத்தான வேதியியல் சூத்திரங்கள் மூலமாகவும், வேகவேகமாக இயங்கும் பிஸ்டன்களைக்கொண்டும், எந்திரச் செயல் முறைகள், மரங்கள், கரிம சுழற்சிகள், நிழல்களின் மாற்றங்கள், ஓசைகள், நார்த் திசுக்களாலான நிலங்களில் தவறாமல் நிகழும் மெலிதான விரிசலின் சலசலப்புகள், உதடுகள் திறந்து குழந்தைகள்போல் அவை இடும் (இது நாள்வரை மீன்களுக்கு மட்டுமே சாத்தியமென நம்பப்பட்ட) கூச்சல்கள் ஆகியவற்றாலும் உலகம் எப்படித் தன்னை ஒளிக்காமல் வெளிப்படுத்திக்கொள்கிறது என்பதை அசையாமல் இதுபோல் படுத்துக் கிடக்கிறபோது மிக நன்றாக விளங்கிக்கொள்ள முடிந்தது.

மனிதனொருவன் மெல்லிய குரலில் கூவிக்கொண்டு கடந்து போனான். மெலிந்த தேகம், வெக்கையில் கருகிக்கொண்டிருந்த அவனது உடல் முழுவதும், சர்க்கரைப்பாகில் தோய்த்த வேர்க்கடலைக் கூடையின் பாரத்திற்கேற்ப வளைந்துகொடுத்தது. நின்றான், ஆதாமைப் பார்த்தான், எதையோ கூறினான், பின்னர் கடற்கரையில் எதிர்த் திசைக்காய் திரும்பி நடந்தான். குருங்கற்கள்மீது பாதங்களை நன்றாகப் படியவைத்து அவன் நடப்பதை ஆதாம் கவனித்தான், மிச்சமிருந்த பாரத்தை ஏதாவதொரு காலில் இறக்கிவைப்பதற்கு முன்பாக, மற்றொரு காலின் விரல்முனைகள் இடம் வலமாக லேசானதொரு வட்டத்தைப் போடுவதுபோல இயங்கின, அதன் நோக்கம் நடக்கிறபோது தரையில் ஏதும் குறுக்கிடாமல் பார்த்துக்கொள்வதாக இருந்தது. ஆங்காங்கே சிதறிக்கிடந்த மனித சரீரங்களுக்கிடையில் புகுந்து மெதுவாக, ஒரு வித ஒழுங்குடன் இடைக்கிடையே சீரான நேர அளவில் பொருள் புரியாத குரலை எழுப்பியவண்ணம், அவனது நடையில் எவ்வித மாற்றமுமின்றி நடந்துசென்றான்.

நீரையொட்டினாற்போல நாயொன்று வேகமாய் நடந்து போனது, ஆதாம் அதனைப் பின்தொடர்ந்தான். அவனது கழுத்தில் தொங்க விட்டிருந்த துவாலையின் இருமுனைகளையும் பக்கத்திற்கொன்றாகக் கைகள் பிடித்திருக்க, முடிந்த அளவிற்கு வேகமாக நடந்தான். நாயைப் பின்பற்றி வேண்டுமென்றே கணுக்கால் அளவு தண்ணீரில் இறங்கினான். மனத்தில் இரண்டுவிதமான அச்சங்கள், இரண்டுமே ஒருவகையில் நினைக்கச் சுகமாக இருந்தன: நீரில் நனையாத வெற்றுக் கால்களுடன் கடற்கரையில் நடந்திருப்பானேயானால், பலரும் அறிந்ததுபோல் கூர்மையான கற்சில்லுகள் பாதத்தைக் காயப்படுத்திவிடுமென்பது முதலாவது அச்சம். அடுத்தது நீரில் தற்போது நடப்பதால் வந்திருந்தது: விநோதமான பொருளொன்றில் கால்களிரண்டும் இறங்குவதைப் போல உணர்ந்தான். அப்பொருள் அதிகக் குளிர்ச்சியுடனும் காற்றினும் பார்க்கத் தடித்தும் இருந்தது. கடல்நீர் அடுக்குகளைப் பின்தள்ளி, பலமுறை சில்லிட்ட நீரில் வழுக்கி, கடைசியில் ஒருவழியாக உள்ளங் கால்களிரண்டும் சகதியையொத்த பரப்பைத் தொட்டன. சல்லி வேர்களும் கடற்பாசிகளின் வெடிகனிகளுமாக மூடியிருந்தது அப்பரப்பு.

இவன் பாரத்தைத் தாங்கமாட்டாமல் கடற்தாவர வெடிகனிகள் உடைய, ஆழ் நீரெங்கும் கருமையான பச்சை நுண்துகள்கள் பரவி வண்ணமயமானது, மெல்லிய இலைத்துணுக்குகளாலான அம்மூட்டம், வேதிச்சிதைவால் உண்டானதைப்போலவிருந்தது.

நீர்க்குழிபோன்ற தோற்றங்கள் தண்ணீரில் தெரிந்தபோதெல்லாம் நாய் தயங்கிற்று. தனது நடையில் ஏற்பட்ட தாமதத்தைச் சரிக்கட்ட ஆதாமுக்கு நாயின் இச்செய்கை உதவிற்று. தன்னை யாரோ தொடர்ந்து வருவதை நாய் உணர்ந்திருக்க வேண்டும், ஒரு கணம் திரும்பி அவனை வெறித்துப் பார்த்தது. அதன் பார்வை ஆதாமின் முகவாய்க்கட்டையைக் குறிவைத்ததுபோல இருந்தது. பின்னர் தனது பாதையில் அது முன்னேறியது, அதைத் தொடர்ந்த மனிதனோ பார்ப்பதற்குக் கயிறொன்றால் இழுத்துச்செல்லப்படுபவன் போலவிருந்தான். அடுத்த ஓரிரு நிமிடங்களில் நாயிடம் திடீரென்று ஒருவிதக் கம்பீரம், பிறர் புரிந்துகொள்ளவியலாத ஓர் உறுதி, மார்பளவு நீரில் தொடர்ந்து நடந்தது. அதன் பிரச்சினை தற்போதைக்குக் கடற்கரையின் வலது கோடியில் இருக்கும் குளியல் தடுப்புகளைக் குறிவைத்து முன்னேறுவது ...

ஒருவர் பின்னொருவராக நாயும் அவனுமாகக் கடைசிவரை நடந்தார்கள். தூரத்திலிருந்து பலரும் கணிப்பதுபோல் பொதுவில் குளியல் தடுப்புகள் அரைவட்ட வடிவில் துறைமுகத்தின் ஆரம்பத்தி லிருந்த சிமெண்ட் அணைக்கு முதுகைக் காட்டிக்கொண்டு இருந்தன. கீழே, ஆணும்பெண்ணுமாகக் குளித்துக்கொண்டிருந்த கூட்டம் கூழாங் கற்களின் பரப்பில் ஆங்காங்கே படுத்துக்கிடந்தது. அவர்கள் தரையில் விரித்து படுத்திருந்த தேங்காய்ப்பூ துவாலைகளும் அணிந்திருந்த நீச்சல் உடைகளும் வெயிலில் பளபளத்தன. சூரியனைப் பார்த்ததுபோல படுத்திருந்த அவர்களை, நீரின் விளிம்பிலிருந்து பார்க்க வெகு அருகில் தெரிந்தார்கள். உடல் ஈரம் உலராமல் இருந்ததால், மேனி புத்தம் புதியதுபோல மினுங்கியது. ஆரஞ்சு நிறத்திலிருந்த அவர்கள் உடலில் விழுந்து, கோழையாக சூரிய ஒளி வடிந்த பின்னும் அதன் தடம் மெருகு குலையாமலிருந்தது.

நாய் நின்றது, ஆதாம் திசைக்குத் திரும்ப எத்தனித்து பாதியிலேயே நிறுத்திக்கொண்டது. தாவி கரைக்குவந்தது. குவிந்திருந்த கற்சில்லுகள் மீது ஏறியது. இருவர் அல்லது மூவராய்ப் படுத்திருக்கும் மனிதரிடையே நுழைந்து ஓர் இளம்வயது பெண்மணியின் அருகில் தனக்கான இடத்தைப் பிடித்து உட்கார்ந்தது.

ஆதாமும் அதையே செய்தான். ஆனால் நாய் வலதுபக்கத்தில் தன்னை இருத்திக்கொள்ள இவன் இடதுபக்கத்தைத் தேர்வுசெய்திருந் தான். உட்காருவதற்கு முன்பாக அவசர அவசரமாகத் தனது கழுத்தில் போட்டிருந்த துவாலையைத் தரையில் விரித்தவன், முழங்கால்களைக் கட்டிக்கொண்டு அமர்ந்தான். பெண்மணியின் வயிற்றிலிருந்து ஒருசில செண்ட்டிமீட்டர்கள் தள்ளி உட்கார்ந்து, பத்து பதினைந்து நொடிகள் நாய் செய்வதை அவதானித்தான். கண்ணிமைகள் தாழ்ந்திருக்க முகத்தைக் கவிழ்த்து தனது பாதங்களை நக்கிக்கொண்டிருந்தது. ஆதாம்

தனது கால்களைப் பரிசோதித்தான், இவ்விஷயத்திலும் நாயின் உதாரணத்தைப் பின்பற்றத் தீர்மானித்தான். சென்ற முறை அடித்த புயலில் இன்னமுங்கூடக் கரையோர நீரில் எண்ணெய்க் கசிவுகள் திரண்டிருந்தன, விளைவாக அவனது பாதங்கள் கறுத்திருப்பதைக் கண்டான். அங்கிருந்த குச்சியொன்றை எடுத்து, விரல்களுக்கிடையில் கொடுத்து, சுரண்டினான்.

எதிர்பாராத இது போன்ற காரியங்களில் இறங்கியதால் நேரம் கடந்திருப்பதைச் சிறிதுதாமதமாகவே உணர்ந்தான். நம்மை முற்றாக உள்வாங்கிக்கொள்ளும் தருணங்களுள் இதுவுமொன்று. அமைதியை மகிழ்ச்சியாகக் கொண்டாடுவதற்கு, நெகிழ்ச்சிதன்மை கொண்ட இது போன்ற காலங்களில், அக்காலத்தை அனுசரித்து, அவசியமான வற்றைத் தெள்ளத்தெளிவாகச் செய்வதற்குத் தெரிந்திருக்க வேண்டும். இங்கே 'நானே எஜமானன், எல்லாம் எனது கட்டுப்பாட்டில் இருக்கிறதெனத் திருப்திபட்டுக்கொண்டான். ஒன்று மாற்றி ஒன்றென அவனுடைய உபயோகத்திலிருக்கிற இரண்டு கடற்கரை முனைகளுக் கிடையிலும் அடிப்படையில் பேதமென்று எதுவுமில்லை. துவாலையில் உட்கார்ந்தவண்ணம், சுற்றிலும் கண்ணுக்கெட்டியவரை பொது மையத்தில் இருந்துகொண்டு பார்வையைச் செலுத்தும் வாய்ப்பு இரண்டிலுமே உண்டு, அவ்வாறில்லையா முதலில் ஒரு கல், பின்னர் ஆயிரம் கற்கள், முட்புதர்கள், குப்பைகூளங்கள், உப்பு பூத்ததன் அடையாளங்களென ஒவ்வொன்றும், இயக்கமின்றிருக்கச் சாத்தியமற்று – ஒருவகையான துளிர்க்கும் வாழ்க்கை நடத்திக்கொண்டு – வேறுபட்ட கால ஒழுங்குமுறைக்குள் தம்மை இயக்கிக்கொண்டிருக்கின்றன என்பதை ஒப்புக்கொள்ள வேண்டும்; அல்லது புலன் உணர்வுபற்றிய பிரக்ஞை மட்டுமே வாழ்க்கையை அளவிடக்கூடியதெனப் பகிரங்கமாகத் தெரிவிக்க வேண்டும். அப்படிப் பார்க்கையில் ஆதாமைத் தவிர்த்து வேறு ஜீவன்கள் இவ்வுலகில் உயிர்வாழ இல்லை.

"இதைக்கொண்டு ஏன் நீங்கள் முயலக் கூடாது?," இளம் பெண்ணிடமிருந்து பரிந்துரைபோல் கேள்வி வந்தது.

அவள் நீட்டிய டிஷ்யு தாளை கைநீட்டிப் பெற்றவன், தனது நன்றியைத் தெரிவிக்க விரும்பியவன்போல புன்னகைத்தான். டிஷ்யு தாள் கைமாறியபோது இளம்பெண்ணின் விரல்முனைகளில் தோகை மயிர் அல்லது பனித்துகள்போல ஒருபொருள் ஒட்டியிருப்பதைக் கண்டான், தொடர்ந்து விரல்களைத் துடைத்தான்.

"ஆமாம், இதனாலே ரொம்ப எளிதா செய்ய முடியுது" – முணுமுணுத்தான்

இளம்பெண்ணின் கண்களை நேராகப் பார்க்க விரும்பியும், முடியாமற்போயிற்று, காரணம் அவள் அணிந்திருந்த கறுப்புக் கண்ணாடி. போர்ச்சுகல் நாட்டுக் கடற்கரை விடுதிகளுக்கு வரும் நியூயார்க் உல்லாசப்பயணிகள் அணியும்வகை, அவற்றின் பிரேமும் கண்ணாடி களும் இதுபோலவே தடித்திருக்கும். கண்ணாடியைக் கழற்றச் சொல்லிப் பார்க்க துணிச்சலில்லை, எனினும் அப்படிக் கேட்டுப் பார்த்தால்

தன் மனத்திற்குத் தெம்பாக இருக்குமென நினைத்தான். உணர்ச்சிவசப் படும் வகையில், அவனுடைய உருவம் பிரேமிற்குள் ஒழுங்குசெய்யப்பட்டு கண்ணாடிகளில் இரட்டையாகப் பிரதிபலிப்பதைக் கண்டான். அவ்வுருவம் உடல் பருமனான குரங்கொன்றை ஒத்து, குனிந்து தனது பாதத்தில் ஏதோ செய்துகொண்டிருந்தது. முன்பக்கமாக வளைந்திருந்த அவ்வுடலின் தோற்றம் சொல்வதுபோல வாழ்க்கை மீதான பிடிப்பு கவனத்தை ஒருமுகப்படுத்துவதில்தான் உள்ளது, அதாவது இவ்வுலகின் மரணத்திலிருந்து விலகிக்கொண்டு, தனி ஒருவனாக, தனக்கான வளவில் நடத்தும் வாழ்க்கை மீதான பிடிப்பு.

இளம்பெண்மணி சட்டென்று கால்களை இழுத்து மடக்கினாள், சாய்ந்து அமர்ந்து, இடுப்புக்கு மேல்பகுதியை சற்றே நிமிர்த்தினாள். அ...ஆவெனச் சந்தோஷ முனகல்கள் வெளிப்பட்டன. பின்னர் விரல்களை இயல்பாக முதுகெலும்பின்மீது படரவிட்டாள், அச்செய்கை வெயிலில் கன்றிய அவள் தோலிலிருந்த வெண்ணிறக் கறையை லேசாகத் தட்டிவிடுவதுபோல இருந்தது. மார்புக் கச்சையின் நாடாக்களை முடிந்தாள்; ஓரிரு நொடிகள் அவள் இருப்பில் மாற்றமில்லை, கவர்ச்சிகர மான உருவம், மேற்கைகள் இரண்டும் முதுகருகே மடங்கியிருந்ததால் தோள் எலும்புகளுக்கிடையே குழிவிழுந்திருந்தது, அவள் மார்பைக் காட்டிக்கொண்டிருந்த விதம், மாட்டடோர் (காளைமாட்டுச் சண்டையில் காளையை வென்று கொல்பவன்) வீரனொருவனிடம், கவசத்தின் இவ்விடத்தில் ஓட்டையுள்ளது, வாளைச் சொருகினால் இதயம் வரை தடங்கலின்றி செல்லும், எனக் கூறுவதுபோல இருந்தது. அவள் கக்கத்திலும், இரண்டு மார்புகளுக்குமிடையிலும் மெலிதான வேர்வை, வழிந்தது.

“ம... நான் போயாகணும்.” – இளம்பெண்

“இங்கே அடிக்கடி வருவீங்களா?” – ஆதாம்

“அந்தந்த நேரத்தைப் பொறுத்தது, அது சரி நீங்கள் எப்படி?” – மீண்டும் அவள்

“நானா? தினமும் வருவேன். நீங்கள் என்னைக் கண்டதில்லை?” – அவன்

“இல்லை, பார்த்ததில்லை.” – இளம்பெண்.

“நீங்கள் இங்கே உட்கார்ந்திருப்பதைப் பலமுறை கண்டிருக்கிறேன், அதாவது கடற்கரையின் இக்குறிப்பிட்ட பகுதியில். எதனால் ஒவ்வொரு நாளும் ஒரே இடத்தில் நீங்க உட்கார வேண்டும்?” இங்கேதான் உட்கார வேண்டும் என்பதற்கு பிரத்தியேகமாக ஏதேனும் காரண மிருக்கிறதா? என்னைக் கேட்டீர்களென்றால், தெளிவாகச் சொல்லத் தெரியாது: மற்ற இடங்களைக் காட்டிலும் இப்பகுதி கொஞ்சம் தூய்மையாகவும் குளிர்ச்சியாகவும் அல்லது மிக வெப்பமாகவும் துர்நாற்றமின்றி இருப்பதும் காரணமாக இருக்கலாமா? அல்லது வேறு ஏதேனுமா?

"உங்களுக்கு என்ன பதில் சொல்வதென்று எனக்குத் தெரியலை. அடிக்கடி வரத்தொடங்கி எனக்குப் பழகிப்போய்விட்டதெனச் சொல்ல வருகிறீர்கள் இல்லையா?"

இளம்பெண் கூறியது, உண்மையில் கவனத்தில் கொள்ள வேண்டியது என்பதுபோல மனதில் நிறுத்திக்கொண்டான்.

"இல்லை... நீங்கள் சொல்வதை நம்பமாட்டேன், மற்றதெல்லாம் எப்படியோ, நீங்கள் இங்கே வரக்காரணம் அடிக்கடி வரப்பழகிக் கொண்டதாலே என்று சொன்னீங்க இல்லையா, அதைக் கண்டிப்பாக நம்பமாட்டேன். உங்க நாய்க்கு வேண்டுமானால் அக்காரணம் பொருந்தும். உண்மையில் கடற்கரையின் இந்தப் பகுதிக்கு ஒவ்வொரு முறையும் அழைத்து வருவதே உங்கள் நாய்தான் என்று நீங்கள் கூறினால், வியப்பின்றி நம்புவேன். நீங்கள் மட்டும் உங்கள் நாயை அவதானித்திருந்தால், கடற்கரையை அது நெருங்குவதும்; கழுத்தளவு நீரில், முகத்தை நேராக வைத்துக்கொண்டு, இறங்கி குளிப்பதும்; பின்னர் வெயில் காய்ந்தபடி உறங்குவதும்; பாதங்களை நக்குவதும் கவனத்தில் கொண்டிருப்பீர்கள். அதன்பிறகு துள்ளலுடன், தனது பாதங்களைக் காயப்படுத்திக்கொள்ளக் கூடாது என்பதுபோல் தட்டையான கற்சில்லுகளில் மட்டுமே நடந்து, மணலில் விளையாடும் குழந்தைகளின் விளையாட்டுக் கருவிகள் எங்கே தனது கண்களுக்கு ஆபத்தாக முடியுமோ என்பதால் தவிர்த்து... அதன் ஆடையை ஒருபோதும் மாற்றிக்கொள்ளாமல்."

"இங்கே பாருங்க... எனக்கு நீங்க ரொம்ப சின்ன பிள்ளையாத் தோணுது, – இளம்பெண் கூறினாள்."

அடுத்த கணம், தனது ஆடைகளை மளமளவென்று அணிந்து கொண்டாள், தலைமுடி உலர்ந்திருந்தது, உதட்டோரம் பற்றவைத்த மொரியே சிகரெட், அணிந்திருந்த கறுப்புக் கண்ணாடியிலிருந்து கருமை நிறத்தில் இரண்டு மூன்று மினுங்கல்கள், தனது நாயைக் கூப்பிட்டாள், பிரதான சாலையை நோக்கிச் சென்றாள்.

3

“மலையில் ஒரு முறை என்ன நடந்தது நினைவிருக்கா?” – ஆதாம் வினவினான். இளம்பெண் முறுவல் செய்தாள். அம்முறுவல், ‘அதைத்தவிர வேறேதேனும் பேசலாம்’ என்றிருந்தது நிச்சயம். கேள்வியைத் திரும்பக் கேட்க வேண்டியிருந்தது. பதில் சொல்லித்தான் ஆக வேண்டுமென்பதுபோல் கேட்டான். குரலில் கடுமையும் ஒழுங்குமிருந்தன. சொற்களில் தெளிவாக இருக்கிறோம் என்பதை உறுதிப்படுத்திக்கொண்டிருந்தபோதிலும், குழப்பமூட்டும் சிறுபிள்ளைத்தனமான விருப்பமும் இருந்தது.

“மிஷெல், உனக்கு ஞாபகமில்லை?”

‘இல்லை’ என்பதுபோல் தலையாட்டினாள். கேள்வி அதற்குள் அவளிடம் அலுப்பைத் தந்திருந்தது.

“உண்மையில், பெண்கள் எல்லோருமே தங்கள் அம்மாக்களிடம் சொல்வதற்கு இது போன்றதொரு கதை வைத்திருப்பார்கள். ‘நான் வன்புணர்வுக்கு ஆளானபோது’, எனத் தொடங்குவார்கள். நீகூட அப்படித்தான் நடந்து கொண்டாயா?”.

“வேற ஏதாச்சும் நாம பேசக் கூடாதா?” – என்பது மிஷெலின் பதில். ஆதாம் அவள் கூறியதைக் காதில் வாங்காதவன்போல, பிறருக்குக் குழப்ப நினைவுகளால் ஆன மலிவானதொரு வேடிக்கையாகத் தோற்றம் தரக் கூடிய தனது கதையை, மேலே தொடர்ந்தான் . . .

“இருவருமாகப் பின்னர் இரு சக்கரவாகனமொன்றில் புறப்பட்டுப் போனோம். அதுவாவது ஞாபகத்திற்கு வருகிறதா? முதலில் உன்னை ஒன்றிரண்டு காப்பி பார்களுக்கு அழைத்துப் போனேன். அதற்கான காரணம் உனக்கும் தெரியும். கடுமையான பனிக்காலம், கிட்டத்தட்ட பெய்த பனி உறையும் தருவாயிலிருந்தது, அவ்வளவு கடுங்குளிர். வெப்பம் ஒன்று அல்லது இரண்டு டிகிரிக்கு மேல் இருக்காது, ஒருவேளை ‘ஜீரோ’ வாகக்கூட இருந்திருக்கலாம். பால் கலவாத காப்பியைக் குடித்தோம், பெரிய அளவில் இரண்டு கறுப்புக் காப்பிகள். உண்மையில் நீ குடிக்க நான் பார்த்துக்கொண்டிருந்தேன். அப்போதெல்லாம் கறுப்புக் காப்பியை நீ குடிக்கும் விதம் ரொம்ப வேடிக்கையாக இருக்கும், அதை அப்போது விரும்பவும்

செய்வேன். காப்பி கோப்பையை இடக்கையில் எடுத்துக்கொண்டாய், இதோ இதைப்போலத்தான். வலதுகையை முகவாயில் சாசரைப்போல வைத்துக்கொண்டாய், மேலுதடு உயர்ந்தது. மிகவும் ஜாக்கிரதையாகக் காப்பியில் அது நனைந்தது, குடிக்கத் தொடங்குமுன், நினைவுபடுத்திப் பார், உதடுகளில் காப்பியின் நிழல் ஓர் அரைவட்டம்போல் தங்கி யிருப்பதைக் காட்ட வேண்டுமென்பதுபோல் தலையைக் கொஞ்சம் நிமிர்த்தினாய்."

கேட்டிருந்தவற்றை, சர்வர் கொண்டுவந்தான்; மிஷெல் கையை நீட்டினாள். பியர் குவளையைக் கையிலெடுத்து, அடுத்தடுத்து வாய் கொள்ள விழுங்கினாள். பிறகு, சட்டென்று குவளையை மேசையில் வைத்தாள். நுரை கண்ணாடிக் குவளையின் விளிம்பில் மெலிந்து மறைந்தது, சிறுகுமிழிகளுக்கிடையிலிருந்த இடைவெளியில் நிதானமாக விரிவடைந்தது. தடித்த மஞ்சள் திரவத்தில் மேலிருந்து கீழாக நுரை கதிர்போல இறங்கியது. அதன் பண்புகளில் ஒன்றைச் சொல்ல வேண்டுமானால் கடல் நீருக்குள்ள மதிப்பும் வீரியமும் அதனிடமும் இருந்தது. திரவத்தின் ஒரு பகுதி, அதாவது கால் குவளை பியர் மிஷெலின் வயிற்றுக்குழியில் – சிறிய அளவு எரிஎண்ணெய் என்றோ, தலைக்கு வைக்கும் எண்ணெயைப் போன்றதென்றோ சொல்லும்படி – கெட்டிப்பட்ட திரவமாகக் குவிந்திருந்தது. கண்ணாடிக் குவளையில் எஞ்சிய முக்கால் வாசி பியர் காத்திருந்தது. எம்பயர் கெரிதோன் வரவேற்பு கூடத்தில் மதிய வேளையில் சிவப்பு மீன்கள் இறந்துபோன பிறகு பார்க்க நேர்ந்த மீன்தொட்டிபோல அக்கண்ணாடிக் குவளையும் பியருமிருந்தன.

அல்லது பெரிய உணவு விடுதிகளில் கண்ணாடிகளுக்குப் பின்னால் காட்சிக்கு வைத்திருக்கும் மீன் தொட்டிகள் என்றும் ஒப்பிடலாம். அம்மீன் தொட்டிகளில் தீவிரமான உணவுப்பிரியர்கள், தூண்டில் வலைகொண்டு கார்ப் மீன்களைப் பிடிப்பார்கள். அலங்கார விளக்கு, பிராணவாயு குழாய், பொய்யான கடற்பாசிகள் ஆகியவற்றிற்கிடையில் கார்ப் மீன்கள் தடங்களை விட்டுச்சென்றிருக்கும், அதுவன்றி மரகதப் பச்சையிலிருக்கும் தடுப்பு அறையை மறந்து, அவை வெண்ணெய், அதிமதுர இலைகள் கண்களுக்கு, தக்காளி திறந்த வாய்க்கு என்று தண்டனைபெற நரக உலகொன்றைத் தேடிச்செல்லும்.

"காப்பி குடித்த பிறகு இருவருமாக இரு சக்கர வாகனத்தில் பிரதான சாலையைத் தொடர்ந்து சென்றோம். பிறகு காடுகரம்பைகளுக் கிடையில் கிடந்த ஒரு குறுகலான பாதையில் வாகனத்தைச் செலுத்தினேன், இதற்கிடையில் இருட்ட ஆரம்பித்திருந்தது. லேசாகத் தூறவும் செய்தது. இவற்றை எல்லாம் நினைவுகூர்வது எத்தனை சுகமாக இருக்கிறது தெரியுமா? இதெல்லாம் உனக்கு உண்மையா தோணலையா? நீ கொஞ்சம் ஏதாச்சும் சொல்லேன், சொல்லணுங்கிற விருப்பமெதுவும் உனக்கில்லை? உன் பங்கிற்கும் ஏதாச்சும் சொல்லணுமா இல்லையா? பிறகு? அடுத்து என்ன நடந்தது? யு என்பது மாதிரியான கேள்விகளையாவது கேட்கலாமில்லையா?" இது போன்ற சங்கதிகளைச்

சொல்லணுமென்றால் கொஞ்சம் உணர்ச்சிப்பெருக்கோடு சொல்லணும் – நான் என்ன சொல்ல வறேண்ணு புரியுதா? அது ஒருவித நம்பிக்கையைத் தரும், தொடர்ந்து சிறிது உண்மையும் பிறக்கும். அதனாலேதான் இதை நான் விரும்பவும் செய்யறேன்.

"நீ என்ன சொன்னன்னு நினைவிருக்கா? என்ன சொன்ன?" "இதையெல்லாம் பெரிதுபடுத்தக் கூடாது." ஆமாம், அதைத்தான் சொன்ன: "பெரிதுபடுத்தக் கூடாது", எதனாலே பெரிதுபடுத்தக் கூடாது? இதுலே மிகப்பெரிய விஷயமென்று சொல்ல வேண்டியது, தற்போது அதனைப் புரிந்துகொண்டிருப்பது. தொடர்ந்து வாகனத்தை ஓட்டிச் சென்றேன். திட்டாக ஓரிடத்தில் சேரும்சகதியும் பாதையில் குறுக்கிடும் வரை சென்றிருப்போம். தவிர, இல்லை – எது எப்படியிருந்தாலும், "இதையெல்லாம் பெரிதுபடுத்தக் கூடாது" என்று நீ சொன்னப்போ, விளங்கிக்கொள்ளாமலேயே, அவ்வளவையும் – தான்தோன்றித்தனமா செய்திருக்கேன். இருசக்கரவாகனத்தை ஒரு மரத்தில் சாய்த்து நிறுத்தி விட்டு இருவருமாக நனைந்திருந்த புற்களில் நடந்தோம். 'குளிராக இருக்கிறதென்றோ', வேறெதுவோ, நீ கூறிய ஞாபகம். அதனாலே, மழை நிற்கும்வரை ஒரு மரத்தடியில் ஒதுங்கலாமென்றேன். ஊசியிலை மரமொன்று, ஒரு குடைபோல விரிந்து நின்றிருந்தது, ஆளுக்கொரு பக்கம், அடிமரத்தில் முதுகைச் சாய்த்து நின்றோம். தோள்களில் பசைபோல ஏதோ ஒட்டிக்கொண்டது அங்கு நடந்ததுதான். நம்மைச் சுற்றி ஊசி இலைகளும் புற்களுமாக அழகானதொரு கம்பளம். உண்மைதான், கனத்த மழை, யோசிக்கவில்லை, சட்டென்று மரத்திற்குப் பின்புறமாக வந்து, எனது கையை உனது கழுத்தில் வைத்தேன், உன்னைத் தரையில் கிடத்தினேன். உன்னால் நினைவுபடுத்த முடிகிறதான்னு தெரியலை, மழைத் துளிகள் இலைகளுக்கிடையில் புகுந்து, இரண்டு மூன்றாக இணைந்து கையளவிற்கு நம்மீது விழுந்தன. ஆமாம், உனது ஆடைகளைக் கிழித்தேன், காரணம் நீ அச்சங்கொள்ளவும் அழுது ஆர்ப்பரிக்கவும் தொடங்கினாய். நான் அறைந்தேன் – இரண்டு முறை முழு கன்னத்திலும் படுமாறு அறைந்தபோதிலும் மெதுவாகத் தான் அறைந்தேன். உன்னுடைய ஜிப் மிகமோசமாக இறுகியிருந்த நினைவு. அடிக்கடி சிக்கிக்கொண்டது. எனது முழு பலத்தையும் உபயோகித்துக் கீழே இழுத்தும், பயனின்றிக் கடைசியில் கிழிக்க வேண்டியிருந்தது. இரு இரு ... அதன் பிறகும் தொடர்ந்து நீ போராடின, உன் போராட்டம் அதிக நேரம் நீடிக்கலை. உனக்கு என்னிடமோ, அதற்கடுத்து என்ன நடக்கக்கூடும் என்பதை நினைத்தோ அச்சங்கள் இருந்திருக்கக்கூடும். அந்தநேரம் நான் அப்படித்தான் நினைத்தேன். முழுநிர்வாணத்திற்கு நீ வந்ததும் தரையில் படுக்கவைத்து அசையாமல் பார்த்துக்கொண்டேன், கால்கள் அடிமரத்தைத் தொட்டிருந்தன, தலைபாகம் மொத்தமும் மழையில் நனைந்துகொண்டிருந்தது. உனது முன்கைகளிரண்டும் எனது கைகளின் பிடியிலிருக்க, உனது முழங்கால்கள் எனது கால்களின் கீழ் நெரிபட்டன. வெகு சன கருத்தின்படி உன்னை வலுக்கட்டாயமாகப் புணர்ந்தேன், ரொம்ப எளிதாக நடந்த சம்பவம், இங்கே பாரு! குளித்ததுபோல மழையில் நனைந்திருந்தாய் – ஆத்திரத் துடனான உனது அழுகை, சுழன்று அடிக்கும் காற்றின் ஓசை;

ஒளிந்திருக்கும் பறவைகள், சிறு விலங்குகளை வெளியேற்ற எதிரிலிருந்த மலைப்பிரதேசத்தில் காட்டுப்புதர்களை நோக்கி சுடும் வேட்டை மனிதர்களின் துப்பாக்கி ஓசை அவ்வளவையும் காதில் வாங்கியபடி அது நடந்தது. உன்னிடம் வெகு சன கருத்தின்படி என்றேன், ஏனெனில் செயல்முறையில் தோற்றிருந்தேன். ஆனால் மொத்தத்தில் எப்போது உன்னை நிர்வாணப்படுத்த முடிந்ததோ, அதன்பிறகு நடந்தவையெல்லாம் என்னைப் பொறுத்தவரை அவ்வளவு முக்கியமல்ல. எது எப்படி இருப்பினும் அதைவைத்து ஒரு பெரிய கதையை – இலக்கியத்தை – அல்லது அவ்வகையில் ஒன்றை உருவாக்குகின்ற வகையில் நீ இருந்ததைப் பார்த்தேன்: மெள்ள மெள்ள உனது தலைமயிரை ஈரமும், உடலை மண்ணும், முட் செடியின் இலைகளும், ஊசி மரத்தின் இலைகளும் ஆக்ரமிப்பதைக் கண்டேன். உனது வாயைப் பார்த்தேன்: திறந்திருந்தது, சுவாசத்தில் அக்கறைகொண்டு, மூச்சை இழுத்து உள்வாங்குவதில் கவனமாக இருந்தது, எங்கிருந்து புறப்பட்டதென்று தெளிவாகச் சொல்ல முடியாதவகையில் மண்ணுடன் நீர் வடிந்துகொண்டிருந்தது, தலை மயிரின் வேர்களிலிருந்து புறப்பட்டிருக்க வேண்டும், ஆனால் எங்கே யென்று திட்டவட்டமாகக் கூற முடியாமலிருந்தது. நேர்மையாகச் சொல்ல வேண்டுமெனில், அந்த வேளையில் ஒரு தோட்டம்போல நீ இருந்தாய். என்னிடமிருந்து விலகிச் சென்று மரத்தில் சாய்ந்து உட்கார்ந்தாய். என்னைப் பொறுத்தவரை நீ அன்றைக்குப் புற்களும், மழைத் துளிகளும் கலந்த செம்மண் குவியல், அங்கிங்கென்று ஒரு பெண்ணுக்கான அடையாளம் உன்னிடம் மிச்சமிருந்ததை ஒப்புக் கொள்ள வேண்டும், நீ காத்திருந்ததும் அதற்கொரு காரணம். ஓரளவு கணிசமான நேரத்திற்கு நமக்குச் செய்ய ஒன்றுமில்லை என்பதுபோல அமைதியாக இருந்தோம் – என்னால் எவ்வளவு நிமிடங்கள் அது நீடித்ததென சரியாகச் சொல்ல முடியாது, பத்து, இருபது நிமிடங்கள்? – ஒரு மணி நேரத்திற்கும் குறைவென்பது மட்டும் நிச்சயம். அவரவர் பாட்டுக்கு ஒருவரையொருவர் பார்க்காமல் மரத்திற்கு இரு பக்கங் களிலும் ஆளுக்கொரு பக்கம் உடைகளை அணிந்த நேரம், பனிஉறையும் குளிரென்று அதைக் கருதுவது கேலிக்குரியது, உண்மையில் ஜீரோ டிகிரி அல்லது அதற்கு மேல் வெப்பநிலை இருந்திருக்குமே தவிர குறைவாக இருந்திருக்க முடியாது. உனது ஆடைகள் கிழிந்திருந்ததால், என்னுடைய மழைக்கோட்டை உனக்குக் கொடுத்தேன். தொடர்ந்து மழைக் கொட்டிக்கொண்டிருந்தது, ஆனால் காத்திருந்து அலுத் திருந்தோம். மறுபடியும் இருசக்கரவாகனத்தில் ஏறிப் பயணத்தைத் தொடர்ந்தோம். காப்பி பாரொன்றில் உன்னைக் கொண்டுபோய் விட்டேன். நீ என்னை எதுவும் கேட்கலை, இருந்தாலும் எனது மழைக்கோட்டை உனக்குப் பரிசாகக் தந்தேன். உனக்கு அது சரியாகப் பொருந்தலைன்னுதான் சொல்லனும், என்ன நான் சொல்வது சரியா? உன் தந்தையிடம், நீ என்ன சொல்லியிருப்பன்னு தெரியலை, காவல் துறையிடம் புகார் கொடுத்தாயா என்றும் தெரியாது, ஆனால் . . .”

“ஆமாம் – காவல்துறை அலுவலகத்திற்குப் போனேன், நம்புவதற்குச் சிரமமாக இருக்குதுல்ல.”

"நீ செய்தது என்னவென்று உனக்குத் தெரிந்தே இருந்தது? அதனால என்ன பிரச்சினைகள் வருமென்று உனக்கு அப்போது தெரியும் அப்படித்தானே?"

"தெரியும்"

"பிறகு?"

ஆதாம் தன்னுடைய கேள்வியை இரண்டாவது முறையாகக் கேட்டான்.

"பிறகு?"

"பிறகு என்ன? ஒன்றுமில்லை . . ."

"ஒன்றுமில்லைன்னா எப்படி? அவர்கள் என்ன கூறினார்கள்?"

மிஷெல் தலையாட்டினாள்:

"அவர்கள் ஒன்றும் சொல்லல, எனக்கு அதைச் சொல்ல விருப்பமு மில்லை, போதுமா?"

"நானறிந்தவரை செய்தித்தாள்களில் எதையும் நான் பார்க்கலை, படிக்கலை"

"தினசரிகளுக்கு அதைக் காட்டிலும் சொல்வதற்கு வேறு விஷயங்கள் உண்டு, இல்லையா?"

"பின் எதற்காகக் காவல்துறை அலுவலகத்திற்குச் சென்றாய்?"

"எதற்காக? எனக்கு அதற்கெல்லாம் காரணம் சொல்ல முடியாது, ஆனால் உனக்கொரு பாடம் கற்பித்தாகனுமென நினைச்சது உண்மை."

"இப்போது?"

தனது கையை பரவளைவு *(parabolic)* போல சைகை செய்தாள். அவள் மறுத்தாள் என்பதில் ஐயமில்லை.

அவள் பதிலில் திருப்தியுறாதவன்போல மீண்டும்:

"இப்போது?" – என்றான்.

"இதென்ன கொடுமை? இப்போது என்ற கேள்வி எதற்கு, – அதைப் பற்றிச் சொல்ல என்ன இருக்கிறது?" – எரிச்சல் அடைந்த மிஷெல் குரலை உயர்த்திப் பதிலுக்கு வினவினாள்.

தனக்கும் கோபம் வரும் என்பதுபோல, எரிச்சலுடன் ஆதாம் விளக்க முற்பட்டான்:

"இதென்ன கொடுமையா? அதைப் பற்றிப் பேசி என்ன ஆகப் போகிறது என்று வேற கேட்கிற, அதிலும் ராணுவத்திலிருந்து தப்பி வந்தவன் என்ற முத்திரையுடன் நானிருக்கிறவேளை. இது போன்ற பிரச்சினையைப் புகாராகக் கொண்டுபோகிறபோது என்னைச் சிறையில் அடைப்பார்களென்று உனக்குத் தெரியாது? உண்மையில் நீயொரு முண்டம், வேறென்ன சொல்ல? இதிலுள்ள சிக்கல் உனக்குப் புரிகிறதா

இல்லையா? ஆதாம் போலோ, ராணுவத்திலிருந்து ஓடிவந்தவன், காட்டிக்கொடுக்காதவர்கள் தயவில்தான் இருக்கிறான். நாளைக்கே, ஏன் அடுத்த ஒரு மணி நேரத்தில், அவ்வளவு நேரம் எதற்காக? அடுத்த ஒரு நிமிடத்தில் சீருடை மனிதர்கள் இரண்டு பேர் வந்து, நன்கு என்னைப் புடைத்து, கால்களால் உதைத்து, கைகளைப் பின்புறம் மடித்து விலங்கிட்டு, திருப்தி அடையாமல் இருண்டும், கடுங்குளிருடனு மிருக்கிற ராணுவச் சிறையொன்றில் எங்கேனும் அடைத்து; ரொட்டி, பெண்களென்று எதுவுமே கண்ணில்காட்டாமல் அடைத்துவைக்க மாட்டார்களா?"

மிஷெல் முதலில் தயங்கினாள், இந்த விளையாட்டை முதலில் முடிவுக்குக் கொண்டுவருகிறவள் தானாகத்தான் இருக்க வேண்டுமென நினைத்தவள்போல:

"போதும் ஆதாம்! இதற்குமேல் வேண்டாம்! உன் பேச்சு எனக்கு அலுத்துவிட்டது!" – என்றாள்.

இருந்தபோதிலும் அவன் தொடர்ந்தான்:

"மிஷெல், உன்னை என்னாலே புரிஞ்சிக்க முடியலை! எதையும் எப்போதும் நம்புவதில்லை என்பதுபோல ஒருசிலர் வாழ்க்கையை அமைத்துக்கொள்கிறார்கள், அவ்வாறான வாழ்க்கைமுறைக்கு நீயும் ஆதரவு தருகிறாயா என்ன? அப்போ உனக்கு, நாளைக்கே என்னைத் தூக்குலெ போட்டா, அது தப்பில்லை?"

"ஆதாம், கொஞ்சம் நேரம் பேசாம இருப்பியா? உண்மையில் எனக்குத் தலைவலி. நான்..."

"முதலில் பதிலைச் சொல்லு... நீ"

"கொஞ்சம் வாயை மூடுவியா?"

"இதற்குப் பதில் சொல்லு, எனக்குத் தூக்குத் தண்டனை தகுமா?"

"ஆமாம் தகும். இப்பொ திருப்தியா?"

ஆதாம் இனி வாய்திறப்பதில்லை என முடிவெடுத்தான். மிஷெல் அவள் தரப்பில் தனது கைப்பையிலிருந்து, முகம் பார்க்கும் சிறியதொரு கண்ணாடியை எடுத்தாள். விரல் முனைகொண்டு புருவத்தை மெல்ல வருடினாள். ஜாடையாக அவளைப் பார்த்தவண்ணம் நடைபாதை மக்கள் கடந்து சென்றார்கள். ஆயிரக்கணக்கான மனிதர்களிடையே அவள் தனித்தவளாக இருக்க விரும்பாதவளாகத் தோன்றினாள். இறுதியில் அவளுடைய பிடிவாதம்தான் வென்றதுபோல அவள் செயல்களை அனுமதித்தான்: தலைமுடியை ஒழுங்குபடுத்தினாள், முகத்திற்குப் பவுடர் இட்டாள், உதட்டுச் சாயத்தையும் சரிபார்த்துக் கொண்டாள்; அவனுக்கிருந்த ஒரே வேலை ஆறிப்போயிருந்த அவனுடைய காப்பியைக் குடிப்பதொன்றுதான்.

பிறகு இருவருமாக ஒருசில நிமிடங்களை விளையாட்டொன்றில் கழித்தார்கள்; அவ்விளையாட்டு மேசை மீதிருந்த பொருட்களை

ஒருசில மில்லிமீட்டர்கள் தள்ளிவைப்பதாகும். பியர் குவளைகளுக்கடியில் வைக்கிற பியர்மேட் என்கிற கையகலப்பாய், சாசர், கப், கரண்டி, உல்லன் நூல், செத்துக்கிடந்த ஈ, சதுரவடிவத் துண்டுக்காகிதம் (அவர்கள் காப்பிக்குடித்த கணக்கு அதில்தான் இருந்தது), ஆஷ்ட்ரே, தீக்குச்சி, இருவரின் குளிர்ச்சிக் கண்ணாடிகள், கொலுவாஸ் பிராண்டு சிகரெட் துண்டொன்று, காப்பித் துளியொன்று (வலது பக்கமாகப் பரவியிருந்தது) இவைதான் அவர்கள் விளையாட்டுப் பொருட்கள். ஏதாவதொரு பொருளை இடம் மாற்றி, தாக்குதலை ஒருவர் தொடங்க மற்றவர் எதிர் தாக்குதல்போல தன் பங்கிற்கு ஒரு பொருளை இடம் மாற்றி வைப்பார்.

மிஷெல் அணிந்திரிந்த கம்பளி ஸ்வெட்டரிலிருந்து விழுந்திருந்த பஞ்சுபோன்ற நூலொன்றை முன்நகர்த்திவைத்து இறுதியில் ஆதாம் ஜெயிக்கமுடிந்தது. அதன்பிறகு இருவருமே சேர்ந்தாற்போல எழுந்து, காப்பி பாரைவிட்டு வெளியில் வந்தார்கள். குடிபானங்களைப் பரிமாறுகிற நீண்ட மேசையை இருவருமாகக் கடந்தபோது, சர்வர் அவர்களை அழைத்தான். ஆதாம் மட்டுமே திரும்பினான். கையில் சில்லறை இருந்தது, அதைக்கொடுத்து கணக்கைச் சரிசெய்தான். ஒரே ஒரு நொடி சுவரிலிருந்த கண்ணாடியில், தன் உருவத்தைப் பார்த்தான், பின்னர் வீதிக்கு வந்தான்.

ஜோடியாகப் பேச்சின்றி நடந்தார்கள், இருவர் பார்வையும் சாலையிலிருந்தது; அவர்கள் நடந்துசென்ற சாலை கடலை நோக்கியும் சிறிது இறக்கமாகவுமிருந்தது. இருவரின் கவனமும் எதிரே தொகுப்பு வீடுகளுக்கிடையில் தொடுவானம் ஏதேனும் கண்ணில்படுமா என்பதி லிருந்தது. மனிதர்கள் நடைபழகுகிற பகுதிக்கு வந்தவுடன், இருவரிடமும் தயக்கம் தெரிந்தது, கிட்டத்தட்ட பிரிந்து எதிரெதிர் திசையில் செல்ல வேண்டிய நேரம்; கடைசியில் ஆதாம் மிஷெலைத் தொடர்வதென்று தீர்மானித்தான். இருவருமாகச் சற்றுத் தள்ளியிருந்த சாய்மானமற்ற நீள் இருக்கையொன்றில் அமர்ந்தார்கள். மூன்றுமாதங்களுக்கு முன்பு கனரக வாகன விபத்தொன்றில் நீள் இருக்கையின் சாய்மானம் நொறுங்கிப்போனது. ஆறு டன் எடையுடைய சரக்கு வாகனமொன்று, தனக்கு வலதுபுறத்திலிருந்து வந்த சொலெக்ஸ் இருசக்கரவாகனத்தை இடித்து, கட்டுப்பாட்டை இழந்து நடைபாதையில் கவிழ்ந்தது – நீள் இருக்கையும் அப்போதுதான் சேதமடைத்தது, விபத்தில் இருவர் செத்தும் போனார்கள்.

“உனக்கு நான் எழுதினேன், உன்னிடம் வன்புணர்ச்சிகொண்டதாக எழுதினேன். எவ்வித எதிர்வினையும் உன்னிடம் இருக்கவில்லையே ஏன் ?”

“நான் என்ன செய்திருக்கணுமென்று நீ எதிர்பார்த்த ?” – மிஷெல் குரலில் சோர்வு இருந்தது.

“எழுதினதோட இல்லாம, என்னுடைய முகவரியையும் குறிப்பிட் டிருந்தேன்.”

"நான் பதில் சொல்வதை நீ விரும்பலை என்பதுதான் உண்மை! அதை விடுத்து எழுதினேன் கொண்டேன் என்று ஏதோசொல்ற!"

"அப்படி இல்லை, நான் எழுதினது நிஜம். கடவுளே! சரி உனக்கு விருப்பமென்றால் இப்போதுகூட நீ காவல் துறையினரிடம் புகார் அளிக்கலாம். போ ... போய் அவர்களை அழைத்துவா!", – உரத்துப்பேச விரும்பியன்போல் செயல்பட்டான்.

"நான் ஏன் போகணும், அவர்கள் எனக்கு அவசியமே இல்லை."

"புகார் கொடுத்தது உண்மையா? இல்லையா?"

"இந்தமாதிரிக் கேள்விக் கேட்டால், நான் என்ன செய்ய முடியும் . . ."

"நான் என்ன செய்ய முடியும் . . ." திரும்பத் திரும்பக் கூறினாள்

இருவரும் வெகுநேரம் நீர்விளிம்பையொட்டி நடந்தார்கள். திடீர் திடீரென்று காற்று வேகமாக அடித்தது, சிலநேரங்களில் அனலாகவும், சிலநேரங்களில் குளிர்ந்தும் காற்று வீசியது. அவர்கள் சென்ற நடைபாதைபக்கம் ஒருவருமில்லை. ஒருபக்கம் பரந்து விரிந்த கடல், எண்ணெய்க் கசிவுகளுடன் அழுக்காக இருந்தது. கலங்கரை விளக்கின் ஒளி பளிச்சென்று கடல் அணையில் விழுந்திருந்தது, ஒருசில தெருவிளக்குகளின் செங்குத்தான எதிரொளி முன் நோக்கி அசைவதுபோல் தோன்றியது. மற்ற பக்கத்தில் வறண்ட மிகப்பெரிய பூமி, ஒருவிதத் திட்டமிடலுடன் உருவாக்கியிருந்த நகரமும், தந்திக் கம்பங்களும், மரங்களும் அதனை மூடியிருந்தன. கூடுதலாக வளைந்து, பார்க்கத் தலைகீழாக இருப்பதுபோல அந்நிலப்பரப்பு தோற்றம் அளித்தது. குவியாடியில் தலைகீழாகக் காட்சிகள் தெரிவதுபோலவே ஆதாமிடத்திலும் அக்காட்சிகள் தெரிந்தன. அக்காட்சிகள் சம நிலையில் இருக்கக் கால்விரல்களை ஊன்றியும், கண்டங்களுக்கு மேலே வெகு உயரத்தில் நிற்பதுபோன்ற உணர்வையும் அவனிடத்தில் ஏற்படுத்தின. மேரி நிற்பதுபோல பூகோள உருண்டை இவன் காலடியில், அட்லாஸ் சாதனைக்கு எதிரான காரியம். மீண்டும் கடந்த காலத்திற்குத் திரும்புவது போல இருந்தது. பன்னிரண்டு பதின்மூன்றுவயதிருக்கும் அப்போது தனது முழு எடையையும் ரப்பர் பந்தை நீர்பரப்பின் கீழ் அமிழ்த்துவதற்கு உபயோகிப்பான், நீரழுத்தத்தின் காரணமாகப் பந்து தளர்ந்து ஒழுங்கின்றிச் சின்னஞ்சிறு அசைவுகளுடன் இவன் கால்களின் கெண்டைச் சதைகளைத் தொட்டு மேலெழும்பும்.

நடந்தவண்ணம் மேலும் சில வார்த்தைகளை இருவரும் பரிமாறிக் கொண்டார்கள்.

"உனக்கு இதுலே செய்ய ஒன்றுமில்லைன்னு, ஏன் சொல்ற?"

"ஏன்? ஏன் என்று எனக்குத் தெரியலை."

"என்ன காரணம் சொல்லட்டுமா? அது வேறொன்றுமில்லை உனக்குக் கவனக் குறைவு அதிகம்."

"அப்படியா?"

"நீ அநியாயத்திற்குப் பிடிவாதமுங்கூட."

"இதுமட்டுமா? வேற சொல்றதுக்கு இருக்கா?"

"இருக்கிறது. உனக்கு வற்புறுத்தவும் போதாது"

"உண்மையாகவா?"

"உண்மைதான். உன்னிடத்தில் அலட்சியமிருக்கு. கடைசியில் மீண்டும் அங்கேயே வரவேண்டியதாக இருக்கிறது. நான் எதைச் செய்தாலும், அதே அளவில் அதன் மீது நம்பிக்கையும் வைக்கிறேன். எழுதக்கூடிய வகையிலே பேசவும் வேண்டுமென்பது மிகவும் முக்கியம்; அப்படி இருந்தால் நாம் கட்டுப்பாடாக இருக்க வேண்டும் என்ற உணர்வு இருக்கும். இச்சுதந்திரமின்மை தனக்குத்தானே பேசிக் கொள்வற்கும் பொருந்தும். அதனால் பிறருடன் இரண்டறக் கலக்க முடியும். அதன்பிறகு நாம் தனியொருவர் இல்லை. ஒற்றை எண் என்கிற காரணி குணகமிழந்து (Coeficient) ஒருவர், 2 அல்லது 3 அல்லது 4 என்கிற குணகங்களாக ஜீவிக்க முடியும். புரியுதா?"

"புரியுது, புரியுது. எனக்குத் தலைபாரமா இருக்கு" – மிஷெல்.

அவன் ஏதாவது சொல்லட்டுமெனச் சில நொடிகள் காத்திருந்தாள். இப்போதைக்கு அவனிடமிருந்து எவ்விதப் பதிலும் வராது என்பதை உணர்ந்ததால், போய்வருகிறேன் எனக் கூறி அவனை முத்தமிட்டாள், பின்னர் நகரத்தின் மத்திய பகுதியை நோக்கிச்சென்றாள். அணிந்திருந்த ஆண்களுக்கான மழைக்கோட்டு இறுகப்பிடித்திருக்க எட்டிக் கால் வைத்து நடந்தாள், மழையால் தலைமயிர் ஒட்டிக்கிடந்தது. இடது குதிகாலில் எண்ணெய் கறை, கூடாத பொருட்களைக் குறிவைத்தது போன்று, பிடிவாதமானதொரு பார்வை.

4

கற்பனைப் பிரச்சினைகளுக்கு இடங்கொடுப்பதைத் தான் வழக்கமாக்கிக் கொண்டதைப்போல உணர்ந்தான். பண்டிகை நாட்களில் வரப்பெற்ற வாழ்த்து மடல்கள், பழைய காலண்டர்கள் ஆகியவற்றோடு ஒப்பிட்டும்; தனது பாட்டன் – பாட்டிகள் வழங்கிய அறிவுரைகளைக் கவனத்தில்கொண்டும்; பலவகைப்பட்ட கேள்விகளை எழுப்பியும் இம்முடிவிற்கு வருவதற்கே நான்கைந்து முறை அவன் தடுமாற வேண்டியிருந்தது. ஒருசிலர் அவனைச் சிறிது மது அருந்த – அதிக நேரம் எடுத்துக்கொள்ளாமல் ஒரு சின்னஞ்சிறு குவளை சிஞ்சானோ *(cinzano)* அருந்தினால் கூடப் போதும் என்பதுபோல அழைப்பதுண்டு; அன்பான உபசரிப்புதான், ஆனால் அவனுக்கென்று சில நியதிகள் இருந்தன. அவர்கள் அழைப்பை மறுத்து, 'பார்' இல் கடைசியாக இடம்பிடித்து முதுகைச் சுவரில் சாய்த்து அமர்ந்துவிடுவான். அங்கிருப்பவர்களைக் காட்டிலும் வயதில் (இருபத்தெட்டு அல்லது முப்பது வயது) தான் மூத்தவன் என்பதால் எடுத்த முடிவு. தன்னை மூத்தவன் என்று சொல்லிக்கொள்ள கிடைத்த ஒரே காரணம். பெரியவன் என்கிறபோது எதையும் புரிந்துகொள்ளக்கூடிய வயது என்று பொருள், அதாவது சாடையாகக் கூறினாலே அதைப் புரிந்துகொண்டு காரியத்தில் இறங்கும் வயது. அன்பான உபசரிப்பென்றாலும் நாசூக்காக மறுக்க வேண்டுமெனச் சற்றுமுன்னர் எடுத்த தீர்மானத்தைப் போன்றவற்றிற்கும் வயது ஒரு காரணம்.

ஆகஸ்டு 28, கடுமையான வெக்கை, கோடைகாலம் மூழுவீச்சுடன் இருந்த நேரம்; மாலை 7:30மணி: நேராக அவன் பார்வை இருந்தது. 'பார்'ல் வழக்கமாகக் கண்ணில் படுகிற முகங்களின் முன் வரிசையைத் தாண்டினால் வெளியே இருள் மூடிக்கொண்டிருந்தது. மிஷெல் எந்தெந்த மதுசாலைகளுக்குப் போவாளோ, அவற்றுள், கவனமாக ஒன்றைத் தேர்வுசெய்து வந்திருந்தான். மேசைமேல் அவனுக்கெதிரே ஆரஞ்சு ஜூஸ் இருந்தது, நினைவுகளை மீட்க முயன்றவண்ணம் காத்திருந்தான்.

மூன்று அமெரிக்கக் கடற்படைவீரர்கள் 'பார்'க்குள் அமெரிக்கப் பாடல்களைப் பாடிக்கொண்டு நுழைந்தார்கள், குடித்திருக்க வேண்டும். கல்லாபெட்டியருகில் சென்றவர்கள்

அங்கிருந்த மதுப்பரிமாறுகிற நீண்ட மேசையில் முழங்கைகளை ஊன்றி நிற்பதைப் பார்த்தான். அவர்களில் ஒருவன் அவர்களை விட்டு விலகி ஆதாம் மேசையைக் கடந்து சென்றான். பின்னர் அங்கிருந்த பணம்போட்டால் இசைத்தட்டை ஒலிக்கச் செய்கிற ஜூக் – பாக்ஸில் நாணயமொன்றைப் போட்டான். எந்திரத்தின் திரையிலுள்ள பாடல் தலைப்புகளை வாசிப்பதற்காகக் குனிந்தான். எந்திரத்திலிருந்த பாடல்கள் அனைத்தும் அமெரிக்கப் பாடல்களாக இருக்கின்றன வென்பதை உடனடியாகப் புரிந்துகொண்டிருக்க வேண்டும். கண்ணில் பட்ட இரண்டு பட்டன்களை அழுத்திவிட்டு, சிறிது தள்ளி நின்றான், இசைத் தட்டில் ஒளிர்ந்த வட்டமான ஒளித்துண்டிலிருந்து பார்வையை விலக்கக் கடினமாக இருந்தும், அதிலிருந்து மீண்டு கழிவறைக் கதவைக் கண்டு, அதற்குள் நுழைந்தான். அவன் உள்ளே போனபோது *Red River Rock* பாடலின் ஆரம்ப வார்த்தைகளைக் கேட்க முடிந்தது:

'He ho, Johnnie rockin
rock - a - goose by the river
ho red river rock 'n' roll'

ஆதாம் பாடலைக் கடைசிவரைக் கேட்டான். மேசைமேல் அதன் சந்தத்திற்கேற்ப இடதுகையால் தாளம் போட்டான். இசைத்தட்டு முடிவிற்கு வந்தது, தான் அருந்திய பானத்திற்கான பணத்தைச் செலுத்திவிட்டு 'பார்'ஐ விட்டு வெளியேறியபோது, அமெரிக்கன் கழிவறைக் கதவைத் திறந்துகொண்டு அவனுடைய தோழர்களுடன் இணைந்ததைக் கண்டான்.

ஒரு மணி நேரத்திற்குப் பிறகு, அவர்களை நகரத்தின் பழைய பகுதியில் மறுபடியும் ஒரு சாண்ட்விச் ரக உணவு விடுதியொன்றில் சந்திக்க நேர்ந்தது. அவர்களில் ஒருவன் இவனை எளிதில் அடையாளப் படுத்திக்கொண்டு – கடவுள்தான் அதற்கான காரணத்தை அறிவார் – அவன் கையைப் பிடித்தான்; அவன் காதுக்குள் ஆங்கிலத்தில் நிறையப் பேசினான். ஆதாம் கேட்காததுபோல நடந்துகொண்டான், இருந்தும் அவனுக்கொரு சிகரெட்டைக் கொடுத்து, அதைப் பற்றவும் வைத்தான், அவனருகிலேயே ஸ்டூல் ஒன்றைக் கண்டு அமரவும் செய்தான். தனக்கொரு பாலாடைக்கட்டியும் சாலடும் கலந்த சாண்ட்விச் வேண்டு மெனப் பணித்துவிட்டு, அமெரிக்க ராணுவவீரனிடம் திரும்பினான். ஆனால் எண்ணத்தைப் பறிகொடுத்து, உயிரற்ற ஜடம்போல அமர்ந் திருந்தான். அமெரிக்கன் தனது பெயர், ஜான் போழொலே என்றும், கனடாவைச் சேர்ந்த மேரெயால் சொந்த ஊர் என்றும் தெரிவித்தான். உன்னுடைய பெயரென்ன? என்று ஆதாமைக் கேட்டான்.

"ப்யுழே – தேனியெ –" எனக் கூறிய ஆதாம், கையிலிருந்த சாண்ட்விச்சை ஒரு கடி கடித்தான்.

"எனக்கொரு பிரெஞ்சுப்பெண் தெரியும், அவள் பெயர் மிரெய்" எனக் கூறிய அமெரிக்கன் தன் நண்பர்கள் பக்கம் திரும்பி எதையோ முணுமுணுக்க, மூவரும் வெடித்துச் சிரித்தார்கள். ஆதாம் தான் சாப்பிடுவதை நிறுத்தியவனில்லை, ஒருசில கணம் ஒருவித எரிச்சலுக்குத்

தான் ஆளாவதைப் போல உணர்ந்தான், அன்றையபொழுதை செவ்வாய் கிரகவாசிகளுடன் கழிப்பதுபோலவும், அவர்களுடன் உரையாட ஒவ்வொருவரிடமும் மாறி மாறிப் பல மொழிகளை முயன்று பார்ப்பது போலவும் இருந்தது.

"இன்னமும் நீங்கள் யுத்தம் செய்துகொண்டிருக்கிறீர்களா?", போழொலேவின் சீருடையைத் தன் கையிலிருந்த மிச்சமிருந்த ரொட்டித் துண்டால் சுட்டிக்காட்டிக் கேட்டான்.

"யுத்தமில்லை, ஆனால் ராணுவப் பணியிலே இருக்கிறேன். நீங்க கூட அப்படித்தான், இல்லையா?" – போழொலே.

"இல்லை – அதையெல்லாம் முடித்துக்கொண்டாகிவிட்டது", ஒருவாய் சாலடையும் ரொட்டித் துண்டையும் விழுங்க நினைத்து இடையில் பேச்சை நிறுத்திய ஆதாம் பின்னர் தொடர்ந்தான்:

"அமெரிக்கர் புத்தகங்களை விரும்பி வாசிப்பேன். விகிள்ஸ்வொர்த், சைல்டு, 'தாமர்' எழுதிய கவிஞர் ரோபின்சன் ஜெஃப்பெர். ஆகியோரை விரும்பிப் படிப்பேன். ஸ்டூவர்ட் எங்ஸ்ற்றாண்ட்டையும் நிறையப் பிடிக்கும். உங்களுக்கு அவரைத் தெரியுமா?"

"தெரியாது. நானொரு ஜாஸ் இசைக்கலைஞன், சாக்ஸோ வாசிப்பு எனக்குப் பிடித்தது. ஓராஸ் பர்லான், ஷெல்லி மான் ஆகியோருடன் ஒரு முறை வாசித்திருக்கிறேன். புல்லாங்குழல் வாசிக்கிற ரோமியோ பெண்க்குடனும் வாசித்த அனுபவமுண்டு. ஜான் ஏர்லியை ரொம்பப் பிடிக்கும், அடேங்கப்பா எத்தனை பெரிய கலைஞன்" – போழொலேயின் ஆள்காட்டிவிரல் மேசையைத் தட்டியது:

"ஆனால் நான் கிளம்பனும் – ஆமாம் புறப்பட்டாகனும், நல்லது . . ."

"ஸ்டூவர் எங்ஸ்ற்றாண் பற்றிச் சொன்னேனில்லையா? அவரை பிரான்சு நாட்டிலேயும் சரி அமெரிக்காவிலும் சரி அதிகமா யாருக்கும் தெரியாது. வெகுசன எழுத்தாளரென அவர் சம்பாதித்திருக்கிற பெயர் கொஞ்சம் காரணமாக இருக்கலாம்? எனக்கு அவர் எழுத்துகள் நன்றாகத்தான் இருக்கின்றன. எளிமையாக எழுதுகிறார். அவர் சொல்கிற கதைகளும் எளிமையானவை. அழகான பெண்களை அடைய வேண்டுமென நினைக்கிற மனிதர்களையும் அவர்களை மணம் செய்து கொள்கிறவர்களையும் அவர் நாவல்களில் பார்க்கலாம். பெண்கள் அழகாக இருப்பதால் திருமண வாழ்க்கையில் சிக்கல்கள். ஆனால் பிரான்சு ஆசாமிகள் போலன்றி அவருடைய ஆண்கள் கடுமையானவர்கள். இறுதியில் அவர்கள் தரப்பில்தான் எல்லா நியாயமுமிருக்கின்றன என்பதுபோல முடிந்திருக்கும்."

"பிரெஞ்சுப் பெண்கள் அழகானவர்கள் இல்லையா? எனக்கு அப்படியொரு பெண்ணை மணக்க விருப்பம்" – அமெரிக்கன்.

"ம் . . . ம் . . . எனக்குக்கூட" – ஆதாம்.

“மிரெய் எப்படி இருப்பாளென்று உங்களுக்குத் தெரிந்துகொள்ள வேண்டுமா? இதோ இப்படித்தான் இருப்பாள். கோடைகாலத்தில் சிறிய ரகத் தொப்பிகளை அணிவாள், அதற்கு என்ன பேரு, மறந்துட்டுது, உங்களுக்குத் தெரியுமா? அவளிடம் வெள்ளை நாயொன்றும் இருந்தது, அது செத்துவிட்டதென்று நினைக்கிறேன். அவள் என்னுடன் அமெரிக்கா விற்கு வர வேண்டுமென விரும்பி, வா என்றேன், அவள் முடியாது எனத் தெரிவித்துவிட்டாள். இத்தனைக்கும் அவளைப் பிரியமுடன் நேசித்திருந்ததால் கேட்டேன், வெறும் பேச்சல்ல.”

அமெரிக்க ராணுவ வீரன் சிலநொடிகள் ஆதாமை வெறித்துப் பார்த்தான், பிறகு:

“ஏதாவது குடிக்கிறாயா?” – என வினவினான்.

“வேண்டாம்” – எனக் கூறிய ஆதாம் தனது ஸ்டூலில் மெதுவாகத் திரும்பி முன்கைகளிரண்டையும் அங்கிருந்த கௌண்டர் ஓரத்தில், வைத்தாள். முதுகின் சாய்மானப் பிடிப்பாக உலோகத் தகடு வேய்ந்திருந்த பலகையின் பக்கமுனைகள் இருந்தன. இடப்புறம் மூன்று சீருடைகள் அசைவதைக் கண்டான். அமைதி, அவ்வமைதியில் எல்லாமுமிருந்தன: முன்பின் தெரியாதவர்களிடையே உரையாடல்கள், சர்வர்களுக்குக் கொடுக்கும் இனாம், எவ்விதத் திட்டமிடலும் ஒழுங்குமின்றி இரவு ஏற்படுத்திக்கொடுத்திருந்த இணைப்புகள், பின்னர் அவை வெகு எளிதாக குரோதம், காய்ந்த ரொட்டி, இரவுக்கென்றே உருவாகும் துண்டுதுண்டான அச்சுறுத்தல்களாக உருமாறும் – அடுத்த கணம் யுத்தம், ரகசிய வார்த்தைப் பரிமாற்றம், சங்கேத மொழிகள், காய்ந்த ரொட்டிக்கும் இனி வழியில்லையென்ற நிலைமை, தொடர்ந்து குண்டுவெடிப்புகள், துப்பாக்கிச்சூடுகள், கரும்புகை என்று முடியும். உலகமெங்கும் யுத்தம் நடைபெறுவதுபோல் கற்பனை நீண்டது; அவனுடைய மூளையின் ஒரு பகுதியில் விநோதமானதொரு காட்சி, அது மெல்ல மெல்ல மூளையின் பிறபகுதிகளை ஆக்ரமிக்கத் தொடங்கியது. ஒருவகையான காடு: விநோதமானதொரு இயற்கை வெளி, உண்மையில் அவை இரும்பு முட்கம்பிகள்போன்ற தாவரங்கள், கொடிகளெல்லாம் கடினமாகவும் விறைத்துமிருந்தன, இலைகளுக்குப் பதில் அவற்றில் ஒவ்வொரு பன்னிரண்டு செ.மீட்டர் இடைவெளியிலும் கூர்மையானதொரு மெல்லிய முடிச்சைப் பார்க்க முடிந்தது.

ஆனால் இதில் கவனத்தில்கொள்ள வேண்டியது, ஒருமுறை போர் முடிவுக்குவந்ததும், நாம் செய்கிற காரியங்கள்: வணிகத்தில் ஈடுபடலாம், ஆசிரியராகலாம், அல்லது நாவல்கள் எழுதலாம். வாழ்க்கை முழுவதும் ராணுவத்தைப் பற்றிப் பேசலாம். சாத்தியமெனில் கனடாவைச் சேர்ந்த நம்ம மோரெயால் ஆசாமி ஜான் போழொலே போல ஜாஸ் கலைஞனாகக்கூட ஆகலாம். அல்லது ராணுவத்தில் மறுபடியும் சேர்ந்து, முதுகுப்பையைத் திரும்ப சுமக்கலாம், வட ஆப்ரிக்க ட்ஜெபேல் மலைத்தொடர்களில் ஓடித் தப்பிக்கலாம், கைகளில் மிகப்பெரிய எந்திரத் துப்பாக்கியைச் சுமந்து: தரிசு வெளிகளில்; மின்சாரம், தொலைபேசிக்கம்பங்கள், பொட்டல்காடுகளெனக் காலை

ஆறுமணிக்கே தேடலைத் தொடங்க, வெளியைக் கடும் மூடுபனி சூழ்ந்திருக்கும், இருந்தும் அதனிடை நீர்மட்டத்தையொட்டிப் பறக்கும் வாத்துகளை அரைகுறையாகப் பார்க்கவும், அவற்றைச் சுட்டுவீழ்த்தவும் முடியும். ஆனால், அதன் பிறகு அதாவது ராணுவத்தைவிட்டு வெளியேறிய பின்னர் மலை உச்சிக்குப் போகமுடியுமா? தனியொரு ஆளாக அநாதையாக விடப்பட்ட மிகப்பெரிய வீடொன்றில் வசிக்கவும், இரண்டு நீள்மடக்கு நாற்காலிகளை எதிரெதிரே போட்டுக்கொண்டு நாள் முழுக்க அரை நிர்வாணமாகவோ முழுநிர்வாணமாகவோ வேர்வையில் நனைந்தபடி வெயிலில் காயமுடியுமா?

சம்பாதிப்பது உயிர் வாழ்வதற்கு அல்ல, பதிலாக நமது உயிரைப் பறிக்கவென்று அலையும் மனிதர்களிடமிருந்து (அவர்களுக்குப் பஞ்சமே இல்லை) நம்மைக் காப்பாற்றிக்கொள்ளத்தான் என நம்பும்படி வாழ்க்கை இருக்கிறது.

பத்து வருடங்களுக்கு முன்பு அவனுடைய வாழ்க்கையோடு ஒட்டிய ஏதேனும் ஒன்றை நினைவுபடுத்த முடிகிறதா எனப் பார்த்தான்: ஒரே ஒரு வாக்கியமாக இருக்கலாம், ராணுவத்தில் இருந்தபோது பழகிக்கொண்டதாக இருக்கலாம், சட்டென்று அவன் வேலை நேரத்தை நினைவூட்டக்கூடிய இடமொன்றின் பெயராகவோ, அல்லது கடைசி யாக, கடைசியாக இங்கு வந்துசேர்வதற்கு முன் எங்கிருந்தான் என்பதாகக்கூட அது இருக்கலாம்.

பிரெஞ்சு ராணுவ வீரன் ஒருவன் சாண்ட்விச் உணவு விடுதிக்குள் நுழைந்தான். அவன் மலைப்பிரிவு ராணுவ வீரர்கள் சீருடையில் இருந்தான். யாரையோ தேடுவதுபோல அவனது பார்வை இருந்தது. பார்க்க ஏற்கனவே அறிமுகமானவன்போலவும், ரத்த ஓட்டத்துடனு மிருந்தான், உயிர்வாழ்க்கையின் சில்லறைப் பிரச்சினைகளில் அக்கறை கொள்ளாத மனிதர்கள் இனம். ஆதாம் அவனால் ஈர்க்கப்பட்டான், தவிர்க்கவும் இயலவில்லை, நிர்ப்பந்தகளின்றி எழுந்தான். அவனிடம் சென்று இயல்பாகப் பேச்சை ஆரம்பித்தபோது காரணமின்றி மார்புப் பகுதியில் வியர்த்தது.

“நீங்கள் ராணுவ வீரரா?” – ஆதாம்.

“ஆமாம், ஏன்?” – ராணுவ வீரன்.

“எந்தப் படை பிரிவு?”

“22ஆம் மலைப் படை பிரிவு.”

“உங்களுக்குச் ‘சிலா’ (Msila) தெரியுமா?” – ஆதாம்.

ராணுவ வீரன் அவனை வியப்புடன் நோக்கினான்.

“தெரியாது . . . அப்படீன்னா என்ன?”

“அல்ஜீரியாவைச் சேர்ந்தது.”

“நான் அங்குப் போனதில்லை, அதுவும் தவிர . . .” – மற்றவன்.

“கொஞ்சம் பொறுங்க! எனக்குத் தெரிந்தாகணும், ஓரளவு பூகோள படங்களைப் பற்றி அறிந்தவன். அதனாலே சொல்ல முடியும். அது போஜ் – பு – அரேரிஜ் பக்கத்தில்தான் இருக்கிறது.”

“இருக்கலாம்... ஆனாலும் என்னை மன்னிக்கனும், எனக்கு நேரமில்லை. ஒரு பெண்ணைச் சந்திக்க வந்தேன்.”

உட்கார விரும்பியவன்போல மேசையொன்றைத் தேடி அமர்ந்தான். அவனைத் தொடர்ந்துசென்று ஆதாமும் அமர்ந்தான்.

“சிலா ‘பிபானில்’ இல்லை? ஒட்னா மலைத்தொடருக்கு அடிவாரத்தில் இருக்க வேண்டும். அதற்கு வெகு அருகில் இருக்கிற நகரமென்று ‘செட்டிஃப்’ஐச் சொல்லலாம். அதைப் பற்றிப் பிறர் கூற நீங்கள் கட்டாயம் கேட்டிருக்க வேண்டும்.”

“ஆனா, அந்த எழவெடுத்த பகுதியிலே நான் காலெடுத்து வைத்ததில்லைன்னா புரிஞ்சுக்கனும்...” – ராணுவ வீரன் குறுக்கிட்டான்.

“இதுவரை எத்தனை மாதம் ராணுவத்திலே இருந்திருப்பீங்க?”

“மூன்று! மூன்று மாதம் போதுமா? தவிர நான்...” ராணுவ வீரன் குரல் உயர்ந்திருந்தது.

“அப்பஉன்ன நீங்கள் கூறுவது சரியாகத்தான் இருக்கனும். நான் கூட அங்குக் கால் வைத்திருக்க வாய்ப்பில்லைதான். அதையெல்லாம் நினைவுலே கொண்டுவரனும் என்பதற்காகத்தான் இப்படிப் பேசறேன், என்பதை நீங்கள் புரிஞ்சுக்கனும் – பரவாயில்லை. இப்ப என்ன நடந்துட்டுது? ஒரு நாள் இல்லாட்டி ஒருநாள் இதெல்லாம் எனக்குத் தெரிய வரத்தான் போகுது. நீங்கள் எதிர்பார்க்கிற பெண்மணி வருவதற்கு முன்பாக ஏதாவது குடிக்கலாம் இல்லையா?”

“நன்றி, வேண்டாம். குடிக்க வேண்டும் என்ற தாகமெல்லாம் இல்லை. வறேன்!” வேறொரு மேசையை நோக்கி அவசர அவசரமாகச் சென்றான். ஆதாம் மீண்டும் தனது ஸ்டூலில் உட்காரப்போனபோது, அமெரிக்கர்கள் மூவரும் வெளியேறுவதைக் கண்டான். ஒரு சிகரெட்டைப் பற்றவைத்த வண்ணம், இது போன்ற சங்கடங்களைத் தலையிலிருந்து தொலைத்தாக வேண்டுமென எண்ணினான். ஆனால் அவனுடைய சிந்தனையை சிறு சிறு சம்பவங்கள் விடாமல் துரத்தின, இதுவரை அற்பமாகத் தோன்றியவையெல்லாம் ராட்சஸ அவதாரமெடுத்து, உணர்வுபூர்வமான இடத்தில் ஒட்டிக்கொண்டன, இரும்புத் துகள்கள் காந்தத்தில் ஓரிடமாய் மேலும் மேலும் ஒட்டிக்கொள்வதுபோல.

செம்பட்டைத் தலைமுடிகொண்ட அழகான இளம்பெண்ணொருத்தி சாண்ட்விச் உணவு விடுதிக்குள் நுழைந்தாள், அவளுடைய இடுப்பின் அசைவு கேலிக்குரியதாக இருந்தது. நேராக பிரெஞ்சு ராணுவ வீரனின் மேசைவரை சென்றாள். ராணுவ வீரன் வெட்கப்பட்டவன் போல எழுந்தான். அவளுக்கு ஓர் இருக்கையை இழுத்துப்போட்டு உட்காரச் சொன்னபோது அவனுடைய காக்கி ஜாக்கெட்டின் கைமுனை மேசையில் அவன் மறந்துபோய் வைத்திருந்த சிகரெட் முனையின்

சாம்பலால் கறை பட்டது, பின்னர் அந்தச் சிகரெட் துண்டு குதித்து உருண்டோடி எதிர் தரப்பு மூலைவரைசென்று தரையில் எவ்வித ஓசையையும் எழுப்பாமல் அதுவாக விழுந்தது; ஆதாமும் அவனைப் பின்பற்றி சிகரெட் ஒன்றை உலோகம் தைத்திருந்த கவுண்ட்டரில் அது எங்கே கீழே விழுமோ அதுவரைத் தள்ளினான், அதன் சத்தம் அவனுக்கு ஆயிரம் மடங்கு ஓசையை எழுப்பியது.

ஆதாம் ஸ்டூலில் அமர்ந்திருந்தான். விநோதமானதொரு முதுமை அவனைக் கவிழ்ந்திருந்தது. வயல்காடுகள், நகரம், கடல், சில நேரங்களில் அமைதியாகவும் சிலவேளைகளில் இரைச்சலுடனும் தொடுவானத்திற்கு மேலாகப் பறக்கிற விமானங்கள்; உல்லாசக் கப்பல் பயணம்; இருபது கிலோ உருளைக்கிழங்கைத் தோலுரித்தது, பின்னர் டாய்லெட்டைச் சுத்தம் செய்தது போன்ற ஒவ்வொரு தகவலையும் தெள்ளத்தெளிவாக அந்த ஜுன் மாதத்தில் அந்த நாளில் நடந்ததென ராணுவத்திலிருந்து வெளியேறிய பின்னர் சொல்ல முடிந்த, உண்மைச் சம்பவங்களைக் கொண்ட அழகான நல்ல புத்தகங்கள்; தோட்டச் சிலந்திகளுக்காகவும், இயற்கை அழிவிற்காகவும் அவற்றின் மீதுள்ள அன்பால் உயிர் துறக்காதவர்கள்; வாஷ்பேசின் கழிவுநீர்க்குழாயில் விழுந்து அமைதியைக் குலைக்கும் ஒரு துளி நீர் கண்டு கண்ணீர் சிந்தாதவர்கள்; வெதுவெதுப்பானதும், சலசலப்பும் ஒளிப்பிரபையும் நிரம்பப்பெற்றதும், நுண்ணுயிர்கள் நிறைந்த நமது பூமியின் வாசம் மிக்க மார்பகங்களில் உயிர்வாழ மறுப்பவர்கள் இவர்களையெல்லாம், இவற்றையெல்லாம் வேண்டாமென்றொதுக்கி மீண்டும் தனக்கான இடத்தைச் சூரியனிடமும், மனிதர் நடமாட்டமற்ற நகரத்திலும், மலை உச்சியிலும் நிதானமாகக் கைபற்றிக்கொண்டான்.

திறந்திருந்த சன்னலுக்கு அருகே, இரண்டு நீள்மடக்கு நாற்காலிகளுக் கிடையில் குறுக்கிக்கொண்டு, எப்போதும்போல ஒதுங்கினான். அவனால் எதையுமே விளங்கிக்கொள்ளப் போதாது என்பதையும் அறிவான். உளநோய் மருத்துவமனையா அல்லது ராணுவமா? இரண்டில் எங்கிருந்து வெளியில் வந்திருந்தான் என்பதை அவனுக்கு உறுதியாகத் தெரிவிக்க, அதிர்ச்சிதரக்கூடிய இவ்விஷயங்களின் தற்போதைய கட்டமைப்பில்கூட எதுவுமில்லையென்றானது.

5

ஆதாமுடைய குடியிருப்பைக் கண்டுபிடிப்பது அத்தனை சுலபமில்லையென்று மிஷெலுக்கு விளங்கிற்று. கடற்கரையை அடுத்திருந்த சாலையின் முதல் திருப்பத்தில் பேருந்து அவளை இறங்கிவிட்டிருந்தது. ஒருமுறை பார்வையைச் சுழலவிட்டாள். பெரிய பெரிய வீடுகள், தோட்டங்கள், குன்றுகளென அடுத்தடுத்து தொடர்ச்சியாகத் தெரிந்தன, அவை மெல்லிய வளைவுகளால் பிணைக்கப் பட்டிருக்க, அவ்வளைவுகளில் பிற பகுதிகளைக்காட்டிலும் காட்டுச்செடிகள் அடர்த்தியாக இருந்தன. அவற்றுக் கிடையே தான் போக வேண்டிய இடத்திற்கான வழியை அறிவது கடினமென விளங்கிற்று. சாலையை ஒட்டியிருந்த கரையில் மெதுவாக இறங்கி நடந்தாள். குறுங்கற்கள் பரப்பில் மிதியடியை வைத்ததும், நடக்கிறபோது ஒரு குறிப்பிட்ட கணத்தில் – 30 டிகிரி – குதிகாலை முன்பக்கம் மடித்து வைப்பதாகத் தோன்றியது. அவ்வாறு குதிகாலை உயர்த்தி வைக்கையில் மிதியடிவார் நன்கு இழுபட்டு கரக்கென்று சத்தமிட்டது, ஈரப்பசையற்ற வார்களெழுப்பும் அவ்வோசை, நடையின் சந்தத்திற்கேற்ப ஒவ்வொரு முறையும் ஒருதடவை ஒலித்தால்போதுமென அடங்கிப் போனது.

ஒரு நாள் காப்பி பாரொன்றில், பீர் குவளைகளை மேசைமீதுவைக்க உபயோகிக்கிற 'பீர் மேட்' ஒன்றின் பின்புறம் ஆதாம் அவன் வீட்டுக்கு வருவதற்கான வழியைப் போட்டுக்கொடுத்திருந்தான், அதை அவளுடைய ஜாக்கெட் பையிலிருந்து எடுத்தாள். அதில், "ஸ்லாவியா! ஒருமுறை பருகிப்பாருங்கள், வித்தியாசத்தை உணர்வீர்கள் . . . உங்கள் ஆரோக்கியத்திற்காக!", என அச்சிடப்பட்டிருந்தது. அதை அலட்சியம் செய்துவிட்டு, விளம்பரச் சொற்களுக்குமேல் பென்சிலால் கிறுக்கப்பட்டிருந்த வரைபடத்தைப் பரிசீலித் தாள்; துறைமுகத்தை அடுத்திருந்த வளைந்த கோடு கடலைக் குறித்திருந்தது. இணைகோடுகள் இரண்டும் அவள் நின்றிருந்த சாலை எனப் புரிந்துகொண்டாள். 'ஸ்லாவியா' என்ற சொல்லின் முதல் எழுத்தின் கீழ் சிறு சிறு வட்டங்கள் அல்லது சதுரங்கள், ஒரு வேகத்தில் போட்டதுபோல நிறைய இருந்தன. அவற்றை மிஷெல் கண்ணுற்றபோது, ஆதாம் கூறியது நினைவுக்கு வந்தது.

"அதோ அங்கே இருப்பது சிறு சிறு குடில்கள், குன்றுவெளியெங்கும் ஆங்காங்கே சிறிய எண்ணிக்கையில் இருக்கின்றன. இங்கே எல்லாவற்றையும் குறிப்பிடலை, அப்படிப் போட ஆரம்பிச்சா ஒரு நாள் காணாது. உன்கிட்ட இதை எதற்காகச் சொல்கிறேனென்றால் நாளைக்கு நீ நிஜத்தில் அவற்றைப் பார்க்கிறபோது நான் ஏதோ அவற்றைக் குறைத்து மதிப்பிட்டுவிட்டேன் எனச் சொல்லிடக் கூடாது பாரு! அதற்காக. – உனக்கு ஏன் குழப்பம்: குடில்கள் என்று வேண்டுமானா அந்த இடத்தில் எழுதிடறேன்."

அக்கோடுகளுக்கு வெகுதூரமாக வேறு இரண்டு இணைகோடுகள், ஒட்டிக்கொண்டிருந்தன. வட்டங்களிலும் முக்கோணங்களிலும் புகுந்து சுழன்று வெளியேறிய அக்கோடுகள், ஒரு சிறுபாதையென்று புரிந்தது. அப்பாதைக்கு வலமும் இடமும் ஏராளமாகச் சிறுசிறு கோடுகள். அவற்றின்மேல் வார்த்தையொன்றிருந்தது, ஆனால் அட்டை அவ்விடத்தில் தேய்ந்திருந்ததால் வாசிக்க உதவவில்லை. பாதையை மேலே தொடர்ந்து போனால் அதன் இடப்பக்கம் சதுரமொன்று வரைந்திருந்தது. மிகத் தெளிவாகவும், அளவில் பிறவற்றைக்காட்டிலும் பெரியதாகத் தெரிந்த அச்சதுரத்தைச் சிரத்தையுடன் ஆதாம் போட்டிருக்க வேண்டும். அச்சதுரத்தின் நடுவில் ஒரு குறியீடு. திருத்தூதர் அந்திரேயா சிலுவைக் குறிபோல. அதுதான் ஆதாமுடைய தற்போதைய குடியிருப்பு, எங்கேனும் எதற்காகவாவது ஒன்றைக் குறிப்பிட – உலகிலிருக்கிற எல்லாக் கழிவறைகளுக்குமே ஈர்ப்புவிசை அங்குதான் மையம் கொண்டிருப்பதுபோல, நாம் நுழைகிற கழிவறைக் கதவொன்றில் – அலட்சியமாகவும் ஆபாசமாகவும் கிறுக்குகிறோம் பாருங்கள், அதைப்போன்று உலகின் அத்தனை முக்கியம்பெறாததொரு சிறு புள்ளி.

நெருக்கமான இரண்டு இணைகோடுகளால் குறிப்பிட்டிருந்த பாதையைப் பிடித்து மேலே நடந்து தனக்கு இடப்புறமாக மிஷெல் பார்த்தாள். தென்பகுதி ஏற்ற இறக்கத்துடன் ஒழுங்கின்றி இருந்ததாலும், வீடுகள், அடர்த்தியான செடிகொடிகளென்று பார்க்க முடிந்ததால் சிலுவைபோன்றிருந்த செவ்வக அடையாளம் அவள் கண்களுக்குப் புலப்பட இல்லை. வருவதுவரட்டுமெனத் துணிச்சலுடன் காட்டுச் செடிகள், முட்புதர்கள் ஊடே புகுந்து நடக்கலானாள். அம்முயற்சியில் மீண்டும் கீழேயோ அல்லது உச்சிக்கோ அல்லது தனியாருக்குச் சொந்தமான நிலத்தில் தவறுதலாக நுழையவோ சாத்தியமுண்டு என்பதையும் உணர்ந்திருந்தாள். மேலே கடல் கோள வடிவில் தெரிந்தது. ஆங்காங்கே நடப்பட்டதுபோல அதில் வெள்ளை நிறத்தில் படகுகளின் பாய்மரங்கள். சூரியவெளிச்சத்தில் அவை ஸ்படிக சரவிளக்குபோல ஒளிர, அசைவின்றிருந்த அலைகள் 'உழுசால்'களை நினைவூட்டின. வானம் இருமடங்கு பெரிதாக இருக்க, நிலப்பகுதி சில இடங்களில் குறிப்பாகக் கடற்பரப்பை நோக்கிச்செல்லும் பாதையைத் தடை செய்வதுபோல அமைந்த மலைத்தொடருக்கு அருகே ஒழுங்கின்றி இருந்தது; இணக்கமற்ற நிறங்கள்; அவற்றின் பரிமாணங்களும் அமைப்பும் கற்றுகுட்டித்தனத்துடன் உருவாக்கப்பட்டதுபோலிருந்தன. அவ்வப்போது இயற்கையின் அரிதான காட்சிகளுக்கும் பஞ்சமிருக்காது

போலிருந்தது. செந்நிற அந்தி வேளை, கருஞ்சிவப்பு கிரகணங்களென்று எளிதாக வாய்க்கிற உருக்கமான காட்சிகளே உதாரணத்திற்குப் போதும்.

வெட்டவெளிகள், மேடுபள்ளங்கள்; குண்டு விழுந்ததைப்போன்ற குழிகள், குழிகளில் பாம்புகள், எறும்புண்ணிகள்; முட்செடிகள் என வழிநெடுகத் தொடர்ச்சியாக மிஷெல் எதிர்கொள்ள வேண்டியிருந்தது. தூரத்தில் ஆதாம் வசிப்பதாகக் கூறியிருந்த 'வீட்டைக்' கண்டாள். தான் செய்த தவறு புரிந்தது, வரைபடத்தைச் சரியாக விளங்கிக்கொள்ளவில்லை, காரணம் அதில் குறிப்பிட்டிருந்த இடத்திற்கு இன்னும் கீழே இருந்தாள்.

இடையில் குறுக்கிட்ட குன்றின் வழியாகத் திரும்பவும் கீழே இறங்கினாள், அணிந்திருந்த சட்டை வியர்வையில் நனைந்திருந்தது. சிறிது கூன்போட்டு நடந்ததால், தோள்களால் இழுபட்டு உள்ளிருந்த கட்டம்போட்ட நீச்சல் உடையின் கொக்கி முதுகில் அழுந்தப்படிந்தது. இம்முறை சூரியன் முதுகுக்குப் பின்புறமிருந்ததால், மிகச்சரியாக நடக்கும் திசையில் இவள்நிழல் தவிர ஆதாம் வீட்டின் முகப்பிற்கும் ஒரு சோகைவெளுப்பைப் பூசிக்கொண்டிருந்தது.

அவள் வருவதைச் சன்னலிலிருந்து ஆதாம் கவனித்தான், சுருண்டு எழுந்தான், குழம்பினான், இப்படி அனுமதியின்றி நுழைகிறவள் யாராக இருக்குமென யோசித்தான், அவளுக்கும் இவனுக்குமான இடைவெளி 50 மீட்டருக்கும் குறைந்தபோது, வந்தவள் மிஷெல் என விளங்கிக்கொண்டான். தான் நினைத்ததை உறுதிப்படுத்திக் கொண்டதும், வழக்கமாக அமர்ந்து அவதானிக்கிற நீள்மடக்கு நாற்காலியைத் தள்ளிவிட்டு வெளியில் வந்தான். வெப்பமும் களைப்பும் பூசிய குரலொன்று அவன் பெயர் சொல்லி அழைத்தது.

"ஆதாம்! ஏ . . . ஆதாம்!"

வறட்சியாகவிருந்த அப்பகுதியில், மிஷெலின் அழைப்பு மனத்திற்கு உகந்ததாக இல்லை. திரும்பவும் அக்குரலைக் கேட்க வேண்டியிருக்குமோ என்று பயந்தவன்போல் சன்னல் வழியாக வெளியேறி மறுபக்கம் அகலமாக இருந்த விளிம்பில் உட்கார்ந்தான். சிவப்பும் கருப்புமாக இருந்த இரு எறும்புகளைக் கவனியாமல் உட்கார்ந்ததால் அவை நசுங்கிப்போயின. அதிலொன்று தனது வாயில் இறந்த வண்டின் உறுதியான தோல் ஒன்றைக் கவ்வியிருந்தது. மிஷெல் அருகில் வரட்டுமெனக் காத்திருந்து மிக இயல்பாக அவளிடம்:

"மிஷெல் நீதானா அது? வா வா . . ." என்றான்.

எஞ்சியிருந்த மண் மேடுகளைக் கடக்க அவளுக்கு உதவுவதுபோல கையை நீட்டினான். சில கணங்கள் நின்றவளைப் பார்த்தான்: மூச்சு வாங்கினாள், முகத்தில் ஒளி தெரிந்தது, உடுத்தியிருந்த ஆடைகள், ஈரத்தன்மை காரணமாக உடலோடு ஒட்டியிருந்தன.

"என்னைப் பயமுறுத்திட்ட! யாராக இருக்குமெனச் சிறிது நேரம் யோசிக்க வேண்டியிருந்தது."

"என்ன சொல்ற? வேறு யாராக இருக்க முடியும்? "

"தெரியாது. எதுவும் சொல்றதுக்கில்லை . . ."

கவலையுடன் ஆடையின்றிருந்த தனது வயிற்றைப் பார்த்த வண்ணம், "செமத்தியா வெயில் தாக்கியது, தொப்புளருகே பார் புரியும்" என்றான்.

"ஏன் – எதனாலே உன்னுடைய தொப்புள், உன்னுடைய மூக்கு, உன்னுடைய கைகள், காதுகள் அல்லது அதுபோல ஒன்றைப் பற்றி எந்நேரமும் நீ பேசனும்?" – என மிஷெல் கேட்டதற்கு, அவன் எவ்விதப் பதிலையும் கூறவில்லை.

"இப்படி வெற்றுடம்புடன் இருக்கவிரும்பலை, சட்டை போடனும்" முனகினான். பிறகு அவளிடம், "தடவிப்பாரு! அந்த இடத்திலில்லை, இங்கே, வயிற்றிலே."

அவன் வயிற்றைத் தொட்டுத் தடவியவள், பதற்றத்துடன் கையை எடுத்தாள், தொட்ட பகுதி கொதிப்பதைப் போல.

"அப்புறமென்ன, போய்ச் சட்டையைப் போட வேண்டியதுதானே."

ஆதாம் தலையை ஆட்டியவன், வீட்டிற்குள் முதலில் எப்படி அங்கிருந்து வெளியில் வந்தானோ, அதே வழியாக மறுபடியும் உள்ளே நுழைந்தான். மிஷெல் அவனைத் தொடர்ந்தாள், அவள் எந்தவழியில் வந்தாலென்ன என்பது போலத்தான் அவனும் நடந்துகொண்டான்.

"எனக்கு ஏதேனும் கொண்டுவந்த?" – வினவினான்.

"ம் . . . சில செய்தித்தாள்கள் இருக்கின்றன."

அவள் கையோடு கொண்டுவந்திருந்த சிப்பமொன்றை அவிழ்த்து, தினசரிகளை மேசையில் விரித்தாள்.

"பத்துப் பன்னிரண்டு தினசரிகள், அவற்றோடு *Match* இதழும், ஒரு சினிமா இதழும் இருக்கின்றன."

"இதழா? என்ன இதழ்? காட்டு . . ."

இதழை அவனிடம் நீட்டினாள். ஆதாம் பக்கங்களைப் புரட்டினான். அதன் அட்டையை முகர்ந்தான், அதன் பின்னர் தரையில் எறிந்தான்.

"சுவாரஸ்யமான ஏதாவது இருக்கா?"

"கைக்குக் கிடைத்ததைக் கொண்டுவந்தேன்."

"அது சரி. தின்பதற்கு ஏதேனும்?"

மிஷெல் மறுப்பதுபோலத் தலையை ஆட்டினாள்:

"இல்லை – நீதான் உனக்கெதுவும் அவசியமில்லை என்பதுபோல் சொல்லியிருந்தாயே."

"ஆமாம், மறக்கலை. பணம்? எனக்குக் கொஞ்சம் பணம் தேவைப்படுது, கொடுத்து உதவ முடியுமா?"

"என்னாலே ஆயிரம்தான் கொடுக்கமுடியும், இப்போதே உனக்கு வேண்டுமா?"

"முடியுமென்றால் கொடேன்."

மிஷெல் அவன் கையில் ஒரு பணத்தாளைக் கொடுத்தாள். அவளுக்கு நன்றி தெரிவித்தான். பின்னர் அப்பணத்தைக் கால் சராயின் பையில் திணித்தான். இருட்டாக இருந்த பகுதியில் ஒரு நீள் மடக்கு நாற்காலியைப் போட்டுக்கொண்டு அமர்ந்தான்.

"ஏதாவது குடிக்கிறாயா? என்னிடம் இரண்டரை பாட்டில் பீர் மிச்சமிருக்கிறது."

அவள் சம்மதித்தாள்; ஆதாம் பாட்டில்களைக் கொண்டுவந்தான். ஒரு சிறுகத்தியை எடுத்து ஒரு பாட்டிலைத் திறந்து மிஷெலிடம் நீட்டினான்.

"வேண்டாம், பாதி பாட்டிலொன்று இருக்கிறது என்றாயே, அதைக்கொடு போதும்".

பாட்டிலோடு குடிக்க ஆரம்பித்தார்கள். பல மிடறுகள் இறங்கும் வரை இருவர் கையிலும் பாட்டில்கள் இருந்தன. முதலில் பாட்டிலைக் கீழே வைத்தவன் ஆதாம், வாயைத் துடைத்துக்கொண்டு, விடுபட்ட உரையாடலை நிறுத்தியவன்போல் தொடர்ந்தான்:

"பிறகு... நாட்டிலே என்ன நடக்குது? வானொலியிலும், தொலைக் காட்சியிலும் வேறு தகவல்கள் இருக்கின்றனவா?"

"தினசரிகளில் இருக்கிறதைத்தான் அவையும் சொல்கின்றன வென்பது உனக்குத் தெரியுமில்லையா?..."

எனினும் நாட்டில் நடப்பதைத் தனக்குத் தெரிவிப்பது அவசியம் என்பது போல, புருவங்களை நெறித்தான்:

"எனக்கெப்படித் தெரியும், நல்லது, கேள்வியை இப்படி வைத்துக் கொள்வோம், பத்திரிகைகளில் இடம்பெறாத செய்திகள்? உன்னைப் போல மற்றவர்களோடு வாழும் சூழ்நிலை எனக்கில்லை. நிச்சயமாக, பத்திரிகைகளும், வானொலிகளும் கவனத்தில்கொள்ளாத செய்திகள் என சில இருக்கும், அதைப் பலரும் அறிவார்கள், இல்லையா?" மிஷெல் யோசித்தாள்:

"ஆனால் அவையெல்லாம் செய்திகள் ஆகுமா என்ன? சொல்லப் போனால். மக்கள் அபிப்ராயங்கள் என்று வைத்துக்கொள்ளலாம்."

"மக்கள் கருத்துகள், வதந்தி... உன் விருப்பம்போல் பெயர் வைத்துக்கொள். அவை என்னதான் சொல்கின்றன? அது நடக்குமா... அணுயுத்தம் வருமென்று மக்கள் எதிர்பார்க்கிறார்களா?"

"அணு?"

"ஆமாம், அணு!"

லெ கிளேஸியொ

இளம்பெண் தோளை உயர்த்தினாள்:

"எனக்குத் தெரியாது. என்னன்னு பதில் சொல்ல? நீ நினைக்கிறது போலல்லாம் மக்கள் நினைக்கலை. அணு யுத்தம் ஒருநாள் இல்லாட்டி ஒரு நாள் வரக்கூடும் என்றெல்லாம் எதிர்பார்த்துக்கொண்டு மனிதர்கள் இல்லை. உண்மையைச் சொல்லணுமுன்னா, நடப்பது நடக்கட்டும் என்பதுபோலத்தான் வாழறாங்க."

"என்ன சொல்ற, நடப்பது நடக்கட்டுமென்று வாழறாங்களா? ம் . . ."

"ஆமாம். அப்படித்தான், நினைக்க வேண்டியதாக இருக்கிறது . . ."

ஆதாம் அசடன்போலச் சிரித்தான்.

ஓ.கே. ஓகே . . . எனக் கூறியபோது அச்சொற்களில் நியாயப்படுத்த வியலாத ஒரு கசப்பு இருந்ததாகச் சந்தேகப்பட வேண்டியிருந்தது, "நடப்பது நடக்கட்டுமென்றா வாழறாங்க, நான்கூட அப்படித்தான் வாழறேன். யுத்தம் முடிந்தது. யுத்தத்தை முடித்துவைத்தது நானல்ல. நீயுமல்ல. அதனாலென்ன? பிரச்சினையிலிருந்து விடுபட்டாயிற்று. நீ சொல்வதும் சரி. ஆனால் ஒரு நாள் இல்லாட்டி ஒரு நாள் கையறு நிலையிலே, காடுகளுக்கென ராணுவ வீரர்கள் அணியும் சீருடையின் நிறங்கொண்ட உலோக ஆடைகளில் விநோதமான மிருகங்கள் புறப்பட்டு வருவதைப் பார்க்கலாம், அசலான பீரங்கி வாகனங்களுடன் நகரத்திற்குள் அவர்கள் நுழைவார்கள். தேசமெங்கும் சிறு சிறு கறுப்புநிறக் கறைகள் பரவும். விழித்துக்கொள்கிறோம், சன்னல் திரையை விலக்கிப் பார்க்கிறோம். அவர்கள் வந்திருக்கிறார்கள், கீழே வீதிகளில்; அவர்கள் போவதும் வருவதுமாக இருக்கிறார்கள். நம்மைக் குழப்ப வேண்டும் என்பதுபோல, அவர்களின் நடமாட்டங்கள் எறும்புக்கூட்டத்தை ஒத்திருக்கின்றன. அவர்களிடம் ஒருவகையான பீச்சுக் குழாய்கள், அவர்கள் போகுமிடத்திலெல்லாம் குழாய்களையும் காணமுடிகிறது, ப்ளுஃப்.. ப்ளுஃப் என்று மிக மெதுவாக ஓசை எழுப்பிக்கொண்டு தீப்பிழம்புகளுடன் கூடிய நேப்பாம் திரவத்தைக் கட்டடங்கள் மீது அவை பீச்சுகின்றன. அவற்றை இதற்குமுன் எங்குப் பார்த்திருப்பேன்? தீநாக்குக் குழாயிலிருந்து வெளியில் நீள்கிறது, அவற்றிற்கு ஒருவரும் வேண்டாம், காற்றில் தானே இயங்கும்போல, மெல்ல வளைந்து பின்னர் நீள்கிறது, மேலும் நீண்டு தற்போது சன்னலுக்குள், என்ன நடந்திருக்குமென யோசிப்பதற்குள், ஒரு நொடியில் வீடு தீப்பற்றி எரிகிறது. எரிமலைபோல வெடித்து நான்கு பக்கங்களிலும் சிதறுகிறது, சுவர்கள் அவ்வளவும் ஒன்றாக இடிந்த போதிலும், வெப்பக் காற்றால், மெதுவாகவே விழுகின்றன; சுருள் சுருளாகக் கரிய புகை; கடல் நீர்போல் திரும்பிய பக்கமெல்லாம் தீயின் பாய்ச்சல். பீரங்கிகள், எறிகணைகள், டம் – டம் குண்டுகள், குறுவீச்சுக்கணைகள், சிறு ரகப் பீரங்கிகள், கையெறி குண்டுகள் என்றெல்லாம் ஆயுதங்கள். குண்டுகள் துறைமுகத்தில் விழுகின்றன, எனக்கு எட்டு வயது, நான் நடுங்குகிறேன், காற்றிற்கும் நடுக்கம், பூமியும் நடுங்குகிறது, கருவானத்தின் கீழே அது தடுமாறுகிறது?

குளிர்ந்த நீரில் நனைந்து வீங்கிச் சிவந்திருக்கும் பெரிய விரல்களை இறால் மீனிடத்தில் கொண்டுபோகிறபோது அவை செய்வதுபோல, பீரங்கிகளும் மிக அழகாக வெட்டியிழுத்துத் தாக்குதலை நடத்தும். ஆம் பீரங்கி காரியத்தில் இறங்குகிறபோது எண்ணெய் போட்ட எந்திரத்தைப் போல அழகாக வெட்டி இழுக்கும், எந்திரத்திற்கேயுரிய நேர்த்தியான திடீர் இழுப்பு, உறுமலிடும், பிஸ்டன்போல் பின்னால் சென்று, முந்நூறுமீட்டர் தூரத்தில் அழகான துளைகளை இடும், பொதுவில் அத்துளைகள் அசுத்தமானவை அல்ல, ஆனால் மழைக்குப் பிறகு, குட்டைபோல அவற்றில் தண்ணீர் தேங்கும். இவை நமக்குப் பழகிவிட்டன, உலகத்தில் யுத்தத்தைக் காட்டிலும் நமக்குப் பழகிய தென்று வேறு எதுவுமில்லைதான். யுத்தம் என்ற ஒன்று இல்லை? ஆனால் மக்கள் ஒவ்வொரு நாளும் செத்துக்கொண்டிருக்கிறார்கள். அதற்குப் பேரென்ன? யுத்தம். எல்லாமும் அதுதான், ஒன்றுமின்மையும் அதுதான், இருவிதப் பண்புகளும் யுத்தத்திடமுண்டு. யுத்தத்திற்குள் அனைத்தும் அடக்கம், ஓய்வென்பது அதற்கில்லை. ஆதாம் ஆகிய நான் இன்னமும் அதனோடுதான் இருக்கிறேன், ஒருபோதும் அதனை விலக நினைத்ததில்லை."

"ஆதாம்! ஒரே ஒரு நொடி அமைதியாக இருக்க முடியுமா? அதிருக்கட்டும் நீ எந்த யுத்தம் பற்றிப் பேசற?"

ஆதாம் பேச்சு, தனது பீர் பாட்டிலை நிதானமாக குடித்து முடிக்க உதவியது, மிஷெல் பீரை அவசரமின்றிப் பருக விரும்புவாள், வாய்கொள்ள அருந்திய திரவம் உள்நாக்கிற்கும் நாவிற்குமிடையில் மெல்ல தொண்டைக்குழிக்குள் வடிகட்டப்படும். ஆயிரத்திற்கும் குறையாத குமிழிகள் வாய்க்குள் உடைந்து மறையும், பற்களிலுள்ள அத்தனை மூலைமுடுக்குகளிலும், சொத்தைக்குழிகளிலும் புகுந்து புறப்பட்டு, அண்ணத்தின் பரப்பை முழுமையாகக் கைப்பற்றி, மூக்குக் குழியைக் கடைசியில் எட்டிப்பிடிக்கும். தற்போது குடித்து முடித்திருந்த தால், ஆதாம் பேச்சிடையே குறிப்பிட்டது போல அவளுக்கு இவற்றி லெல்லாம் ஆர்வமில்லை. அவன் பேச்சை நிறுத்த இதுவொன்றுதான் நல்ல வழிமுறை என்பதுபோல, தொடர்ந்தாள்:

"நான் கேட்டதற்குப் பதிலில்லையே. எந்த யுத்தத்தைப் பேசற? அணுயுத்தமா? அப்படியொன்று இதுவரை நடக்கவே இல்லை. நாற்பதுலே நடந்த மற்ற யுத்தமென்றால், அதில் நீ கலந்துகொண்டிருக்க வாய்ப்பே இல்லை, அச்சமயம் மிஞ்சிப்போனா உனக்குப் பன்னிரண்டு அல்லது பதின்மூன்று வயதுதான் இருந்திருக்கும்..."

'ஆமாம், அந்த வயதுதான் இருக்கும்' அணுயுத்தம்... அப்படியொரு யுத்தம் இதுவரை நடக்கவில்லைதான். நாற்பதுகளில் நடந்த யுத்தத்திலும் நான் கலந்துகொண்டிருக்க முடியாதுதான், நீ கூறியதுபோல் பத்துப் பன்னிரண்டு வயதுதான் எனக்கும் இருந்திருக்கும், அப்படியே அதில் பங்கு பெற்றிருந்தாலும் அவற்றையெல்லாம் இப்போது நினைவுகூரப் போதவே போதாது, ரொம்பவும் இளம் வயது. அதன் பிறகு வேறு யுத்தங்கள் நடந்திருக்கச் சாத்தியமில்லை, நடந்திருந்தால், சமகால வரலாற்றில் குறிப்பிட்டிருப்பார்கள். இட்லருக்கு எதிராக நடத்தப்பட்ட

போருக்குப் பிறகு வேறு யுத்தம் நடந்ததாகத் தகவல்களெவையும் அண்மைக்காலங்களில் நான் வாசித்தவற்றுள் இல்லை" – தனக்குத் தானே சொல்லிக்கொள்வதுபோல் பேசினான்.

குழப்பமாக இருந்தது, அமைதியானான்; காது கொடுத்துக் கேட்டான். அடுத்த நொடி சற்றும் எதிர்பாராமல், பிரபஞ்சம் முழுவதும் அமைதியைச் சுவாசிக்கிறதென்கிற உண்மையை அவனுக்குள் உணர்ந்தான். பிற இடங்களைப் போலவே அங்கும் ஐயத்திற்கிடமின்றிச் சுகமான அமைதி. அவளும் இவனும் ஏதோ ஆழ்கடலில் மூழ்கி, மீண்டும் நீர்மட்டத்தின் படுகையைக் கிழித்து வெளிவந்ததைப் போலவும், காதுகளின் உள்ளே செவிப்பறைகளையொட்டி, துடிப்பு லயத்தை அதிகம் உணர்த்திடாத வெதுவெதுப்பான நீர்க்குமிழிகள் இரண்டு: ஸ்ஸென்ற சத்தம், பறவைகளின் கீச்சுகீச்சுகள், இதமான சீழ்க்கை ஒலி, சுரவோசை, விசிறியடிக்கும் அருவிநீர் அதன் மூர்க்கம், வெறித்தனமான பரவசம், ஓடையின் சலசலப்பு, பாசிகளெழுப்பும் ஓசையென்று எதுவுமற்ற – ஒருவகையான மனித சஞ்சாரமற்ற – வெளியை மூளையில் அழுந்தப் பதிப்பதுபோலவும் இருந்தது.

நாளின் எஞ்சியிருந்த பொழுதை, மேற்சொன்ன அமைதி, வெளியிலிருந்து வந்த சின்னஞ்சிறு ஓசைகள், வீட்டிற்குள் சிறுசிறு பொருட்களை இடமாற்றம் செய்ததால் எழுந்த சத்தங்கள் ஆகிய வற்றைச் செவிமடுப்பதில் கழித்தார்கள். தவிர அதொரு முழுமையான அமைதியுமல்ல. கர்ணகடூரமான ஓசைகள், காற்று அடுக்குகளின் உராய்வுகள், சமதளத்தில் விழுகிறபோது தூசுகளுக்கிடையே ஏற்படும் சிறுசிறுபூசல்கள் ஆகியவற்றையும் அதுபோன்ற 1500 மடங்குள்ள பிற ஓசைகளையும் சீறல் ஒலிகள், சீழ்க்கை ஒலிகள் என்று ஆதாம் குறிப்பிட்டிருந்தவற்றையும், அவ்வமைதியில் சேர்க்க வேண்டும்.

தேவைகருதி இருவருமாக மாடியிலிருந்த அறையொன்றில் நெருங்கி உட்கார்ந்திருந்தார்கள், இருவரும் புணர்வதுபோன்ற கற்பனையில் மூழ்கினார்கள். வெகுநேரம் "நாங்கள் சிலந்திகள் அல்லது இலை அட்டைகள்" எனத் தங்களை அழைத்துக்கொண்டும் அல்லது அது போன்ற சிறுபிள்ளைத்தனமான வேறு காரியங்களையும் தொடர்ந்தார்கள்.

இரவு நெருங்கியபோது, அவர்கள் இருவரும் முழுமனிதரல்ல அரைமனிதரென உணர்ந்தார்கள். அவர்கள் எடுத்துக்கொண்ட அத்தனை முயற்சிகளிலும் – அவற்றுள் சிறுசிறு அசைவுகளும் அவர்கள் சுவாசமும் அடக்கம் – ஒரு நிறைவுறாத நிலைக்கு இருவரும் தள்ளப் பட்டிருந்தார்கள். இந்த முதல் தளத்தில், ஆதாம் தங்கியுள்ள அறைக்கு நேர் மேலாக பில்லியார்ட் விளையாட்டு மேசை ஒன்றிருந்தது. அம்மேசை மிகவும் பழைய விரிப்பொன்றால் மூடப்பட்டிருந்தது. அதன் மீதுதான் அருகருகே இருவரும் படுத்திருந்தார்கள். அவர்கள் கண்கள் உட்தளத்தை வெறித்துப் பார்த்துக்கொண்டிருந்தன. ஆதாம் முகத்தில் சலிப்பும் சந்தோஷமும் சேர்ந்திருந்தன. தன்னுடைய இடது கையை பில்லியார்ட் விரிப்பில் கிடைக்கோடுவாட்டத்தில் போட்டிருந் தான், கூரையைப் பார்த்தவாறு உள்ளங்கை திறந்திருந்தது. மிஷெல் சிகரெட் ஒன்றைப் பற்றவைத்தாள், சாம்பலை பில்லியார்ட் மேசையின்

பைகளில் ஒன்றில் போட்டுத் திருப்தியுறும் எண்ணமிருந்தது. தலையைத் திருப்பாமலேயே பக்கவாட்டில் படுத்திருந்த ஆதாமின் உருவத்தைப் பார்த்தாள். அதிலொரு சலிப்பையும் திருப்தியுறாத தன்மையையும் கண்டு எரிச்சலுற்றாள். நடந்த அத்தனையும் சகிக்க முடியாதது. ஏதோ ஒன்றிற்குத் தான் பொறுமையின்றிக் காத்திருப்பதுபோல உணர்ந்தாள். எதற்காகவென்று கடவுள் மட்டுமே அறிவார், அது ஸ்ட்ராஸ்பூர் செல்லும் ரயிலுக்காகவும் இருக்கலாம், முடிதிருத்தும் கடையொன்றில் தனது முறைக்காகவும் இருக்கலாம்.

ஆதாம் அசையாமல் கிடந்தான். கண்ணிமைக்கும் நேரந்தான் அதன் பின்னர் கால்களை அசைக்கவும் புருவங்களை உயர்த்தவும் நினைத்திருக்க வேண்டுமென விளங்கிற்று. உதடுகள் அசைவற்றிருக்க ஏதோ முணுமுணுப்பதுபோல் தெரிந்தது, என்னவென்று விளங்காததால், அதைத் திரும்பச் சொல்லுமாறு. மிஷெல் வற்புறுத்த வேண்டியிருந்தது . . .

“பெண்களிடம் எனக்குப் பிடிக்காதவை எவையென்பது பற்றிச் சொல்லிக்கொண்டிருந்தேன்” என்றவனின் கவனம் உட்தளத்தின் மீது சென்றது. ஒவ்வொன்றையும் தொடர்ந்து அவதானித்தான். பிளாஸ்டரில் ஒரே அளவாகப் பூசியிருந்த வெளிர்பச்சை வண்ணத்தில் சொரசொரப்பானதென்று சொல்ல எதுவுமில்லாததால் அதன் மையத்தைக் குறிவைத்துப் பார்த்தான், அங்கே கண்களைச் சிறை படுத்தக்கூடிய ‘புடைப்பு’ என்று எதுவுமில்லை; சுவர்கள், மூலைகள் எதுவும் கண்ணில்படவில்லை; தளத்தின் பரப்பு சமமாக இருக்கிற தென்பதைச் சொல்லக்கூட ஒன்றுமில்லை, காட்சி எல்லைக்கு இணையாக இருக்கிறதென்கிற உண்மையைத்தவிர. வெளிர் நிற பச்சையில், தொட்டால் வழவழப்பான தன்மையுடன், சிற்சில இடங்களில் நொறநொறவென்று இருந்தபோதிலும், மனிதன் படைத்தது. மையத்தை நன்றாக மீண்டும் குறிவைத்து அரைக் கண் மூடி பார்த்த போது, கணத்தில் ஒரு புதிய வகை உரையாடலைச் சந்திக்க வேண்டி யிருந்தது. இப்புதிய உரையாடலில் புடைப்பு, ஈர்ப்புத்தன்மை, வண்ணம், தொடு உணர்வு, காலமும் தூரமும் ஆகியவை அர்த்தமிழந்துபோயின, உங்களிடமுள்ள இனவிருத்தி ஆசையையும் அது முற்றாக ஒழித்து விடும்; கடைசியில் முடக்கப்பட்டு, எந்திரம்போல இயங்குவீர்கள் – இந்நிலை இருத்தலுக்கு எதிரான வாழ்க்கையின் முதல் கட்டம்.

“இந்தக் குணம்தான் பிடிக்கலை – பெண்களின் தேவைகள் என்று கூறுவதெல்லாம், வெட்கமற்ற புலன்சார்ந்தவை. பிறருக்கு அவை அதிக முக்கியம் வாய்ந்தவை அல்ல என்பதைப் போல, அவர்கள் வெளிப்பாடுகள் அநேக நேரங்களில் பொய்யானவை.”

அசட்டுத்தனமாகச் சிரித்தான்:

“உணர்ச்சிகளால் நாம் திணிக்கப்பட்டிருக்கிறோம், ஒருவர்கூட விதிவிலக்கல்ல! அதேநேரத்தில் எல்லோரும் ஒரே மாதிரிதான் என நினைப்பதும் கடுமையானதுதான். அப்படியல்ல, நம் மக்களுக்கு முதலில் எதையாவது சொல்லியாகணும், சொல்லப்பட்டதைப் பிறகு தான் அலசி ஆராய்வார்கள், அதனைத் தொடர்ந்து அவற்றுக்கான

வினை – எதிர்வினைகளைக் கட்டமைப்பார்கள் – ஆவணப்படுத்த வேண்டுமானால் அவை உதவலாம், அதுவும் தவிர . . .”

ஆதாம் தனது வாதத்தை முடிப்பதாக இல்லை: “நுண்பொருள் இயலை நாம் எப்படிக் கட்டமைக்கிறோம் என்பதையும் உனக்குத் தெரிவித்தாகணும்: ஒரு காப்பியை வைத்துக்கொண்டோ; கட்டிலில் பெண்ணொருத்தியுடனோ, சாலையில் வாகன விபத்தில் அடிபட்டுக் கிடக்கும் நாய்க்கு முன்பாகவோ நுண்பொருள் இயல் பற்றிய ஞானம் வரும். அந்த நாயும் சாதாரணமாகச் செத்திருக்கக் கூடாது, அதன் குழியிலிருந்து கண்களிரண்டும் தெறிச்சு வெளியில் வந்திருக்கணும், வயிறு வெடிச்சு குடல் மொத்தையா ரத்தமும் பித்தநீரும் நுரைத்துக் கிடக்கணும் –” என்றபடி முழங்கைகளின் ஒத்தாசையில் நேராக உட்கார்ந்தவன், தான் சொல்வதனைத்தையும் மிஷெல் ஏற்றுக்கொள்ள வேண்டும் என்பதுபோல் தொடர்ந்தான்:

“நீ எதையோ எதிர்பார்த்துக் காத்திருப்பதுபோல இருக்கிறது, இல்லையா? அந்த ‘எதையோ’, கசப்பைத் தரக்கூடிய விஷயமாக இருக்கலாம், அல்லது உனது காத்திருப்பு கவலைகளெல்லாம் கசப்பான விஷயங்கள் அன்றி, நேரவிருக்கும் ‘அபாயங்கள்’ பற்றியதல்ல இல்லையா? ஆமாம் நீ கசப்பான விஷயங்களுக்குத்தான் காத்திருக்கிறாய் நல்லது, கேள் சொல்கிறேன், நான்கூட எதற்கோ காத்திருப்பது போன்ற எண்ணம். ஆனால் ஒன்றைப் புரிந்துகொள்ள வேண்டும் காத்திருப்பில் எனக்குக் கவலைகளெல்லாம் இல்லை. கசப்பானதோ வேறு எதுவோ ஒரு நாள் இல்லாட்டி ஒருநாள் கண்டிப்பாக நடக்குமென்று எனக்குத் தெரியும். அந்த அடிப்படையில் பார்க்கிறபோது எனது காத்திருப்பு கசப்பான விஷயங்கள் குறித்ததல்ல, அது ஒருசில ஆபத்தான விஷயங்கள் பற்றியது. உனக்கு விளங்குகிறதா? கனவுலகத்தில் மிதக்காமல், காலை பூமியில் வைத்து நடந்தால் புரியும். எதற்கோ காத்திருப்பது போன்ற உணர்வு உனக்கு இருக்கிறதென்ற செய்தியை, தற்போது சொல்லாமல் நீ மறந்ததை இதற்கு முன்பாகக் கூறியிருந்தால், அக்காத்திருப்பு எதற்காகவென்று உனக்கும் தெரியும், அது ‘மரணம்’ அன்றி வேறெது? உண்மையும் அதுதான், நல்லது, எனக்கு உன்னைப் புரியுது. என்றைக் கேனும் ஒரு நாள் காரண காரியத்தைப் புரிந்துகொண்டு, ‘மரணத்தை’ எதிர்பார்த்துதானே ஆகவேண்டும் . . . ஒன்றை நீ புரிந்துகொள்வாய் அல்லவா? நீ நினைப்பதுபோல பிரச்சினைக்குரியது ‘கசப்பான உணர்வு’ அல்ல, மாறாக நாம் அறிந்தோ அறியாமலோ ஒவ்வொரு தருணமும் மரணத்திற்கெனக் காத்திருக்கும் உண்மை. ஆமாம் அதேதான் . . . அதாவது . . . என்னசொல்ல வருகிறேனென்று, உனக்கும் தெரியும். ‘இருத்தல்’ என்றொரு உண்மைக்காகவே நடைமுறைப்படுத்தப்படும் ஒருசில வாழ் நெறிகளும் இல்லாமலில்லை, மனிதர் கூட்டத்தை ஒன்றிணைக்க வேண்டிய வழிவகைகளை நன்றாகவும் அது செய்கிறது, அதில் உன் பங்கென்று நீ விட்டுச்செல்வதோ எதிர்மறையானது. இதைச் சொல்கிறபோது, கிரேக்க தத்துவவாதியான பார்மெனைட்ஸ் *(Parmenides)* நினைவுக்கு வருகிறார். அவர் என்ன கூறினார் தெரியுமா, “ஒருவனால் எப்படித் தனது இருத்தலைக் கட்டமைக்க முடியும்?

எப்படி ஒருவனால் தனது பிறப்பை நடத்த முடியும்? காரணம் பிறக்கிறான் என்றால், அவனில்லை, அதாவது இல்லாததால்தான் பிறக்கிறான், என்றாவதொரு நாள் அவன் பிறப்பு உறுதிசெய்யப்பட்ட தெனில், அவன் இல்லையென்பதும் இல்லை. அப்படிப் பார்க்கிறபோது உயிரியின் தொடக்கமே இல்லை, அணைந்துபோகிறது, அதுபோலவே அதன் 'முடிவும்' விசாரணைக்கு உகந்ததல்ல என்றாகிறது. இந்த உண்மையைத்தான் விவாதித்தாக வேண்டும், ஐயுறுதல் வேண்டும். மிஷெல்! அவ்வாறில்லையேல், வெற்றுச் சிந்தனைகளால் ஒரு பயனு மில்லை, அவற்றை விவாதித்து ஆகப்போவதும் ஒன்றுமில்லை."

அடுத்தகணம் மிஷெல் மனத்தைக் காரணமின்றிப் புண்படுத்தி விட்டோமோ என நினைத்தான், அந்த வகையில் வருந்தவும் செய்தான். செய்த குற்றத்திற்கு நிவாரணம் தேட முனைந்தவன்போல:

"மிஷெல், உனக்குத் தெரியாததொன்றுமில்லை. நான் சொல்லி விளங்கவைக்க வேண்டிய அவசியமும் உனக்கில்லை. நீ அப்படிக் கூறினாயெனில் அதற்குக் காரணம் இருக்கும். முடிந்தால் எனக்குப் பதில் சொல்? ஏன் கூடாது? ஒன்றில்லாமல் மற்றொன்று இல்லை – இறுதியில் ஒருவேளை இந்த உண்மைதான் பார்மெனைட்ஸ் கூறியதைக் காட்டிலும் பெரியதாக இருக்கக்கூடும்..."

தற்போது அவனுடைய முறை என்பதுபோல் தலையைப் பக்க வாட்டில் சாய்த்து இரு கண்களாலும் இளம்பெண்ணின் உருவத்தை அவதானித்தான். முழுமையாக அவளைப் பார்த்தான் எனக் கூற முடியாது. திடுநிகழ்வாக ஒரு கூடலுக்கு அங்கே இடமுண்டு என்பதை உணர்ந்தவன்போல அச்சந்தோஷத்தைத் திரும்பப்பெற்றான். இரண்டு துண்டாய்ப் பிரித்து நடத்திய உரையாடல்களை ஒன்றிணைக்க உதவிய ஓர் இணைப்பாணியென்று இச்சம்பவத்தை எடுத்துக் கொண்டவன் போல மீண்டும் தொடர்ந்தான்:

"அதாவது, மெய்மைசம்பந்தமான வாதங்கள் அல்லது வாக்கு வன்மைகளில் – எனது கருத்தின்படி பார்க்கிறபோது, இதுதான் சரியான சொல் – அதாவது காரண காரிய தேடல் வழிமுறைகளில் 'அனுபவங் களை'க் குறித்து ஒருவரும் அக்கறை கொள்வதில்லை. மாறாக ஒன்றே ஒன்றை மட்டும் என்னிடம் கூறினால் போதும்: இப்போது மணி என்ன? என்றபொருளில் ஆங்கிலத்தில் '*What time is it*' என்பதாக அக்கேள்வி இருக்கட்டும். அக்கேள்வியை எப்படி நான் பொருள் கொள்வேன் என நினைக்கிறாய்: என்ன, எது, எந்த, எவையென்ற பொருள் கொண்ட '*WHAT*' – என்ற சொல்லை துல்லிய வினா வகை சார்ந்ததெனக்கொள்வேன். இப்பிரபஞ்சத்தில் அனைத்துமே பட்டியலிடப் படுகிறது, அட்டவணைப்படுத்தப்படுகிறது, தேர்வென்பது எப்பொருளுக்கு எதுபொருந்துமோ அதனை மேசை இழுப்பறையி லிருந்து எடுப்பது போன்றது, பிரபஞ்சத்தின் இத் தவறான திட்டமிடலில் இந்த '*WHAT*' என்ற சொல்லுக்கும் பங்கிருக்கிறது. *TIME* – நேரம் – ஓர் அரூபக் கணிப்பு – நிமிடங்களாகவும் நொடிகளாகவும் பகுக்கக் கூடியது, அவற்றை மேலும் பலவாகப் பகுத்து – இறுதியில் மற்றுமொரு

அரூபக் கணிப்பை எட்டி – அவ்வெண்ணை 'முடிவிலி' என்போம். வேறுவகையில் சொல்வதெனில் காலம் முடிவாகவும் – முடிவில்லாத தாகவும், அளவிடக்கூடியதாகவும் – ஒப்பிடவியலாததாகவும் இருக்கிறது; ஆக முரண்பாடுடைய அபத்தமான தர்க்கம். அடுத்து *'Is'?* – இருப்பு – மனித உணர்ச்சிகளின் தொகுப்பு – அரூபத்திற்கு எதிர்நிலை, பருப்பொருள் –உளதாம் தன்மையுடையது. இறுதியாக *'It'?* – 'அது'? முன்பு கூறியதுதான். 'அது' இருப்பற்றது, ஆணியக்கோட்பாட்டை ஓர் அரூபமாக – காலத்தை நினைவூட்டும் வகையில் – பொதுப்படுத்தும் வித்தை, அதைத் தவிர இலக்கண அடிப்படையில் பார்க்கிறபோது ஒரு வழுவமைதி, ஒருவரையும் குறிப்பாகச் சுட்டாதது. பண்பில் 'Is' உடன் சம்பந்தப்பட்டது. கொஞ்சம் பொறு. இம்முழு வாக்கியமும் காலம் சார்ந்த விஷயம். *"What time is it?"* இக்கேள்வி எனக்குத் தரும் நெருக்கடிகள் எவ்வளவு தெரியுமா? இல்லை அப்படிச் சொல்லக் கூடாது, நெருக்கடிகளை அது தரவில்லை, அக்கேள்வியால் நெருக்கடியை நானே தேடிக்கொள்கிறேன். தன்னுணர்வு பாரத்தில் நசுங்கிக்கொண் டிருக்கிறேன். *'It'* ஆல் நான் செத்துக்கொண்டிருக்கிறேன் என்பது ஓர் உண்மை. என்னை அது கொல்கிறது. வாழ்க்கை தருக்கமல்ல, ஒருவேளை அது உள்ளுணர்வின் ஒழுங்கின்மையாக இருக்கலாம், உயிரணுவின் ஒருவித நோய். எப்படியோ போகட்டும், அதொரு காரணம் அல்ல. சரி, அது பற்றிக் கட்டாயம் பேசவேண்டும், வாழ்ந்தாக வேண்டிய நிர்ப்பந்தமும் நமக்கு இருக்கிறது, ஏற்றுக்கொள்கிறேன். இருந்தபோதிலும் மிஷெல், உபயோகமான விஷயங்களை மட்டுமே பேசிக்கொண்டிருக்க வேண்டுமா என்ன? மற்ற விஷயங்கள்? அவற்றை நாம் மறக்கின்றவரை; எப்போதாவது கால்களை அசைத்து, மூலையில் கூனிக்குறுகி, உயிரினங்கள் மீது அதீத காதல்கொண்டு, நமக்கே நமக்கென்று எப்போது வாழத் தொடங்குகிறோமோ அதுவரை; நம்மிடம் பத்திரமாக அவை இருக்கலாம்."

மிஷெல் வாய் திறக்கவில்லை, அமைதியாகவே இருந்தாள், வருத்தமோ ஏமாற்றமோ இல்லை, மாறாக அவள் இருப்புக்குப் பல வழிகளிலும் ஏற்பட்ட அசௌகரியத்தில் கவனம் இருந்தது. ஞாபகப் படுத்த இயலாத சின்னச் சின்ன அசைவுகள், விளங்கிக்கொள்ள இயலாதப் பேச்சு, மிக அரிதாகக் கேட்க முடிகிற ஓசைகள், வீட்டிலிருந்தும், வெளியிலிருந்தும் கேட்கிற சின்னச் சின்ன சத்தங்கள் எனக் கடந்த சில மணி நேரங்களாகவே நெருக்கடிக்கு உள்ளாகியிருந்தாள். அதன் பலனாகக் காதுக்குள் மிகச்சிறிய ஒலிபெருக்கியொன்றைப் பொருத்தி, வேண்டும்போது ஓசையைக் கூட்டவும் குறைக்கவும்; அதன் ஒலிவிசையை ஓர் அளவிற்குமேல் தாண்டாமலும்; புரிந்து என்ன ஆகப்போகிறது, புரியவே வேண்டாம் என்பதுபோலவும் நடந்துகொள்ள ஒருவேளை ஏதேனுமொரு கருவியை அவள் கண்டுபிடிக்கலாம், யார் கண்டது?

"மணி என்ன?" கொட்டாவி விட்டபடி அவனைக் கேட்டாள்.

"இவ்வளவு தூரம் சொல்லியும், அக்கேள்வியை நீ விடுவதாக இல்லை?" – ஆதாம்

"ஆமாம் இப்போது என்னநேரம்?" – மிஷெல் வற்புறுத்தினாள்

"இரவில் ஏதோ வெளிச்சம், சுழலும் பூமியைச் சுற்றிலும், எங்கிருந்து வந்ததென, எடுத்துரைக்க முடியாததொரு ஒளி ..."க்சூரிய நேரம்.

"ஆதாம், கொஞ்சம் அக்கறையோடு காது கொடுத்துக் கேளு – இப்போது மணி ஐந்துக்கு மேல் இருக்கலாம், வேண்டுமானா பந்தயம் கட்டுவேன்."

ஆதாம் தனது கைக்கடிகாரத்தைப் பார்த்தான்:

"நீ தோற்றுட்ட, இப்போ மணி நான்கு ஐம்பது."

மிஷெல் எழுந்தாள், பில்லியார்ட் மேசையிலிருந்து இறங்கி இருள் மண்டிக்கிடந்த அறைக்குள் சென்றாள். மூடிய சன்னலின் சட்டத்திற்கிடையில் வெளியில் பார்த்தாள்.

"வெளியில், இன்னுங்கூடச் சூரியன் தெரியுது?" எனக் கூறியவள், சட்டென்று முதுகுப்பக்கம் அவள் சட்டை வியர்வையில் நனைந் திருப்பதை உணர்ந்தவள்போல:

"இன்றைக்கு வெயில் மிகவும் அதிகம்" – என்றாள்

"நாம கடுங்கோடை காலத்திலே இருக்கிறோம்" – ஆதாம்

சட்டையின் பொத்தான்களை அணிந்தாள் (உண்மையில் ஆண்களுக் கான சட்டையை வெட்டி அவளுக்கு ஏற்றாற்போல தைக்கப்பட்டிருந்தது). அதனை அணியும் வேளை, சன்னல் சட்டங்களின் இடைவெளியி லிருந்தோ, அங்குச் சிறியதாகத் தான் கண்ட காட்சியிலிருந்தோ அவள் கண்களைக் கணநேரங்கூட விலக்கவில்லை; ஒரே இருட்டாக இருந்தது, அவள் கறுப்பாகத் தெரிந்தாள், புருவங்கள் மட்டத்தில் ஒரே ஒரு ஒளிக்கீற்று விழுந்து அவளை இரண்டாகப் பிரித்திருந்தது. ஒளிக்கீற்றின் கீழ் அவ்வுடல்கள் அரைகுறையாகப் பார்க்கப்பட வேண்டும் என்பதற்காகவே எவரிடமோ ஒப்படைத்திருப்பதுபோல அவர்கள் உடல்கள் அங்கிருந்தன. அவள், சன்னல் சட்டங்களுக்கிடையில் 1.5 செ.மீட்டருக்கு 31 செ.மீ. என்ற அளவில் கிடைத்த இடைவெளியில் பார்வையைச் செலுத்த; அவன், அதனை யூகிக்க இயலாதவனாய் பில்லியார்ட் மேசையிலேயே படுத்திருந்தான்.

"எனக்குத் தாகமாக இருக்கிறது. பீர் பாட்டிலொன்று மிச்ச மிருக்குமா?" மிஷெல் வினவினாள்.

"இல்லை, மாறாக வீட்டின் மற்றொரு பக்கமுள்ள தோட்டத்தில் தண்ணீர் குழாய் இருக்கிறது. தண்ணீர் விடும் நிறுவனம் மூடாமல் விட்டிருப்பது அதுவொன்றுதான் ..."

"குடிப்பதற்கென்று, நீ எதுவும் வைத்திருப்பதில்லையே ஏன்? அவ்வப்போது மாதுளம் பழச்சாறோ அல்லது அதுபோன்ற வேறு எதையோ வாங்கி வைத்துக்கொள்வதில் என்ன சிரமமிருக்க முடியும்?"

"சிரமமில்லை, ஆனால் அதை வாங்குவதற்கான சக்தி வேண்டு மில்லையா? அது என்னிடத்தில் இல்லை பெண்ணே". – என்பது

ஆதாமுடைய பதில். அப்போதுகூட அசையாமல் கிடந்தான். தொடர்ந்து, "உனக்கு விருப்பமென்றால் சொல், நகரத்திற்குச் சென்று ஏதேனும் குடிப்போம்?" என்றான். மிஷெல் திரும்பினாள். அறையையும் இருட்டையும் ஒருசேரப் பார்த்தாள், ஒரு கரும்புள்ளிபோல அவள் கண்களில் அவற்றின் நிழல், மினுமினுப்பின் பின்புலத்தில் தெரிந்தது.

"அதைக்காட்டிலும், கடற்கரைப்பக்கம் சென்றுவரலாம்" – மிஷெல்.

கடற்கரை நெடுக பாறாங்கற்களுக்கிடையில் நடப்பதென இருவரும் சம்மதித்தார்கள். அவர்களுக்கு ஏற்றாற்போல் கடத்தல்காரர்கள் உபயோகத்திலிருக்கிற பாதையொன்று கடற்கரையிலிருந்து சென்றது, இருவரும் ஜோடியாக உரையாடல் எதுவுமின்றி நடந்தார்கள். வழியில் தூண்டிலில் மீன் பிடிக்கிற மனிதர்களை எதிர்கொண்டார்கள். அவர்கள் வேலையிலிலிருந்து வீட்டுக்குத் திரும்புவதுபோல தோளில் தூண்டிலுடன் இருந்தார்கள். இருவரும் நிதானமாக, நீரையொட்டியும் இல்லாமல், குன்றை ஒட்டியும் இல்லாமல் கடலை ஒட்டினாற்போலப் போதுமான உயரத்தில் நடந்தார்கள். தகுந்த இடைவெளியில் சோற்றுக்கற்றாழைகள் கண்ணுக்கும் கருத்திற்கும் இதம் தரும் வகையில் நடப்பட்டிருந்ததைக் கண்டார்கள். கடலும் அவ்வாறே இருந்தது, கடல் நீர் முகப்பிலும் வடிவகணித சித்திரம்போல் கூர்மையான முகடுகள், பார்க்க அலைகள் போன்றிருந்தன. அவ்வளவும் கவனத்துடன் நெய்த அவுண்ட்ஸ்டூத் *(houndstooth)* வகை துணியென்றோ அல்லது வண்டுகள், நத்தைகளுக்காகவே ஏற்படுத்தப்பட்டத் தோட்டமென்றோ சொல்லும்படி இருந்தன.

குன்றுபக்கமாக, பத்துப் பன்னிரண்டு வீடுகள் தெரிந்தன. அங்கிருந்து பார்க்க கீழே வேர்கள் போல கழிவு நீர்க்குழாய்கள் பாம்பு நெளிவது போல் செல்வதும் ஓரளவிற்குத் தெரிந்தது. ஒருசில மீட்டர்கள் தூரத்திற்கு அப்பால் இவர்கள் நடந்த பாதை சிமெண்ட்டால் ஆனதொரு காப்பரணைத் தாண்டிச் செல்வது போலிருந்தது. செங்குத்தாக இறங்கிய படிகள் ஒரு சுரங்கக்குழிக்குள் முடிந்தன, மறுபக்கம் மேலேறிய படிகளுடன் ஒருவகையான துர்நாற்றமும் வெளி வந்தது. ஆதாமும் மிஷெலும் அக்கட்டடம் யுத்தகாலங்களில் பயன்படும் ஒரு காப்பரண் என அறியாமலேயே அதைச் சுற்றிக்கொண்டுவந்தார்கள். அக்கட்டடம் வில்லாக்களில் ஒன்றாக இருக்குமோவெனச் சந்தேகித்தவர்கள், எப்படி அதன் உரிமையாளர்களால் இப்படியொரு துர்நாற்றத்தின் அருகே வாழமுடிகிறதெனவும் தங்களைக் கேட்டுக்கொண்டார்கள்.

நிலப்பகுதியின் மறுகோடியை இருவரும் அடைந்தபோது சூரியன் முழுவதுமாக மறைந்திருந்தது, அதன் பிறகு அவர்கள் போன பாதை காணாமல் போயிருந்தது; ஒருபாதி வானம் அவர்கள் தலைக்கு மேலிருக்க, மறுபாதி கடல்பக்கமாக நீண்டிருந்த மலையால் மறைக்கப்பட்டிருந்தது, இருவரும் ஒவ்வொரு கல்லாகத் தாண்டியாக வேண்டிய நிர்ப்பந்தம். சிறிது கூடுதலான உயரத்திலிருந்து குதித்ததால், மிஷெல் கால் சுளுக்கிக் கொண்டது. ஒரு பாறைமீது இருவருமாகத் தங்களை ஆசுவாசப்படுத்திக் கொள்ளவென உட்கார்ந்தார்கள். இருவருமாகப் புகைத்தார்கள்: அவன் இரண்டு சிகரெட்டுகளைப் புகைக்க அவள் ஒன்றைப் புகைத்தாள்.

கரையிலிருந்து நூறு மீட்டர் தூரத்தில் ஒரு பெரிய மீனொன்று போனது, அதன் கறுத்த உருளைவடிவ பாதி உடல் நீர்மட்டத்திற்கு மேல் தெரிந்தது. 'சுறா மீனாக அது இருக்க வேண்டும்' என்றான் ஆதாம். ஏற்கனவே இருட்டத் தொடங்கியிருந்ததால், அவர்களால் உறுதிப்படுத்த முடியவில்லை. மீனுக்குத் துடுப்பு இருக்கிறதா இல்லையா என்பதைக்கூட அவர்களால் தெரிந்துகொள்ள முடியவில்லை.

அரைமணிநேரத்திற்கு நீரில் போவதும் வருவதுமாக இருந்தது, ஒவ்வொருமுறையும் மீனைச்சுற்றி உருவான நீர்வளையம் பெரிதாகிக் கொண்டு போனது. அச்சுருள் வட்டங்களில் ஒழுங்கில்லை; கிறுக்குத் தனமான வட்டங்கள், தனது வழியைத் தவறவிட்ட வெறிபிடித்தமிருகம் செய்யும் காரியம். தொடர்ந்து குளிர்ந்த, வெப்ப நீரோட்ட அடுக்குகளில் அயராமல் மீன் மோதிக்கொண்டிருந்தது. பசி, இறப்பு, அல்லது முதுமை அதன் வயிற்றை நச்சரித்துக்கொண்டிருக்கலாம். மனம்போன போக்கில் அலைந்தது, அதன் உத்வேகத்தைப் பார்க்கிறபோது கிட்டத் தட்ட ஒரு மரக்கலம்; செயல்பாட்டிலுள்ள குறைகளில், மண்மேடு; அதன் எதிர்மறை நித்தியம் கிட்டத்தட்ட கட்புலனுக்கு எட்டாததாக இருந்தது.

ஆதாமும் மிஷெலும் எழுந்தபோது, கடைசியாக ஒருமுறை மீன் கண்ணில் பட்டது: அலைகளுக்கிடையில் எறிகணைபோல மூழ்கி, பிறகு ஆழ்கடலைநோக்கித் திரும்பியதும், மறைந்துபோனது. மிஷெல் ஆதாமை அணைத்துக்கொண்டு முணுமுணுப்பதுபோல:

"குளிருது... ரொம்பக் குளிருது" என்றாள்

ஆதாம், இளம்பெண்ணின் ஸ்பரிசத்தை மறுக்கவில்லை, பதிலாக மிருதுவாகவும், வெதுவெதுப்பாகவுமிருந்த அவள் கரத்தைப் பற்றிக் கொண்டு நடந்தவன், அவள் கூறியதையே திருப்பி:

"குளிருதா? ரொம்பக் குளிருதா?" – என அவன் வினவியபோது

அவனுக்குப் பதில் கூறுவதுபோல:

"ம்..." என்றாள்.

அதன் பின்னர், பொந்துகள் இருந்த பாறைகளை வந்தடைந்தார்கள், சிறியதும் பெரியதுமாகப் பல அளவுகளில் இருந்தன; அவற்றுள் நடுத்தரமாக இருந்த ஒன்றைத் தேர்வு செய்தார்கள், ஒரு ஆள் போகக் கூடிய அளவில் இருந்த அப்பொந்தில் நெடுக இருவருமாக உருண்டார்கள். ஆதாம் இந்த அனுபவப் பரவசத்தில் நாள்தோறும் திளைத்திருந்தான். கற்கள் இடிபாடுகளுக்கிடையில் அப்பரவசம் அவனுடைய புராணிக உணர்ச்சியை, கிளர்ச்சியின் உச்சகட்டத்திற்கு அழைத்துப்போகும்; உலகின் எல்லாக் குப்பைக்கூளங்களிலும், துண்டு துணுக்குகளிலும் தன்னைப் புதைத்துக்கொள்ள விரும்புவதுண்டு. பருப்பொருள், சாம்பல், கூழாங்கற்கள் இவற்றுக்கு நடுவே தன்னை நிறுத்திக்கொண்டு மெல்ல மெல்ல சிலையாகிப்போவான். அச்சிலை இத்தாலி நாட்டின் கராரா பகுதியில் கிடைக்கும் மார்பிளால் செய்ததுபோன்றோ, இடைக்காலத்தில் வடித்த கிறிஸ்துகளைப் போன்றோ உயிர்வாழ்க்கை அதன் வலிகளை

லெ கிளேஸியொ

நகலெடுத்ததுபோல அன்றி, வார்ப்பிரும்பில் செய்து இரண்டாயிரம் ஆண்டுகள் பழமையானதாக அல்லது குறைந்தபட்சம் பத்துப் பன்னிரண்டு வருடங்களேனும் பூமியில் புதைந்திருந்து, தோண்டி எடுத்ததாகக்கூட அல்லாமல், அகழ்வாராய்ச்சி செய்கிறபோது எதிர்பாராமல் மண்ணாங்கட்டிகளுக்கு நடுவே மண்வெட்டியில் தட்டுப்படுகிறபோது அடையாளம் காண்பது. ஒரு விதைபோல, ஆம் ஒரு மரத்தின் விதைபோல, நிலத்தின் வெடிப்புகளில் ஒளிந்து, சிறிதேனும் நீர் கிடைக்காதா என வாய் திறந்துக் காத்திருப்பான்.

தனது கரத்தை மெல்லமெல்ல வலப்பக்கமாகக் கொண்டு சென்றான். அவன் எதைத் தொடப்போகிறோம் என்பதில் உறுதியாக இருந்தான், ஓரிரு நொடிகள் முடிவற்றதொரு பரவசம், அவனுடைய சிந்தையின் மெல்லிய அதிர்வு, மனதில் மிகப்பெரியதொரு ஐயமெனத் தொடர; சில அனுபவமும், நியதியும், மனப்பதிவுகளும் மிஷெல் உடலின் மெல்லிய தோலை அடையாளப்படுத்தியிருப்பதாகக் கூறிக் கொண்டன (ஆடையேதுமற்ற வெற்றுக்கை அருகில் நீண்டிருந்தது), அவனுடைய விரல்கள், குருடானவைபோல இடம் வலமென்று தட்டுத்தடுமாறி இறுதியில் தொட்டதென்னவோ கடினமானத் தரையின் குறுமணலை.

ஒளிந்திருக்கும் நல்லதொரு மரணத்தை, விரும்பும்போதுத் தழுவ தன் ஒருவனுக்கு மட்டுமே இயலுமென்பதுபோல ஆதாம் இருந்தான். எவ்விதப் பிரக்ஞையற்றும் அணையக்கூடிய உயிருள்ள ஜீவனொன்று உலகில் உள்ளதென்று கூறினால், அதுவும்கூட அவனாக மட்டுமே இறப்பான். அம்மரணமும் ஈனமுற்று, உடல் அழுக என்றில்லாமல், தாதுப் பொருளில் முடியும்.

குளிர் பதனப்பெட்டியில் பதப்படுத்தப்பட்டிருக்கிற காட்பிஷ் மீன்கள் தங்கள் துடுப்புகளுக்கிடையிலும், கண்களின் வெண்படலத்திலும் தமது மரண வதையின் சாட்சியாக ஈரத்துளிகளை உலர்ந்திடாமல் கட்டிக்காக்கும், அத்தகைய பலவீனமான பண்புகள் எவையுமின்றி, இவனுடைய சரீரம் வைரம்போல் கடினமாகவும், கரடுமுரடாகவும், விழுந்து நொறுங்கக்கூடியதாகவும், ஸ்படிகத்திற்குள் வடிவியல் உருவில், தூய்மையிலிருந்து விலகாததொரு நிலைப்பாட்டில் சிறைபடுத்திக் கொண்டிருக்கும்.

மிஷெல் எழுந்தாள், தனது ஆடையிலிருந்த தூசுகளைத் தட்டினாள், பின்னர்

"ஆதாம் – ஆதாம் போகலாமா?" எனக் கேட்டாள், பிறகு:

"ஆதாம், நீ என்ன இந்த மாதிரி இருந்துகொண்டு என்னைப் பயமுறுத்துகிறாய், அசைய மாட்டேன் என்கிறாய், சுவாசிப்பதில்லை, உன்னை எவரேனும் கண்டால், செத்த உடல் என்பார்கள்."

"முண்டம் முண்டம்! எனது தியானத்தையும் சிந்தனையையும் கலைச்சுட்டே! உன்னாலே எல்லாம் கெட்டுது. இனி மறுபடியும் எல்லாவற்றையும் முதலிலிருந்து தொடங்கனும்"

"மறுபடியும் எதைத் தொடங்கனும்? ஏன் தொடங்கனும்? எனக்குப் புரியலை"

"இல்லை ... ஒன்றுமில்லை. உனக்கு அதையெல்லாம் விளக்கிச் சொல்ல முடியாது. ஏற்கனவே நான் தாவரமாகவும், பாசி, மரப்பாசி என்றும் பிறப்பெடுத்தாயிற்று, உயிரினப் படிவமாகவும், நுண்ணுயிராகவும் பிறப்பெடுக்க இருந்தேன். உனக்குச் சொன்னால் புரியாது."

எல்லாம் முடிந்தது; நாளின் எஞ்சிய பொழுதின் ஆபத்துகளைத் தவிர்த்தாகிவிட்டதென்று அவன் அறிவான். எழுந்தான், மிஷெலைத் தோளில் கைவைத்து இடுப்பைப் பற்றினான். அவளைத் தரையில் கிடத்தி ஆடைகளை அகற்றினான். அவளைத் தனதாக்கிக்கொண்டான், சிந்தை வேறெங்கோ இருந்தது உதாரணமாக, சுறாமீனின் ஈய உடல் மீதும், அவ்வுடலைக்கொண்டு, ஜிப்ரால்டர் ஜலசந்தியைத் தேடும் வகையில் மேலும் மேலும் பெரிதாக அதுபோடும் வட்டங்கள் மீதும்.

பின்னர் அவன், *"HAOH"* எனக் கத்திக்கொண்டே ஒற்றை ஆசாமியாகப் பாறைகளுக்கிடையில் புகுந்தும், கடற்கரைக்குப் போகிற பாதைநெடுகிலும், புதர்கள், முள்செடிகளுக்கு நடுவிலும் ஓடினான், ஒரு பாறையிலிருந்து மற்றொன்றிற்குத் தாவினான். இருண்டு கிடந்த குடைவுக்குள் தலை வைத்துப் பார்த்தான், அவனுக்கு இடையூறு விளைவித்து விழச்செய்யவும், முழங்காலின் மெல்லிய தோலைக் கிழித்து வேதனையில் துடிக்கிறபோதே, அதனை 'மடக்கென்று' உடைக்கவும் பின்னர் அவ்வுடலை அருவருப்பான ஒட்டுயிரிகளின் கபளீகரத்திற்குப் பலியாக்கவல்ல தட்டையான பாறையொன்றைக் கீழே எதிர்கொள்ள வேண்டிவருமெனவும் முன்னதாக அவனால் யூகிக்க முடிந்தது. இரவு, கருமையின் ஒருவகையான பூரணத்துவத்தை அடைத்திருந்தது; அப்பிரதேசத்தின் பூகோளபடத்தில் ஒவ்வொரு பொருளும் ஒரு புதிய ஒழுங்கின்மையாகத் தோன்றின. வரிக்குதிரையின் முதுகைப் போல பூமியில் வெள்ளையும் கறுப்புமாக அடுத்தடுத்து வரிகள்; அவ்வரைபடத்தில் அடுத்தடுத்தோ, ஒன்றன்மீதொன்றாகவோ மலைகளைக் குறிக்க உபயோகிக்கிற பொதுமைய வளையங்கள், இலக்க *(digital)* விரல்ரேகைகள் போலவிருந்தன. மர்மமான யுத்தமொன்றை எதிர்பார்க்கும் கற்றாழை முட்கள் அணிவகுப்பையும் கண்டான்.

இடது பக்கம் திரண்டிருந்த நீரில் இப்போது அலைகளில்லை, உறைந்திருந்தது, எங்கும் ஆழ்துயில், அனைத்தும் உருக்கு இரும்பு, கவச உடையாகத் தன்னை மாற்றிக்கொண்டிருந்தன.

ஆதாம் சுற்றிலும் இரும்பாகத் தெரிந்த வெளியில் ஓடிக்கொண்டிருந்தான், பிணமாக அல்ல ஆழ்துயிலில் சுவாசித்தவண்ணம் ஓடிக்கொண்டிருந்தான். பூமிக்குக் கீழே நூறு மீட்டர் ஆழத்தில், அவனை நீரோட்டமாகவும், நீர்க்குமிழ்களாகவும் மாற்றவல்ல ஒருவகையான கதவடைத்த உயிரியக்கத்திற்கே உரிய, புதிர் வாழ்க்கையின் நிகழ்வு அது. செம்மைப்படுத்தப்பட்ட புவி ஓடு, தனது கவச உடையைக்

கழற்றாமல், அசைவின்றி நல்ல உறக்கத்தில் ஆழ்ந்திருப்பதுபோல இருந்தது. தனது வலிமைகளை ஒளித்து அவன் உறங்கிக்கொண்டிருந் தாலும், ரத்தமும் செயல் ஆர்வமும் தமனியும் மூளையும் ஒருவித சோபையற்ற மினுமினுப்பை அவ்வுடலில் பிரதிபலித்தன. நெருப்பற்ற தொரு புகை, மின்சாரத் தீ கரிசல் மண்ணிற்குக் கீழ் கனன்று எரிந்தது. புவியின் மேல்தோலான அத்தீ, இயற்கையை ஸ்தம்பிக்க வைக்கவென்று தமது ஆற்றலனைத்தையும் ஒன்று திரட்டி மலைகள், மரங்கள், காற்று அவ்வளவையும், முன்னிலும் வீரியத்துடன் எரிக்கும் அளவிற்குச் சென்றது. சிறிது அகலமாக எதிர்பட்ட பாதை அவனைக் காப்பரண் அருகிலிருந்த சுரங்கக் குழியில் கொண்டுபோய்ச் சேர்த்தது, மறுகணம் துர்நாற்றத்தில் தோய்ந்தான், அதே வேகத்தில் படிகளைப் பிடித்து மேலேறி வந்தான். பாதையின் உயர்ந்த மேடான பகுதியை அடைந் திருந்தான். அக்கடற்கரைப் பகுதியிலேயே இந்த இடமொன்றுதான், கடலுடைய மூன்றுபக்க நீர்பரப்பு, பூமி, வானம் ஆகியவற்றின் காட்சிகளைப் பன்மடங்காகப் பெருக்கிக் காட்டும். அவ்விடத்தில் இனி ஓடுவதில் எவ்விதப் பிரயோசனமுமில்லை என்பதுபோல நின்றவன், சிலைபோலானான்.

இயற்கை வெளிகளிலிருந்து புறப்பட்டுவந்தக் குளிர்காற்று தலை முதல் பாதம் வரை மூடி, அவனுடைய அசைவின்மையை நோக்காடாக மாற்றியது. அசையாமல் அங்கேயே ஒரு கலங்கரை விளக்கம் போல நின்று பிரபஞ்சத்தில், தனது சொந்த ஞானத்தை அவதானித்தான், அக்காரியத்தில் மையத்தைத் தான் உடும்புப் பிடியாகத் தொடர்ந்து பிடித்திருப்பதுபோல உணர்ந்தான்; இப்பிடியை, இவ்வளையத்தை எந்தச் சக்தியும் துண்டிக்கவோ, அகற்றவோ முடியாது. அச்சக்தியில் புவிச்சரித காலத்தில் ஏதாவதொரு வருடத்தில் என்றாவது ஒருநாள், மெல்லிய இரு மரப்பலகைகளுக்கிடையில் அவனைப் புகைப்படம் எடுக்கவிருக்கிற மரணமும் அடக்கம்.

வீசும் காற்றுக்கு எதிராக இரண்டொரு அடிகள் எடுத்துவைத்தான்.

நடந்தான், ஏறக்குறைய நொண்டிக்கொண்டு, பெரும் அழிவிற்கு எதிரே நடந்துகொள்ளும் பாவனையில். அவன் வந்த பாதைக்குக் கீழிருந்த ஒரு பாறைமீது அமர்ந்து அக்கறையின்றித் தொடுவானத்தைப் பார்த்தான். அவன் உருவம் ஒரு மாயப்படிமம் போலிருந்தது, இனம் புரியாத கனவொன்றில் ரத்தச் சிவப்பான பின்புலத்தில் கிடக்கும் நரம்பையொத்து.

கடலின் இன்னொரு பக்கம் பெரிதாய்க் கவனத்திற்குவராததொரு பாய்மரப் படகு போய்க்கொண்டிருப்பது அரைகுறையாய்க் கண்ணில் பட்டது. கால்மணி நேரத்திற்குப் பிறகு, ஆதாமுக்குக் குளிர் எடுத்தது, நடுக்கத்துடன் காப்பரண் பக்கம் திரும்பினான், மிஷெல் அருகிலிருக்க வேண்டுமென்ற எதிர்பார்ப்பு அதிகரித்தது. ஒரு வழியாக அவன் பின்னால் ஓடிவந்ததன் அடையாளமாக மூச்சிரைக்க நின்றாள், பந்தயத்தில் தோற்றுப்போன ஏமாற்றமும் அவளிடமிருந்தது.

6

நிர்மலமான வானம், சூரியன் அக்னிப்பிழம்பாகக் காய்ந்தது. எங்கும் கடுமையான வெப்பம், வயற்காடுகள் மெல்லமெல்ல சிறுத்து ஆங்காங்கே விரிசல்கள். புற்கள் புழுதிபடிந்து மஞ்சள் நிறமாக உருமாறிக்கொண்டிருந்தன. சுவர்களின் ஓட்டைகளில் மண் மூடியிருந்தன, புழுதியையும் மண்ணையும் சுமந்து அவற்றின் பாரம் தாங்காமல் மரங்கள் வளைந்தது. கோடைகாலம் என்றுமே முடியாததுபோல் தோன்றியது. வயல்காடுகளும் மேட்டுப்பகுதிகளின் சம வெளிகளும் வெட்டுக்கிளிகள், குளவிகள் கூட்டத்தால் நிரம்பி வழிந்தன, அவை எழுப்பும் சத்தத்திற்கிடையில் தான் மண்சாலைகள் சென்றன, காற்றின் தடிப்பைச் சவரக்கத்திகள் போன்று அவற்றின் இறக்கைகள் வெட்டித் தள்ளின. நிலத்தின் தாளடிகளில் நெடித்தன்மைகொண்ட அனல்குமிழிகள் முட்டி மோதிக்கொண்டிருக்க, காற்றுவெளி முடிந்த மட்டும் போராடிப்பார்த்தது.

வயல்வெளிகள் ஊடாக மிதிவண்டிகளில் சென்ற மனிதர்கள் தேசிய நெடுஞ்சாலையைப் பிடித்து இறுதியில் மோட்டார் வாகனக் கூட்டத்துடன் கலந்தனர்.

தூரத்தில் வட்டமான அரங்கம்போல இருந்த மலைச் சரிவு வீடுகளின் சன்னல்கண்ணாடிகள் சூரிய ஒளியைப் பிரதிபலித்தன. சாலையின் இருமருங்கிலும் நெடுகக் கிடந்த வயல்களுடன் அக்காட்சியை ஒன்றிணைத்து, மண்தரை களில் ஆங்காங்கே உடைந்த மைக்கா துண்டுகள் கிடப்பதைப் போலவென்று தவறுதலாக – அதன் உண்மைத் தோற்றத்தைத் தவிர்த்து – கற்பனை செய்வது எளிதாக இருந்தது. கனிந்து எரியும் தீக்கங்குகளை, கருமை நிற விரிப்பால் மூடியது போல வெப்பத்தால் கொதிநிலையில் இயற்கை வெளிகள், அவ்விரிப்பில் ஆங்காங்கே பொத்தல்கள், அப்பொத்தல்கள் திடீரென்று சுடர்விட்டு ஒளிர்ந்தன. பூமியிலிருந்து வெளிப் பட்ட காற்றோட்டத்தால், விரிப்பு அலைஅலையாக நெளிந்தது, தூண்கள் போல மேலெழுந்த புகை, மறைத்து வைத்த சிகரெட்டுகளிலிருந்து வரும் புகையை ஒத்ததாக இருந்தது.

விலங்குப் பூங்காவைச் சுற்றிலும் ஒருவகையான இரும்புக் கிராதிகொண்டு மூடியிருந்தார்கள். பூங்காவின்

தென்பகுதி பிரதான சாலையை ஒட்டியிருந்தது, எதிரே கடல். நடுவில் ஒரு வாயில். வாயிலின் இருபுறமும் மரத்தால் செய்த காவலர் கூண்டுகள், வெயிலிலிருந்து பாதுகாக்க இரு பெண்மணிகளுக்கு அக்கூண்டுகள் உதவின. ஐம்பது வயது மதிக்கத்தக்க அப்பெண்மணிகள் பின்னல் வேலைகளைச் செய்துகொண்டோ அல்லது குற்றப் புனைவு களை வாசித்துக்கொண்டோ இருப்பார்கள். பெண்கள் முன்பாக காவலர்கூண்டின் திறப்பிலிருந்து புறப்பட்ட பலகையொன்று நீண்டு கிடந்தது. அதன் மீது இளஞ்சிவப்பு நிறத்தில் அனுமதிச் சீட்டுகள் சுருட்டிய நிலையில் கிடந்தன, எளிதாகக் கிழித்துக்கொடுப்பதற்கு வசதியாக அவற்றில் நுண்ணிய துளை வரிசைகள். நீலவண்ணச் சீருடை, அதே நிறத்தில் தொப்பி என்றிருந்த ஒருவர் ஜெரானிய பூச்செடி மேசைக்கருகில் நின்றிருந்தார், அசையாமல் நின்றிருந்தார் எனச் சொல்ல இயலாது, மரக்கூண்டுகளில் விற்கப்பட்ட அனுமதிச் சீட்டுகளைக் கிழிக்கத் தமது விரல்முனைகளே போதுமென்று நினைத்திருக்க வேண்டும், இளஞ்சிவப்பு துகள்கள் அவருடைய உல்லன் கோட்டில் வயிற்றுப்பக்கம் தொற்றிக்கொண்டிருந்தன. தனக்குப் பின்னால் அசம்பாவிதமாக ஏதேனும் நடக்கக்கூடுமென்ற கவலைகள் எவையும் அவரிடமில்லை; தனது காவல் எல்லைக்கு உள்ளடங்கிய பகுதியையோ; ஆர்வத்துடனும் அக்கறையின்றியும் அவரைக் கடந்து விலங்குக் கூண்டுகளின் கம்பிகள்பின் மறையும் மனிதர் கும்பல்களையோ பார்க்கும் ஆர்வமில்லை; காவலர் கூண்டுகளில் உட்கார்ந்திருக்கும் பெண்மணிகளிடமும் அவர் பேசுவதில்லை. சுற்றுலாப் பயணிகள் கேட்கும் கேள்விகளுக்குப் பொதுவாகவே பதில்கூறும் வழக்கமில்லை; சொல்ல விரும்பினால் சிந்தனையை எங்கோ தொலைத்ததுபோல் பதில் வரும், அப்பதிலையும் அவர்களை நேரிட்டுச் சொல்லாமல், கடற்கரையிலிருக்கும் ‘லெ பொடோ’ உணவு விடுதியின் கூரைமீதுள்ள விளம்பரப் பதாகைகளிலும், அலங்காரக் கொடிகளிலும் தனது கவனத்தைச் செலுத்தியவண்ணம் கூறுவார். சில நேரங்களில் தவிர்க்க முடியாமல் “நன்றி, ம் . . .” அல்லது “போகலாம் . . . போங்கள்” – என்றோ அல்லது அதுபோன்ற வேறு பதில்களைக் கொண்டோ சமாளிப்பார். பிறகு வேறு வகையான மக்கள் இருக்கிறார்கள், மரமண்டைகள், அவர்களுக்குச் சூட்சமமும் போதாது; அவர்கள் கையிலிருக்கும் நுழைவுச்சீட்டைப் பெற்று மெதுவாகக் கிழிப்பார், இரண்டாகக் கிழிக்கிறபோது, மணி கட்டுகள் தலைகீழாக முறுக்கப்பட்டுத் திரும்பும், இனி உபயோகமில்லை என்றானதும் நுழைவுச் சீட்டுக்கள் இடப்புறமுள்ள குப்பைக்கூடையில் விழும். சிறிது கூடுதலாக வார்த்தைகளை உதிர்ப்பதென்பது அப்போது தான்:

“ஆமாம் மேடம், நீங்கள் சொல்லவேண்டாம் எனக்கு விளங்குது, ஆனால் *5:30*க்கெல்லாம் பூங்கா மூடப்படும்.”

“கவலையே படாதீங்க, உங்களுக்குப் போதுமான நேரம் இருக்கிறது. ஆனால் *5:30*ன்னு ஞாபகம் வச்சுக்குங்க, ஆமாம் மேடம் . . .”

சுற்றிலும் மக்கள் பேசுவதில் ஒருசிலவற்றைமட்டும் காதில் வாங்கியபடி, கால்போனபோக்கிலே கூண்டுகளுக்கிடையில் புகுந்து

ஆதாம் நடந்தான். விலங்குகள் பறவைகள் வீச்சம், அவற்றின் கழிவுகள் வெளியேற்றும் வீச்சமென்று நாலாவிதமான வீச்சங்களையும் சுவாசிக்க வேண்டியிருந்தது. சிறுநீரைச் சுமந்தும் வரும், மஞ்சள் நிறங்கொண்ட அவ்வீச்சம் பிரத்தியேகக் குணத்தைக் கொண்டது, சிலவற்றின் புலன் உணர்வுகளுக்கு – குறிப்பாக விலங்குகளுக்கு – ஒருருவகை சந்தோஷத்தை அவ்வீச்சம் தரும். ஆதாம் தற்போது பெண் சிங்கமொன்றின் கூண்டெதிரே நின்றான்; தொய்வுடைய தசை மடிப்புகளாலான விலங்கின் உடலை வெகுநேரம் அவதானித்தான். அப்பெண்சிங்கம் ரப்பரால் வார்த்தெடுத்த நெகிழ்வுத்தன்மை கொண்ட பெண்ணொருத்தியாக இருந்திருக்கக்கூடுமென்றும்; திணற அடிக்கும் விலங்கின் வீச்சத்தில் உதட்டுச்சாயம், புகையிலை, பெப்பர்மிண்ட் மூன்றும் கலந்திருந்ததால் அவ்வீச்சம் புகைபிடித்துப் பழகிய வாய்க்குரியதென்றும் முடிவுக்கு வந்தான். தெளிவற்ற இது போன்ற உண்மைகளும் விலங்கின் ரோமங்களும் அதன் தோல் வெடிப்புகளும் விலங்கின் உதடுகளில் ஒருவித ஒளி வட்டத்தை ஏற்படுத்தியிருந்ததையும் தனது கற்பனையில் கண்டான்.

விலங்கைப் பார்வையாளர்களிடமிருந்து பிரிப்பதற்கென்று அமைத்திருந்த தடுப்பு வேலியில் கையூன்றிச் சாய்ந்தான். விலங்கின் கழுத்துக்குக் கீழே கைகொடுத்து அடர்த்தியாகவும் பட்டுபோன்று மிருதுவாகவும் உள்ள ரோமத்திற்குள் விரல்களை அழுந்தத் திணித்து, தனது கூர் நகங்களை ஆணிபோல் பதிக்க வேண்டுமென்று மேலோங்கிய உந்துதல் வயப்பட்டான். அவனது இவ்வுந்துதலில் சூரியனைப் போல அனலாய்க் கொதிக்கிற விலங்கின் நீண்ட உடலை, தனது உடல் கொண்டு (அவ்வுடல் சிங்கத்தின் பிடரி மயிரும் தோலுமாய் மாறி யிருந்ததோடு அசாதாரண பலமும் வேறெங்கும் காணாததொரு விலங்காகவும் உருவெடுத்திருந்தது) – பிணைத்துக்கொள்ளும் அவாவும் அவனுக்குள் எழுந்தது.

கூண்டுக்கு முன்பாக வயதான பெண்மணி ஒருத்தி, அவள் கரத்தைப் பிடித்தவண்ணம் ஒரு சிறுவயது பிள்ளை, பெண்பிள்ளை; அவள் சூரியன் இருந்த திசையில் கூண்டைக் கடக்க முற்பட்டபோது ஒவ்வொரு கம்பியிலும் அவள் நிழல் கண்சிமிட்ட, பெண் சிங்கம் தலையை உயர்த்தியது. அதேவேளை எதிர்த் திசையில் மின்னல் வேகத்தில் இரு ஒளி தெறிப்புகள் – மனிதர் அனுபவத்தைச் சுமந்த கறுப்பு அம்புகள் – கடற்கரை மணலுக்கு மேலாக ஏதோவொரு இடத்தில் அவ்வொளிக் கீற்று பெண் சிங்கத்திடமிருந்து பளிச்சிட்ட விந்தையானதொரு பச்சை நிற உருக்கு இரும்பின் ஒளிவீச்சுடன் மோதியது, ஒரு கணம், கிட்டத்தட்ட நிர்வாணமாக இருந்த வயதான பெண்மணியின் உடல், விலங்குடன் இணைசேருவதைப்போல இருந்தது, இரு உடல்களும் தடுமாறின, காட்டுமிராண்டித்தனமானப் புரிதலுக்கு உட்பட்டு ஆபாசமான நடனமொன்றில் அடியெடுத்துவைப்பதுபோல இடுப்புகளில் முன்னும் பின்னுமாக நெளிவுகள். இறுதியில் உடல்க ளிரண்டும் விலகிக்கொண்டன, அவர்களின் நெருக்கத்தில் பிரிவு, ஒரு நொடியில் அனைத்தும் முடிந்தது. கூண்டிருந்த பகுதியில் தற்போது எஞ்சியிருந்ததென்று சொல்ல வெள்ளை நிறத்திலொரு திட்டு, சூரிய

ஒளியாலானதொரு சிறு ஒளிக்குட்டை –, விநோதமானதொரு செத்த உடல், பிசாசு, காற்றால் அங்கு பட்டமரத்தின் கிளைகளும், இலைகளும் சலசலத்தன. ஆதாம் தன் பங்கிற்குக் குழந்தையையும் பெண்மணியையும் பார்த்தான், அறிமுகமற்ற பழைய அனுபவமொன்றிற்குத் தான் ஏங்குவதைப் போல உணர்ந்தான், பழமைமீது கொலைப் பசி. பெண் சிங்கத்தின் கூண்டைப் பார்க்க வரும் பிறபார்வையாளர்கள் அதனிடம், ”நீ அழகாக இருக்கிறாய், பருமனாக இருக்கிறாய், மிகப்பெரிய பூனை போல இருக்கிறாய்” என்றெல்லாம் கூறிச்செல்வதுண்டு, ஆதாமிற்கு அவற்றில் விருப்பமில்லை.

விலங்கியல் பூங்காவில், ஒரு பகுதியிலிருந்து இன்னொரு பகுதிக்குப் போவதும் வருவதுமாகவும் இருந்தான்; கூண்டில் அடைபட்டிருந்த மிகச்சிறிய விலங்குகளுடன் மட்டுமின்றி; ஓணான், உடும்புவகைகள்; எலிகள்; வண்டினங்கள், நீர்க்கோழிகள் ஆகியவற்றுடனும் எஞ்சிய பிற்பகலைக் கழித்தான். பெண் இணையைத்தேடும் இச்சையை வளர்த்துக் கொள்வதொன்றே ஒரு உயிரியுடன் தன்னை நன்கு ஐக்கியப்படுத்திக் கொள்வதற்கான சிறந்த வழி என்பதையும் கண்டுபிடித்திருந்தான். வட்டமான கண், வளைந்த முதுகு, தடுப்புக் கம்பிகளில் சாய்ந்திருந்த தலைகள் ஆகியவற்றை உன்னிப்பாகக் கவனித்தான். சின்னஞ்சிறு குழிவுகளில் தொடங்கி, தசை அல்லது இறகுகளின் மடிப்புகள், செதில்கள், பூஞ்சைமயிர்கள், அங்கே ஒளிவுமறைவின்றி அருவருப்பாகத் துயில்கொண்டிருக்கிற கருத்த மயிர் கந்துகள், தளர்ந்த குருத்தெலும்புகள், அழுக்கடைந்த ரோமம், சுருட்டை முடிகள், வறண்ட பூமிபோல் பிளவுண்டிருந்த தோல் வெடிப்புகள் என ஒவ்வொன்றையும் கண்களால் ஆய்ந்தான். புற்களைப் பிடுங்கினான், ஈரமண்ணில் தலைகுப்புற விழுந்தான், மக்கிய குப்பைகளை வாய் நிறையக் கவ்வினான், 12 மீட்டர் ஆழத்தில் சுரங்க வழிகளில் தவழ்ந்து சென்றான், புதியதொரு தேகம் தற்போது அவனுக்குச் சொந்தமாகி இருந்தது, செத்துப் புழுத்திருந்த வயல் எலி ஒன்றில் பிறப்பெடுத்த உடல்: தோள்களுக்கிடையில் உள்வாங்கிய வாய்; வட்டவடிவமான இரண்டு பெரிய கண்கள்; மெதுவாக, உடலைச் சிறுக்கச்செய்து நரம்புமண்டலத்தை உயிர்ப்பித்து, செப்பு வளை போன்ற உடலின் தசைகளை, மெல்லிய சிணுங்கலுடன் அடுத்தடுத்து இயக்கவல்ல மின்சாரத் தாக்குதல் ஒன்றை எதிர்பார்த்தது போல அவ்வுடல் மிகுந்த எச்சரிக்கையுடன் முன்னேறியது. அவனுடைய இப்புதிய உடலை – ஜீவனை உங்களுக்கு அடையாளம் தெரிகிறதா? ஆம் பூமிக்குக் கீழே எனில் சுருண்டுகொள்ளவும் ஜெலட்டின்போல மாறவும் முடிந்த அவ்வுயிர் புதிரானதொரு மண்புழு.

சிறுத்தைகள் கூண்டருகே வந்திருந்தான், முன்பாக இருந்த தடுப்பின் மீது சாய்ந்து, சட்டென்று கூண்டுக் கம்பிகளை நோக்கிக் கையை நீட்டினான். மூர்க்கத்துடன் கருப்புடல்கொண்ட பெண் சிறுத்தையொன்று பாய்ந்து வந்தது. அங்கிருந்த பிற பார்வையாளர்கள் அச்சத்துடன் விலகினார்கள், சீற்றத்தில் என்னசெய்வதென்று போதாமல் தரையைத் தனது கூர்மையான நகங்கொண்டு விலங்கு கீற ஆரம்பித்தது, பயத்தில் முடங்கிப்போன ஆதாமின் கை கால்கள் உதறல் எடுத்தன,

அவன் தலைக்குப் பின்புறம் எங்கோ ஓரிடத்தில் கேட்ட காவலாளியின் அதட்டல் அவனை நடுங்கச் செய்தபோதும், அதில் அற்ப சந்தோஷம் கிடைத்தது.

“ஏம்பா, என்ன செய்யற? நிறுத்து! ரொம்ப புத்திசாலித்தனமா நடந்துகிறதா நினைப்போ! அதிபுத்திசாலிதான்?” – காவலாளி.

சிறுத்தையிடமிருந்து ஆதாம் சிறிது தள்ளி நின்றான், காவலாளியின் பக்கம் திரும்பாமலேயே:

“இப்படி நடக்குமென்று தெரியாது.. மன்னிச்சுக்குங்க” – என்றான்.

“எப்படி நடக்குமென்று உங்களுக்குத் தெரியாது?” என்று கேட்ட சீருடைக் காவலாளி, விலங்கின் சீற்றத்தைத் தணிக்க நினைத்தவன்போல: “ஹோலா! ஹோலா! ஹோவ்! ஹோ! ராமா! ராமா! வேண்டாம் ராமா! கொஞ்சம் பெறு” என்றான். மீண்டும் ஆதாமிடம், உங்களுக்கு என்ன தெரியாது? விலங்குகளைத் தொந்தரவு செய்யக் கூடாதென்று உண்மையில் உங்களுக்குத் தெரியாது? இது போன்ற காரியங்களைச் செய்வது புத்திசாலித் தனம் ஆகுமா? நீங்கள் யோசிக்கமாட்டீர்களா? – மீண்டும் காவலாளி.

ஆதாமிற்குத் தன்னைக் குற்றவாளிக் கூண்டில் நிறுத்த விருப்ப மில்லை, சிறிதுநேரம் தடுமாறினான், பிறகு சமாளித்து மெல்ல முணுமுணுத்தான்:

“எனக்கு இப்படி ஆகுமென்று தெரியாது, உண்மையில் நான் விரும்பியது . . .”

“ஆமாம், என்ன சொல்லப் போறீங்கண்ணு எனக்குத் தெரியும்”, குறுக்கிட்ட காவலாளி மீண்டும் தொடர்ந்தான், “கூண்டில் சிறைபட்டிருக்கும் விலங்குகளைச் சீண்டுவது உங்களுக்கெல்லாம் வேடிக்கை, ஆனால் அவ்வாறான நேரங்களில் கூண்டுகள் திறந்துகொண்டால் இன்னும்கூட வேடிக்கையாயிருக்கும், இல்லையா? கூண்டுக்குள் அப்போது நீங்களும் இருந்தால் அதைவிட வேடிக்கையாக இருக்கும், சரிதானே?” – என முகத்தைச் சுளித்தபடிக் கூறிய காவலாளி, நடப்பதனைத்தையும் கவனித்துக்கொண்டிருந்த பெண்மணி ஒருத்தியிடம் முறையிடுபவன் போல:

“ஒருசிலருக்கு இதனாலெல்லாம் என்ன பிரச்சினைகள் வருமென்று உணரப் போதவே போதாது. சிறுத்தை தீனி எடுத்து மூன்று நாட்கள் ஆகப் போகுது, இந்த லட்சணத்தில் கூண்டில் அடைபட்டிருக்கும் மிருகத்தைவேறு சீண்டுகிறார்கள். எனக்கு என்ன ஆசைன்னா ஒரு நாள் இல்லாட்டி ஒருநாள் அந்தமாதிரி சமயத்துலே கூண்டைத் திறந்து, இவர்களைப் போன்ற சாத்தான்களை உள்ளே தூக்கிப் போடணும். அப்புறம் அவர்கள் ஓடுவதை நீங்கள் பார்க்கணும், அப்போதுதான் அதன் விபரீதத்தை உணருவார்கள்.”

காவலாளி இறுதியாக என்ன கூறினான் என்பதைக் காதில் வாங்காமலேயே ஆதாம் புறப்பட்டான். காவலாளிக்குத் தோளை

உயர்த்திப் பதிலைக் கூறாமல், கால்களை அலையவிட்டு மெதுவாக நடந்தான்; பாலூட்டிகளின் கூண்டுகள் வரிசையை நெடுகக் கடந்தான்; கடைசியில் மிகச்சிறியதொரு கூண்டைக் கண்டான், அது குட்டையாகவு மிருந்தது, உள்ளே மூன்று ஓநாய்கள். கூண்டிற்குள் மரத்தாலானதொரு சிறியதொரு பட்டி, ஓநாய்கள் சோர்வின்றியும் தொடர்ந்தும் அவற்றின் முழங்கால் மட்டத்தில் எதிரில் வேகமாகச் சுழல்கிற கூண்டுக் கம்பிகளை வெறித்துப் பார்த்தவண்ணமும், பட்டியைச் சுற்றிவந்தன.

எதிரெதிரான பாதையில் அவை சுற்றின. இரண்டு ஓநாய்கள் ஒரு திசையிலும், மற்றொன்று வேறு திசையிலும் சுற்றிவந்தது. குறிப்பிட்ட சுற்றுகள் முடிந்ததும் – தோராயமாகப் பத்து அல்லது பதினொன்று என வைத்துக்கொள்ளலாம், திடீரென்று வேடிக்கை யானதும் விளங்கிக்கொள்ள முடியாததுமான ஒரு காரணத்தை முன்னிட்டு – யாரோ ஒருவர் போட்ட சொடுக்கிற்குக் கீழ்ப்படிவது போல – ஓர் அரைச் சுற்று முடித்து மீண்டும் எதிரெதிர் திசையில் ஓநாய்கள் சுற்றின. அவற்றின் உடல்கள் ரோமங்கள் இழந்து, தூசும் தும்புமாகவிருந்தன; தாடைகள் ஊதா நிறம்; உடலைவிட்டு வெளியில் வந்ததுபோல உருக்கு இரும்பு முழிகள்; கவசத்தால் மூடியதுபோல உடல்கள், முரட்டுச் சுபாவம், பெரு வெறுப்பையும் மூர்க்கத்தையும் உமிழும் தோற்றம். வட்டவடிவமாகக் கூண்டிற்குள் அவை சுற்றிவந்த விதம், அவற்றின் ஒழுங்குமுறை காரணமாக, அச்சுற்றுப்புறச் சூழலில் அதுமட்டுமே உண்மையான இயங்கு புள்ளி என்றதொரு மாயத் தோற்றத்தைத் தந்தது. பூங்காவின் எஞ்சிய பகுதிகள் – மனிதர்கள், விலங்குகளின் கூண்டுகள் உட்படச் சகலமும் அசைவற்ற நிலைக்குத் தள்ளப்பட்டிருந்தன. கணத்தில் அவ்வளவும், மரத்தாலும், இரும்பாலுமான தடுப்புக் காண்டாமணிபோன்ற இக்கூண்டுப் பகுதிகள்வரை உறைந்து, சகிக்கவொண்ணாத விறைப்பு நிலைக்கு மாறி இருந்தன. மனிதர் உட்பட அவ்வளவும் ஒளிவட்டம்போலவும், பிரகாசமான வண்ணக் கறைகளையொத்த உயிரியின் ஆதாரத் தனிமங்களை ஒரு நுண்பெருக்கி யின் கீழ்வைத்து அவதானிக்கிறபோது தெரிய வருகிற குரோமோசோம்கள், குளோப்யுல்கள், ட்ரிப்பனோசோம்கள், அறுங்கோண மூலக்கூறுகள், நுண்ணுயிர்கள், நுண்கிருமிகளின் துணுக்குகள் போலவும் தோற்றம் தந்தார்கள். டசன் கணக்கில் அமைந்த கண்ணாடி வில்லைகள் ஊடாகப் புகைப்படமெடுக்கப்பட்ட நுண்ணுலக பிரபஞ்சத்தின் ஜியோமிதி கட்டமைப்பு; நிலவைப் போல பிரகாசித்தது. வேதிப்பொருட்களால் நிறம் ஊட்டப்பட்ட அவ்வெள்ளை நிற வட்ட வடிவம் உண்மையில் இயக்கமற்று, கால வரையறைக்கு உட்படாமல், இரண்டாவது முடிவிலியில் வெகுதூரம் விலகி; விலங்கு, கண்ணுக்குப் புலப்படக் கூடியது என்ற நிலைகளைக் கடந்ததொரு அசலான வாழ்க்கையென்பது உங்களுக்குத் தெரியுமா? இனி எச்சசொச்சமென்று இருப்பவை: அமைதி, அசைவின்மை, முடிவின்மை; தவிர இவை அனைத்துமே மந்தமானவை, சுணக்கமானவை.

ஓநாய்கள், வறட்சியான இவ்வியற்கை வெளியில் அவைமட்டுமே அசைவியக்கத்தின் ஏகப் பிரதிநிதிபோலவிருந்தன. மேலிருந்து காண –

பறக்கும் விமானமொன்றிலிருந்து நேர்கீழே என வைத்துக்கொள்வோம் – அவ்வியக்கம் விந்தையானதொரு உயிர்த்துடிப்பை அல்லது கடல்நீர்ச் சுழலில் சிக்கி மிதக்கும் எறும்புகளை ஒத்திருந்தது. கடல் வடிவத்தில் வட்டமாகவும் அதிகவெண்மையுடனும், அலைமுகடுகளுடனும் ஒரு கறுப்பு பாறாங்கல்லைப் போல இறுகி, 6000 அடிகளுக்குக் கீழே கிடந்தபோதும் நன்றாகப் பார்க்கமுடிந்தது. அங்கே மற்றுமொரு பொருள், மேற்றிசைநோக்கிச் செல்லும் சூரியனைச் சார்ந்ததல்ல, இது தனித்தது, ஒரு வகையான சிறு முடிச்சு, குறைபாடற்ற காட்சியில் சிறு விரிசல் கண்ணுக்குத் தெரியவந்ததுபோல, முன்னேறிச் சென்றது, அதன் மையத்தில் எதையோ கிறுக்கிக்கொண்டிருக்கிறது. அவ்வளவு தான், எரிந்துகொண்டிருந்த மின்சார பல்பைப் பார்த்துக்கொண டிருந்தவன் சட்டெனத் திரும்ப, அதனைக் காண்கிறான், ஒரு மிகச் சிறிய நட்சத்திரம் – தோற்றத்திலொரு வெள்ளைச் சிலந்தி, போராடுகிறது, நீந்துகிறது ... ம் மேற்கொண்டு பயணத்தைத் தொடர இயலாமல்போகிறது, அதன் உயிர் வாழ்க்கை ஒரு கருமை படர்ந்த வெளி, லட்சக்கணக்கான சன்னல்கள், கல்லுளி வேலைப்பாடுகள், மரவுளி செதுக்குவேலைகளா லான சித்திரங்கள், செங்குத்தான கோடுகள் ஆகியவற்றின் முன்பாக, துணையின்றி, தனித்து ஓர் எரிநட்சத்திரம்போல என்றென்றும் நிரந்தரமாக இறுதியில் விழுகிறது. இந்தச் சாசுவதமான தற்கொலை முயற்சியில் அதற்கு மரணம் நிகழ வாய்ப்பில்லை, ஏனெனில் அவ்விறப்பைத் தனக்குள் ஏற்கனவே நிகழ்த்தி, செப்புநிற இருள் வெளியின் முதுகில் தன்னைப் புதைத்தும் ஆயிற்று.

ஓநாய்களின் கூண்டை அவதானித்தது போதுமெனக் கம்பிக்கிராதி அமைத்து பாதுகாத்திருந்த மற்றொரு பகுதிக்குச் சென்றான்; அதொரு திறந்தவெளி, பூங்காவை உருவாக்கியவர்கள் கற்பனையில் உருவாகிப் பூங்காவின் இதயப் பகுதியில் அமைந்திருந்தது. அளவாய்க் கத்தரிக்கப் பட்ட இறக்கைகளைக்கொண்ட பெரியவகை நாரைகள் நீர் அருந்து வதற்கு வசதியாகத் திறந்த வெளியில் இரு பங்கங்களிலும் நீர்நிலைகள். செந்நாரைகள், வாத்துகள், பெங்வின் போன்றவற்றையும் அங்கே காண முடிந்தது. எவ்வித மாற்றமும் இல்லாத வாழ்க்கையைத்தான் அவையும் நடத்தின. இந்த உண்மையை முதன்முதலாக அறியவந்தது கோடைநாளொன்றில், கடற்கரையில். அதன் பின்னர் கொஞ்சம் கூடுதலாகத் தெரியவந்தது இரண்டு அல்லது மூன்று காப்பி பார்களிலும் கேட்பாரற்றுக்கிடந்த வீடொன்றிலும் இரயிலொன்றிலும் பேருந்து ஒன்றிலும் செய்தித்தாள்களிலும்; ஓரளவு முழுமையாக விளங்கிக் கொண்டது சிங்கங்கள், ஓநாய்கள், கடற்பறவைகளிடத்தில்.

வெகு எளிதாக அது நடந்தது, எத்தனை நேரம் இப்படி எல்லா வற்றையும் அவதானித்துக்கொண்டிருப்பது? கண்கள் பூத்துப்போகும், மூளையையும் மழுங்கச் செய்யும் அல்லது ஓர் அசாதாரண நிலை பாட்டுக்குள் தள்ளிவிடும். ஆமாம், அப்படித்தான் சொல்ல வேண்டும். சிக்கெனப் பிடிக்கிறான், பிடித்தவேகத்தில் கைநழுவிப் போகவும் அனுமதிக்கிறான், என்ன நடக்கிறதென்பதில் ஐயங்களில்லை, உறுதியாக இருந்தான். அவ்வாறிருந்தும் என்ன செய்தான், என்ன செய்யப்

போகிறான் என்பதோ; மனநலக் காப்பகமா? ராணுவமா எங்கிருந்து தப்பி வந்தான் என்பதோ அவனுக்குத் தெரியாது. ஆக இதுதான் அவனுக்கு நேர்ந்தது, நேர இருப்பதும் இதுதான்: உலகைக் கூர்ந்து கவனிக்கிறபோது, அவ்வுலகம் பார்வைக்குள்ளிருந்து வெளியேறிவிடுகிறது. லட்சக்கணக்கான விழிகளால்; மூக்கால், காதுகளால், நாவால், உடலால் ஒருமுறையோ இருமுறையோ அல்ல, பல்லாயிரம் முறை திரும்பத் திரும்பப் பார்த்தும் உணர்ந்தும் குறுமுகப்புகள் கொண்டதொரு கண்ணாடியாக *(faceted mirror)* மாறியிருந்தான். குறுமுகப்புகளின் எண்ணிக்கை தற்போது அதிகரித்திருந்தன, அவனோ ஒரு நினைவகமாக மாறினான். குறுமுகப்புகளின் விளிம்புகள் ஒன்றையொன்று சந்திக்கும் அரிதான புள்ளிகள் உணர்வுநிலையின் கோளவடிவம், முழுமையான பார்வைக்கு அவை அண்டைவீடு, அங்கே சிலநேரங்களில் இனி உயிர்வாழ சாத்தியமில்லை என்றோ, உயிரை மாய்த்துக்கொள்வ தென்றோ நிலைமை உருவாகும். அங்கே கோடையில், பிற்பகல் வெப்பத்தில் மிகமோசமான கட்டிலொன்றில் அமர்ந்து போதைமருந்து பழக்கத்திலிருந்து மீள ஒரு பாட்டில் பார்சிடாலை *(Parsidol)* ஒரு குவளை நீரில் கலந்து குடிப்போம், இனி ஊற்று நீருக்குப் பூமியில் வாய்ப்பு ஏற்படுத்திவிடக் கூடாதென்பதுபோல் குடிப்போம், குடிப்போம், குடித்துக்கொண்டிருப்போம். பல நூற்றாண்டுகளாகவே இத்தகையதொரு அரிய தருணத்திற்கென ஆதாம் பொலோ காத்திருந்தான், அத்தருணமும் வாய்த்தது, எல்லாவற்றையும் தனதாக்கிக்கொண்டான்; அவனுடைய வம்சாவளியில் மிச்சமிருக்கும் ஒரே நபர் அவனென்று உறுதியாகக் கூறலாம், தனது முடிவை அவன் நெருங்கிக்கொண்டிருப்பதால் பிறந்த உண்மை. இனி அவன் செய்ய வேண்டியது, மெல்ல மெல்ல மரணத்தை அனுமதிப்பது; பிறர் அறியாமல் நம் கழுத்தை நெரிக்கவும், படையெடுத்து தாக்குதல் நடத்தவும் ஆயிரக்கணக்கில் உலகங்கள் வேண்டாம், ஒப்பற்ற ஒரே ஒரு உலகத்தை மட்டும் அனுமதித்தால் போதும். எல்லா வெளிகளையும் காலங்களையும் இணைப்பவன் அவன், ஓர் ஈயின் தலையைக்காட்டிலும் பெரிய ஒற்றைக்கண் உயிரியாக வடிவமெடுத்துத் தன்னந்தனியே தனது மெலிந்த சரீரத்தின் ஒரு முனையில் விந்தையானதொரு விபத்திற்காகக் காத்திருப்பான், அவ்விபத்தின் முடிவில் தரையோடு தரையாக அவன் நசுக்கப்படுவான்; தசைகள், நொறுங்கிய எலும்புகள், திறந்த வாய், குருட்டுக்கண்களென்ற அவனுடைய சொந்தக் குருதிச்சேற்றில், மீண்டும் உயிரிகளின் கூட்டத்தோடு நிறுத்தப்படுவான்.

பிற்பகல் முடியும் தருணம், விலங்கியல் பூங்காவை மூடுவதற்குச் சற்று முன்பாக, ஆதாம் அங்கிருந்த காப்பி பாருக்குச்சென்றான். நிழலிருக்கும் இடமாக மேசைஒன்றைத் தேர்வுசெய்து அமர்ந்தவன் ஒரு கோக் கொண்டுவர பணித்தான். இடப்புறம் ஓர் ஆலிவ் மரமிருந்தது, அம்மரத்தில் பலகையால் சின்னஞ்சிறு மேடை அமைக்கும் நல்ல யோசனை யாருக்கோ உதித்திருக்க வேண்டும். அம்மேடையில் எடுப்பான கறுப்பும் வெள்ளையும் கலந்த மர்மசட் குரங்கொன்றை, சங்கிலியால் பிணைத்திருந்தார்கள், சின்னஞ்சிறு பிள்ளைகளின் சந்தோஷத்திற்கும் விலங்குக்கான உணவுச்செலவைக் குறைப்பதற்கும்

அந்த ஏற்பாட்டைச் செய்திருக்கவேண்டும். அங்குக் கடைவைத்திருக்கும் பல்போனக் கிழவியிடம் சில வாழைப்பழங்களையோ, பாகில் தோய்த்த பருப்புகளையோ காசுகொடுத்து வாங்கி, குரங்கிற்குக் கொடுக்காதவரை பிள்ளைகள் தங்கள் வேடிக்கை விளையாட்டில் திருப்தியுறமாட்டார்கள்.

ஆதாம் நன்குசாய்ந்து உட்கார்ந்தான், சிகரெட் ஒன்றைப் பற்ற வைத்தான், கோக் பாட்டிலைத் தூக்கிப்பிடித்து ஒரு மிடறு விழுங்கினான், காத்திருந்தான். எதற்குக் காத்திருக்கிறோம் என்பதை அறியாமலேயே அனல்காற்றுக்கிடையே உட்கார்ந்தவண்ணம் குரங்கைப் பார்த்துக் கொண்டிருந்தான். ஆணும் பெண்ணுமாக இருவர் அவனுடைய மேசையைக் கடந்து சென்றனர், அவர்கள் கண்களை விலங்கின் சிறிய உடலில் பதித்திருக்க, கால்கள் தன்பாட்டுக்கு நடந்தன.

“இந்த மர்மசட் குரங்கு ரொம்ப அழகு!” – ஆண்

“அழகா இருக்கலாம், ஆனாலும் மோசமானது” – எனக்கு ஞாபகம் இருக்கு, எங்க பாட்டி ஒருமுறை இவ்வகைக் குரங்கைத்தான் வீட்டில் வைத்திருந்தாள், அதற்குத் தின்பதற்கும் நல்லதா வாங்கிக்கொடுப்பாள். அது நன்றி காட்டியதென்றா நினைக்கிற, இல்லவே இல்லை. சனியன் ஒரு நாள் ரத்தம் வர அவள் காதைக் கடிச்சு வச்சுது.

“ஒருவேளை தனது அன்பைத் தெரிவிக்கக் கடித்திருக்கலாம்” – ஆண்.

அவர்கள் உரையாடலிலுள்ள தவற்றைத் திருத்த முற்பட்டவன் போல, ஆதாம் சட்டென எழுந்தான். தம்பதிகள் பக்கமாகத் திரும்பி விளக்கமளிக்க முற்பட்டான்.

“அவ்விலங்கை நல்லதென்றும் சொல்ல முடியாது கெட்டதென்றும் சொல்ல முடியாது, அதொரு மர்மசட் குரங்கு அவ்வளவுதான்”.

அந்த மனிதர் சிரித்தார். ஆனால் அவர் மனைவியோ, ‘முண்டத்திலும் முண்டம் மகா முண்டம்’ என அவரை நினைத்ததோடு, அவ்வுண்மையை வெகுநாளாக அவள் அறிந்தவள்போல ஆதாமைப் பார்த்தவள், தோளை உயர்த்திவிட்டு நடையைக் கட்டினாள்.

சூரியன் தற்போது மிகவும் தாழ்ந்திருந்தது, காப்பிபாருக்கும் கூண்டுகளுக்குமிடையிலிருந்த பகுதிகள் காலியாயின, பார்வையாளர்கள் வெளியேறத் தொடங்கினார்கள்: கூட்டம் கூட்டமாகக் கால்கள், கூச்சல் மகிழ்ச்சி ஆரவாரம் அல்லது வணணங்கள். அந்திவேளை நெருங்கவே விலங்குகள் செயற்கையாக அமைக்கப்பட்டிருந்த குகைகள், பொந்துகள் ஆகியவற்றிலிருந்து வெளியில் வந்து தரையில் கால் நீட்டிப் படுத்தன. பூங்காவெங்கும் கிளிகளின் கிரீச்சுகள், இரைக்காகக் காட்டு மிருகங்கள் எழுப்பும் உறுமல்கள், பிறவிலங்குகள் இடும் சத்தங்கள் ஒலித்தன; ஆதாம் எழுந்தான், வயதான பெண்மணியிடம் சென்று ஒரு வாழைப்பழமும் கொஞ்சம் சர்க்கரைப் பாகில் தோய்த்த பருப்புகளும் வாங்கினான், பணம் கொடுக்கிறவேளையில் அவள் முகத்தைச் சுளித்தவண்ணம்:

"குரங்குக்குச் சாப்பிடக் கொடுக்கவா வாங்கின?" – சந்தேகத்துடன் கேட்டாள்.

அவன் மறுப்பதுபோல் தலையாட்டிவிட்டு:

நானா? இல்லை ... இல்லை ... ஏன்?

"நீ எல்லை மீறுகிறாய், விலங்குகளுக்கு உணவிடுவதற்கான நேரமெல்லாம் முடிந்துவிட்டது. மாலை ஐந்து மணிக்குமேல் அவற்றுக்கு எதுவும் கொடுக்கக் கூடாதென்பது விதி, அவ்வாறில்லையெனில் விலங்குகளுக்குப் பசி எடுக்கவே எடுக்காது, பிறகு நோய்வாய்ப்பட நேரும்."

ஆதாம் இரண்டாம் முறையாகத் தலை ஆட்டினான்.

"குரங்கிற்கு இல்லை, எனக்காக வாங்கினேன்"

"உங்களுக்கென்றால் கவலைப்பட வேண்டிய அவசியமில்லை."

"ஆமாம், எனக்காகத்தான் வாங்கினேன்" என்ற ஆதாம் வாழைப் பழத்தில் தோலை உரிக்கத் தொடங்கினான்.

"எதுக்காகக் கேட்டேனென்று புரியுதா, அததற்கு வரைமுறை இருக்கு, அதைக் கடந்தால் விலங்குகளுக்குத்தான் பிரச்சினை."

ஆதாம் தலையாட்டினான்; பெண்மணிக்கு முன்பாக நின்ற வண்ணம் பழத்தைத் தின்றான், ஆனால் அவன் கண்கள் மர்மசட் குரங்கின் அக்கறையின்றிப் பதிந்திருந்தது. பழத்தைத் தின்று முடித்ததும் பருப்புகள் பொட்டலத்தைப் பிரித்தான்.

"கொஞ்சம் எடுத்துக்கிறீங்களா?" – பெண்மணி ஆர்வத்துடன் பார்ப்பதை வைத்து அவன் கேட்டிருக்க வேண்டும்.

"நன்றி, அதற்கென்ன வேண்டாமென்றா சொல்லப்போறேன் ... கொடேன்"

குரங்கிடமிருந்து பார்வையை அகற்றாமல், கௌண்ட்டருக்கு எதிரே நின்றபடி மிச்சமிருந்த பருப்புகளைப் பெண்மணியுடன் பங்கிட்டுக்கொண்டான். தின்று முடித்ததும் பருப்புகள் இருந்தப் பையை ஒரு பந்துபோல் செய்தான், பின்னர் அதனை சிகரெட் சாம்பலிடும் கிண்ணத்தில் வைத்தான். சூரியன் தற்போது மரங்களின் தலைக்கு நேராக வந்திருந்தது. பெண்மணியிடம் அவன் தெரிந்துகொள்ள வேண்டிய விஷயங்கள் இருப்பதுபோல நிறையக் கேள்விகள் கேட்டான்: விலங்கியல் பூங்கா காப்பி பாரில் எப்போதிலிருந்து வேலை செய்கிறாள்? மணம் ஆயிற்றா? என்ன வயது? பிள்ளைகள் எத்தனை? வாழ்க்கை திருப்தியாக இருக்கிறதா? திரைப்படங்கள் பார்ப்பதுண்டா? மெல்ல மெல்ல அவளை நோக்கி வளைந்தான் சில மணி நேரங்களுக்கு முன்பாகப் பெண்சிங்கங்களையும் முதலைகளையும் பறவை இனங்களையும் எப்படி அவதானித்தானோ அப்படிக் கனிவுடன் அவதானித்தான்.

அவனிடம் சிறிது கவனமாக இருக்க வேண்டும் என்பதுபோல் பெண்மணியின் பார்வை இருந்தது. ஆதாம் அவளது பெயரைக்கேட்டு வற்புறுத்தியவேளை, அவள் ஒரு துணியொன்றை நீரில் நனைத்து ஈயத் தகடுவேய்ந்திருந்த விற்பனைமேசையை ஊளைச்சதை தொங்கும் கையைத் துவளவிட்டுத் துடைக்க ஆரம்பித்தாள். அவள் கை ஓரிடத்தில் நீண்டபோது, ஆதாம் அக்கையைப் பற்றினான். அவள் கோபமடைந்து போலீஸ்காரர்களைக் கூப்பிடுவேன் என்று மிரட்டினாள். பூங்காவில் வெகுதூரத்தில் எங்கோ மணி ஒலிக்கும் சத்தம் கேட்டது, பூங்காவை மூடும் நேரம். ஆதாம் புறப்படுவதென்று தீர்மானித்தான். பெண்மணி யிடம் பிறகு சந்திக்கலாமென்றான், வெளிச்சமிருந்த திசையில் முதுகை வைத்துக்கொண்டிருந்தவள் பதில் சொல்லவில்லை. அவள் பதில் சொல்லாமல்போனாலும் அதற்காகக் காத்திராமல் பனிக்காலத்திற்கு முன்பாக ஒருநாள் கட்டாயம் உங்களைப் பார்க்க வருவேன் என்றான்.

பிறகு காப்பி பாரிலிருந்து வெளியில் வந்தான். வந்த வழியைவிட்டு எதிர்த்திசையில் பூங்காவின் வாயிலை நோக்கிச்சென்றான். நீலச் சீருடையிலிருந்த மனிதர்கள் வாளிகளில் தண்ணீர் பிடித்து, கூண்டுகளின் தரைகளைக் கழுவிக்கொண்டிருந்தார்கள். காட்சிவெளிகளின் புழைகள் ஒருவித ஊதாவண்ணத்தால் நிறைந்திருந்தன. காட்டுத்தனமான பேரொலிகள் அலை அலையாக மேற்பரப்பை எட்டிக்கொண்டிருந்தன, எவ்விடத்திலென்று குறிப்பிட்டுச் சொல்ல முடியாது மொத்தப் பிரதேசத்திலும் மூச்சை முட்டுவதுபோல வெப்பத்துடன் கூடிய மனிதர் உடலுக்கே உரிய மோசமான வீச்சம். பூங்காவின் வாயிலுக்கு இரு மருங்கிலும் இருந்த காவலர் கூண்டுகள் மூடப்பட்டிருந்தன. மனிதர்களோ விலங்குகளோ ஒருவருமின்றிப் பொதுவில் வெறிச்சோடிக் கிடந்த போதும் பிரதான சாலை மற்றும் – கடலிருக்கும் பகுதிவரை, எங்கும் பெண்குரங்கின் வாடை வீசியது, மெல்ல மெல்ல அவ்வாடை நமக்குள் புக, நமது இனம் குறித்து நம்மை நாமே சந்தேகிக்கக் காரணமாயிற்று.

7

அதன் பிறகு அவன் என்ன செய்வானென்று எனக்குத் தெரியும். ஒவ்வொரு நாளும் அந்தக் குறிப்பிட்ட நேரத்தில் கடற்கரைக்கு வலப்புறம் இருக்கும் அணைக் கரையில் நாயை எதிர்பார்த்துக் காத்திருப்பான். கடலில் நீராடும் மனிதர்கள் அமர்ந்திருக்கும் பகுதியில் கூழாங்கற்கள் பரப்பில் ஒழுங்காக அக்காரியத்தைச் செய்யலாம் என்கிற போதும், அங்கே செல்வதில்லை. அதற்கு இரண்டு காரணங் கள் இருந்தன: முதலாவதாக வெயில் கடுமையாக இருப்பது; இரண்டாவதாகப் பிற பகுதிகளைக்காட்டிலும் திறந்த வெளியாகத் தோற்றம் தந்த அவ்விடத்தில் தனது செயல் பாடுகளுக்கு முழு எஜமானனாக அவனால் இருக்க முடிவது. அதுவும் தவிர இருந்தாற்போல இருந்து வீசும் காற்றில் குளிர்ச்சியும், அணைவிளிம்பில் கால்களிரண்டையும் வெறுமையில் ஆட்டிக்கொண்டிருக்கிற வசதியும் அவனுக்குக் கிடைத்தன. பரந்துகிடந்த கடற்கரைப் பரப்பைக் கண்களால் வருடினான்: கூழாங்கற்கள், சிறு சிறு குவியல்களாக எண்ணெய்க் கறை தாள்கள், பிறகு, கட்டாயம் கடலில் நீராடுகிற மனிதர்கள் இருப்பார்கள், தவிர கண்ணில்படுகிற பொருட்களும், அவை கொலுவீற்றிருக்கிற இடங்களும் எப்போதும் ஒன்றுதான்.

கணிசமான நேரத்தைக் தேடலுக்கெனக் கீழ்க்கண்ட வகையில் ஒதுக்குவான்: 1942 யுத்தத்தின் போது அங்கே ஜெர்மானியர் ஒரு சிமெண்ட் கட்டையை விட்டுச் சென்றிருந்தனர், முதுகை அதில் சாய்த்துக்கொள்வான், முழு உடலும் வெயிலில் கிடக்கும், ஒரு மணிநேரத்திற்கு ஒரு சிகரெட் என்ற சொந்த நியதிப்படி, தன்னிடமுள்ள இரண்டு சிகரெட்டில் ஒன்றை எடுக்கப் போகிறவன்போல கையைப் பேண்ட் பைக்குள் விட்டுக்கொண்டிருப்பான். மற்றொரு கை முகவாயைச் சொறிந்துகொண்டோ தலை மயிரை அளைந்துகொண்டோ அல்லது தரையில் கிடக்கும் குறுங்கற்களிடை உள்ள தூசிகள் அல்லது மணலைச் சீய்த்துக்கொண்டோ பொழுதுபோகும். கடற்கரை மொத்த பரப்பையும் போவதும் வருவதுமாக இருக்கிற மனிதர்களை யும், அத்தனை எளிதாகக் கண்ணில்படாதக் கூழாங்கற்கள் குவியலின் சரிவதையும் நோட்டம்விடுவான். இவை அனைத்திற்கும் மேலான தருணமொன்றிருக்கிறது, அதுபோது கடலில் நீராடும் இந்த அநாமதேய மனிதர் கூட்டத்திடையே

கறுப்பு நாயொன்று வெளிப்படுவதைக் காண்பான், அது சாலையை நோக்கி முன்னேறும், புற்களை முகரும், பாய்ந்தோடும், பிறகு சில்லறைத் தனமான தனது நடைபாதை தீரச்செயலில் தீவிரமாக இறங்கிவிடும்.

அவ்வேளை ஏதோ மயக்கத்திலிருந்து விடுபட்டவன்போல திடுக்கிட்டு எழுவான். தன்னை அழைத்துப்போகும் இடங்களைக் குறித்து கேள்விகளோ எதிர்பார்ப்புகளோ இல்லாது விலங்கைப் பின்தொடரும் காரியத்தை மறுபடியும் தொடங்குவான். ஆம் அதில் கிடைக்கும் வேடிக்கையானதொரு சந்தோஷம் எந்திரம்போல இயங்கவும், இடம்பெயர்வனவற்றின் செயல்களைப் பாவனை செய்யவும் நம்மைத் தூண்டுகிறது, தவிர அது உயிர் இருப்பைத் தெரிவிக்கும் சமிக்ஞை என்பதால் – பலவிதக் கற்பனைகளுக்கும் அங்கே அனுமதியுண்டு. இயங்கியவண்ணம் இருப்பதையே எப்போதும் நாம் விரும்புகிறோம் ... அது வேகமாக நடந்தாலென்ன, அவ்வாறு நடக்கிறபோது ஈரமான அதன் நான்கு கால்கள் சலசலத்தாலென்ன; தார்ச்சாலையில் லேசாகக் கொஞ்சம் அதனுடைய கறுப்புநிறக் கம்பள உரோமங்கள் சிந்தினாலென்ன; அல்லது காதுகளிரண்டும் விறைத்து, கண்ணாடிபோன்ற விழிகளுடன், முதலும் கடைசியுமாக அவ்விலங்கை நாயென்று அழைப்பதாகக்கூட இருக்கட்டுமே அதனாலென்ன?

இரண்டு மணிக்குப் பத்து நிமிடங்கள் இருந்தன. கடற்கரையிலிருந்து நாய் புறப்பட்டது; புறப்படுவதற்கு முன்பாக நீரில் உடலைச் சிறிது உதறிக்கொண்டது. இருந்தும் சிறு சிறு பருத்திநூல் பின்னல்போல ஒன்றையொன்று ஒட்டிக்கிடந்த முகத்து மயிர்கள் அப்படியே இருந்தன. கற்கள் குவியலில் சிரமத்துடன் ஏறி நின்று மூச்சுவாங்கியது, ஆதாமைச் சில மீட்டர்கள் இடைவெளியில் கடந்து, சாலை ஓரத்தில் நின்றது. எதிர் வெயில் நாயின் கண்களை இரண்டொருமுறை சிமிட்டச் செய்தது, ஈரம் உலர்ந்திராத அதன் முகத்தில், ஒரு துண்டு வெண்ணிறம் வழிந்தது.

தயங்கி நின்றது, யாரையோ எதிர்பார்த்துக் காத்திருப்பதுபோல; பிராணியின் இத்தயக்கம் ஆதாமிற்குச் சாதகமாக இருக்க, உட்கார்ந் திருந்த அணையிலிருந்து கீழே குதித்து, புறப்படுவதற்கு ஆயத்தமானான். சீழ்க்கை அடித்தோ விரல்களைச் சொடுக்கியோ குறைந்தபட்சம் பெரும்பாலான மனிதர்கள் தங்கள் நாய்களை அழைக்கும் முறையில் அதாவது, “ஏ! நாயே!” அல்லது “ஏ! மெடொர்!” எனக் கூவி அழைத்தோ நடைபயணத்தைத் தொடங்கிவைக்கலாம் என நினைத்தான், யோசித்ததோடு சரி, செயல்வடிவம் பெறுவதற்கு முன்பே, மூளையில் அவை தங்கிவிட்டன.

ஆதாம் சிறிது நிற்கவும், விலங்கை அதன் பின்புறத்திலிருந்து பார்க்கவும் முடிவுசெய்தான். அக்கோணம் விந்தையானதொரு குறுந் தோற்றத்தை விலங்கிற்கு அளித்திருந்தது. கால்கள் விறைத்துக்கொண்டு நின்றன, முதுகு வளைந்தும் ரோமங்கள் குறைந்தும் இருந்ததால், கழுத்து பம்மியும் அடர்த்தியான ரோமத்துடனும் எடுப்பாகவும் தெரிந்தது, பொதுவில் இதனை வேறு நாய்களிடம் காண இயலாது.

அவன் தலையின் பின்புறத்தைக் கவனித்தான்: மண்டையோட்டின் நடுவில் வரித்தடம் தெரிந்தது, காதுகளிரண்டும் விறைத்து நிற்கின்றன. குகைக்குள் நுழையும் ரயிலொன்று ஓசை எழுப்பியது, சந்தேகத்திற் கிடமின்றி எங்கோ வெகுதொலைவில், மலைகள் நிறைந்தபகுதியில் போகும் ரயில். நாயின் வலது செவி, ரயில் சத்தத்திற்கேற்பச் சில மில்லிமீட்டர்கள் முன்பக்கமாக அசைந்து, நொடியில் பழைய நிலைக்குத் திரும்பியது. காரணம் குழந்தையொன்று தொண்டை கிழிய அழுது ஆர்ப்பாட்டம் செய்தது கேட்டது, கூரான கற்சில்பட்டு, குழந்தையின் பந்து காற்றை இழந்ததுபோன்றதொரு அசம்பாவிதம் நடந்திருக்கக்கூடும்.

அசைவின்றிப் புறப்படுவதற்குத் தயாராக ஆதாம் காத்திருந்தான்; அவனை ஆச்சரியப்படுத்தும் விதமாக நாய் முன்பக்கமாகப் பாய்ந்தது, மோட்டார் வாகனமொன்றைச் சுற்றிக்கொண்டு மீண்டும் சாலையில் மேலே சென்றது. அணைக்கரைக்கு வெகு அருகில் அக்கம் பக்கம் பார்க்காமல் வேகமாக நடந்துகொண்டிருந்தது, தேசிய நெடுஞ்சாலையி லிருந்து, கிராமத்திற்குள் புகுந்து புறப்படும் சாலை பிரிந்து செல்லும், அதற்கு முன்பாக நாய் இரண்டு முறை நின்றது: முதல் முறையாக அது நிறுத்திவைத்திருந்த ‘ஓல்டுமொபைல்’ என்கிற அமெரிக்க மோட்டார் வாகனத்தின் பின் சக்கரத்திற்கு எதிரில் நின்றது; இத்தனைக்கும் குறிப்பிட்டுச் சொல்லும்படி அவ்வாகனத்தில் எதுவு மில்லை, வாகனத்தைப் பார்க்கவுமில்லை, முகரவுமில்லை; டயரை அலங்கரிக்கும் உலோகத் தகட்டின்மீது கவனத்துடன் சிறுநீர் கழிக்கவு மில்லை. இரண்டாவது முறையாக நின்றது: வயதான பெண்மணி யொருத்தி கடற்கரையை நோக்கி இறங்கி வந்துகொண்டிருந்தபோது. பாக்ஸர்வகை பெட்டை நாயொன்றைக் கையில் பிடித்திருந்தாள், எதிரில் வந்த ஆண் நாயைப் பார்த்தவள், தனது பெட்டை நாயைச் சிறிது இழுத்துப் பிடித்தாள், பிறர் குற்றங்குறைகளைச் சுட்டிக்காட்டுவதி லுள்ள நியாயத்தை உணர்ந்தவள்போல: “ஏண்டா தம்பி! நாயை இப்படியா திரியவிடுவது, உன் கைப்பிடியில் இருக்க வேண்டாமா?” – என ஆதாமைப் பார்த்துக்கேட்டாள், பின்னர் கடந்து சென்றாள்.

தனக்கு முன்சென்ற ஆண்நாயைப் போலவே, பெண்நாய்மீது ஆதாமின் பார்வை சென்றது. உடல் நடக்கிற திசையில் இருந்தபோதிலும், தலையும் கழுத்தும் பின்பக்கம் திரும்பியிருந்தன. இருவரும் ஒருசில நொடிகள் நகராமல் கண்களின் ஆழத்தில் மஞ்சள் புள்ளிகளுடன் அமைதியாக நின்றிருந்தனர். ஆண் நாய் குரைத்தது. ஆதாம் தொண்டைக்குள் முனகினான், வார்த்தைகளாக உச்சரிக்க இயலாது: ‘ர்ர்ர்ர்ர்ர்ர்ர்ர்ர்ர்ர்ர்ர்ர்ர்ர்ஓஆர்ர்ர்ர்ர்ர்ர்ர்ர்ர்ர்ர்ர்ர்ர் ஆஆ ஓஆஆ ர்ர்ர்ர்ர்ர்ர்ர்ர்ர்ர்ர்ஓ’ என உறுமினான்.

நெடுஞ்சாலை சந்திப்பில், நாய் வலதுபக்கமாகப் போகக்கூடுமென்று எதிர்பார்த்தான், காரணம் சிறிது தூரத்தில், அவன் வாழ்க்கை நடத்துகிற மலை இருந்தது, வீடும் பாதையும் நீங்கள் ஏற்கனவே அறிந்த ஒன்று தான், எந்நேரமும் கேட்பாரற்றுக்கிடந்த மிகப்பெரிய வீட்டில்தான் அவன் குடியிருக்கிறான் என்பதை நீங்கள் அறிவீர்கள். ஆனால் வழக்கம்போல நாய், எவ்விதத் தயக்கமுமின்றி இடதுபக்கமாகத்

திரும்பி நகரத்தை நோக்கிப் போனது. ஆதாமும் வழக்கம்போல அதனைப் பின்தொடர்ந்தான். அதேவேளை, இந்நான்குகால் பிராணியை மனிதர் கும்பலும் வீடுகளும் ஈர்ப்பதற்கு ஏதோவொரு பிரதானக் காரணம் இருக்க வேண்டுமென நினைவுகூர்ந்து, அக்காரணத்திற்காக வருந்தவும் செய்தான்.

கடற்கரையை ஒட்டிச்சென்ற சாலைக்குப் பிறகு, ஒரு வகையான அகன்ற சாலை. நடைபாதையில் இருமருங்கிலும் பிளட்டானஸ் வகை மரங்களைத் தகுந்த இடைவெளியில் நட்டிருந்தார்கள். அம்மரங்கள் மிகக் கருமையான நிழற்திட்டுகளை அளித்தன. நாயின் கம்பள உரோமங்களின் முடிச்சுகளையும் சிறு இலைகளின் வட்டமான நிழல்களையும் பிரித்துணர முடியாமல் நம்மைக் குழப்பத்தில் ஆழ்த்துவதை வைத்துப் பார்க்கிறபோது நாய் வேண்டுமென்றே நிழலைத் தேடி நடப்பது போலிருந்தது.

சூரியன், நிழல் கதைகளுக்குப் பிறகு, தயக்கங்கள் எண்ணிக்கை பெருகின; நாய் அடுத்த கணம் இடப்பக்கமிருந்து வலப்பக்கம் போனது, பின்னர் வலப்பக்கத்திலிருந்து மீண்டும் இடதுபக்கம் சென்றது; தற்போது இருவரும் நகரத்தின் முக்கியப் பகுதிக்கு வந்திருந்தார்கள். கடந்து சென்ற மனிதர்களின் எண்ணிக்கையும் மெல்ல மெல்ல அதிகரித்திருந்தது, நாய் அவர்களுக்கிடையில் நுழைந்து முன்னேறிச் சென்றது; கடைகள் திறந்திருந்தன, எங்கும் வெப்பம் அல்லது, குளிர்ச்சி யுடனான மணங்கள், காணும் இடங்கள் தோறும் வண்ணங்கள், வெளுத்திருந்த பெரிய நிழற்குடைகள், அனைத்துமே சுவர்களுக்கிடை யில் கட்டமைக்கப்பட்டிருந்தன, சுவரொட்டிகளும் அவற்றுள் அடக்கம். கிழிந்திருந்த சுவரொட்டியொன்று மூன்றுமாதத்திற்கு முந்தைய நிகழ்ச்சியொன்றை அறிவித்தது:

“Squa id ATCH
Bar de Bond et James W Brown
Fem in
MARTI
ritif”

நாய் தனது வேகத்தைக் கணிசமாகவே குறைத்திருந்தது. காரணங்கள் இல்லாமலில்லை: முதலாவதாகப் பாதசாரிகள் கூட்டம் மேலும் மேலும் அடர்த்தியாகிக்கொண்டிருப்பது, இரண்டாவதாக நாய் தான் அடையவேண்டிய இடத்தை நெருங்கிக்கொண்டிருப்பது. சிறிது ஆசுவாசப்படுத்திக்கொள்ளவும், சிகரெட் ஒன்றைப் புகைக்கவும் சந்தர்ப்பத்தை ஆதாம் பயன்படுத்திக்கொண்டான். தவிர நாய், சாலை யில் பழைய சிறுநீர்கழித்தத் திட்டொன்றை முகர ஆரம்பித்திருந்தது அவனுக்கு மேலும் வசதியாகப் போயிற்று. கேக் விற்பனைக் கடை யொன்று தங்கள் கடைக்கு வெளியில் போட்டிருந்த ஸ்டாலில், சாக்லேட் திணித்த ரொட்டி ஒன்றை வாங்கிவந்தான்; காலையில் இருந்து பட்டினியாகக் கிடக்கிறான், மிகவும் பலவீனமாக உணர்ந்தான்.

பிரதானச் சாலையில் நாயைப் பின் தொடர்ந்தவண்ணம், வெந்த சூடு தணியாமலிருந்த ரொட்டியைக் கடித்தான். சாலையில் சிவப்பு விளக்கு எரிவதைப் பார்த்து நாய் நின்றது, ஆதாமும் அதற்கு இணையாக அருகில் நின்றான். எண்ணெய்க் கறையில் தோய்ந்த காகிதத்தில் சிறிது ரொட்டி மிச்சமிருந்தது, அதிலொரு துண்டை நாய்க்குக் கொடுத்தாலென்ன என நினைத்தான். ஆனால் அப்படிக் கொடுத்தால் நாய் இவனிடம் நட்பு பாராட்டும் அபாயம் இருக்கிறது, அது ஆபத்து; நாய் இவன் பின்னால் வர ஆரம்பித்துவிடும். இவனுக்கு எங்கே போக வேண்டும் என்றெல்லாம் தெரியாது. பிறரை வழிநடத்தும் பொறுப்புகளை ஏற்பதற்கு அவன் தயாரில்லை; அடுத்து இவனுக்கும் முழுக்கப் பசி ஆறவில்லை. இருக்கிற சிறிது துண்டைத் தியாகம் செய்யாமலிருப்பதே மேல் என்கிற முடிவுக்கு வந்தான். போக்குவரத்துக் காவலர் அவர்களை மேலே செல்ல அனுமதிக்கும்வரை, நல்ல பிள்ளை யாகக் காத்திருந்த வேளையில் எஞ்சிய ரொட்டியைத் தின்று முடித்து, விலங்கின் கால்களைப் பார்த்தான், கவனம் கருமையாகவும் அடர்த்தி யான ரோமத்துடனும் மூச்சுவாங்கிக்கொண்டிருந்த உடல்மீதும், அதன் முகரும் செயலிலும், விறைத்து நின்ற பின்புறத் தொடைகளிலும் சென்றது.

சற்றுமுன்பு கடற்கரைக்குச் செல்லும் சாலையில் வயதான பெண்மணி கையில் பிடித்திருந்த பாக்ஸர்வகை பெண் நாயைத் தவிர்த்து, அதிசயமாக நகரம் அன்றைக்கு நாய்களின்றி வெறிசசோடிக் கிடந்தது, இருவரும் மனிதர்களை மட்டுமே சந்திக்க முடிந்தது. எனினும் விலங்கினத்தின் அந்தரங்கமான உயிர்வாழ்க்கைக் குறியீடுகளை நகர வீதிகள் நிறையவே சுமந்திருந்தன. அக்குறியீடுகள் சிறுநீர் மணம் அல்லது அதன் அடையாளங்களாக இருக்கலாம், கழிவுகளாக இருக்கலாம், சாலையோரத்தில் கிடக்கிற உரோமக் கற்றையாக இருக்கலாம்; திடீரென வெள்ளப்பிரவாகமாகப் பூமியில் பரவும் சூரிய ஒளி, பாதசாரிகள், பேருந்துகள் உறுமல்களிடைத் தடாலடியாக நடைபெறும் இணைசேர்தலில் வெளியான விந்தாகக்கூட இருக்கலாம்.

கனின் (நாய்) வாழ்க்கையின் இவ்வடையாளங்கள் கொஞ்சம் கொஞ்சமாகத்தான் நமக்குத் தெரியவரும். அதற்கு, நடைபாதை வடிவங் களை நன்றாக அவதானிக்க வேண்டும். நகரத்தில் போக வர என்றிருக்கும் சிக்கலான வழிகளை, சங்கேதக் குறியீடாக மாற்றுவதும் இது போன்ற அடையாளங்களே. காலம், வெளியை அடிப்படையாகக் கொண்ட ஒரு கருத்தியத்தை மறு கட்டமைப்பு செய்யவும் இவ் வடையாளங்கள் உதவுவதுண்டு, மனிதர் உயிர்வாழ்க்கைக்கும் இதற்கும் எவ்விதத் தொடர்பும் இல்லை. தவிர ஒவ்வொரு நாளும் ஒன்றிரண்டல்ல நூற்றுக்கணக்கான நாய்களுக்கு, தங்கள் செயல்பாட்டில் நம்பிக்கையை ஊட்டி பத்திரமாகவும் நலத்துடனும் மாலையில் அதனதன் குடில் களுக்குத் திரும்பக் காரணமாக இருப்பதும் மேற்குறிப்பிட்ட குறியீடுகளே.

ஆதாம் வழியைத் தொலைந்திருந்தான். வழித்தடமெங்கும் எல்லா வகைக் குறியீடுகளும் பதிவாகியிருந்தும் அவற்றின் ஊடாகத் தன்னை

வழிநடத்தப் போதவில்லை: வீச்சங்கள், கிரானைட் கற்களின் ஓசையி லிருந்து வெளிப்பட்ட நுணுக்கமான விவரங்கள், தானாகப் பின்னர் சூழவும் செய்தன; நாயாக இருந்திருந்தால் (இதுவரை இல்லை, நாளை எதுவும் நடக்கக்கூடும்) தலை, கண்கள், காதுகள் ஏன் மெத்தென்றிருக்கும் கால்களின் ஸ்பரிஸம், நகத்தின் கீறல்கள், முகுளம் ஆகியவற்றின் தயவால், முடிந்திருக்கும். தான் மனிதனும் இல்லை என்பதால், இதுவரை எப்படியோ ஆனால் இனி அப்படி ஒருபோதும் இருக்கப் போவதில்லை என்பதால், எதையும் ஏறிட்டுப் பார்க்க விருப்பமில்லாதவன்போல் கடந்தான்.

ஸ்டுடியோ 13, கொர்டோன் ஃபர்னிச்சர், ப்ரிஜிடேர், உயர்ரக மளிகைப்பொருட்கள், ஸ்டேண்டர்டு ஆயில், கபே லா டூர், வில்லியம்ஸ் ஹோட்டெல், போஸ்ட்கார்ட்ஸ் அண்ட் சுவெனிர்ஸ், ஆம்ரு சொலெர், காலெரி மட்டெர்ஸ், பார் அன் தபாகோனிஸ்ட், பி.எம்.யு., நேஷனல் லாட்டரி இவை எதையுமே அவன் பார்க்கவில்லை.

நடைபாதையில் கோடுகள் போட்டது யார்? சன்னல்களுக்கு அலங்காரக் கண்ணாடிகளைப் பொருத்தியவர் எவர்? ம்... 'பைஜாமா' மற்றும் கோடிட்ட மேட்சிங் விரிப்புகள் என்றோ அல்லது 'இன்றைய மெனு' என்றோ எழுதியது யார்? 'வானொலி சம்பந்தமான எல்லாப் பொருட்களும்', 'எங்கள் கடைக்கு ஒருமுறை வந்து பாருங்கள்', 'விலை குறைத்துப் போட்டுள்ள எங்கள் நீச்சல் உடைகளை வாங்குங்கள்', இலையுதிர்கால பேஷன்கள், 'ஒயின் சில்லறை, மொத்த வியாபாரம்' என்றெல்லாம் அறிவிப்பவர்கள் யார்?

எனினும் இவைகளெல்லாம் நடைமுறையில் இருக்கவே செய்கின்றன, ஆதாமைப் போன்றவர்கள் கோடையில் அவற்றுடன் தங்களை அடையாளம் காணவும், பேருண்டி பிரியத்திற்கும், முழு நிர்வாணமாக உறங்க வேண்டுமென்ற இச்சைக்கும் அவற்றினைக்கொண்டு அவர்களால் உத்தரவாதம் பெறமுடியும், உறங்குவதும் வெறுமனே அல்ல, கோடு போட்ட பைஜாமா சட்டைகளில்; அதற்குப் பொருத்தமாகக் கோடு போட்ட விரிப்புகள், கோடிட்ட தலையணை, ஏன் ஒருவேளை அறையின் சுவர்கூடக் கோடுபோட்ட வண்ணத்தாள் கொண்டதாக அமையக்கூடும்; இரவில் வருகிற பட்டாம்பூச்சிகள்கூடக் கோடிட்டதாக இருக்கலாம், கோடிட்ட லாம்ப்–ஷேடுகளில் அவை முட்டிக்கொள்ளும் கூத்தும் அரங்கேறும், இரவுகூட நியோன் விளக்குகளால் கோடுகள் இழுக்கப் பட்டதாக இருக்கும், அடுத்து கோடிட்ட நாட்கள், ரயில்கள், மோட்டார் வாகனங்கள் என அமையலாம். முழங்கால்களில் அழுக்கேறிய பேண்ட்டின் இரு பைகளிலும் கைகளிருக்க, வளைந்த முதுகும் கருமையான உரோமங்களால் மூடப்பட்ட உடலும் கொண்ட ஒற்றை நாயைப் – அதிலும் சுதந்திரமாகத் திரிகின்ற நாயைப் – பின் தொடரும் ஆதாமைக் காண்பவர்கள், "மனநலக் காப்பகத்தில் இருக்க வேண்டியவர்கள் வெளியில் இருக்கிறார்கள்" எனக் கூறாதுபோனாலும் மெதுவான குரலில், 'இக்கடலோரப் பகுதியில் விசித்திரமான ஆசாமிகளும் இருக்கின்றனர்' எனச் சொல்லத் தவறுவதில்லை.

பொதுவில் பலரும் நினைப்பதைப்போல நாயொன்றைப் பின் தொடர்வது கடினமல்ல. முதலாவதாக எப்படிப் பார்க்கிறோம், எவ்வளவு உயரத்திலிருந்து பார்க்கிறோம் என்பதைப் பொறுத்தது அது. ஜீவனும் துடிப்புமுள்ள, முழங்கால்களுக்குக் கீழே ஓடித் திரிகிற கறுப்பு நிற உருப்படியொன்றை மனிதர்கால்களுக்கிடையில் தேட வேண்டும். இரண்டு காரணங்களால் ஆதாம் வெகு எளிதாக அக்காரியத்தைச் செய்யமுடிந்தது: முதலாவதாக விலங்கின் முதுகு லேசாக வளைந்திருந்தது, பார்வை நிலத்தில் வாழ்கிற நான்குகால் விலங்குகளைப் போல இயற்கையிலேயே தரையை நோக்கும் தன்மை கொண்டதாக இருந்தது; இரண்டாவதாக வெகுகாலத்திற்கு முன்பு, சிலவற்றை எப்படி பின்தொடரலாமெனப் பயிற்சி எடுத்திருந்தான்; பன்னிரண்டு அல்லது பதினைந்து வயது இருக்கிறபோது, பள்ளிக் கூடத்தைவிட்டு வெளியே வருகிறபோதெல்லாம், குறைந்தது அரைமணி நேரமேனும் மனிதர்களைக் குறிப்பாக பதின்வயதுப் பெண்களை, கூட்டத்திற்கிடைப் பின் தொடர்வதற்கெனச் செலவிடுவான் என்கிற கதைகளெல்லாம் அவனைப் பற்றி உண்டு. தெருக்களின் பெயர்கள் குறித்த கவலைகளின்றியும், பாரதூரமான வேண்டுதலின்றியும் பல இடங்களுக்குத் தன்னால் போகமுடிகிறதென்ற ஒரே சந்தோஷத்திற் காகவே அதனைச் செய்தான், வேறு உள்நோக்கங்கள் அவன் பின் தொடரும் செயலில் இல்லை. அந்தச் சமயத்தில்தான் உலகில் பெரும்பாலான மனிதர்கள் கைகளைக் கட்டிக்கொண்டும் கண்களில் அவாவுடனும் வெறுமனே காலத்தைப் போக்குகிறார்கள் என்கிற உண்மை அவனுக்குத் தெரியவந்தது. பதினைந்து வயது இருக்கிறபோதே மனிதர்கள் தெளிவின்றி, நாணயமற்று இருக்கிறார்கள் என்பதைப் புரிந்துவைத்திருந்தான். அவர்கள் நாள்தோறும் தங்கள் மரபணுக்களில் சொல்லப்பட்ட மூன்று அல்லது நான்கு காரியங்களைச் செய்து முடித்தான பிறகு நகரங்களில் அலைந்துகொண்டிருப்பார்களேயன்றி, அதுபோன்ற நேரங்களில் ஊர்ப்புறத்தில் தங்களுக்கெனப் பல லட்சக் கணக்கான சிறு குடில்களைக் கட்டிக்கொள்ள முடிமென்றோ அங்கு நோயாளியாகவோ சிந்தனையில் மூழ்கியோ சோம்பலுடனோ நாட்களைக் கழிக்கலாமென்றோ அவர்களுக்குத் தோன்றாதென்பதையும் விளங்கிக்கொண்டிருந்தான்.

வீதியின் மறுபக்கம், நினைத்திருந்ததற்கு மாறாக வேறொரு நாயைக் கண்டான். நாற்பது வயது மதிக்கக்கூடிய ஓர் ஆணும் பெண்ணும் அதனுடன் இருந்தார்கள்; அதிகம் பருமனில்லை, ரோமங்கள் பட்டுப் போன்று இருந்தன, அழகான தோற்றத்தில், நீண்ட பெரிய கால்களில் கம்பீரமாக நின்றிருந்தது, ஆதாமிற்கும் அவனுடைய சக நாய்க்கும் இப்புதிய பிராணியைக் கண்ணாறக் காண வேண்டுமென்ற அவா. அங்கே பெரிய பல்பொருள் அங்காடி ஒன்றிருந்தது கடையின் கண்ணாடிக் கதவுகள் நுழைவாயிலில் திறப்பதும் மூடுவதுமாக இருந்தன, ஒவ்வொரு நொடியும் அலையலையாக வாடிக்கையாளர்கள், அவர்களில் பெரும்பான்மையோர் கைகளில் பொதிகளும் காகிதப் பைகளும் சுமந்திருக்கும் பெண்கள். ஆண்நாய் ஏதோவொரு சுவடைத் தொடர்வது

போல, முகர்ந்தபடிச் சென்றது, ஆதாம் நாயைப் பின்தொடர்ந்தான். இருவரும் கிட்டத்தட்ட சேர்ந்தே கடைக்குள் நுழைந்திருந்தார்கள், வாயிற்கதவைக் கடந்தபோது தலைக்கு மேலே கடையின் பெயர் நியான் விளக்கில் பிரகாசித்தது. அதன் ஒளி கண்ணாடிபோல, இருவரின் கால்களுக்கிடையிலும், விலங்கின் முதுகு உரோமங்களிலும், சிறிதளவு லினோலியத் தரையிலும் பிரதிபலித்தது, 'பிரிசுனிக்', பிரிசுனிக், 'பிரிசுனிக்' எனக் கடையின் பெயர் இடமிருந்து வலமாக அதில் தெரிந்தது.

அடுத்தகணம் இருவரைச் சுற்றியும் மனிதர்கள், சுவர்கள், உட்கூரை, விற்பனைப்பொருட்களுக்கான தட்டு வரிசைகள். தலைக்குமேல் ஆங்காங்கே ஒருவகையான மஞ்சள் அட்டைகள் இரண்டு நியான் குழல்விளக்குகளுக்கு நடுவில் தொங்கிக்கொண்டிருந்தன, அவற்றில் 'தள்ளுபடி விலையில்', 'கட்டுமானப்பொருட்கள்', அல்லது 'ஒயின்கள்' அல்லது 'வீட்டு உபயோகப் பொருட்கள்' என எழுதப்பட்டிருந்தது. வாடிக்கையாளர்களில் சிலர் தொங்கும் இந்த அட்டைகளைக் காட்டிலும் உயரமாக இருந்தனர், அவர்கள் சென்றபோது சில நேரங்களில் அட்டைகள் அவர்கள் தலைகளில் இடிபட்டு வெகுநேரம் கயிற்றில் சுழன்று ஆடின. விற்பனை மேசைகள் செங்கோண முக்கோண வடிவில் அமைந்திருந்ததால், வாடிக்கையாளர்கள் தடங்கலின்றிச் சுற்றிவர முடிந்தது. அனைத்துமே உயிர்ப்புள்ள வண்ணக் குவியல்கள், அவை உங்களை இடம் வலமென்று முண்டியடித்துச் செல்ல வைக்கும். உங்களிடம்: "வாங்குங்கள்! வாங்குங்கள்!" எனப் புன்னகை சிந்த பொருட்களைக் காட்டிக், கூவி அழைப்பார்கள். செயற்கை இழை விரிப்புகளால் மூடப்பட்டிருக்கும் தரையில் பெண்கள், தங்கள் காலணிகளின் குதிகால் சத்தமிட நடப்பார்கள். கடையின் பிற்பகுதியில் தானியங்கி நிழற்படத் தடுப்பிற்கும் – 'பார்'க்கும் இடையில் இசைத் தட்டு எந்திரமொன்றுண்டு. எந்நேரமும் பியானோ அல்லது வயலின் இசை பொதுவில் ஒலித்தபடி இருக்கும், இடைக்கிடை அவ்விசையில் பெண்மணி ஒருத்தி குறுக்கிடுவாள், அமைதியான குரலில் அறிவிப்பு வரும், குரல் உயர்ந்து ஒலிக்காது, வாய் முழுவதும் ஒலிவாங்கியை உரசிக்கொண்டிருப்பதுபோல் தோற்றம் தரும்: "ஜேப்படிக்காரர்களிடம் கவனமாய் இருக்கும்படி வாடிக்கையாளர்கள் கேட்டுக்கொள்ளப் படுகிறார்கள்" – அல்லது:

மூன்றாம் எண் பிரிவு விற்பனையாளர் பெண்மணி, நிர்வாக இயக்குநரின் அலுவலக அறைக்கு வரவேண்டும். "மூன்றாம் எண்பிரிவு விற்பனையாளர் பெண்மணி, நிர்வாக இயக்குநரின் அலுவலக அறைக்கு வரவேண்டும்..." அல்லது:

"அலோ, அலோ! நன்கு உழைக்கக்கூடிய குளிர்கால நைலான் காலுறையை, எங்களின் அன்பான வாடிக்கையாளர்களுக்குச் சிபாரிசு செய்கிறோம். நீங்கள் விரும்பும் அளவுகளில்; முத்து, செம்பு, அல்லது மெல்லிய தோல் நிறங்களில் – தற்போது முதல் தளத்தில் பெண்களின் உள்ளாடைகள் விற்பனைப் பிரிவில் இருக்கின்றன ... நான் மீண்டும் தெரிவிக்கிறேன் ..." – என்பாள்.

ஆண்நாய், பெட்டைநாயைக் கடையின் கீழ்த் தளத்தில் – மின் சாதனப் பொருட்கள் விற்பனைப் பிரிவில் மீண்டும் கண்டுவிட்டது. முன்பாக, பெட்டைநாய்க்காக முதல் தளத்தை முழுமையாக அது அலச வேண்டியிருந்தது, நூற்றுக்கணக்கான கால்களுக்கிடையில் புகுந்து வெளியேற வேண்டியிருந்தது. பெட்டை நாயைக் கண்டதுமே கீழ்த்தளத்திற்குரிய படிகளைப் பிடித்து இறங்க ஆரம்பித்தது. கீழே செல்ல நாய் துணியாதென்றே ஆதாம் ஒரு கணம் நினைத்தான். ஆண்நாயைப் போல பெட்டைநாயிடம் நெருங்க வேண்டுமென்ற எண்ணம் அவனிடம் இல்லாதது அதற்குக் காரணமல்ல, வேறு நியாயமிருந்தது; அவ்வளவு பயங்கரத்தையும் சகித்துக்கொண்டு கடைக்குள் இருக்க இனியும் விருப்பமில்லை, அதற்காகப் பின் தொடர்வதால் கிடைக்கிற சந்தோஷத்தைக்கூட தியாகம் செய்ய அவன் தயார். இரைச்சலும் கூடுதலான மின்சார வெளிச்சமும் சேர்ந்து அவனை மிரள வைத்திருந்தன, அவற்றோடு மனிதர் குரல் களிலும் சிக்கிக்கொண்டிருந்தான், தான் பின்நோக்கிச் செல்வது போலவிருந்தது, குமட்டல் தொண்டைக்குழியில் தயங்கி நின்றது. நாய் இவன் கண்ணிலிருந்து மறைந்திருந்தது, அநேகமாக மின்சாரம், ஃபார்மிகாவென்று காற்றோட்டமின்றி அடைபட்டிருந்த பகுதியில் இருக்க வேண்டுமென நினைத்தான். அவனைச் சுற்றிலுமிருந்த பொருட் களின் விலைகளை வாசிக்க வேண்டுமென்ற அவாவைத் தடுக்க முடியவில்லை. ஒருவகையான வணிக உந்துதல் அவனது பிரக்ஞையை ஒழுங்கு படுத்த முனைந்தது. உதடுகளால் கணக்கிட்டான். மனிதமுயற்சி யின் பல்லாயிரம் ஆண்டுகால விளைவுகள் அவை, அப்பொருட்களுக்கும் அவனுக்குமான மூதாதையர் காலத்து உறவு ரகசியமாக விழித்துக் கொண்டு, இருப்பில் பிரவாகமெடுத்து வழிந்தது, கடைக்குள்ளிருந்து வெளியேற வேண்டுமென்கிற விருப்பத்தைத் துண்டித்து, சிறுசிறு தயக்கங்களாக உருமாற்றியது; இமைகளிலும், முகத்தசைகளிலுங்கூடச் சிமிட்டல்களாகவும், துடிப்புகளாகவும்; கழுத்து நெடுக குளிர் நடுக்கம் போலவும், கண்களில் விரிந்தும் சுருங்கியும் அந்த மாற்றம் தன்னை வெளிப்படுத்திக்கொண்டது. நாயின் கறுப்பு முதுகு அலைபோல எழுந்து அடங்குவது தெரிந்தது. மீண்டும் நாயை ஏறக்குறைய பார்க்க ஆரம்பித்திருந்தான், மூளையின் ஆழ்பரப்பில் தீர்மானிக்க இயலாத தொரு இசை அதிர்வில் நிறுத்தி அதனை எடைபோடவும் தொடங்கி யிருந்தான்.

ஆண்நாய் படிகளின் தொடக்கத்தில் தயங்கி நின்றது; படிகளுக்குக் கீழே அச்சுறுத்துவதைப்போன்று வெண்மையுமல்லாத கறுப்புமல்லாத தொரு புழை, மக்கள் கூட்டத்தை விழுங்கிக்கொண்டிருந்தது. சிறுமி ஒருத்தி போகிறபோதே வாலை இழுக்க விரும்பி, பின்னர் "நா . . . நாய் . . . எனக்கு . . . எனக்கு வேணும்" எனத் திக்கினாள். நாய் பின்னர் இறங்கிச்செல்ல, ஆதாம் அதனைத் தொடர்ந்தான்.

கீழ்த்தளத்தில் மனிதர்கள் அதிகமில்லை. அங்கே இசைத்தட்டுகள்; கையேடு, எழுதுகோல்கள் உறை, வாழ்த்து அட்டைகள்; ஆணிகள் சுத்திகள்; கயிற்றில்முடைந்த காலணிகள் விற்பனைப் பிரிவுகளின்

அடுக்குத் தட்டுகளிருந்தன. மிகவும் புழுக்கமாக இருந்தது. பெண்நாயும் அதன் எஜமானர்களான ஆணும் பெண்ணும் மின்சாதனப் பொருட்களின் விற்பனைப் பிரிவில் இருந்தார்கள். மின்விளக்குகளையும் மின்சாரக் கம்பிகளையும் தொட்டுப் பார்த்துக்கொண்டிருந்தார்கள். பெட்டைநாய் ஒரு லேம்ப் ஷேடின் கீழ் உட்கார்ந்திருந்தது, நாக்கைத் தொங்கவிட்டிருந்தது. ஆதாமையும் ஆண் நாயையும் பார்த்ததும் பெண் நாய் எழுந்தது: அதனைக் கட்டுக்குள் வைத்திருந்த நாய்வார் அருகில் கிடந்தது. எஜமானர்கள் இருவரும் இவற்றுக்கெல்லாம் தங்களுக்கு நேரமில்லாததுபோல, பொருளை வாங்கும் காரியத்தில் மும்முரமாக இருந்தார்கள். இசைத்தட்டுகள் விற்பனைப் பிரிவுக்கருகே நின்றுகொண்டிருந்த ஆதாம் விநோதமான சம்பவமொன்று அங்கு நிகழவிருப்பதைக் குறிப்பால் உணர்ந்தான். இசைத்தட்டுகளின் பளபளப்பான உறைகளை அவன் பார்ப்பதுபோல் பாவனை செய்தாலும் உண்மையில் அவன் தலை, இடப்பக்கம் லேசாகத் திரும்பி விலங்குகளை அவதானித்துக்கொண்டிருந்தது . . .

அடுத்த கணம் எதிர்பார்த்தது நடந்தது. மனிதர் கும்பலில் கிட்டார் ஓசையும் குதி உயர்ந்த காலணிகளின் சொடுக்கு ஒலியும் இணைந்த தொரு சிறு சலசலப்பு. தானியங்கிப் புகைப்படமெடுக்கும் கூண்டில் நீல விளக்கொன்று எரிந்து பின்னர் அணைந்தது, பருமனான கையொன்று கூண்டின் திரையை இழுத்தது. ஆதாம், புகைப்படக்கூண்டின் துத்தநாகத் தடுப்பில் வெள்ளைவெளேரென்று தெரிந்தான். தற்போது அவன் கால்களில் அதாவது அவன் கால்களுக்கு நேரெதிரில், கறுப்பு ஆண்நாயின் கம்பளி உடல், பெண் நாயின் மஞ்சள் நிற உடலை மூடியதுபோல இருந்தது; நிமிடங்கள் கடந்துகொண்டிருந்தன. போவதும் வருவதுமாக இருந்த மனிதர்கள் அதனைக் கடந்துபோனார்கள், சுற்றிவந்தார்கள், லினோலியத் தரையில் தங்கள் காலணிகள் ஒலிக்க நடந்தார்கள். பெண் நாய் உடல், பழமையான தங்கத்தின் நிறத்திற்கு வந்திருந்தது. நன்கு விரித்தும் பரப்பியுமிருந்த நாயின் கால்களின் கீழ், முனைப்பான ஒளியும், அடுக்கடுக்காக நூற்றுக்கணக்கிலிருந்த நிழல் உருவங்களும் சேர்ந்து தரையில் வடிவமாற்றத்திற்குக் காரணமாயின. தரைமட்டத்திற்குக் கீழிருந்த கடையின் நிலவறையில், சத்தம்போட்டுப் பேசிக்கொண்டிருந்தார்கள், சிரிப்பதும் அதிகமாக இருந்தது, விற்பதும் வாங்குவதும் போட்டிபோட்டுக்கொண்டு நடந்தது. தொடர்ந்து புகைப்படக்கருவிகள் ‘க்ளிக்’கிடும் ஒலிகள், ஒவ்வொரு தடவையும் மக்னீசியம் பளீர் எனப் பிரகாசிக்கிறபோது, வட்டமான வெண்ணிற வடிவத்தில் ஏதோ ஒன்று அதிர்ந்தது. அங்குதான் நாய்களிரண்டும் மல்யுத்தம் புரிவது போன்ற தோற்றத்தில், வேட்கைவிளைவித்த பேரச்சம் காரணமாகத் திறந்த வாயும், விரிந்த கண்களுமாக இருந்தன. ஆதாமின் நெற்றி வேர்வையில் நனைந்தது, ஒருபக்கம் வெறுப்பு இன்னொருபக்கம் பரவசம், சிந்தனை அதிவேகமாகச் சுழன்று கொண்டிருக்க, சிலையென நின்றிருந்தான். அவன் தலை நடுவில் ஓர் அபாயச் சங்கு ஒலிப்பது அவனுக்கு மாத்திரம் கேட்டது, யுத்தமொன்று எந்த நேரத்திலும் வெடிக்கலாம் என்பதுபோல அச்சங்கொலி அவனுக்குள், “எச்சரிக்கை! எச்சரிக்கை!” என்றது.

பிறகு அதன் தாளகதியில் தொய்வு; பெட்டைநாயிடமிருந்து முக்கலும் முனகலுமான சத்தம், வலியின் குரல். ஏற்ற இறக்கத்துடனிருந்த அவ்விடத்தில், தற்போது ஒரு குழந்தை தென்பட்டது, விலங்குகள் பக்கம் கைகாட்டிச் சிரித்தது. படச்சுருளை ஒருசில நொடிகள் அதிவேகமாகச் சுழலவிட்டதுபோல, காட்சிகள் வேகமாக அரங்கேறின. தடாலடியாக ஒன்றிரண்டு அர்த்தமற்ற நிகழ்வுகளுக்கு இன்னமும் அங்கே இடமிருந்தது. ஆதாம் ஏற்கனவே நாயுடல்களிலிருந்து தனது பார்வையை விலக்கிக்கொண்டிருந்தான், விரல்ரேகையைப் பதிப்பது போல, கைவிரல்கள் இசைத்தட்டு உறைகள்மீது அழுந்தப் பதிந்திருக்க சகஜ நிலைக்குத் திரும்பினான். கிட்டார் ஓசைக் குறைந்தது., சற்றுமுன்பு வரை அறிவிப்புசெய்த வாய் அதே உற்சாகத்துடன் ஒலிவாங்கியை நெருங்கி:

"மேடம் ... உங்களுக்கெனத் தேர்வுசெய்திருக்கும் புதிய மாடல்கள் தள்ளுபடி விலையில், உள்ளாடை விற்பனைப் பிரிவில் காத்திருக்கின்றன ... உள் பாவாடைகள், கார்டிகான் வகை உல்லன் சட்டைகள், இங்கிலீஷ் பிளவுஸஸ், நீச்சல் உடைகள், மெல்லிய ஸ்வெட்டர்கள் ..."

ஆதாம் திரும்பினான், முதுகை நிமிர்த்திய மறுகணம் தரைத் தளத்திற்குச் செல்கிற படிகளில் இருந்தான், கறுப்பு உல்லன் உரோமத்துடனிருந்த நாய் அவனுக்கு முன்னால் போய்க்கொண்டிருந்தது. இருவரும் தங்களுக்குப்பின்னே நிழலும் குழப்பமும் நிறைந்த பகுதியில், மின் சாதனப் பொருட்கள் விற்பனைப் பிரிவுக்கு அருகே பெட்டைநாயின் ஆரஞ்சு நிற வயிற்றில், எதுவுமற்ற ஒன்றை – ஒரு வெறுமையை விட்டுச் சென்றிருந்தார்கள், தற்போதைக்கு அது வெறுமை என்கிறபோதும் அடுத்த சில மாதங்களில் தகப்பன்பேர்தெரியாத அரை டசன் நாய்க் குட்டிகளாக உருப்பெறப் போவதென்பதுதான் அதிலுள்ள வேடிக்கை.

நாயும் அவனுமாக பிரதானச் சாலைக்கு வந்திருந்தார்கள். வெகு நேரம் கடந்திருந்தது, சூரியன் மேற்கில் மறைந்திருந்தான், தன் கணக்கை முடித்துக்கொண்ட மற்றுமொரு நாள், முடிந்துபோன லட்சக்கணக்கான நாட்களுள் தற்போது அதுவுமொன்று. சூரிய ஒளிக்கு இன்னமும் வாய்ப்பிருந்த பக்கமாகச் சாலை நடைபாதை ஓரம், நிதானமாக இருவரும் நடந்தார்கள்.

பாதசாரிகளைக் காட்டிலும், மோட்டார் வாகனங்களின் எண்ணிக்கை கூடுதலாகத் தெரிந்ததால், நடைபாதையில் தாங்கள் மட்டுமே இருப்பதைப் போல உணர்ந்தான்.

இரண்டு அல்லது மூன்று காப்பி பார்களைக் கடந்து வந்திருந்தனர், பிரான்சு நாட்டின் தென்பகுதியிலுள்ள பிற நகரங்களைப் போலவே இங்கும் கட்டடத்திற்கு ஒன்றென காப்பி பார் இருப்பது காரணமாக இருக்கவேண்டும். அவர்களிருவரையும் பார்க்கிறவர்களுக்கு நாய் இளைஞனுடன் வந்திருக்குமென்ற சந்தேகமில்லை, இளைஞனே நாயுடன் வந்திருக்க வேண்டுமென நினைத்தார்கள். ஆதாம் தன்னைக் கடந்துசெல்லும் மனிதர்களைப் பார்த்தவண்ணம் நிதானமாக நடந்தான்.

பெரும்பாலான ஆண்களிடத்திலும், பெண்கள் மொத்தபேரிடத்திலும் முகத்தில் கறுப்புக் கண்ணாடியைப் பார்க்க முடிந்தது. அவர்களுக்கு ஆதாமையும் தெரியாது நாயையும் யாரென்று தெரியாது. அருவருப்பூட்டும் தோற்றமும், தளர்ந்த நடையும், பழைய அழுக்கடைந்த பேண்ட் பைகளில் கைகளுமாக அவனைச் சாலையில் எதிர்கொண்டு வெகு நாட்கள் ஆகியிருக்கலாமென்று அவர்களும் நினைத்தார்கள். குன்றுப் பகுதியில் கிட்டத்தட்ட வெகுநாட்களாகவே, கேட்பாரற்ற வீடொன்றில் அவன் தனியொரு ஆளாக வசிக்க வேண்டும். ஆதாம் அவர்களின் கறுப்புக் கண்ணாடியைப் பார்த்தான், தனக்கென அமைத்துக்கொண்ட நான்கு சுவருக்குள் முடங்கிக் கிடப்பதைக்காட்டிலும் வேறு ஏதேனும் செய்ய முடியுமென்று தோன்றியது: உதாரணமாகக் கிளி ஒன்றை வாங்கி அதனை எந்நேரமும் தோளில் சுமந்துகொண்டு நடப்பது, அவ்வாறு நடக்கிறபோது யாரேனும் அவனைத் தடுத்து நிறுத்தினால், அவனுக்குப் பதிலாகக் கிளியைப் பேச அவன் அனுமதிப்பான்: "வணக்கங்க, நல்லா இருக்கீங்களா?", மனிதர்களும், அவர்களிடத்தில் இவன் சொல்ல ஏதுமில்லை என விளங்கிக்கொள்வார்கள். அவ்வாறில்லையா, கையில் வெண்ணிறக் கம்பும், கண்களில் தடித்த கண்ணாடியுமணிந்து குருடன்போல நடிக்கலாம்; தன்னை நெருங்க மிகவும் யோசிப்பார்கள் அப்படியே ஒன்றிரண்டு பேர் துணிச்சலுடன் சில சமயங்களில் நெருங்கினாலும் அநேகமாக, வீதியைக் கடக்க உதவ வேண்டும் என்பதற்காக இருக்கலாம்; அவனும் அதற்குச் சம்மதிக்கக்கூடும், பிரதிபலனாக அவர்கள் இவனிடம் நன்றியையோ வேறுவார்த்தைகளையோ எதிர்பார்க்கக் கூடாது, காரணம் அவனுடைய அமைதிவாழ்க்கைக்கு எவ்விதப் பங்கமும் நேர்ந்துவிடக் கூடாது. இன்னொரு யோசனையும் வருகிறது, தனக்கென வீதியில் ஒரு கூண்டை அமைத்துக்கொண்டு நாள்முழுக்க லாட்டரி டிக்கெட்டுகள் விற்றுக் கொண்டிருக்கலாம், மக்களும் எத்தனை டிக்கெட் வாங்க வேண்டுமோ அவற்றைத் தடையின்றித் தன்னிடம் வாங்கக்கூடும், அப்போதுகூட ஒருவரும் அவனை நெருங்கி பேசிவிடக் கூடாது, அதற்காக வித்தியாசமான குரலில், "இன்றைய குலுக்கலுக்குரிய டிக்கெட்டுகளில் ஒன்றிரண்டே மிச்சமுள்ளன, வாங்கி உங்கள் அதிர்ஷ்டத்தைச் சோதித்துப் பாருங்கள், தவறவிடாதீர்கள்!" எனத் தொடர்ந்து கூவிக்கொண்டிருக்கிற உபாயமொன்றை வைத்திருந்தான்.

இந்த யோசனைகளெல்லாம், நாய் போல உதவாது, எப்போதாவ தொருமுறை நடைபாதையில் இவனை எதிர்கொள்கிற மனிதர்கள்கூட, கறுப்புக்கண்ணாடி வழியாக இவனை ஏறிட்டுப் பார்ப்பதில்லை மட்டுமல்ல, குறைந்தபட்சம் 'வணக்கம்' என்றுகூடச் சொல்லாமல் கடந்து செல்கிறார்கள். ஆக ஒரு விஷயம் நிரூபிக்கப்பட்டுள்ளது, தனது சினேகிதன் நாயைப் போலவே அவனும் இனி வெறுத்தொதுக்கப் பட வேண்டிய கூட்டத்தைச் சேர்ந்தவனல்ல. நகரத்தில் எங்கும் எப்போதும் போகலாம் வரலாம், கடைகளை அலசலாம், ஒருவரும் கண்டுகொள்ள மாட்டார்கள். கூடிய சீக்கிரம் இவனுங்கூட அவசரமின்றி வாகனங்களின் மீதோ, 'நோ பார்க்கிங்' அறிவிப்புக் கம்பத்திலோ

லெ கிளேஸியொ

மூத்திரம்போக முடியும்: இரண்டு பிளட்டானஸ் மரங்களுக்கிடையில், தூசு தும்புகள் நிறைந்த திறந்த வெளியில் வேறொரு உயிரைப் புணரவும் முடியும்.

பிரதானச் சாலையின் முடிவில் பச்சை நிறத்தில் தாமிரத்திலான தண்ணீர்க் குழாய், அந்தக் காலத்தில் பொது இடங்களில் அடிக்கடி காண நேருமே அதுபோல இருந்தது. நடைபாதையில் அமைக்கப்பட்டிருந்த குழாயில் நீரைத் திருப்ப ஒரு கைப்பிடியும் சிந்தும் நீர் வெளியேற கம்பிச்சட்டத்தால் மூடியதொரு வடிகாலும் இருந்தன. நாய்க்குத் தாகம் எடுத்திருக்க வேண்டும், குழாயருகே நின்றது, என்ன செய்யலா மென யோசிப்பதுபோல சில கணங்கள் காத்திருந்தது, நீர்வடியும் தடக்குழியை மோந்தது, வடிகாலின் கம்பிச் சட்டத்தை நக்க ஆரம்பித்தது. பாசிபடிந்திருந்த அக்கம்பிச் சட்டத்தில், சிகரெட் அட்டையில் செய்த பந்தொன்று கிடந்ததென்பதைத் தவிர ஒரு சொட்டு நீரில்லை. ஆதாம் தன்னுடைய முறை என்பதுபோல மெல்ல நெருங்கினான், முதலில் தயங்கினான் பின்னர் கைப்பிடியைத் திருப்பினான். களக் களக்கென்று தொடங்கிய சத்தம் பின்னர், அருவிபோல நாயின் தலையில் நீர் கொட்டியது, தெறித்து ஆதாமினுடைய காலணிகளை நனைத்தது. கைப்பிடி படைத்த இயக்கம்போல நீர் விழ விழ, நாய் வாய்கொள்ள நீரை வாங்கிப் பலமுறை விழுங்கியது; குடித்து முடித்ததும் குழாயிலிருந்து விலகி நின்றது, தலையை ஒருமுறை சிலுப்பி ஆனதும் மெல்ல ஓடத்தொடங்கியது. ஆதாமிற்குத் தண்ணீர் குடிக்க நேரம் போதாது, இரண்டு அல்லது மூன்று வாய் தண்ணீர்தான் குடித்திருப்பான், மிச்சமிருந்த தண்ணீர் கைப்பிடியை மூடியபிறகும் தரையில் விழுந்தது. நடந்த வண்ணம் வாயைத் துடைத்தவன், தனது சட்டைப் பையிலிருந்து சிகரெட் ஒன்றை எடுத்தான்.

நகரத்தின் ஏதோவொரு பகுதியில் காலத்தை உரைக்கும் சமிக்ஞை இருக்க வேண்டும், அது புறாக்கள் கூட்டம் பறப்பதாக இருக்கலாம் அல்லது ஐந்து அடுக்குக் குடியிருப்புகளின் பின்னால் சூரியன் மறைவதாக இருக்கலாம், காரணம் நாய் தற்போது வேகமாகவும், நேராகவும் நடந்துகொண்டிருந்தது. தன்னைச் சுற்றி என்ன நடக்கிற தென்பதில் அக்கறைகொள்ளாமலும், அதிக அவசரம் காட்டாமலும் நடந்தது; காதுகளிரண்டும் விறைத்து முன்பக்கமாகச் சாய்ந்தும் இருந்தன, எளிதில் திசைமாற்ற இயலாத ஒரு நேர்க்கோட்டைத் தான் போட்டுக்கொண்டுபோகிற நினைப்பில் கால்களைப் பூமியில் சுறுக்காக வைத்து நடந்தது. நடைபாதையின் மையத்தில் சூரிய ஒளி படாத இடத்தில் மணிக்கு எட்டு கிலோமீட்டர் வேகத்தில் நடக்க எதிரே மோட்டார் வாகனங்களையும் அவற்றின் ஹாரன் சத்தத்தையும் பேருந்துகளின் பச்சை, சிவப்புவண்ணக் கோடுகளையும் எதிர்கொண்டது. அநேகமாக இவ்வளவும் ஐயமின்றி, நகரத்தில், ஒரு வீட்டில், பருமனான பெண்மணியொருத்தி – மார்பிற்குக் கீழேதான் நாய் அவளை அதிகமாகக் கண்டிருக்கும் – சமையலறையில், பிளாஸ்டிக் தட்டொன்றில் கணிசமாக இறைச்சியையும் காய்கறிகளையும் கலந்து, அரைத்துக் கொடுக்க

இருக்கும் உணவிற்காக, அவ்வுணவு ஒருவேளை ரத்தம் சொட்டும் முழங்கையைப் போல, சிவப்பும் வெண்மை நிறமும் கொண்ட எலும்பாகவும் இருக்கக்கூடும்.

நாயைப் பின்தொடர ஆதாம் கிட்டத்தட்ட ஓட வேண்டியிருந்தது. ஆதாம் வரிசையாக இணைகோடுகள்போலிருந்த பலவீதிகள், தோட்டங்கள், மூடப்பட்டுக்கொண்டிருந்த பூங்காக்கள், மனிதர் நடமாட்டம் குறைந்திருந்த இடங்கள்; அடுத்தடுத்து அமைந்திருந்த பெரிய வாயிற்கதவுகள், பழுப்பு வண்ண நீண்ட இருக்கைகள் (சிலவற்றில் பிச்சைக்காரர்கள் ஏற்கனவே முதுகை பெஞ்சின் சாய்மானத்தில் கொடுத்துப் படுத்துக்கொண்டிருந்தனர்), தங்கள் தங்கள் மோட்டார் வாகனத்தில் ஏறிக்கொண்டிருந்த ஆண்கள் பெண்கள்; கறுப்புக் காலணிகள் அணிந்து, கவலை தோய்ந்த முகத்துடன் இரண்டு மூன்று கிழங்கள்; பகல் முழுக்க எங்கே வேலைசெய்தார்களோ அக்குழிகளைச் சுற்றி பெட்ரோல் விளக்குகளை வைத்துக்கொண்டிருந்த சிவப்புச் சீருடையிலிருந்த தொழிலாளர்கள் எனப் பலதையும், பலரையும் ஆதாம் எதிரில் கண்டான். வயதைக் குறிப்பிட்டுச் சொல்ல முடியாத ஆசாமி ஒருவன், சாலையின் மறுபக்கமிருந்த நடைபாதையில் இறங்கிக் கொண்டிருந்தான், அவன் முதுகில் சுமந்திருந்த மரப்பலகையிலான பெட்டி முழுக்கக் கண்ணாடிகள், அவ்வப்போது தலையைத் திருப்பி அங்கிருந்த வீடுகளின் சன்னல்கள்பக்கம் திரும்பி, விநோதமான கவலைதோய்ந்த குரலில் கூவினான், கிட்டத்தட்ட "ஒலிவியெ . . . ஒலிவியே", என்பதாகத்தான் கேட்டது அது அநேகமாக பிரெஞ்சு சொல்லான *on y vient . . . on y vient* அதாவது 'இதோ வந்துட்டேன்' 'இதோ வந்துட்டேன்' என்ற பொருள் கொண்டதாகத்தான் இருக்க வேண்டும்.

எவற்றுக்கிடையில் நாய் நடந்து சென்றதெனப் பாருங்கள்: வீதிகளில், வீடுகளுக்கிடையில், தொலைக்காட்சி ஆண்டெனாக்கள் அல்லது செங்கற்களால் கட்டப்பட்ட புகைபோக்கிகள் கொண்ட வீட்டுக் கூரைகளின் கீழ்; குறுக்கும் நெடுக்குமாக இருந்த வடி குழாய்கள், ஒளிரும் சன்னல்கள் ஊடாக, குழப்பமானதொரு வீதியில் ஒரே நேராக, அதன் பின்னர் கீழே பந்தயநடைபோட்டுச் சென்றபோது உடல் இரும்பைப்போல் கடினமாக இருந்தது.

எத்தனை கம்பீரமாக அது நடந்து சென்றதெனப் பாருங்கள்: வீட்டு விளிம்புகளில் பார்வையைச் செலுத்தவில்லை அதுபோலவே வீட்டுத்தோட்டங்களில் மண்டிக்கிடக்கும் செடிகொடிகளில்கூட அதற்குக் கவனமில்லை. கவனித்திருந்தால் ஆயிரக்கணக்கான குகைகள் அங்கிருப்பதைக் கண்டுபிடித்திருக்க முடியும், அவற்றின் முகத்திரைகளைக் கிழித்தபின் அவற்றின் இருப்பு தெரியவந்திருக்கும். ஆயிரக்கணக்கான அக்குகைகளின் உள்ளேதான் மனிதர்கள் அடைந்துகிடந்தார்கள். பழங்கள், பூக்கள் நிரம்பிய சிறுகூடைகளைச் சுமந்திருக்கும் ஓக் மர உணவு மேசைகள்; வெல்வெட் திரைஅலங்காரங்கள்; இரண்டு பேருக்கான கட்டில்கள்; இம்ப்ரெஷனிஸ ஓவியத்தின் நகல்கள் ஆகியவற்றுக்கிடையே வாழ்வதற்குத் தயாராய் இருந்தவர்கள்.

அதன் பிறகு நாய் செய்த காரியம் வேகமாக நடந்ததும், தனது வீட்டிற்குத் திரும்பியதும் ஆகும். அவ்வீட்டிற்கும் ஆதாமுக்கும் எந்தப் பந்தமுமில்லை, நாய்க்கும் அதற்கு வேண்டியவர்களுக்கும் சொந்தமான வீடு அது. அவ்வீட்டிற்குச் செல்ல, உறங்குவதற்குத் தயார்படுத்திக் கொண்டிருந்த கிராமத்தின் கடைசி வீதியை முதலில் நாய் கடந்தது, அடுத்து சுவரொட்டிகளுடன் எஞ்சியிருந்த சுவர் நீளத்திற்கு நடந்து, எதிர்பட்ட இரும்புக் கிராதியாலான கதவைத் தலையால் தள்ளித் திறந்தது. வீட்டு முகப்பிற்கும் ஆரஞ்சு தோட்டத்திற்குமிடையில் பின்னர் காணாமல்போனது.

அடுத்து நாய் செய்திருந்த காரியம் ஆதாமை வீட்டுவாசலிலே அநாதையாக நிறுத்தியிருந்தது. சிமெண்ட் தூணொன்றில் வில்லா பேல், எண் 9 என வீட்டுப்பெயரையும் எண்ணையும் எழுதிவைத்திருந்த இடத்தில் முதுகைச் சாய்த்துக்கொண்டு வீட்டைத் துருவிப் பார்க்கும் படி விட்டுவிட்டுப் போயிருந்தது. அங்கிருந்தபடி கிராதிக்கதவின் இருபத்தாறு கம்பிகளூடாக அவன் கண்ட தோட்டம் புதர்கள், பச்சை, இளம் சிவப்பு நிறங்கள் எல்லாமுமாகச் சேர்ந்து குழந்தைகள் புத்தகங்களில் பார்க்கிற படங்கள்போல இருந்தன. பகலில் வெப்பம் கடுமையாக இருந்ததால் அன்றிரவு மழைபெய்யக்கூடுமாவென்று தன்னைத்தானே கேட்டுக்கொண்டான்.

8

குன்றுப்பகுதியின் உச்சியில் அநாதையாகக் கிடந்த வீட்டில் புதிதாக ஒரு பிரச்சினை. அப்பிரச்சினைக்குப் பெயர் எலி, சாதாரண எலி அல்ல பெருச்சாளி. சாக்கடைகளில் புழங்குகிற பெரும்பான்மையான எலிகளைப் போல் கறுப்பாகவும் இல்லை, கிட்டத்தட்ட வெள்ளை நிறம். சாம்பல் நிறத்திற்கும் வெண்மைநிறத்திற்கும் இடைபட்டு, இளஞ்சிவப்பு நிறத் தலை, வால், பாதங்களுடனும், கூர்மையான பார்வைகொண்ட இமைகளற்ற இரண்டு நீலநிறக் கண்களுடனும் இருந்த எலி, காண்போருக்கு நெஞ்சுரம் பெற்ற பிராணியாகத்தான் தெரிந்தது. சிலகாலமாகவே எலி அங்கே புழங்கிக்கொண்டிருக்க வேண்டும், இருந்தும் ஆதாம் கண்ணில்பட்டதில்லை. முதல் தளத்தின் வரவேற்புக் கூடத்திற்கு ஆதாம் ஏறிவந்திருந்தான். முன்பொரு முறை மிஷெல் என்ற பெண்ணோடு பில்லியர்ட்ஸ் மேசையில் படுத்திருந்த அதே இடம். அச்சம்பவத்திற்குப் பிறகு இப்போதுதான் வந்திருக்கிறான். முதற்தளத்திற்கு வர சிறு மரப்படிகளில் ஏறியாக வேண்டும் என்கிற அவனுடைய சோம்பேறித் தனத்தை ஒருவரும் குறை சொல்ல முடியாது, மேலே வர வேண்டுமென்று அவனுக்குத் தோன்றவில்லை அவ்வளவுதான்.

பிறகு ஒருநாள் பில்லியர்ட்ஸ் ஞாபகம் வந்தது, சில மணி நேரங்களை அதற்கெனச் செலவிட நினைத்தான், மீண்டும் அங்கே வந்ததற்கு அதுவே காரணம்.

வந்தவன் சன்னலைத் திறந்து அதன் மடிப்புக் கதவை வெளியில் தள்ளினான். தற்போது வரவேற்புக்கூடம் கூடுதல் வெளிச்சத்தில் நன்றாகப் பார்க்க முடிந்தது. பில்லியர்ட்ஸ் பந்துகளைக் கிட்டத்தட்ட எல்லா இடங்களிலும் தேடினான். வீட்டுக்குடையவர் ஏதேனுமொரு அலமாரி போன்றவற்றின் இழுப்பறையில் ஒளித்துவைத்திருக்கக்கூடுமென நினைத்தான். அங்கிருந்த அவ்வளவு இழுப்பறைகளையும் ஒரு கத்தி கொண்டு, பலத்தை உபயோகித்துத் திறந்துபார்த்தான், எதுவுமில்லை. அலமாரி, இழுப்பறைப்பெட்டி, எலுமிச்சை மரத்தால் செய்திருந்த மேசை முதலானவற்றின் இழுப்பறைகளையும் அலசிப் பார்த்தாயிற்று, அவற்றிலும் தூசும் தும்புமாகப் பழைய தினசரிகளைத் தவிர வெறெதுவுமில்லை.

நேரம்கிடைக்கிறபோது புரட்டிப்பார்க்கலாம் என்ற எண்ணத்தில், தினசரிகளை ஒரு ஓரமாக அடுக்கிவைத்தான்,

பில்லியர்ட்ஸ் மேசை பக்கம் திரும்ப வந்தான். வலப் பக்கத்தில் சாவிகொண்டு பூட்டிய இழுப்பறையொன்று இருப்பதைக் கண்டான். பில்லியர்ட்ஸ் விளையாட்டின்போது அதற்கென அமைந்திருந்த குழிகளில் விழுகின்ற பந்துகள் ஒவ்வொன்றும் இறுதியில் அந்த இழுப்பறையைச் சென்றடைந்திருக்கக் கூடுமென்ற ஐயம் எவருக்கும் வரலாம். தனது கத்தியால், பூட்டைச் சுற்றிலுமிருந்த பகுதியைக் குத்தி எடுத்தான். ஒருவழியாக இழுப்பறை வெளியில் வந்தபோது இருபது நிமிடங்கள் செலவிட்டிருந்தான். உள்ளே அவன் நினைத்தது போலவே ஒரு டசன் தந்தத்தினாலான பந்துகள் சிவப்பு, வெண்மை நிறத்திலிருந்தன.

ஆதாம் அப்பந்துகளை எடுத்து பில்லியர்ட்ஸ் மேசை விரிப்பில் வைத்தான். இனி விளையாடுவதற்குக் கம்பொன்று தேவைப்பட்டது. வீட்டுக்குச் சொந்தக்காரர்கள் அதனையும் எங்கோ மறைத்து வைத்திருக்க வேண்டும். இம்முறை வரவேற்பறையில் அல்லாமல் வேறிடத்தில் இருக்கலாம், ஏன் அவர்களுடனேயே எடுத்தும் சென்றிருக்கலாம், கடவுளே அறிவார்!

திடீரென்று தான் தேடிக் களைத்திருப்பதுபோல உணர்ந்தான். பில்லியர்ட்ஸ் கம்புக்கு மாற்றாக வேறு ஏதேனும் உதவக்கூடுமென்ற நம்பிக்கையில் தன்னைச் சுற்றிலும் பார்வையை ஓட்டினான். பதினைந்தாம் லூயிகாலத்திய கைவைத்த நாற்காலியின் கால்களைத் தவிர வேறெதுவும் கண்ணில்படவில்லை. நாற்காலியிலிருந்து அதனைக் கழற்ற வேண்டும், தவிர அது சிறிது முறுக்கிக்கொண்டு, பொன்னிறத்தில் இருந்தது. கழற்றினால் கையெல்லாம் பொன்நிறம் ஒட்டிக்கொள்ளுமெனத் தோன்றியதும், எண்ணத்தைக் கைவிட்டான். வில்லாவிற்கு முன்பிருந்த சிறு தோட்டத்தில் இரண்டு அல்லது மூன்று ரோஜாச் செடிகளிருந்தன, அவற்றை மூங்கில் குச்சிகள் தாங்கிப்பிடித்திருந்தன. அந்த ரோஜாப் படுகைவரை சென்றான், ஒரு ரோஜாச் செடியைப் பிடுங்கிக் கடாசி விட்டு அதற்கு முட்டுக்கொடுத்திருந்த மூங்கில் கம்பை மண்ணைப் பறித்து எடுத்தான். மாடியில் ஏறுவதற்கு முன்பாக, ரோஜா பூக்களி லொன்றைக் கைவசமிருந்த கத்தியால் சிறு கிளையுடன் வெட்டி எடுத்தான். மலர் பெரிதாக இல்லாவிட்டாலும், மஞ்சள் நிற இதழ்களுடன் வடிவாகவும் வாசனையாகவும் இருந்தது. அதனைக் காலியாகக் கிடந்த பீர்பாட்டிலில் வைத்தான். தனது அறையில் குவிந்துகிடந்த போர்வைகளுக்கு அருகில் பலகையொன்று போட்டிருந்தது, அதன்மீது ரோஜாவுடனிருந்த பீர்பாட்டிலை நிறுத்தினான். பின்னர் அதைத் திரும்பிக்கூடப் பார்க்காமல், முதல் தளத்திற்கு மறுபடியும் வந்தான்.

தனியொருவனாகச் சில நிமிடங்கள் பில்லியர்ட்ஸ் விளையாட்டில் கழித்தான். நிறங்களைப் பொருட்படுத்தாது, ஒன்றொன்றாய்ப் பந்துகளை அடுத்தடுத்து செலுத்தினான். ஒருமுறை நான்கு பந்துகளைச் சேர்ந்தாற் போல குழிக்குள் அவனால் போட முடிந்தது. குருட்டாம்போக்கில் விழுந்தன என்று சொல்லலாமே தவிர வேறு காரணங்களில்லை. பில்லியர்ட்ஸ் விளையாட்டில் அவனுக்குத் திறமைகாணாது, அதாவது அவனுக்குக் குறிபார்த்து வீசத் தெரியவில்லை, எங்கே தட்ட வேண்டுமோ அங்கே தட்ட இயலவில்லை என நினைக்க வேண்டியிருந்தது. கம்பு,

தந்தப்பந்துகளின் நடுவில் படவில்லை, பதிலாகப் பக்கவாட்டில் தொட்டது, விளைவாகத் திசைக்கொன்றாய்ச் சென்றன, ஒருசில அதே இடத்தில் பைத்தியம் பிடித்தவைபோல நின்று சுழன்றன. கடைசியில் பில்லியர்ட்ஸ் விளையாடியது போதுமென்று முடிவு செய்தான். பந்துகளைக் கையில் வைத்துக்கொண்டு, குண்டு விளையாட்டை முயன்றான். அதற்கான திறமையும் தற்போதைக்கு அவனுக்குப் போதாதுதான், ஆனால் பாருங்கள், பலகைமீது பந்துகள் விழுகிறபோது ஒரு வகையான சத்தம் பிறந்து, விழுந்த பந்துகள் குறுக்கும் நெடுக்குமாக ஓடவும் செய்தன. அதனால் இந்த இரண்டாவது விளையாட்டு, தொடர்ந்து விளையாடும் ஆர்வத்தையும், மனத் திருப்தியையும் கொடுத்தது.

பில்லியர்ட்ஸ் விளையாட்டு முடிவு எதுவாகவும் இருக்கட்டும், எலியொன்றின் இருப்பை ஆதாம் அறியவந்தது வேடிக்கையான அத்தருணத்தின்போதுதான். வாட்டஞ்சாட்டமாகவும், நன்றாகவும் இருந்த எலி வரவேற்புக்கூடத்தின் மறுபக்கம் நேர் எதிரே தனது நான்கு இளஞ்சிவப்புக் கால்களை ஊன்றி இறுமாப்புடன் நின்றிருந்தது. பார்த்தவுடன் ஆதாமிற்குக் கடுங்கோபம்; கொல்வது அல்லது குறைந்த பட்சம் ஊனப்படுத்துவது என நினைத்து பில்லியர்ட்ஸ் பந்தொன்றால் அடிக்க முயன்றான், குறிதவறிவிட்டது. திரும்பத் திரும்பப் பலமுறை முயன்றான். எலி பயப்படுவதாகத் தெரியவில்லை. வெளுத்த தலையை முன்பக்கமாக நீட்டி, புருவங்களை நெரித்து, ஆதாமின் கண்களை ஏறிட்டுப் பார்த்தது. தந்தத்தாலான பந்தை எறிந்தபோது, குதித்து ஒருபக்கமாகச் சென்றது, அதேவேளை முறையிடுவதுபோன்று கீச்சென்று ஒரு சத்தம். கைவசமிருந்த பந்துகளை எறிந்தானபிறகு, விலங்கின் கண்கள் மட்டத்திற்குத் தான் நேராக இருக்க வேண்டும் என்பதுபோல முழங்காலிட்டு உட்கார்ந்தான். தன்னைப் போலவே எலியும் அதே வீட்டில் வசிக்க வேண்டுமென்று நினைத்தான். ஆனால் சமீபத்தில்தான் வந்திருக்க முடியும். மரத் தளவாடங்களிலிருந்து இரவு நேரங்களில் மட்டும் உணவைத் தேடி வில்லாவின் கீழ்த்தளம், மாடி எனப் புழங்குவதாக இருக்கக்கூடும்.

எலிகள் உணவென்ன? என்பது ஆதாமிற்குத் தெளிவாகத் தெரியாது. ஊனுண்ணிவகைகளாக இருக்குமோ என்பதைக்கூட நினைவுபடுத்த முடியவில்லை. அகராதிகளில் Rat: என்கிற பிரெஞ்சு சொல்லுக்குப் பெயர்ச்சொல், ஆண்பால், பாலூட்டி, கொறிப்பன, தசைவளையங் களாலான நீண்ட வாலைக் கொண்டது எனக் குறிப்பிட்டிருக்கும் தகவல்களிலேனும் உண்மை இருக்குமா என்பது போன்ற சந்தேகங்கள் அவனுக்கு இருந்தன.

எலி என்றதும் அவனால் இரண்டு அல்லது மூன்று கட்டுக் கதைகளை ஞாபகப்படுத்த முடிந்தது. மூழ்கும் கப்பல் கதை, கோதுமை மூட்டைகள் கதை, பிறகு கொள்ளைநோய் கதை ஒன்று; உண்மையைச் சொல்வதென்றால் வெள்ளெலி என்ற ஒன்றையே அவன் வாழ்நாளில் இன்றுதான் முதன்முறையாகப் பார்க்கிறான்;

ஆதாமின் பார்வையும் முழுக்கவனமும் எலியிடத்தில் இருந்தது. தனக்கும் எலிக்கும் பந்தமிருக்க வேண்டுமென நினைத்தான். தன்னைப் போலவே அதுவும் பகலில், செல்லரித்த பலகைகளுக்கிடையில் பதுங்கிக்கொண்டு இரவில் மரப்பலகையிட்ட தரையில் சிந்திக்கிடக்கிற ரொட்டித்துணுக்குகளைத் தேடி அலையும், சில நேரங்களில் அதிர்ஷ்ட மிருந்தால், நிலவறையின் சந்து பொந்துகளில் வெள்ளை நிறக் கரப்பான் பூச்சி குஞ்சுகளை எதிர்கொள்ளும், அன்றையதினம் எலிக்கு நல்ல விருந்துதான், என்றெல்லாம் மனத்தில் சிந்தனை ஓடியது.

எலி தொடர்ந்து நீலக்கண்களால் அவனை வெறித்துப்பார்த்த வண்ணம் அசையாமல் இருந்தது. அதன் கழுத்தைச் சுற்றிக் கொழுப்புடன் கூடிய ஊளைத் தசை. சராசரி உயரத்தைக் காட்டிலும் சற்றுக் கூடுதலாக இருந்ததும், சற்றுமுன்பு குறிப்பிட்ட அதன் ஊளைத் தசையும் எலி முதுமையை நெருங்கிக்கொண்டிருப்பதை உறுதிசெய்தன. எலிகள் எத்தனை ஆண்டுகள் உயிர்வாழும் என்பதையும் ஆதாம் அறிந்தவனல்ல; ஆனால் எலியின் வயதைக் கேட்டால் ‘எண்பது’ எனத் தயங்காமல் சொல்வான். அநேகமாக எலி பாதி மரணித்திருந்தது, பார்வையும் அரைகுறையாகத்தான் இருக்க வேண்டும். இல்லையெனில் ஆதாம் தனக்குக் கெடுதல் செய்யப்போகிறான் என்பதை உணர்ந்து எச்சரிக்கையாக இருக்காதா?

நீள்மடக்குநாற்காலிகள், செய்தித் தாள்கள், வகைவகையான கிறுக்கல்கள், அவனுடைய உடல்வீச்சத்துடன் கூடிய போர்வைகள், ‘அன்பினிய மிஷெல்’ எனத் தொடங்கிய கடிதங்கள் எழுதுவானில்லையா அது போன்ற துண்டுக் காகிதங்கள். கழுத்து உடைந்த பீர் பாட்டில்கள், பிரத்தியேக சூழலில் மட்டுமே வளர்ந்து வாசமளிக்கிற ரோஜா இனங்களில் ஒன்றான ‘டீ – ரோஜா’ வாசனைத் தைலத்தின் மணத்தால் நிமிடங்கள்தோறும் நிரம்பிக்கொண்டிருக்கிற அறையின் நான்கு சுவர்கள் – தனக்கென வாங்கிவைத்துள்ள மஞ்சள் வண்ண ரோஜாவின் மஞ்சள் வாசனைத்திரவிய மணத்தால் நிறைந்த மஞ்சள் அறை – சொந்த உடைமைகளென்ற பெயரில் அவன் இருப்பைச் சொல்லும் பொருட்கள் வீட்டின் கீழ்த்தளத்தில் சூரிய ஒளியுடன் கூடிய அவனுடைய அறையில் நிறையவே உண்டு; எனினும் மெல்லமெல்ல, பதற்றமோ பிரக்ஞையோ இன்றி, ‘ஆதாம்’ ஆகத் தான் இருந்ததை மறந்திருந்தான்.

ஆதாம் வெள்ளை எலியாக மாறியிருந்தான். வேடிக்கையான உருமாற்றம். அவனது உடலில் எவ்வித மாற்றமுமில்லை, கைகளும் கால்களும் இளம்சிவப்பு நிறமாக மாற இல்லை, முன் பற்கள் நீளவில்லை, விரல்களில் எப்போதும் போல சிகரெட் புகையின் மணம், கக்கத்தில் வேர்வை, குந்தினாலும் முள்ளந்தண்டு ஒழுங்கு செய்திருந்த முதுகு வளைவு எப்போதும் போல தரையைத் தொடுவதுபோல முன்பக்கம் வளைந்திருக்கிறது.

இருந்தபோதிலும் தற்போதைக்கு அவனொரு வெள்ளெலி. தன்னை யொரு வெள்ளை எலியாக எண்ணிக்கொண்டதும், கிட்டப் பார்வை கொண்ட பலவீனமான சின்னஞ்சிறு பிராணிக்கு மனிதரினத்தை ஓர் அபாயக் குறியீடாகக் கற்பிதம் செய்திருந்ததும் காரணங்கள்.

தன்னால் கிறீச்சிடவும், ஓடவும், கொறிக்கவும், இமைகளற்ற சின்னஞ்சிறு வட்டவடிவ நீலக் கண்களால் துணிச்சலுடன் நேரிட்டுப்பார்க்கவும் இயலுமென அவனுக்குத் தெரியும். இருந்தும் என்ன பலன், அவ்வளவும் வீண். இதுபோன்ற அப்பிராணிகளுக்கு, எக்காலத்திற்கும், இவனைப் போன்ற ஒரே ஒரு மனிதன் போதும். தயக்கமின்றிச் சில அடிகள் முன்னே சென்று காலைக் காற்றில் சற்று உயர்த்தினால் எல்லாம் முடிந்தது: எலி கொல்லப்படும், தரையோடு தரையாக நசுக்கப்படும், அதன் விலா எலும்புகள் நொறுங்கும், நீள்வாட்டமான அதன் தலை பலகையிட்ட வீட்டுத் தரையில் நிணநீரும் கோழையும்கலந்த சின்னஞ் சிறு ரத்தக் குழியில் இழுபடும்.

அடுத்தகணம் அவனே அச்சமாகவும் உருமாறியிருந்தான், அதாவது வெள்ளை எலிகளின் ஒட்டுமொத்த இனத்திற்கும் ஆபத்தாக வடிவம் கொண்டான். எழுந்து நின்றான். தலைகொள்ள இருந்தது, சற்றுமுன்பு வரை இருந்த கடுமையான கோபமோ வெறுப்போ அல்ல, மோசமான வேறு எந்தத் துர்க்குணங்களும் அல்ல; ஒரு வகையான கொலைவெறி.

செய்ய வேண்டியவற்றை எப்படி முறையோ அப்படிச் செய்வதெனத் தீர்மானித்தான். விலங்கு தப்பிப்போய்விடக் கூடாது என்பதற்காகக் கதவுகளையும் சன்னல்களையும் அடைத்தான். பின்னர் பில்லியர்ட்ஸ் பந்துகளையெல்லாம் ஒன்று திரட்டினான்; எலி அருகே சென்றான். தனது சிறிய காதுகளை விறைத்துக்கொண்டு எலி பின்வாங்கியது. ஆதாம் பில்லியர்ட்ஸ் மேசைமீது பந்துகளை வைத்தான், எலியிடம் பேச ஆரம்பித்தான், குரல் அடங்கி ஒலித்தது, தொண்டைக்குள்ளிருந்து கர கரப்பாகவும் வேடிக்கையாகவும் அக்குரல் தொனித்தது.

“உனக்கு என்னிடம் பயமா ... ஹூம்? வெள்ளெலியே உனக்கா பயம் ... உனக்குப் பயமே இல்லை, ஆனால் பயந்தமாதிரி பாவலா பண்ற ... வட்டவடிவக் கண்களால் என்னைப் பார்க்கிறாய். உனக்கு ரொம்ப தைரியம், நான் மறுக்கலை. ஆனால் உனக்கு என்ன காத்திருக்கிறதென்று தெரியுமா? ஆனால் அவர்கள் அனைவருக்கும் உண்மை தெரியும். அவர்களென்று நான் சொல்வது உன் இனத்தைச் சேர்ந்தவர்களை, அதாவது ஊரிலுள்ள பிற வெள்ளெலிகளை, சாம்பல், கறுப்பு நிற எலிகளையும் அப்பட்டியலில் சேர்த்துக்கொள்ளலாம். வெள்ளெலியே! நீ எதற்காக இத்தனை நாட்களாகக் காத்திருந்தாயோ, அதைத்தான் தற்போது செய்யப்போகிறேன், இந்தப் பூமி உனக்கானது அல்ல. வாழ்வதற்கு உனக்கு எவ்வித அருகதையும் இல்லையெனச் சொல்வதற்கு ஒன்றுக்கு இரண்டாகக் காரணங்கள் இருக்கின்றன. முதலாவதாக மனிதர்கள் வீடு பொறிகள், துப்பாக்கிகள், ‘எலிகள் ஒழிக’ என வாழும் உலகமிது. இவ்வுலகம் அவர்களுக்கானது, இங்கே எலிகளுக்கு வேலையில்லை.

அடுத்ததாகப் பொதுவில் எலிகள் அனைத்தும் கறுப்பாக இருக்கிற நாட்டில், நீ வெள்ளையாக இருக்கிறாய், அவ்வாறிருப்பது கேவலமானது, அது முக்கியமான காரணமும் கூட ...”

பந்துகளை எண்ணினான்; ஒன்று குறைந்திருந்தது. அலமாரிக்குக் கீழே உருண்டோடி இருக்க வேண்டும். கைவசமிருந்த மூங்கில் குச்சியால்

அலமாரியின் கீழ் தேடி, தந்தத்தாலான அப்பந்தை வெளியில் தள்ளினான். அது சிவப்பாக இருந்தது, சில்லென்று இருந்தது. உள்ளங்கையில் வைத்திருந்ததால் பிற பந்துகளைக் காட்டிலும் பெரிதாகவும் இருந்தது, அதன் விளைவாக ஆபத்தான ஆயுதமாகவும் தோற்றம் தந்தது.

எல்லாம் தயாரென்ற நிலையில் பில்லியர்ட்ஸ் மேசைக்கு எதிரில் தீர்மானத்துடன் ஆதாம் நின்றான். திடீரென்று தான் பூதாகரமாக வளர்ந்திருப்பதைப் போல உணர்ந்தான்; நெகுநெகுவென்று வளர்ந்த ஆசாமி – கிட்டத்தட்ட மூன்று மீட்டர் உயரம், உயிர்ப்பும் ஆற்றலும் பிரவாகமெடுத்திருந்தது. ஓரளவிற்கு அவனுக்கு முன்பாக, உட்பக்கச் சுவர் ஓரமாக வெண்சதுர ஒளித்துண்டு சன்னலிலிருந்து வந்திருந்தது, அருகே, தனது இளஞ்சிவப்பு கால்களை ஊன்றிப் பொறுமையுடன் விலங்குக் காத்திருந்தது.

"ஊத்தை எலி! ஊத்தை எலி!" – ஆதாம், தன்னால் எவ்வளவு முடியுமோ அவ்வளவு பலத்தையும் பிரயோகித்து முதற்குண்டை எறிந்தான். விலங்கிற்கு இடப்புறம் ஒருசில செ. மீட்டர்கள் தள்ளி 'பேஸ்போர்டு'க்குமேல், பந்து உடைந்து சிதறியது, இடிபோல சத்தம். அரை நொடிக்குப் பிறகு வெள்ளை எலி பக்கவாட்டில் சத்தமிட்ட வண்ணம் துள்ளிக்குதித்தது

ஆதாமிற்கு, விலங்கை வென்ற உணர்வு, எனவே மகிழ்ச்சியில் மூழ்கினான். அதே வேகத்தில்:

"பார்த்தியா! உன்னைக் கொல்லப் போகிறேன்! கிழமே! உனக்கு அறிவென்பது சிறிதும் கிடையாது, என்ன செய்யலாம் என்றெல்லாம் உனக்கு யோசிக்கப்போதாது, உயிரோடு இருந்து என்ன ஆகப்போகிறது? நீ சாகத்தான் வேண்டும்."

அதன் பின்னர் கடுங்கோபத்தில் மனம்போனபடி நடந்து கொண்டான், ஐந்து ஆறு பந்துகளை ஒன்றன் பிறகு ஒன்றென எறிந்தான், அவற்றில் சில சுவரில் மோதி உடைந்து சிதறின, வேறுசில தரையில் விழுந்து குதித்தன, ஆதாம் கால்களருகே உருண்டு வந்தன. பந்தொன்று உடைந்து சிதறியபோது, ஒரு துண்டு எலியின் தலையைப் பதம் பார்த்தது. சரியாகச் சொல்ல வேண்டுமெனில் இடதுகாதுக்குப் பின்புறம், அவ்விடத்தில் ரத்தம் வரக் காரணமாயிற்று. கொறி விலங்கு சுவர் நீளத்திற்கும் ஓட ஆரம்பித்தது, அதன் திறந்திருந்த வாயில் சீழ்க்கை போல மூச்சு வெளியேறியது. பதுங்க இடம் தேடி அலமாரியை நோக்கி ஓடியது. ஓடிய வேகத்தில், விலங்கின் மூக்கு மரத் தளவாடத்தின் மூலையில் இடித்துக்கொண்டது, ஒருவித வேதனைக்குரலை எழுப்பிய படி உள்ளே ஓடி மறைந்தது.

ஆதாமால் தற்போது கால்களால் நிற்க முடியாத நிலை, நான்கு கால் விலங்காக மாறினான், கோபத்தில் திக்கித்திக்கிப் பேசினான்:

"ஊத்தை மிருகமே! வெளியில் வா! அசுத்த எலியே! வெளியில் வரப்போகிறாயா இல்லையா?"

அலமாரியின் கீழ் சில பில்லியர்ட்ஸ் பந்துகளை வீசினான். ஆனால் விலங்கு அசைந்துகொடுப்பதாக இல்லை. எனவே முட்டி

போட்டபடி அலமாரியின் கீழ், இருட்டாகத் தெரிந்த வெளியில் மூங்கில் குச்சியால் குத்திப்பார்த்தான். சுவரை யொட்டி மெத்தென்ற பொருளில் குச்சி தட்டுப்பட்டது. வேறுவழியின்றி, வெளிப்பட்ட எலி வரவேற்புக் கூடத்தின் மற்ற முனைக்கு ஓடியது. எலியின் திசைக்காய், கையில் சமையலறைக் கத்தியுடன் ஊர்ந்தான். தனது கண்களால் பிராணியைச் சுவரில் வைத்து நெறித்தான். தலையின் பின்புறம், சிலிர்த்திருந்த உடலிலிருந்து ரத்தம் கசிவதைப் பார்த்தான். அதன் மெலிந்த உடல் நடுங்கிக்கொண்டிருந்தது, அதன் விலாப்பிரதேசம் உயர்வதும் தாழ்வதுமாக இருந்தது; அச்சம் காரணமாக விலங்கின் வெளுத்த நீல விழிகளிரண்டும் பிதுங்கித் தெரிந்தன. நெருங்கும் ஆபத்தைக் குறித்த துயரையும்; மரணம், பெருங்கவலைகளெனச் சுமந்திருக்கும் முடிவு பற்றிய சிந்தனையையும் ஸ்படிகம் போலிருந்த கண்களின் உட்பகுதி கருப்பு வட்டங்களில் வாசிக்க முடிந்தது, ஒருவகையான ஈரமினுமினுப்பும் கடுந்துயரமும் கலந்ததொரு வெளிப்பாடு. விலங்கின் அச்சத்துடன் மர்மமான பழைய நினைவுகள் பல கலந்திருந்தன. அந்நினைவுகள் விலங்கு சந்தோஷமாக வாழ்ந்த ஆண்டுகளை நினைவு கூர்பவை, அச்சந்தோஷ நினைவில் மனிதர்களின் நிலவறை இருட்டின் குளிர்ச்சியில் கொறித்தும் கடித்தும் ருசித்துத் தின்ற கிலோ கணக்கான கோதுமையும் பாலாடைக்கட்டிகளும் உண்டு.

தான் அந்த அச்சமாக வடிவெடுத்திருப்பதையும் ஆதாம் உணராமலில்லை. தசைகளைப் போர்த்திய ஆபத்தின் மொத்த உருவம். வேண்டுமென்றால் இப்படிவைத்துக்கொள்ளலாம், தனது சக இனத்தை உண்டு பசியாற வெறிகொண்டலையும் பிரமாண்டமானதொரு வெள்ளெலி. அதே போது, எதிரிலிருந்த உண்மை எலி அதன் அச்சம், பகையுணர்வு காரணமாக, மனித வடிவம் எடுத்திருந்தது. சின்னஞ்சிறு மிருகத்தின் நரம்புகள் அதிர்வு அதன் உடலில் நடுக்கத்தை ஏற்படுத்தியதால், விலங்கு கதறி அழப்போவதுபோலவும், முழங்காலிட்டுப் பிரார்த்தனை செய்யப்போவதுபோலவும் தோற்றம் தந்தது. வில்போல வளைந்திருந்த ஆதாம் கத்திக்கொண்டும், உறுமியபடியும், வசவுகளை முணுமுணுத்தபடியும் விலங்கை நெருங்கினான். வார்த்தைகளுக்கு இனி இடமில்லை: அவற்றைக் கொடுப்பதும் நின்றது, கொள்வதும் நின்றது. இடைப்பட்ட கட்டத்தில் அவை அழிவில்லாததும், உண்மையானதுமான மறுதலிப்புகளாகத் திரும்ப வெளிப்பட்டிருந்தன. அவை எவ்விதக் குறையுமற்ற ஜியோமிதி வடிவம், கற்பனைக்கெட்டாத வெளியொன்றில் தீட்டப்பட்டு, புராணிக சாயலுடன் இருந்த அவற்றை ஒருவகையான நட்சத்திரக் கூட்டமெனலாம். அவை ஒவ்வொன்றும் பேட்டல்ஜேஸ் *(Betelgeuse)* அல்லது எப்சிலன் ஆரிகே *(Epsilon Aurigae)* நட்சத்திரங்களின் மையக் கருத்தியத்தைச் சார்ந்தவை. ஆதாம் தன்னையொரு சூன்யவெளியில் தொலைத்திருந்தான். உயிரோடிருந்தான், அதற்குக் கூடுதலாகவோ குறைவாகவோ சொல்ல ஒன்றுமில்லை: சிற்சில சமயங்களில் அவனால் கிறீச்சிடவும் முடிந்தது

கிழே கிடந்த குண்டுகள் சிலவற்றைப் பொறுக்கி எடுத்தான், விலங்கின் மீது எறிந்தான்; இம்முறை குறிதப்பவில்லை, தோலுக்குக் கீழே கீழ் எலும்புகள் உடைந்தன, தசைகள் அடிபடும் சத்தமும்

கேட்டது. கோவையற்ற வார்த்தைகளைக் கூறிக் கத்தினான்: “எலி!”, “குற்றம்! குற்றம்:”, “தகப்பன் பேர் தெரியாத மிருகமே!”, ம்... “கத்து, கத்திக் கூச்சலிடு!” “தொலைந்து போ!”, “கொல்லாமல் விடப்போவதில்லை”, “எலி! எலி! எலி!”

கையிலிருந்த கத்தியைத் தூக்கி எறிந்தான், வெட்டும் பாகம் முதலில் விழுந்தது, அதுபோன்றதொரு விலங்கிற்கு எதிராக ஒருபோதும் உச்சரிக்கச் சாத்தியமற்ற மிகக் கீழ்த்தரமான, “ஊத்தை... ஊத்தை பிடித்த பூனையே!” என்ற வசவுகளைக் கூறி, எலியை வாய் மூடச் செய்தான்.

பிரச்சினை அவ்வளவு சீக்கிரம் முடியாதுபோலிருந்தது; சின்னஞ் சிறு குருட்டெலி, பாதியுடல் ஊனமாக்கப்பட்ட நிலையில், ஆதாமிற்கு எட்டாத தூரத்தில் இருந்தது, அப்போதே அதன் இருப்பு இனியில்லை என்றானது.

முழுக்க நினைவுகளாலான, வாழ்வின் இறுதி, ஆவிவடிவில் ஓர் வெள்ளைப் பிசாசு, அழுக்கடைந்த பனி, பழுப்பு நிறத் தரையில் ரத்தம் சொட்ட, நிச்சயமற்றதாகவும் நிரந்தரமானதாகவும் கிடந்தது. ரத்த சகதியிலிருந்தும் பேரச்சத்திலிருந்தும் விடுவித்துக்கொண்டதொரு லொபுலர் *(lobular)* வடிவ மேகம் அல்லது துணிவெளுக்கிறபோது நீலநிறத்தில் தன்னை மாற்றிக்கொண்டு, உப்பு நீரின் மேற்பரப்பில் மிதக்கிற நுரைகளில் – குமிழிகளின் கூட்டம் – எஞ்சியவை மிதந்தபடி செல்லும், பின்னர் அவை அசுத்தம் அடைவதற்கு முன்பாக அல்லது பிறரால் தனதுயிருக்கு ஆபத்து நேர்வதற்கு முன்பாகவே காற்றில் வெடித்துச் சிதறும்.

தனக்கு முன்பாக முதலில் இடப்பக்கமாகவும் பின்னர் வலப்பக்க மாகவும் அவ்வுயிர் நழுவிச்செல்வதைக் கண்டான், அவனுடைய விருப்பத்திற்கு எதிராகக் களைத்திருந்தான், அச்சோர்வு அவனைச் சிறிது அடக்கி வாசிக்கச்செய்தது.

எனவே தற்போது அவனிடம் பேச்சில்லை, நேராக நின்றவன், யுத்தத்தை முடிவுக்குக்கொண்டுவரத் தீர்மானித்தான். கைக்கொன்றாக இரண்டு பில்லியர்ட்ஸ் பந்துகளை எடுத்துக்கொண்டான். ஏறக்குறைய எல்லாப் பந்துகளுமே தற்போது உடைந்திருந்தன. எலியை நோக்கி நடந்தான். சுவரின் அடிப்பாகத்தில் இருந்த நீண்ட பேஸ்போர்டு எனப்படும் மரப்பலகையை நீளவாக்கில் கடந்து மிக முக்கியமான அந்த இடத்தை அடைந்தான், வெள்ளை எலி தனது உயிரை இழக்கத் தொடங்கிய இடம், பின்னர் மறக்காமல் கரித் துண்டால் அவ்விடத்தில் ஒரு பெருக்கல் குறியை இடுவான். வெள்ளைவெளேர் என்றிருந்த ஒன்றிரண்டு மயிர்க்கற்றைகள், பார்ப்பதற்கு நொறுங்கிய உடைந்த தந்தங்கள் போலிருந்த எலும்புத் துணுக்குகள், தேங்கியிருந்த குருதி, இவற்றைத் தவிர படுகொலையின் ஆரம்பத்தை நினைவூட்டவென்று மரப்பலகையிட்ட தரையில் வேறு அடையாளங்கள் இல்லை. தேங்கி யிருந்த குருதி ஊதா நிறத்தில், கெட்டித்து, ஏற்கனவே தனது நிறத்தை இழக்க ஆரம்பித்திருந்தது, அழுக்கடைந்த மரத் தரை அதனை ஒவ்வொரு சொட்டாக உறிஞ்சிக்கொண்டிருந்தது. நிலைபேறுடைமைக்குள் ஸ்தூல உடலுடன் நுழைய ஒன்று அல்லது இரண்டுமணி நேரம்

தேவைப்படும், அதற்குள் எல்லாம் முடிந்துவிடும். ஏதோவொரு திரவத்தின், உதாரணமாகச் சிவப்பு ஒயின் கறைபோல நாளை ரத்தக் கறை இருக்கக்கூடும். அது உறைந்ததும் கெட்டிப்பொருளாகவோ அல்லது மாவுபோலவோ ஆகக்கூடும். நகத்தால் அதைச் சுரண்டலாம், ஈக்களை அதில் வைத்தால், அவை மூழ்கிப்போகாது, அதைத் தின்று உயிர்வாழவும் அவற்றால் இயலாது.

விழித்திரை நனைந்திருந்தது, அதனுடனேயே எலி இருக்கும் இடம்வரை சென்றான். குளியலறைத் தடுப்பூடாகப் பார்க்க எத்தனிப்பது போல விலங்கைப் பார்த்தான். தொங்குகிற நைலான் திரையெங்கும் நீர்த்துளிகள் சொட்டிக்கொண்டிருக்கின்றன. அத்திரை மறைப்பில் சடசடவென்று மழைபோல கொட்டும் நீரின் ஒலி, சோப்பு நுரையின் மணம், அவற்றுக்கிடையில் செக்கச்செவேலென்று முழு நிர்வாணப் பெண்மணி.

வெள்ளை எலி வயிற்றைத் தரையில்வைத்துக் கிடந்தது; மீன் தொட்டியின் அடியில் படுத்திருப்பதைப்போல. விலங்கின உலகின் வெளியைத் கடந்தாயிற்று, எல்லாம் முடிந்தது, எஞ்சியிருப்பது அசைவுகள் ஏதுமற்ற, நிர்வாணமானதொரு வெளி. சொர்க்கத்திற்கு வெகு அண்மையில். தனது இறுதிப்பயணத்திற்காக எலி காத்திருந்தது, அத்தருணத்தில் அதன் பாதிமூச்சு, விறைத்திருக்கும் அதன் மீசை மயிரைக் கடந்துபோகும், சியாரோஸ்கியூரோ தத்துவ உண்மைகளின் சந்திப்பு நிகழுமிடம் எதுவோ, அவ்விடத்தை நோக்கி இம்மியும் பிசகாமல் ஒருவகையான இரட்டை வாழ்க்கைக்கு அதனை முன் செலுத்தும். ஆதாம் மிகவும் நிதானமாக விலங்கின் மிச்சமிருந்த சுவாசத்தைக் காதுகொடுத்துக் கேட்டான், விலங்கிடம் பயமென்பது அறவே இல்லை. மரணத்தைக் குறித்த கவலைகள் துளியுமின்றி விலகி வெகுதூரத்தில் இருந்தது; வெளுத்திருந்த இரண்டு விழிகளுடன், எஞ்சியுள்ள இரண்டு பந்துகளும் எப்போது இடிபோல் தனதெலும்பில் இறங்கும், வெள்ளை எலிகளின் சொர்க்கத்திற்கு எப்போது அனுப்பி வைக்கும் எனக் காத்திருந்தது

முழுமையான மெய்ஞானத்துடன் ஒரு பாதி நீந்தியும் மறுபாதிக் காற்றில் பறந்தும், அவ்வுலகிற்குச் செல்லும். உடலிலுள்ள குருதி மொத்தமும் ஒவ்வொரு சொட்டாகவேனும் வடிந்திட வேண்டும் என்பதற்காகவும், வடியும் ரத்தம் உயிர் தியாகம் நடைபெற்ற தரையின் புனித இடத்தை வெகுகாலம் நினைவுகூர்வதற்காகவும் நிர்வாண உடலைப் பூவுலகிலேயே விட்டுவிடும். இதுதவிர உடலைப் பூமியில் விட்டுச்செல்ல வேறு இரண்டு காரணங்களும் அதற்கு இருந்தன:

ஆதாம் பொறுமையுடன், தனது உடலை வளைத்து, நிலைகுலைந்த விலங்கின் உடலைக் கையிலெடுப்பான் என்பதொன்று . . .

மற்றது, எடுத்த உடலை ஓரிருநொடிகள் கைகளினால் தாலாட்டி விட்டுத் தூக்கி எறிவான். வீட்டின் முதல் மாடி சன்னலில் இருந்து மேட்டு பூமியின் அடிவாரம்வரையில் ஒரு நீண்ட வளைகோடுபோல விழுகிற போது அழவும் செய்வான். முட்புதரொன்று அவ்வுடலைப் பெற்றுத் திறந்தவெளியில், உச்சிவெயிலில் உயிர்போக அனுமதிக்கும்.

9

கேள்வி:

"அன்பினிய மிஷெல்"

நான் இங்கிருக்கிற நாட்களில் இந்த வீட்டிற்கு ஒரு முறை நீ வர வேண்டுமென ஆசைப்படுகிறேன். ஞாபகம் இருக்கிறதா, கடைசியாக நாமிருவரும் கீழே கடற்கரைப் பகுதியில் ஒரு பந்தயத்தை முன்னிட்டு சந்தித்துக் கொண்டோம். பல நேரங்களில் உருப்படியான காரியங்களுக் கென்று நேரத்தை என்னால் செலவிட முடியாதது, அபத்தம். ஒருவேளை கடுமையான வெக்கை காரணமாக இருக்கலாம், அதனால் ஒரு நாள் கோடை முடிவுக்கு வருமென்பதையே சந்தேகிக்கிறேன். வெள்ளைப் பெருச்சாளியொன்றை, பிணமாக நான் தங்கியிருக்கிற வீட்டடியில் கண்டேன். இறந்து வெகுநாட்கள் ஆகியிருக்க வேண்டும், தூசுபடிந்திருந்த ரத்தத்தைத் தவிர மற்றவை மஞ்சள் நிறத்திற்கு வந்திருந்தன. விழிகளைச் சுற்றி வளையங்களாகச் சிறுசுருக்கங்கள். மூடிய இமைகள் 'பெருக்கல்குறி' போலவிருந்தன. காய்த்துப் பழங்களுடனிருந்த அர்ப்யூட்டஸ், புளூபெர்ரீஸ் செடிகளின் முட்புதர் கூட்டத்தில் விழுந்துகிடந்தது. அவை எலியின் தலைமுழுக்க நூற்றுக்கணக்கில் சிறுசிறு புள்ளிகளாகக் காயங்களை உண்டாக்கியிருந்தன. விலங்கின் சரீரம் சின்னா பின்னப்பட்டிருந்தது, அந்நிலைமைக்குச் சூரியனைக் குற்றம் சொல்ல முடியாத பட்சத்தில், முட்களையே குற்றம் சொல்ல வேண்டும். ஆனாலும் செத்து வெகு நாளானது போல உடல் தோற்றம் தருவதற்குச் சூரியனே காரணமாக இருக்க வேண்டும்.

அடுத்து, சிறியதொரு பேனாகத்தியால் யாரோ கற்றாழையில் எழுதியிருந்தார்கள்:

Cecile J. you're Shit

Cecile J. says Shit on you

இதை யார் எழுதியிருக்க முடியுமென என்னை நானே கேட்டுக்கொண்டேன். அப்பக்கமாக வரும் பழக்க முள்ள ஓர் இளம்பெண்ணோ அல்லது ஞாயிற்றுக்கிழமை பிற்பகல்களில், மீசைவைத்த ஆசாமிகளோடு புல்வெளிகளில் காணநேர்கிற தறுதலைகளில் எவளாவது ஒருத்தியோ

எழுதியிருக்கலாம். தனது மீசைவைத்த ஆசாமி வேறு பெண்ணோடு சுற்ற ஆரம்பித்ததால் ஒரு பெண்ணுக்கு ஏற்பட்ட நியாயமான கோபம் காரணமாக இருக்கலாம். பொதுவாக இது போன்ற பெண்கள் ஓர் இதயத்தை வரைந்து அதை இரு பாகங்களாகப் பங்கிட்டு ஒருபக்கம் Cecile என்றும், மறுபக்கம் *Eric* என்றும் எழுதுவார்கள். இங்கே *'Cecile J. says Shit on you'* என்பதற்கு, 'பதிலாக திரும்ப அதையே கூறினேன்' என அப்பெண் எழுதியிருந்தாள்.

எனக்குச் சில நேரங்களில் வேடிக்கைக்குரியதாகப் படுவது, கால்களைச் சூரியனுக்குக் காட்டிக்கொண்டு, சொந்த வீட்டில் வெறுமனே உட்கார்ந்திருப்பது; அது போன்ற சம்பவம் நிறைய ஞாபகத்தில் இருக்கிறது. வெகுநாட்களுக்கு முன் நடந்ததென்றாலும் நினைவில் தெளிவாக இருக்கிறது. பெண்களுக்கான பெரிய பள்ளி யொன்று, எங்கள் வீட்டருகே இருந்தது. நாள்தோறும் குறைந்தது நான்குமுறை எங்கள் வீட்டைக் கடந்து அப்பெண்கள் போவார்கள் வருவார்கள்: காலை 8 மணிக்கு, மதிய உணவின்போது, பிற்பகல் 2 மணிக்கு, அடுத்து மாலை 5:30க்கென்று அவர்கள் என்னைக் கடந்து சென்றாக வேண்டும். அவர்கள் பொதுவாகப் பத்து அல்லது பன்னிரண்டு பேர் அடங்கிய கூட்டம். ஒருத்திகூடத் தேறமாட்டாள், பெரும்பாலானவர்களைப் பார்க்கவே சகிக்காது. தவறியதுபோல அக்கூட்டத்திலும் நான்கைந்து பெண்கள் அழகாக இருந்தனர். ஒவ்வொரு நாளும் நான்குமுறை எங்கள் வீட்டைக் கடந்தும் செல்லும் அப்பெண்களைப் பார்த்தபோது சந்தோஷமாகவே இருந்தது. ஒரு வகையான திட்டமிட்ட சந்திப்பு என்றே அவற்றைச் சொல்ல வேண்டும். எனது விருப்பம்போல நடந்துகொள்வேன்: மீன்பிடிக்கச் செல்லலாம், ஒரு கிழமை எங்காவது சென்றிருக்கலாம், நோய்வாய்ப்பட்டிருக்கலாம், இருந்தும் ஒவ்வொரு நாளும் பெண்கள் எங்கள் வீட்டைக் கடந்து போவதென்னவோ தவறாமல் நிகழும். சொந்த வீட்டிற்குத் திரும்புகிற போது அங்கிருக்கிற நான்கு சுவர்கள், மேசை அதன் நாற்காலி, ஆஷ்ட்ரே, ஆகியவை அதனதன் இடத்தில் எப்படி அசையாமல் இருப்பதைக் காண நேருமோ அதுபோலவென்று சம்பவத்தைக் கருதலாம்.

அச்சம்பவத்தை எனக்கு உரிமையில்லாத இந்த வீட்டிலும் தற்போது நினைத்துப் பார்க்க மகிழ்ச்சியாக உள்ளது; கடற்கரைப் பகுதிகளிலிருந்து திருடிய நீளமான மடக்கு நாற்காலிகளில் அமர்ந்து, துறைமுகப்பகுதி ஜெபக்கூட மெழுகுத் திரிகளுடன் அச்சம்பவங்களை நினைவுகூர்கிறேன். நாற்காலிகள் மெழுகுதிரிகள் மட்டுமல்ல, இங்குள்ள நகரமன்றக் குப்பைக்கூடைகளில் கண்டெடுத்த தினசரிகள், உருளைக்கிழங்குகள், இறைச்சித் துண்டுகள், கிர்ச் மதுவில் ஊறவைத்த அன்னாசிப்பழத் துண்டுகள், கயிறுகள், கொள்ளிக்கட்டைகள், சாக்பீஸ் துண்டுகள் என்று இங்குள்ள முக்கால்வாசிப் பொருட்கள் எனது உயிர்வாழ்க்கையையும், அவை திருடிவந்தவை என்பதையும் தெரிவிப்பவை. இந்த வீட்டை எப்படியோ கண்டுபிடித்திருக்கிறேனே, அதனை நினைத்தால் மகிழ்ச்சி யாகத்தான் இருக்கிறது; எனக்கு வாய்க்கிற இருபத்துநான்கு மணி நேரத்திற்கும் செய்ய ஒன்றுமில்லை என்றபோதிலும், அமைதி

கிடைக்கிறதென்கிற நிம்மதி. இருபத்துநான்கு மணிநேர அமைதிக்கும், நிசப்தமின்மைக்கிடையிலும் கேலித் துண்டுச் சித்திரமாக தேர்ந்தெடுத்துக் கொண்ட வாழ்க்கை."

பதில்:

"உனக்கு என்னால் பதில் சொல்ல முடியாது. கற்றாழையில் எழுதியிருக்கிற சொற்கள் குறித்து நீ கேட்கிற கேள்விக்கு என்னால் பதில் கூற முடியாது; ஆனால் அது சம்பந்தமாகப் பல கதைகளை நினைத்துப் பார்க்கிறேன்; ஒருவகையில் எனக்கு நானே அக்கதைகளைச் சொல்லிக்கொள்ளும் துணிச்சலில்லை என்பது அதற்குக் காரணமாக இருக்க வேண்டும். குழப்பத்தை உண்டாக்கவல்ல இது போன்ற விசித்திரங்களைப் பகிர்ந்துகொள்ள எழுதித்தான் தீரவேண்டும். ஆங்காங்கே, நமக்கேற்படும் சிறுசிறு அனுபவங்களையெல்லாம் வரிசையாக ஒன்றிணைத்துப் பார்ப்பதும் கூடாத காரியமல்ல: காகிதத் துண்டுகளில் எழுதப்படும் ஒன்றிரண்டு சொற்கள், சிறுகத்தியால் கற்றாழைகளில் உருவாக்கப்படும் வார்த்தைகள், வீதிகளைக் கடக்கிற போது சிற்சில சமயங்களில் காதில் விழும் சுடுசொற்கள் போன்றவை யெல்லாம் எனக்கு வேடிக்கையானவை, நானும் அவற்றை நேசிப்பதாக எண்ணம்.

நேற்று திரைப்படக் கொட்டகைக்குச் சென்றேன்; விநோதமான தொரு திரைப்படம், பேசவேண்டும் என்ற அவாவை எனக்கு உண்டாக்கியது. உபயோகமற்ற விவகாரங்களில் உனது நேரத்தை வீணில் கழிக்கிறாய், அவற்றால் எந்தப் பிரயோசனமும் இல்லை. உணர்ச்சியோடு சம்பந்தப்பட்டவைக்கெல்லாம் பயந்து சாகிறாய்... உனக்குக் கதையொன்று கூற விருப்பம், ஏதாவதொரு கதை, எதைப் பற்றியேனும்..."

பதில்:

நல்லது... இருவருமே கதைகளைப் பரிமாறிக்கொள்வோம். உண்மை உண்மையென்று பீற்றிக்கொள்கிறோமில்லையா, அவற்றோடு இவற்றுக்கு எவ்விதப் பந்தமுமில்லை, அதனாலென்ன? நமக்குச் சந்தோஷத்திற்கு உத்தரவாதம். முடிந்த அளவு இனிமையான கதைகளைத் தேர்வுசெய்யலாம், உதாரணமாக ஒரேசமயத்தில் சூரியன் பனி இரண்டின் தாக்கத்தின் கீழுள்ள தோட்டத்தின் கதையைக் கூறலாம். எங்கு பார்த்தாலும் செரீஸ் மரங்கள் உள்ளதொரு தோட்டம். மரங்களற்ற இடமென்று கூறினால் அது தோட்டத்தினுள்ளே கடைசியாக வெள்ளை வெளேரெனப் பெரியச் சுவரொன்று இருந்த இடம். செரீஸ் மரங்களின் கிளைகளிலும் சுவரின் தலைப்பும் பனியால் மூடியிருந்தன. இருந்தபோதிலும் சூரியன் வெப்பத்தினால் மெல்ல அது கறைந்து ப்ளக்...ப்ளக் என்ற சத்தத்துடன் புற்கள்மீது சொட்டக்கூடும்.

மரங்களிலொன்று தனது கிளைகள் முறிந்துகொண்டிருக்க, "அமைதி! அமைதி! என்னால் நித்திரைகொள்ள முடியவில்லை" எனப் புலம்பியது.

ஆனால் பனித்துளிகள் பூமியில் தொடர்ந்து விழுந்துகொண்டிருந்தன நிற்கவில்லை, தற்போது முன்பைக் காட்டிலும் கூடுதலாகச் சத்தத்தை எழுப்புகின்றன.

"உறக்கமா? யார் உறக்கத்தைப் பற்றிப் பேசுவது! நான் இருக்கிற போது இங்கே ஒருவரும் உறங்கக் கூடாது தெரியுமா? தவிர எனது கண்காணிப்பில் நீங்கள் இருக்கிறீர்கள் என்பது கவனமிருக்கட்டும்" – என்றது சூரியன்.

அடுத்து பேரிக்காய் மரங்களுக்கு வருகிறேன். அவற்றில் நன்கு பழுத்த பழங்கள் இருக்கக்கூடும். அப்பழங்களில் பறவைகள் ஏற்படுத்திய வடுக்கள் வாய்போலவே இருக்கும், கிட்டத்தட்ட அவை ஒரு ஜோடி உதடுகள் என நம்பும்படி தோற்றம் தரும். அப்பேரிக்காய்கள் தோட்டமே அதிரும்படி சிரித்தன.

அவ்வேளையில் செரீஸ் மரங்களிலொன்று, மிகவும் வயதானது, புலம்பத் தொடங்கியது:

"அமைதி! நான் உறங்க வேண்டும்! உறங்கியே தீரவேண்டும்! உறக்கமில்லையெனில் இனி என்னால் பூப்பூக்கவியலாது!"

பனித்துளிகள் இவர்களின் புலம்பல்களைப் பொருட்படுத்தாமல், கீழே விழுவதற்கு முன்பு, செரீஸ் மரங்கள், பனித் துளிகளின் வாலைப் பிடித்திருக்க அது மெல்ல அசையுமில்லையா, அவ்வேளையில் கிறீச்சிட்டு: ***"அமைதி! அமைதி! பூனை வால் ஊசலாடுகிறது"*** ஏகோபித்த குரலில் அவை கிண்டல் செய்யும்.

தோட்டத்தின் பிறவிடங்களிலும் அதுவே நடக்கக்கூடும். பனித் துகள்கள் நிதானமாகவும், சத்தமின்றியும் புற்களில் உதிர்ந்து உடையும். சூரியன் முழுவீச்சுடன் தகித்துக்கொண்டிருக்க, புற்களில் பனித்துளிகள் மழைத்துளிகள்போல விழுவதுகூட வேடிக்கைதான், மொத்தத்தில் அங்கு புலம்பல்கள் ஓயாது. பச்சைநிற புற்களுக்குத் தங்கள் நிறத்தை மாற்றிக்கொள்ள வேண்டுமென்றும், காய்ந்துபோன கொம்புகள் தாங்கள் ஜீவனற்றுப் போய்விட்டோமே என்பதற்காகவும், வேர்கள் ஆகாயத்தைப் பார்க்க வேண்டுமென்கிற கனவாலும், மண்ணாங் கட்டிகள் அதிகப்படியான தங்கள் பாஸ்பேட் உப்புகளைக் குறைக்கும் வழி தெரியாமலும், புற்களின் இதழ்கள் தங்களுக்கு மூச்சு முட்டுகிறதே என்றும் புலம்பிக்கொண்டிருப்பார்கள். ஸ்ட்ராபெரி இலைகளுக்கோ வேறுவகையான கவலையிருக்கும். அவற்றில் இலைகளைச் சாம்பல் படிந்தது போன்று வெண்மையான மயிர்கள் மூடியிருக்கக்கூடும், இலைகளில் உரோமங்களென்றால் யாரும் சிரிக்கமாட்டார்களா? பிறகு தோட்டம் மெல்ல மெல்ல மாறக்கூடும் செரீஸ் மரங்களை இனியும் பனி மூடியிருக்க வாய்ப்பில்லை. உயரமாக நின்றிருக்கும் சுவரின் தலைப்பிலும் பனி இருக்காது. சூரியனும் கிட்டத்தட்ட

இல்லையென்றாகிவிடும், எனவே பனி உருகி நீர்சொட்டுமென்ற அச்சம் இனியில்லையென்ற நிலைமை ஏற்படக்கூடும். இனி வேறு வகையான ஓசைகளைக் கேட்கநேரும். உதாரணமாக செரீஸ் மரங்கள் தங்களைத் தண்டித்துக்கொள்வதற்காகவே தங்கள் கிளைகளில் நெக்குவிடச் செய்யும். மொத்த பேரிக்காயும் நன்கு பழுத்திருக்கும், அடுத்த கணம் மண்ணில் விழும். சில உடைந்து சிதறும், அழுகிய பழங்கள் புற்களில் கறைகளை ஏற்படுத்தும். வேறு சில பழங்கள் தப்பித்து ஓடும், அவ்வாறு தப்பிக்க ஊர்ந்து செல்கையில், வாய்போன்ற அவற்றின் வடுக்களிலிருந்து சொள்ளொழுவதுபோல் சாறு வழியும். சுவர் எப்போதும்போல அமைதியுடனும் பெருந்தன்மையுடனும் நடந்து கொள்ளும், வெள்ளைவெளேர் என்று அசையாமல் நிற்கும். சுவர் கம்பீரமாகவும் பெருந்தன்மையுடனும் நடந்துகொள்வதைக் கண்டு தோட்டத்தில் இருக்கிற பிற ஜீவன்கள் புலம்பி, எதிர்ப்புத் தெரிவித்தமைக்காக வெட்கப்படும்.

"படிப்படியாகத் தோட்டம் ஒருவிதப் பெருமிதத்தையும் குளிர் தன்மையையும் பெறக்கூடும். அங்கொன்றும் இங்கொன்றுமாகச் சில இடங்களில் மாத்திரம் உயிர்துடிப்பற்ற சில குழப்படிகள், அவைகூட உதாசீனப்படுத்தும் வகையிலேயே இருக்க்கூடும். அடுத்து சில மணி நேரங்களில் தோட்டம் வெள்ளை, பச்சை, வெளிர் சிவப்பு நிறங்களில் சர்க்கரைபாகு மேற்பூச்சுகொண்ட அலங்காரமானதொரு கேக் போல மாறிவிடும், எங்கும் அமைதி நிலவலாம், தொடர்ந்து இரவுடன், வரவேண்டிய நேரத்திற்கு வரும் உறக்கம் – ஆம் உண்மையிலேயே சரியான தருணத்தில் வரும் உறக்கம் – எல்லா இலைகளையும் துயில் கொள்ள வைக்கும்."

பதில்:

"அன்பினிய மிஷெல்",

மறுபடியும் இன்றைக்கு, ஒருநாள் இல்லாட்டி ஒருநாள் கோடை காலம் முடிவுக்கு வந்துதானே ஆகவேண்டுமென நினைத்தேன். கோடை முடிந்ததும் என்ன செய்யப்போகிறேன் என என்னை நானே கேட்டுக் கொண்டேன். இனி வெப்பம் முன்புபோலக் கடுமையாக இருக்காது, சூரியன் இல்லை என்றானதும், மழைநீர் துளித் துளியாக அல்லும் பகலும் ஓயாமல் இறங்கி, ஓரிடத்தையும் விட்டுவைக்காது, நீர் எல்லா இடங்களையும் ஆக்கிரமித்துக்கொள்ளும்.

பிறகு இலையுதிர்காலம், தொடர்ந்து குளிர்காலம், கோடை முடிந்ததும் குளிர் பிறக்குமெனச் சொல்வதுண்டு. அச்சமயத்தில் எங்கே தங்கலாமென நினைத்தேன். இந்த வீட்டில் குடியிருந்தவர்கள் ஒரு நாள் மாலை மோட்டார் வாகனத்தில் திரும்பவும் வரநேரிடுமென்று நினைத்தேன். காரின் கதவுகளை வேகமாக அடித்துச் சாத்திவிட்டு மேட்டு நிலப்பகுதி ஊடாக வருகிற பாதையைப் பிடித்து ஏறி வருவார்கள். மீண்டும் இந்த வீட்டின் மீது தாக்குதல் நடத்துவார்கள்.

என்ன நடக்கும்? ஒருவேளை காவலர்களைக் கூப்பிடாமலிருந்தால், தாங்களே என்னை உதைத்து வெளியில் குண்டுகட்டாகத் தூக்கிப் போடலாம். என்னை வலுக்கட்டாயமாக எங்கேனும் ஓரிடத்திற்கு அழைத்துச்செல்வார்கள், அந்த இடம் நிச்சயம் நான் தங்க விரும்பாத இடமாக இருக்கும். என்னால் கற்பனைசெய்ய முடிந்தது இவ்வளவு தான், அதன் பிறகு எதுவும் நடக்கலாம், மனக்காட்சியில் தெளிவில்லை.

'வீட்டில் படுத்தது தப்பு, அதுவும் தரையில், பகல் வேளையில் படுத்தது தப்பு, கணவாய் மீன்போன்ற படத்தை வரைந்து சுவரைக் கெடுத்தது தப்பு, பில்லியர்ட்ஸ் விளையாடினது தப்பு,' என்று என்னைக் குற்றஞ்சாட்ட ஆயிரத்தெட்டுக் காரணங்கள் அவர்களுக்கு இருக்கின்றன. தோட்டத்தில் ரோஜா மலரைப் பறித்ததைக்கூடக் குற்றம் சொல்லலாம். மர சன்னல் விளிம்பிலிருந்த மஞ்சள் வண்ணப் பூச்சு காணாமல் போயிருப்பதால் சன்னல் விளிம்பில் பீர்பாட்டிலைத் தட்டி உடைத்துத் திறந்ததுகூடத் தப்பு என்பார்கள். ஆண்களைமட்டுமே கொண்டு இயங்குகிற நீதிமன்றக் கூண்டில் கூடிய சீக்கிரம் நிறுத்துவார்கள். இக்குப்பைகளையெல்லாம் ஆவணம்போல அவர்களுக்கு விட்டுச் செல்வேன், எனக்கு இதில் கர்வமில்லை, இருந்தபோதிலும் சொல்கிறேன், ஏதோ ஒன்றிற்காக என்னைத் தண்டிப்பார்கள், உயிரோடிருந்த குற்றத்திற்காக, எனது மொத்த உடலும் அதற்கான கூலியைப் பெறவேண்டும். என்னை இழிவுபடுத்துவார்களெனில், சாட்டையால் விளாசுவார்களெனில், முகத்தில் காறி உமிழ்வார்களெனில் சந்தோஷம், கடைசியில் எனக்கென்றும் ஒரு விதி தீர்மானிக்கப்பட்டிருக்கிறதே, அதற்காக, இனிக் கடவுள் மீதும் நம்பிக்கை பிறக்கலாம். என்னிடம் 'இந்த நூற்றாண்டுக்குரிய ஆள் நீ இல்லை, அநேகமாக இருபத்தாறாம் நூற்றாண்டைச் சேர்ந்தவனாகக்கூட இருக்கலாம் என்பார்கள், உங்களுக்கும் அதன் மூலம் எதிர்காலத்தில் எதுவரை நான் வாழ்வேன் என்ற உண்மை தெரியவரும்'.

தண்டிக்காமல் விடுவித்தார்களெனில் நான் என்னவெல்லாம் செய்யமுடியுமென்று சிந்திக்கவே எனக்கும் விருப்பம்.

தலையில் ஏராளமான திட்டங்கள் இருப்பதால், அவ்வளவையும் சொல்வதென்பது கடினம். இதில் வேடிக்கை என்னவெனில் அவற்றைப்பற்றி அதிகம் நான் யோசித்ததில்லை. அத்திட்டங்களெல்லாம் எல்லோரையும்போல் தனியொருவனாகவோ அல்லது மிஷெல்! உன்னுடனோ வீதியில் உலாத்தியபோதும், அறையில் முடங்கிக் கிடந்தபோதும், நீள்மடக்கு நாற்காலியில் கால் நீட்டிப் படுத்துக் கொண்டிருந்தபோதும் இயல்பாக உதித்தவை.

உதாரணமாகச் சாம்பல் நிற கோட் அணிந்து, அதிலொரு கறுப்பு பாட்ஜைக் குத்திக்கொண்டு துக்கத்தை அனுசரிக்கலாம். வீதிகளில் நடப்பேன். பார்க்கிற மக்கள் எனது குடும்பத்தைச் சேர்ந்த ஒருவரை – உறவினர் – பெற்றோர்கள் – எனது அம்மா இப்படி யாரோ ஒருவரை இழந்திருக்கிறேன் என நினைப்பார்கள். ஊரில் நடக்கும் சவ ஊர்வலங்கள் அனைத்திலும் கலந்துகொள்வேன், அடக்கம் முடிந்ததும்

என்னிடம் சிலர் கைகுலுக்கக்கூடும் வேறு சிலர், தங்கள் அனுதாபங்களைத் தாழ்ந்த குரலில் முணுமுணுத்தபடி கட்டித் தழுவுவார்கள். அதனால் எனது முக்கியமான வேலையாகச் செய்தித் தாள்களில் இடம்பெறும் மரண அறிவித்தலை வாசிப்பதாக அமையும். ஏழைகள் சவ ஊர்வலமாக இருந்தாலும் சரி, ஆடம்பரமாக நடந்தாலும் சரி, எல்லாம் எனக்கு ஒன்றுதான், அனைத்திலும் கலந்துகொள்வேன், அப்படியே தொடர்ந்ததென்றால், மெல்ல மெல்ல சவ அடக்க வாழ்க்கை எனக்குப் பழகிப்போகும். அப்போது சொல்ல வேண்டிய வார்த்தைகள் என்ன, கண்களைத் தாழ்த்திப்பார்ப்பது எப்படி, மிக நிதானமாக நடப்பது எவ்வாறு என்பதையெல்லாம் முறைப்படி கற்றுக்கொள்வேன்.

கல்லறைக்குத் தயங்காமல் செல்வேன். பிணத்தின் நெற்றியை, வெளுத்தும் ஊதியும் இருக்கிற கண்களை, வெறுமையான தாடையை, கல்லறையின் பளிங்குக் கற்பலகையைச் சந்தோஷத்துடன் தொடுவேன். மலர் வளையங்களிலும், ஊதாவண்ண பிளாஸ்டரில் குத்தப்பட்டுள்ள ரிப்பனிலும் தெரிவித்துள்ள ‘அனுதாபங்களை’ வாசிப்பேன்.

தேவையெனில் பிரார்த்திப்பேன்:

“இந்த நாள்
சீற்றத்தின் தினம்
இன்மையும் பேரிடரும்
கைகோக்கும் தினம்
கசப்பும் இனிப்பும்

கலந்த நாள்
தீக்கொண்டு புவிக்கு
தீர்ப்பு வழங்க
நீ வரும் நாள் . . .”

நான் பயணங்களும் செய்வேன். இதுவரை பார்த்திராத அநேக நகரங்களுக்குச் செல்வேன். ஒவ்வொரு நகரிலும், ஒரு நண்பர் அறிமுகம் ஆவார். வெகு நாட்களுக்குப் பிறகு அந்த நகரங்களுக்கெல்லாம் திரும்ப வருவேன். வேண்டுமென்றே, நண்பர்களைச் சந்திக்க முடியாத நாட்களைத் தேர்வுசெய்து அவர்களிடம் செல்வேன். உதாரணமாக பிரேசிலைச் சேர்ந்த ‘ரியோ’ நகருக்கு கார்னிவல் கொண்டாட்டத்தின் போது சென்று, அந்நண்பரின் வீட்டுக்கதவின் அழைப்புமணியை ஒலிக்கச்செய்வேன். நண்பரின் பெயர் ‘பாப்லோ‘ என்று வைத்துக் கொள்ளுங்கள், உண்மைதான் விழா நேரத்தில் அவர் எப்படி வீட்டிலிருப்பார். எனவே ஒரு துண்டுக் காகிதத்தை எடுத்துச் சுருக்கமாகக் கடிதமொன்று எழுதுவேன்.

“அன்புள்ள பாப்லோ;

இன்று உன்னைப் பார்ப்பதற்கென்றே ரியோ நகருக்கு வந்தேன். ஆனால் நீ வீட்டில் இல்லை. அநேகமாக எல்லோரையும்போல நீ கார்னிவலில் கலந்துகொள்ளச் சென்றிருக்க வேண்டும். உன்னைச் சந்திக்காமல்போனதற்கு வருந்துகிறேன்.

இருவரும் சேர்ந்து ஏதேனும் அருந்தியிருக்கலாம், நிறைய பேசியுமிருக்கலாம். முடிந்தால் அடுத்தவருடம் திரும்பவரப் பார்க்கிறேன். சியாஓ.
ஆதாம் போலோ."

அவ்வாறில்லையா ஜூலை 14 அன்று பாரீஸுக்கோ அல்லது மாஸ்கோ நகரின் செஞ்சதுக்கத்தில் நடைபெறும் ராணுவ அணி வகுப்பிற்கோ, கவுன்சில் அன்று ரோம் நகரத்திற்கோ அல்லது ஜாஸ் இசைவிழா தினத்தின்போது நியூபோர்ட் நகரத்திற்கோ செல்லலாம்.

இதிலுள்ள மிக முக்கியமான சிக்கல் ஊருக்கொரு நண்பனைக் கண்டுபிடிப்பதும், அவர்களை மறுபடி சந்திக்க அந்த ஊருக்குச் செல்கிறபோது, அவர்கள் ஊரில் இருக்கக் கூடாதென்பதை உறுதி செய்துகொள்வதுமாகும்.

இவையெல்லாம் இல்லையெனில் விளையாட்டு சப்பென்றாகி விடும், தொடர்ந்து அவ்விளையாட்டில் ஈடுபட எனக்குத் தைரியம் போதாத நிலைமை வரலாம். தேதிகளில் தவறு இழைப்பேன், அழைப்பு மணியை ஒலிக்கச்செய்கிறபோது அவர்கள் வீட்டுக் கதவுகள் விரியத் திறக்கப்படலாம், முகத்தில் சிரிப்பை இருத்திக்கொண்டு கண்கள் விரிய:

"ஆதாவ் போலோ? நீயா இங்கேயா? என்ன ஆச்சரியம்! காளைச் சண்டை இருப்பதால், நாளை வந்திருந்தால், என்னை நீ பார்த்திருக்க மாட்டாய்." – என்பார்கள்.

ஆமாம், ஒழுங்காகத் திட்டமிட்டால் இது போன்ற வேடிக்கை களுக்குக் குறைவிருக்காது. அடிக்கடி அதைக் குறித்து யோசிக்க வேண்டும், அவ்வளவுதான். இதற்கென்ன செய்யலாம்? உலகிலுள்ள ஒவ்வொரு நகரத்தின் விழாக்கள், பண்டிகைகள் ஆகியவற்றைக் குறித்துவைக்க நாட்குறிப்பொன்று வாங்குவேன். நிச்சயமாக, அப்போதும் சில அபாயங்கள் இல்லாமலில்லை, நண்பர்களில் ஒருவர் நோயுறலாம் அல்லது விசித்திரமாகப் பண்டிகைக்கோ அல்லது விழாவுக்கோ போகாமல் இருக்கலாம். சிற்சில சமயங்களில் இது போன்ற அபாயங்கள் தான் இவ் வேடிக்கைவிளையாட்டை நாம் தொடர்ந்து ஆட ஊக்கமும் அளிக்கின்றன. இதுவரை உன்னிடத்தில் இரண்டே இரண்டை மட்டுமே கூறியிருக்கிறேன். இது போன்ற ஆயிரம் யோசனைகள் கைவசம் இருக்கின்றன. இச்சமூக வாழ்க்கைக்கேற்ப வெவ்வேறுவிதமான திட்டங்களை உருவாக்கியிருக்கிறேன், அவையெல்லாம் குறைத்து மதிப்பிடக்கூடிய வழிமுறைகளும் இல்லை: யானைக்கால் வியாதி கொண்டவனாக இருப்பது அதிலொன்று. பெரும்பான்மையான மக்கள் இவ்வியாதி கண்டவர்களைக் கண்டு வெறுத்தொதுங்குகிறார்கள், அவர்களிடம் தள்ளியே இருக்கிறார்கள். புரோக்னேத் எனப்படும் நீண்ட முகவாயுடனும் இருக்கலாம், இவ்விஷயத்தில் நம்மைக்கண்டு பிறர் பரிதாபப்படுவார்கள். உதடுகள் திறந்திருக்கும்போது, நமது கீழ்வரிசை பற்கள் முன்பக்கம் நீண்டிருப்பதைத் தெரிந்துகொள்ள ஆர்வம்காட்ட மாட்டார்கள். சொறி சிரங்கென்று நொண்டி நடக்கலாம்,

அற்பனாக இருக்கலாம், சோப்புப் பவுடர்களுடன் இனாமாகக் கிடைக்கிற செல்லுலாய்ட் ஸ்பூன்கொண்டு பல்குத்திக்கொண்டிருக்கலாம் என்பவை அவற்றில் ஒருசில . . . ஏன் நாள்முழுக்க சொத்தைப்பற்களைக் கத்திமுனையால் நோண்டிக்கொண்டிருப்பதுகூட நல்ல யோசனை தான். பொதுவில் நோய்வாய்ப்பட்டிருப்பது, பைத்தியக்காரத்தனமான சேட்டைகளில் ஈடுபடுவது அல்லது நொண்டியாகவோ முடமாகவோ இருப்பது நல்லதுதான்.

அடுத்து சமூக வாழ்வமைப்பில், பிறர் தொந்தரவுகளின்றி அமைதியாக நாம் இருப்பதற்கென்றே சில தொழில்கள் இருக்கின்றன: பூமியில் நீருள்ள இடத்தைக் கண்டுசொல்லும் நிமித்திகர் தொழில், பெண்களைப் பரத்தைத் தொழிலில் ஈடுபடவைத்து பணம் சம்பாதிக்கும் தொழில், தோட்டவேலை போன்றவை உதாரணங்கள்.

“திரைப்பட அரங்குகளில் ஆப்பரேட்டர் பணியை விரும்பி, அதுபற்றிக்கூட யோசித்திருக்கிறேன். முதலில் எந்திரமும் நாமுமாகச் சிறிய அறையொன்றில் அடைபட்டிருப்போம். கதவையும் ஒளிக்கற்றை செல்லும் சந்துகளையும் தவிர்த்து மற்றவை அடைபட்டிருக்கும். நாம் அங்கே செய்ய வேண்டியது, முதலில் படச்சுருள் சக்கரத்தை அச்சில் மாட்ட வேண்டும், உர்ர்ர்ர்ரென்று சக்கரம் சுற்ற ஆரம்பித்ததும் சிகரெட் பிடிக்கலாம், பாட்டிலோடு பீரைக் குடிக்கலாம், இடையில் ஊதாப்பூ மின்சார விளக்கின் ஒளியில் கவனமும் செலுத்தலாம். உல்லாசக் கப்பலொன்றில் இருப்பதுபோல அவ்வனுபவத்தைக் கருதலாம். அங்கு நடக்கிற சம்பவங்களால் முட்டாள் ஆக்கப்படாத மனிதர்களென்று ஒன்றிரண்டு பேர் இருப்பார்கள், அவர்களில் நாமும் ஒருவராக இருப்போம்.”

பதில்:

“அன்பினிய மிஷெல்,

தற்போது கூடிய சீக்கிரம் மழைவரும்போல இருக்கிறது. சூரியனும் தனது ஆற்றலை ஒவ்வொரு நாளும் ஒவ்வொரு கதிராக இழந்து சோர்ந்துகொண்டிருக்கிறது, இறுதியில் பனி பந்தாக உருமாறி, மரணத்தைத் தழுவும் வரை தொடரும், அதனுடைய குளிரும் நடவடிக்கையை நீள் மடக்கு நாற்காலியில் முடங்கியபடி அவசியம் நான் பின் தொடர வேண்டும்,

தற்போது ஏலாமைகள், சப்பாணிகள் வெற்றிகளின் ஆரம்பமென எண்ணுகிறேன்,

தற்போது இப்பூமியைக் கரையான்கள் பொறுப்பில் விட்டுவிட இருப்பதால், நீ கட்டாயம் வரவேண்டும்.

என்னைப் போல இருக்க வேண்டும், எஞ்சிய ஒளிகற்றைகளுக்கு நடுவில் உறங்க வேண்டும் என்ற ஆசைகளெல்லாம் உண்மையில் உனக்கு இல்லையா?

தேநீர் அல்லது பீர் குடிக்கிறபோதும், சன்னல்பக்கம் கடந்து செல்லும் ஒலிகளைக் காதில் வாங்குகிறபோதும் பிரச்சினைகளெவையு மற்ற கதையொன்றை இங்கு வந்து சொல்ல வேண்டுமென்ற ஆசை களெல்லாம் உண்மையில் உனக்கில்லையா? பிறகு நாமிருவரும் ஆடைகளின்றி இருப்போம், நம்முடைய உடல்களை அவதானிப்போம், விரல்களில் எதையேனும் எண்ணுவோம், ஏன் அந்தத் தினத்தைத் திரும்பத் திரும்பப் பலமுறை எதிர்கொள்ளவும் செய்யலாம், செய்யக் கூடாதா என்ன?

செய்தித்தாள் வாசிக்கலாம்.

வீட்டுக்கு உடையவர்கள் திரும்ப எப்போது வருவார்கள்? அதை நீ எனக்குச் சொல்ல வேண்டுமென விரும்புகிறேன், கற்றாழையில் எழுதியது யார்? விலங்கைக் கொன்றது யார்? போன்ற விவரங்க ளெல்லாங்கூட எனக்குத் தேவை.

அநேகமாக மினுங்கும் இரண்டு நீலவிழிகளுடன் மண்டிக்கிடந்த முட்புதர்களில் தைரியமாக, மார்பில் முளை அடித்ததுபோல செத்துக்கிடந்த வெள்ளை எலி அழுகவில்லை, மாறாகப் பதப்படுத்தப் பட்டிருந்தது, இன்றைக்கு அநேகமாக அதன் மொத்த உடலையும் தகிக்கும் வெயில் ஊடுருவும்.

லெ கிளேஸியொ

10

மழைதொடர்ந்து பெய்துகொண்டிருந்தது. எனவே இன்றைக்கு நாயைக் கடற்கரைப்பக்கம் காண முடியாது. எங்கிருக்கும்? ஒருவருக்கும் தெரியாது. மழையில் நனைந்த கம்பளிரோமங்கள் ஊதிக்கொண்டிருக்க கூன்போட்ட முதுகுடன் வீதிகளைச் சுற்றிவரலாம் என முடிவெடுக்காம லிருந்தால் அநேகமாகத் தனது வீட்டில் இருக்கக்கூடும்.

நம்பிக்கை இன்றியே கடற்கரைக்கு ஆதாம் சென்றான். மழை காரணமாகக் கடற்கரையைப் பார்க்கச் சகிக்கவில்லை. நனைந்திருந்த கூழாங்கற்கள் தங்கள் இயல்புத் தன்மையைத் தொலைத்திருந்தன. அதுபோலவே கற்காரையும், கற்காரை யாக இல்லை, கடலும் கடலாக இல்லை. அத்தனையும் ஒன்றின் மேலொன்றாக விழுந்து, சகதியில் தோய்ந்திருந்தன. எதிர்பார்த்ததுபோல் சூரியனின் எந்த அடையாளமுமில்லை, பதிலாக அவ்விடத்தில் கடல் பறவைகளின் விநோதமான முடிச்சு, வழக்கமாக அதன் ஒலி பிரதிபலிக்கிற இடத்தில் கரும்பாசிகளால் ஆனதொரு சிறிய முடிச்சு.

நகரத்தில் குளிர் அதிகம் தெரிந்தது. எங்கே போவ தென்று தெரியவில்லை. மழையைத் தான் விரும்புகிறோமா இல்லையா என்றுகூட அவனால் தீமானிக்க முடியவில்லை. அப்படி மழையை விரும்பாதிருந்தால் இந்நேரத்திற்கு ஏதாவது ஒரு பாரில் நுழைந்து, அலுப்புடன் ஒரு பீரைக் குடித்துக்கொண்டிருப்பான். மழைமீதான வெறுப்பை உறுதிப்படுத்த முடியாத நிலையில் பாருக்குள் நுழைந்து செலவிட அவன் தயாரில்லை. கால் போன போக்கில் ஒரு பேரங்காடிக்குள் வந்திருந்தான். மழை காரணமாகச் சாதாரண நாட்களைக் காட்டிலும் மும்மடங்குக் கூட்டம். அதிக நேரம் இருக்கக் கூடாது, முடிந்தவரை சீக்கிரம் இங்கிருந்து கிளம்பிட வேண்டுமெனத் தனக்குள் முணு முணுத்தபடி தட்டுகளில் விற்பனைக்கு அடுக்கிவைத்திருந்த பொருட்களைப் பார்வையிட்டபடி நடந்தான்.

இவன் பாதையில் குறுக்கிடுவதுபோல கனத்த உடல் கொண்ட ஒரு பெண்மணி, காலுறைகளைப் பார்த்துக் கொண்டிருந்தாள். ஆதாமும் கவனித்தான், எல்லா அளவு களிலும் காலுறைகள் இருந்தன. பெரும்பாலான காலுறைகள் நீலநிறத்திலும், மாறாகச் சிறுவர் பிரிவில் அவை வெள்ளை

நிறத்திலுமிருந்தன. உடல் பெருத்த பெண்மணிக்குக் காலுறைகள் விற்பனைப் பிரிவொன்றுதான் பிடித்தமானதுபோலும். கிட்டத்தட்ட எல்லாவற்றையும் தொடுவதும், செக்கச்செவேல் என்றிருந்த கைகளில் எடுத்து இழுத்துப் பார்ப்பதுமாக இருந்தாள். பெண்மணியின் பினாஃபர் ஃபிராக்கினைத் தனது சப்பாத்துமுனையால் மெல்ல உயர்த்திப் பார்க்கையில் வரிக்கோஸ் நோயால் பாதித்த நரம்புகளைக் கண்ணுற்றான், அவை ஊதா நிறத்தில் அவளுடைய மெல்லிய தோலின் கீழ் ஒரு தொடர் முடிச்சுகளாகத் தெரிந்தன. அக்காட்சி இன்னும் மேலே பார் என்றது, உதாரணமாகத் தொடைப்பகுதிகளில் எப்படி இருக்கு மெனத் தெரிந்துகொள்ள ஆவல். அதே வேலையில் கும்பலொன்றின் இயக்கம் கவனத்தை ஈர்க்கவே, அவளைப் பற்றிக் கூடுதலாகத் தெரிந்துகொள்ள வேண்டுமென்ற எண்ணத்தைக் கைவிட்டு அங்கிருந்து அகன்றான். இசைத்தட்டு விற்பனைப் பிரிவைப் பார்த்தவன் நின்றான். தனது முறை வரட்டுமென்று விற்பனை கவுண்ட்டர் வரிசையில் நின்றான். தன்னைக் கூப்பிட்டதும் விற்பனையாளப் பெண்ணிடம்:

“உங்களிடத்தில் மாக் கின்ஸ்லி மோர்கன் ஃபீல்ட் இருக்கிறதா?”, எனக் கேட்டான்.

அவளிடமிருந்து பதில் வருவதற்கு முன்பாகப் பெண்ணின் முகத்தைப் பார்த்தான். இளம்பெண்களுக்கே உரிய மென்மையும் ஆரோக்கியமும் கொண்ட முகத்துடன் பார்வைக்கு அழகாக இருந்தாள். தலைமயிர் பழுப்பு நிறத்திலும், குறிப்பாக ரத்தச் சிவப்பில் திரட்சியாக இருந்த உதட்டுச்சாயமிடாத இரு அதரங்கள் எவ்வித அரவமுமின்றி மெல்லப் பிரிகிறபோது, வாயின் வெப்பமான குழிமையத்தில் முத்துப் போல ஒன்று பிரகாசித்தது. தொண்டைக்குழியிலிருந்து புறப்படும் அவள் குரல் நிச்சயம் ஆரோகணத்தில் நான்கு அதிர்வுகளை ஏற்படுத்திச் சூட்டுடன் உதட்டோரங்களில் முடியும், பின்னர் மனிதப்பிறவியைத் தெய்வப்பிறவியாக உயர்த்திய வெகு அண்மைக்கால நிகழ்வாக அது நிறைவுறும். அக்குரல் அநேகமாக விருப்பம் பாதி, பழகிக்கொண்டது பாதி என்பதாகவும் இருக்கும்.

“என்ன கேட்டீங்க?”, – இளம்பெண்.

“மாக் கின்ஸ்லி மோர்கன் ஃபீல்ட் பற்றிக் கேட்டேன், அவர் ஒரு பாட்டு பாடும் ஆசாமி.”

“என்ன பாடுவார்?” – இளம்பெண் கேட்டாள். தீர்மானிக்கவியலாத, மழுப்பலான அவள் பார்வை ஆதாமின் கண்வளையங்களில் கவனம் செலுத்துவதுபோல இருந்தது.

“ஓர் அமெரிக்கப் பாடகர். ப்ளூஸ் பாடும் நீக்ரோ.” – ஆதாம்.

இளம்பெண் வரிசையாக அடுக்கப்பட்டிருந்த இசைத்தட்டுப் பிரிவின் மறுமுனைக்குச் சென்றாள். ஓர் இழுப்பறையைத் திறந்து, இசைத் தட்டுகள் வரிசையில் அதனைத் தேடினாள்.

ஆதாம் பார்வை பெண்ணின் முதுகில் பதிந்திருந்தது, குறிப்பாக முன்பக்கம் வளைந்திருந்த பிடறியில் அவன் கவனம் சென்றது. வெள்ளைவெளேர் என்றிருந்த அப்பகுதியில் ஒழுங்கின்றி ஆயிரக் கணக்கில் சிறுசிறு மயிர்கள் முளைத்திருந்தன. 'மாக் கின்ஸ்லி மோர்கன் ஃபீல்ட்' அல்லது 'கால்லஹர்' அல்லது 'ரிக்கார்டோ இம்ப்ரே' என்பது போன்ற கற்பனைப் பெயர்களுக்குள்ள மகத்துவம் அவனுக்குப் புரியாத புதிர். அப்பெயர்கள் பேரங்காடிகளில் இசைத்தட்டு விற்பனைப் பிரிவில் பணிபுரியும் இளம்பெண்களின் கழுத்தை இயல்பாகவே வளையச்செய்கின்றன.

பிறகு இவன் பக்கமாகத் திரும்பிப் பார்த்து, "நீங்கள் சொன்ன பாடகரின் இசைத்தட்டு எங்களிடத்தில் இல்லை" – என்றாள்.

ஆதாம் பெண்ணின் கழுத்தைத் திரும்பவும் பார்க்க விரும்பினான்.

"உங்களிடம் ஜாக் க்ரிவின் இருக்குமா?", தற்செயலாக ஞாபகத்திற்கு வந்த பெயரொன்றைக் கூறினான்.

அவனைப் புரிந்துகொண்டிருந்தாள் என்பதை முகபாவம் காட்டிற்று. கொஞ்சமாகப் புன்னகை செய்து முடித்ததும் பதில் வந்தது:

"ஊஹூம், தெரியாது"

பெண்ணிற்கு நன்றி தெரிவித்துவிட்டு, ஏமாற்றத்துடன் அங்கிருந்து புறப்பட்டான், இருந்தும் அவளிடமிருந்து விலகிப் போனபோது, அவள் கண்கள், பச்சைநிறப் பெரிய கண்கள் தனது முதுகைப் பார்க்கின்றன என்பது விளங்கிற்று.

அங்குப் புத்தகங்களும் இருந்தன. அவற்றை ஒருவகையான சுழற்கம்பியில் தொங்கவிட்டிருந்தனர், ஒவ்வொரு நாளும் குறிப்பிட்ட நேரத்திற்குக் கடைக்குவந்து, தேர்வுசெய்த புத்தகமொன்றில் ஒரு பக்கத்தை வாசிக்க வேண்டுமென்று நினைத்தான். புத்தகத்தில் 251 பக்கங்கள் இருக்குமென்றால், 251 நாட்கள் வாசிக்க ஒதுக்க வேண்டும். புத்தகத்தின் உறைகள், முன்னுரைகள், பொருளடக்கங்கள், கடைக்கு வாசிக்க வரமுடியாத நாட்கள் ஆகியவற்றையெல்லாம் கணக்கில் கொண்டால் ஒருவேளை கூடுதலாகவும் நாட்கள் தேவைப்படலாம். கைபோன போக்கில் புத்தகமொன்றை எடுத்து இரண்டாகப் பிரித்து ஒரு பக்கத்தை வாசிக்கச்செய்தான்.

106 ஜமைக்காவில் புயல்

திரும்பவும் அதன் மீது பாய்வதற்கென, நங்கூரத்தையும் பிறவற்றையும் தூக்கவும் இறக்கவும் செய்யும் பாரந்தூக்கிவரை பின்னோக்கிச்சென்றது. ஆனால் இப்படிச் சக்தியைத் திரட்டும் ஒவ்வொருமுறையும் அதன் பாய்ச்சலில் தொய்வு ஏற்பட்டது. பன்றி அதனைச் சுற்றிவளைத்தது. அடுத்த கணம், முக்கியமாகத் தன்னுடைய எதிர்பாராத முரட்டுச்சுபாவத்தினால் கர்ண

கடூரமாகக் கிறீச்சிட்டுக்கொண்டு அதன்மீது பாயவைத்தது. அப்பாவி விலங்கு பாரந்தூக்கிக்கருகே மாட்டிக்கொண்டது, இனி தப்ப முடியாதென்ற நிலைமை. மின்னல்வேகத்தில் அதைத் துவம்சம் செய்து கடிக்கவும் பன்றியால் முடிந்தது. வயதில் மூத்த ஆடு அது, தனதெல்லையைப் பராமரித்து எல்லோரையும் வழிநடத்தும் பொறுப்பு அதற்கிருந்தது; கிழட்டு அரக்கனுக்குக் கொடுத்த அடிகளைப் பார்த்திருந்த பிள்ளைகள் காலாகாலத்திற்கும் அதனை விரும்ப ஆயத்தமாகவே இருந்தார்கள்.

அப்படியொன்றும், பன்றியும் முழுக்க முழுக்க மனிதாபிமான மற்றதொரு விலங்கு அல்ல. அன்று பிற்பகலே திட்டிக்கதவில் படுத்தவண்ணம் வாழைப் பழமொன்றைத் தின்றுகொண் டிருந்தது. கப்பலை சேர்ந்த குரங்கு தொங்கிக்கொண்டிருந்த கயிரொன்றில் ஊஞ்சல் ஆடிக்கொண்டிருந்தது. இரையைக் கவனித்த குரங்கு மெல்ல மெல்லக் கயிற்றில் ஆடியபடி முடிந்தமட்டும் கீழே இறங்கியது, இனி தான் குறிவைத்த இரையைப் பறிக்க முடியும் என்ற கட்டத்தில் அதன் கால்களால் பறித்தது. அதிர்ச்சியால் உறைந்திருந்த விலங்கின் முகத்திரையில்தான், எப்பேர்பட்ட திகைப்பு, எவ்வளவு ஏமாற்றங்கள், ஏளனத்திற்குரிய அவமானங்கள், நாம் ஒரு போதும் கற்பனை செய்ய முடியாதவை அவை.

ஆதாம் புத்தகத்தை மூடினான், சரியாகச் சொல்ல வேண்டுமெனில் அந்தப் பக்கத்தை மூடினான். அப்படியொன்றும் மனத்தைத் தொடும் அளவிற்கு இல்லை. எனினும் புத்தகத்தை எடுத்த இடத்திலேயே திரும்பவும் வைத்தபோது புன்னகைத்துக்கொண்டான். அவனும் கொஞ்சம் கொஞ்சமாய்த் தனது மர்ம உலகிலிருந்தும், முன்பின் அறிந்திராத அநேகப் பொருட்களிடத்திலும், விலங்குகளுக்கிடையேயான சண்டைகளிலும், வாளிகளில் தண்ணீரும், தாரில் நனைத்த கயிறு களுடன், மரக்கரியும் சூரியனுமாக நிரம்பிக்கிடக்கிற கப்பல் தளங்களிலும் சிறுகச் சிறுக அநேக விஷயங்களைத் தெரிந்துகொள்ள முடியுமென நினைத்தான். நாளையோ, அதன் பின்னரோ திரும்பவும் வந்து இன்னொரு பக்கத்தை வாசிப்பதென முடிவெடுத்தான்.

தனக்கே தனக்கென்ற, மேன்மையானதொரு இடத்தில், ஆயிரக் கணக்கான விளையாட்டுக்களில் மட்டுமே கவனத்தைச் செலுத்த முடிந்த, அளவில் குறைந்த உலகின் மாதிரிவடிவத்திற்குள் உயிர்வாழ்வ தென்பது உண்மையில் அவனைப் பொறுத்தவரை மகிழ்ச்சிகரமானது.

11

ஆதாம் கடையிலிருந்து உடனடியாக வெளியேறி னான். உதடுகளுக்கிடையில் சிகரெட் ஒன்றை வைத்தான்; பார்வையை அதில் ஓட்டியபோது மழைத்துளிகள் அதன் மீது விழுந்துகொண்டிருந்தன. சிகரெட்டை, சுற்றியிருந்த காகிதம் நனையட்டுமெனக் காத்திருந்தவன்போல, பற்ற வைத்தான். கங்கு ஈரத்திற்கு எதிராக நடத்திய யுத்தம், பொரிவதுபோல அடங்கி ஒலித்தது அதைக் காதில் வாங்கினான்.

கடலோரம் செல்ல வேண்டும் என்ற முடிவுக்கேற்ப வீதிகளைத் தேர்வுசெய்து இறுதியாகக் கடற்கரைக்கு வந்து சேர்ந்தான்.

வெகுநாட்களுக்குப் பிறகு அன்றுதான் மழைபெய்து கொண்டிருந்தது. அதை உறுதி செய்ய, நமக்கு மழையின் வாசத்தில் கலந்திருந்த நடைபாதைத் தூசிகளின் மணம் ஒன்று போதும்,

ஆதாம் கடலோரச் சாலையில் நெடுக நடந்தான். அவனது முன் மண்டையிலிருந்து தலைமயிர்களூடாக நெற்றிப்பொட்டிலும், சட்டைக் காலரின் உட்புறமும் புத்தம்புது நீர் சிறுதாரையாக ஒழுகிக்கொண்டிருந்தது. கடல்நீரில் ஓயாமல் குளிப்பதும், தொடர்ந்து வெயிலில் காய்வதும், அவன் தலையில் உப்பு படிந்திருக்கக் காரண மாயிற்று. அவற்றில் தமக்கான சிறுசிறு வடிகால்களைத் தாமே நீர்த்தாரைகள் ஏற்படுத்திக்கொண்டன. பொதுமக்கள் நடைபழகுவதற்கென ஏற்படுத்தப்பட்டிருந்த அவ்விடம் வேடிக்கையானது: பொதுப்பூங்காவிற்குக் கீழாகச் சென்ற அத்தார்ச்சாலை, ஓரளவிற்கு அகலமாகவும் இருந்தது; சாலையின் முற்பகுதியில் துறைமுகத்தையும், பிற்பகுதியில் வரிசையாகக் கழிமுகங்களையும் சந்திக்க வேண்டிவரும். கழிமுகப்பகுதிகள்தான் சுற்றுலாவாசிகளுக்குப் பிரத்தியேக மான கடற்கரைகள். இருந்த ஒரு நடைபாதையும் கடலோர மாக இருந்ததால், வெப்பநிலை நன்றாக இருக்கும் காலங் களில் தடும்புக்கம்பிகளில் முதுகு சாய்ந்திருக்க, முழங் கைகளைத் தடுப்புக் கம்பிகளில் ஊன்றி நிற்கும் மனிதக் கும்பலைக் கண்டு வியக்கலாம். அவ்வளவுபேரும் வக்கிரப் புத்தியாளர்கள்; அவர்கள் கவனம் கடற்கரை மணலில்

ஆடைகளின்றிப் பொய்யுறக்கம் கொண்டிருக்கிற வேறொரு மாசகிஸ்டு *(masochist)* மனிதக்கும்பல் மீதிருக்கும்.

இந்நிலையில், அவரவர் விருப்பம்போல நடந்துகொள்ளலாம். சில நேரங்களில் மேலே வக்கிரப்புத்தி மனிதர் கூட்டத்தில் ஒருவராக, நமது பெரிய விழிகளைக்கொண்டு ஆணி அடித்ததுபோல ஏதாவதொரு வயிற்றை – அதாவது தொப்புள் குழியுடன் கூடிய வயிற்றை – வெறித்துப் பார்க்கலாம்.

சில நேரங்களில் கீழே, கொதிக்கிற கூழாங்கற்களில் தடுமாற்றத் துடன் சிறிதுதூரம் நடக்கலாம், பிறகு ஆடைகளைக் களைந்துவிட்டுத் தகிக்கும் வெயிலில் புதைந்து, விழுங்கும் பார்வைக்கு நம்மை ஒப்படைத்து முதுகைக் கிடத்தலாம், கைகளைப் பரத்திப்போடலாம். அன்றைய தினம், மழையைத் தவிரப் பொருத்தமான காரணங்கள் இருக்க முடியாதென்ற நிலையில் தடுப்புக் கம்பிகளில் சாய்ந்து நிற்க, ஒரு மனிதர் கூட இல்லை, காரணம் மழைபெய்தாலென்ன ஆடையைக் களைந்து படுத்திருப்பேன் என்கிற பைத்தியங்களும் கடற்கரையில் இல்லை.

எது எப்படியோ, கடற்கரை வெறிச்சோடிக்கிடந்தது. ஆதாம் நிதானமாக நடந்தான், கைகளிரண்டும் பேண்ட் பைகளில் இருந்தன. மழை, சிகரெட்டின் நெருப்பை அணைத்திருந்தது, தடுப்புக் கம்பிகளுக்கு அப்பால் விட்டெறிந்தான். கீழே கப்பல்துறை தரையில் விழும்வரை அவதானித்தான். நிமிர்ந்தபோது எதிரே இரண்டு பாரந்தூக்கி எந்திரங் களும் ஒரு சரக்குக் கப்பலும் தெரிந்தன.

கன்னங்கரேல் என்றிருந்த அந்த இரும்புத் தளவாடத்தில் எவ்வித அசைவுமில்லை. கைகளை நீட்டியதுபோல அதன்மேற்பகுதி தோற்றம் தர, பாரந்தூக்கிகள் இரண்டும் அழுதுவடிந்துகொண்டிருந்த பற்றிணைப்பில் நிறுத்தப்பட்டிருந்தன, அவற்றின் கால்களுக்கிடைச் சிக்கியிருந்த சரக்குக் கப்பலின் புகைபோக்கியில் புகை என்பதே இல்லை. கப்பலின் பெரும் பகுதி கருஞ்சிவப்பு நிறம், மழை கப்பலையும் விட்டுவைக்கவில்லை, நனைந்திருந்த சாளரங்களைப் பார்க்கையில் தெரியவந்தது. கப்பலின் பின்முனையில் பிரெஞ்சு சொற்கள் பாதிப்பாதியாக இருந்தன, ஒருபாதி பெயர்களே தெரிந்தன, சொற்களின் மறுபாதி வளைவின் காரணமாக அடுத்தபக்கம் இருக்க வேண்டும், கண்ணிற்பட்டவை இவைதான்:

"DERMY"

மற்றும்

"SEILLE"

முதற்சொல்லுக்குரிய *(DERMY)* மறுபாதி 'கப்பல் தளபதி' என்ற பொருளில் *'Commandant'* அல்லது *'Amiral'* அல்லது *'Capitain'* ஆகியவற்றுள், ஒன்றில் ஒளிந்திருக்கக்கூடும். அது, 'நகரத்தைச் சேர்ந்த' என்ற பொருளில் *'Ville de'* என்பதாகவும் இருக்கலாம். தவிர அச்சொல் *'Pachydermy'* ஆகவோ அல்லது *'Epidermy'* ஆகவோ இருந்தால், *'Pachy'*

அல்லது *'Epi'* முன்னொட்டுகளில் இரண்டிலொன்று, அல்லது வேறு சொல் ஏதேனும் மறுபக்கம் இருக்கக்கூடும். கீழிருக்கும் இரண்டாவது சொல்லை ஊகிப்பது வெகு சுலபம். பிரான்சு நாட்டின் பெரு நகரங்களி லொன்றான *'Marseille'* என்று தாராளமாகப் பத்து மில்லியன்கள்வரை பந்தயம் கட்டலாம், அதாவது கைவசம் பத்து மில்லியன்களிருந்து, அதற்கான அவசியமுமிருந்தால்.

அதோடு முடிந்துவிடவில்லை. மழைவிடாமல் பெய்துகொண் டிருந்தது. எப்பக்கம் திரும்பினாலும் காய்ந்த சருகுகள் நொறுங்குகிற ஓசை, ஏற்ற இறக்கமின்றி, ஊத்தை பிடித்த வெளியில், கேட்பவர்க்கு அலுப்பூட்டும் குரல்போல ஒலித்தது. மோசமான மெத்தனத்தின் பிடியிலிருப்பதைப் போல ஆதாம் உணர்ந்தான். சிறிது முதுகை வளைத்து தடுப்புக்கம்பிகளைப் பிடித்துச் சாய்ந்தான். கைகளில் குருதி போல வடிந்த மழைநீரை விரல்களூடாகப் பிடித்திருந்த கம்பிகளில் வடிய அனுமதித்தான். ஐய்யத்திற்கிடமின்றி நாளும் தன்னை நெருங்கி வரும் மரணத்தைக் குறித்தும் மனம் அசைபோட்டது. இரவொன்றில் மழைநீர் கழுவிய கான்க்ரீட் பரப்பில் கை, காலைப் பரப்பியபடி, வாடிக் கிடக்கும் தனது உடலைப் பற்றி யோசித்தான். மரணத்தை விரும்பி ஏற்ற உடல், காலைபோல வெளுத்து, மெல்லிய நூல்போல வடிந்த ரத்தத்துடன் மினுமினுப்பு குறையாமல் இருக்கும்; தினசரி வாழ்க்கையின் மயிரிழை, மண்ணில் ஆழப் பதிந்திருக்கும் கடைசிவேர் என்றெல்லாம் சிந்தனையில் வந்துபோயின. அருவி எழுப்பும் ஓசைபோல் கடலினின்று பீறிட்ட இரைச்சல் காதில் விழுந்தது. எதிரே துறைமுகப் பகுதியின் மறுமுனை எங்கும் அமைதி, நிசப்தம். இருந்தும் வெறுப்பும் அச்சுறுத்தலும் அவ்விடத்தில் ஒரு நடுக்கத்தை உண்டாக்கியிருந்தது. அவனுடைய மார்பு துடிப்பின் வேகமும் இடும் சத்தமும் முன்பைக் காட்டிலும் அதிகரித்திருப்பதைப் போல உணர்ந்த மறுகணம் மயங்கிச் சரிந்தான், அவன் மார்பு தடுப்புக் கம்பிகளின் மீதுகிடந்தது.

வெறிச்சோடிக் கிடந்த கப்பல் துறையெங்கும் அநாதையாக விடப்பட்ட சரக்குகள். ஒரு பகுதி சரக்குகள் தார்ப்பாலினால் மூடப்பட்டிருந்தன மற்றவை மழையில் நனைந்துகொண்டிருந்தன.

நீரையொட்டியும் நீரிலும் கேட்பாரற்றவைபோல இரு பாரந் தூக்கிகளும், கப்பலும் இருந்தன. அவை கூர்தீட்டப்பட்ட அழிபாடுகள், அடுக்கிவைத்த உடைந்த சவரபிளேடுகள்; விழும் மழைத்துளிகளை அவை இரண்டாகப் பிளக்கிறபோதெல்லாம் கீச்சொலிகள் எழுந்தன. காற்றும் மழையும் சிறிது வேகம் காட்டியிருக்கக்கூடும், போட்டது போட்டபடியிருக்க அப்படியே கிளம்பிப் போயிருக்கிறார்கள். கொலை நடந்து முடிந்த இடத்தில் கிடப்பதுபோல சம்பவத்தின் நிழலாக ஒருசில பொருட்கள் பரவலாகக் கிடந்தன. இனி அங்கு வேலைகள் இல்லை, எல்லாம் முடிந்தது – மரணத்திடம் ஒப்படைத்தாயிற்று.

அப்படி உறுதியாகவும் சொல்லிவிட முடியாது, ஒருவேளை உயிர்மூச்சு நிற்காமலும் இருக்கலாம். எங்கேனும் ஓரிடத்தில், கழிவு கப்பிகள் அல்லது ஓட்டை உடைசல்களின் கீழ் உயிர்கள் ஊசலாடிக்

கொண்டிருக்கலாம், இல்லையென்று எப்படிச் சொல்ல முடியும்? ஆனால் கண்டிப்பாகக் குண்டு விழுந்த பள்ளங்களில் அதற்குச் சாத்தியமில்லை, அதோ கீழே அவ்விடத்தில்கூட வாய்ப்பில்லையென்பது நிச்சயம். மழை குடித்த மயக்கத்திலிருந்த புற்கள் கூட்டமொன்று, கரித்தூள்களின் பாரத்தால் நிமிர முடியாமல் இருந்தன. போதாதற்கு, தார்ப்படுகைகளில் சிக்குண்டு அவை மூச்சுத் திணறிக்கொண்டிருந்தன. அப்பட்டியலில், ஒரு ஜோடி எறும்புகள் இருக்கலாம், பூனை இருக்கலாம், மனிதர் அரவமற்ற சேரியொன்றில் சுக்கானில் புகைபிடித்துக்கொண்டிருக்கிற ஒரு கடலோடியும் இருக்கலாம். ஆவிகள் அல்லது பூதங்களோடு சேர்க்க வேண்டியவை இவையென்பதால் இவற்றையெல்லாம் கணக்கில் கொள்ள முடியாது.

அதன் பிறகு நம்முடைய ஆதாமிற்கு என்ன நேர்ந்தது என்பதை நீங்கள் கட்டாயம் தெரிந்துகொள்ள வேண்டும். அம்மழை தினத்தில் நடந்தது வேறு நாட்களிலும் நிகழக்கூடியதுதான். புயற்காற்று வீசுகின்ற காலத்திலும், பகலும் இரவும் சம அளவுகொண்ட நாட்களுக்கிடையிலும், சூரியன் தகிக்கிற நாட்களிலுங்கூட, நடப்பதற்குச் சாத்தியமுண்டு:

அன்றையதினம் பூமியெங்கும் சூரியஒளி பரவலாக விழுந்திருக்க, நடை பழகுகிற இடத்தில் பெண்கள், குழந்தைகளென்று மக்கள் கூட்டம் அதிகமாக இருக்கும். அவனுக்குப் பின்புறம் சாலையில் வாகனங்கள் உர் உர்ரென்று சத்தமிட்டபடி ஓடிக்கொண்டிருக்கும்; பையன்களும் பெண்களுமான கூட்டமொன்றைச் சந்திப்பான், அவர்கள் மேலே ஸ்வெட்டர்கள் டீ – ஷர்ட்டுகளென்றும் கீழே ப்ளூ – ஜீன்ஸும் அணிந்திருப்பார்கள். அநேகமாக இவன் கடற்கரை திசைநோக்கி நடக்கையில் எதிரே வருவார்கள். அவர்கள் வானொலிப் பெட்டியை அணைக்காமல் விட்டிருப்பார்கள்:

"But darling darling
Keep in touch
Keep in touch
Keep – in – touch – with – me"

என கர்ணகடூரமாக: ஒலித்துக்கொண்டிருக்க இவனைக் கடந்து செல்வார்கள்.

அதோ அங்கே, கீழே, துறைமுகத்தில் பாரந்தூக்கிகளை இயக்குவார்கள், சரக்குக் கப்பலைப் புகைக்கச் செய்வார்கள், மனிதர்கள் கூச்சலிடுவார்கள், எண்ணெய் பாரெல்களை உருட்டுவார்கள், பெரிய பெரிய கார்க்குகளைப் பாதுகாப்புக்கெனக் கட்டுமானத்தில் வைத்துத் திணிப்பார்கள், துறைமுகமெங்கும் நிலக்கரியும் டீசலும் மணக்கும்படி செய்வார்கள், துருப்பிடித்த கப்பலின் வெளிக்கட்டுமானத் தகடைச் சுத்தியால் தட்டி, அதன் ஓசையைக் காற்றில் எதிரொலிக்கச் செய்வார்கள். ஆக மொத்தத்தில், சீதோஷ்ண நிலை நன்றாக இருக்கும் நாளொன்றில் என்னென்ன நடக்குமோ அவையெல்லாம் அன்றைய தினம் நடந்தேறும். இருந்தும் அவற்றையெல்லாம் ஆதாம் கற்பனை

செய்ய வேண்டியிருந்தது. அதிர்ச்சியில் உறைந்தவனாய், சாலை பெஞ்ச் ஒன்றில் ஆதாம் உட்காருவான். இன்றைய தினத்தைப்போலவே 'வெளிகள்' அன்றைக்கும் ஆவிகளால் நிறைந்திருக்கக்கூடும், அதனைக் காண்பான். அவனது செயல்பாடுகள் அனைத்திலும் மரணமே ஆக்ரமித்திருப்பதை உணரக்கூடும். வேலையற்றும் சாம்பல் நிறத்துடனும் இருக்க வேண்டிய மரணம் சிவப்பு, வெள்ளை நிறங்கொண்டதாய், உழைத்தும் களைத்தும் இருக்கும்.

இருந்தும் அங்கே எதனுடனும் ஒப்பிட முடியாததொரு ஓசையைக் கேட்க வாய்ப்புண்டு. பிறவோசைகளை வாயடைக்கச்செய்யும் அவ்வொலி மழையை அண்டைவீடாகக் கொண்டது. அருவி அல்லது நீராவி எந்திரம் எழுப்பும் ஓசைக்கு வெகு நெருக்கமானது, அதுதான் விதி. புலன்களின் எல்லைகளுக்கு அப்பால் ஆதாம் இருந்தான், அக்கணத்தில் அவனைப் பொறுத்தவரை, அனைத்து இயக்கங்களும் முடிவுக்கு வந்திருந்தன. காலம், இயக்க அலகுகளுக்கிடையிலும், பட்டாம் பூச்சிகளில் ஆரம்பித்து பாறாங்கற்கள்வரையிலும் சமரசம் செய்துவைத்தான். உலகளாவிய அலகாக மாற்றத்திற்குட்பட்ட காலம், சொந்தச் சிக்கல்களால் தன்னைத்தானே அழித்துக்கொள்கிறது. உலகை அவன் விளங்கிக்கொண்ட விதத்தில்: தற்போதைக்கு அனைத்துமே இறந்திருக்க வேண்டும் அல்லது அனைத்துமே உயிருடன் இருக்க வேண்டும், இரண்டிலொன்று நடந்திருக்கிறது என்பதில் தெளிவாக இருந்தான்.

அதன்பிறகு அவ்வளவு முக்கியம் வாய்ந்ததென்று எதுவுமில்லை என்பதால் எழுந்துகொண்டான், தடுப்புக் கம்பிகளை ஒட்டி நடக்கத் தொடங்கினான். 'வால்ஸ்' இசைத்துண்டொன்றைச் சீழ்க்கையாக வெளிப்படுத்தினான். மஞ்சள் நிறத்தில் குட்டைபோலத் தேங்கிக்கிடந்த நீர், மழையில் கொப்பளித்துக்கொண்டிருந்தது, அதன் நீளத்திற்கும் நடந்து கடந்தான், 125 A எனத் தலைகீழாக எழுதப்பட்டிருந்த ஒரு காலி தீப்பெட்டியை நடக்கிறபோதே சப்பாத்துக் காலால் மிதித்து நசுக்கினான். தொடர்ந்து நடக்கையில் தோட்டமொன்றின் மறுமுனையில், நன்றாக வாழ்ந்த காலத்தில் செல்வாக்கான குடும்பமொன்று கட்டிய சிறிய 'ஸ்டக்கோ' கோயிலொன்று கண்ணில்பட நின்று அதைப் பார்க்க முயன்றதுகூட அத்துணை முக்கியமல்ல. கறுப்பு அங்கிகளின் மடிப்புகள் அதிர நடந்துவந்த சமய குருக்களை வழியில்கண்டான், அவர்கள் முணுமுணுப்பதுபோல உரையாடுவதைக் காதில் வாங்கினான்:

"காஸ்டெல்நொதாரியில்... உங்களுக்குத் தெரியாதா?"

"... என்பதே நல்லதென்று, இருந்தபோதிலும் அவர் என்னிடம் கூறினார்." – தொடர்ந்து, கலகலவென்று சிரிப்பு.

தேவை இல்லை, சமயக் குருக்களுக்கும் அத்துணை முக்கியம் தரவேண்டிய அவசியமில்லை என நினைத்தான். அவர்கள் வாழ்க்கையில் ஜீவன் ஏது? அதைத்தான் வேண்டாமென்று என்றோ தொலைத்திருப் பார்களே! முகத்திலொரு களையுண்டா, அல்லது வாழ்க்கையில்

ஜெயித்தவர்கள் என்றாவது அவர்களைச் சொல்ல முடியுமா, பஞ்சத்தில் அடிபட்டதுபோன்ற தோற்றத்துடன், சூன்யமாகவிருக்கும் பிரபஞ்சம் பற்றிய அறிவிப்பாளர்களாக இருப்பார்கள். சம்பவிக்க இருக்கிற மரணம் பற்றிய ஆருடங்களுக்கும் அவர்களிடம் குறை இருக்காது: மோட்டார் வாகனத்திலிருந்தபடி குண்டுமழை பொழியும் எந்திரத் துப்பாக்கி, கில்லட்டின் வெட்டுக்கத்தி, தலையணை அடியில் நிகழும் மூச்சிழப்புகள் அல்லது வெகு எளிதாக – நட்ட நடுவீதியில் கால்வனஸ் செய்த டயர்களின் அடியில் நசுங்கிக்கூழாவது . . .

எடுத்துவைக்கிற ஒவ்வொரு அடியிலும், அத்திடீர் முடிவை ஆதாம் எதிர்பார்த்திருந்தான்: மின்னல் தாக்குதலுக்குப் பலியாகலாம்; குன்றுப் பகுதியிலிருந்து எரிந்து கரிக்கட்டையாக இருப்பவனைக் காற்றுக்கும் மழைக்கும் நடுவில் ஒரு ஸ்ட்ரெச்சரில் வைத்து தூக்கிக்கொண்டுவரக் கூடும். வெறிநாய் ஒன்று அவனை கடிக்கலாம்; நச்சு கலந்த நீர் காரணமாக இருக்கலாம்; சற்றுமுன் நடந்ததுபோல நன்றாக மழையில் நனைந்து நிமோனியாவில் விழக்கூடும்; நடக்கிறபோது தடும்புக் கம்பிகளில் அலையும் கை, கூரானதொரு உலோகமுனையால் குத்துப் பட, அது டெட்டானஸில் முடிந்திருக்கலாம். தலையில் விண்கற்களோ விமானமோ விழலாம்; கடும்மழை நடைபழகும் இடத்தில் நிலச்சரிவை உண்டாக்கும், டன்டன்னாக மண் சரியும், அதில் சிக்கி அவன் புதையுண்டு போகலாம். நடந்துசெல்கிறபோது திடீரென எரிமலை வெடித்துச் சிதறலாம். அல்லது வெகுசுலபமாக, ஈரமான தார்சாலையோ அல்லது ஒரு வாழைப்பழத்தோலோ கூடப் போதும், வழுக்கிவிழக்கூடும், அவ்விபத்து கழுத்து முள்ளெலும்பின் முறிவுக்கும் காரணமாகலாம்; தீவிரவாதி அல்லது பைத்தியக்காரன் ஒருவனின் தக்குதலுக்கு இலக்காகி, குண்டு கல்லீரலில் பாயக்கூடும். மிருகக் காட்சிச்சாலையிலிருந்து தப்பிய சிறுத்தைத் தெருமுனையில் கடித்துக் குதறி துண்டுதுணுக்குகளாய் விட்டுச்செல்லலாம். இவனேகூட வேறொரு நபரைக் கொலைசெய்து விட்டு, தண்டனைக்குள்ளாகி கில்லெட்டினால் தலை துண்டிக்கப் படலாம், வாயில் சுவைத்துக்கொண்டிருந்த மிட்டாய் தொண்டைக்குள் சிக்கி மூச்சுக்குழல் அடைத்துப் போகலாம். பிறகு இருக்கவே இருக்கிறது, யுத்தம் – எதிர்பாராமல் திடீரென்று பிறக்கும் – மிகப்பெரிய பேரழிவு ஏற்படும் – ஒருவகையான குண்டு விழுந்திருக்கும் – தீம்பிழம்புகளுக் கிடையில் காளான்போல புகைமண்டலம் எழும், எரித்து சாம்பலாக்கி வளிமண்டல ஒடுக்கத்தில் பரிதாபத்திற்குரிய ஆதாமை நிர்மூலமாக்கி விடும்; இதயத் துடிப்பு போதுமென்று நிறுத்திக்கொள்ளலாம்; அதிர்ச்சியில் உறையவைக்கும் அளவிற்கு, கால்கைகளும் பிறவும் சில்லிட்டுப்போவது போன்ற காரியங்கள் தொடர்ச்சியாக நடந்துமுடியும், அதன் பலனாக உடலை அமைதி ஆக்கிரமித்துவிடும்; கடந்தகாலத்தில் இளஞ்சூட்டுடனிருந்த சிவந்த சதைப்பிண்டத்தில், ஒரு பிணத்திற்குரிய அம்சங்கள் இருப்பது தெரியவரும் . . . என்றெல்லாம் வெகு எளிதாக அவனால் கற்பனை செய்யமுடிந்தது.

அவன் எடுத்துவைத்த ஒவ்வொரு அடியிலும் ஆபத்தின் சமிக்ஞைகள்: வண்டொன்று திறந்த வாய்க்குள் நுழைந்து, அவனுடைய மூச்சுக்குழலை

அடைப்பது போலவும்; கடந்துசெல்லும் சரக்குவாகன மொன்றின் சக்கரம் கழன்று அவன் தலையைத் துண்டிப்பதுபோலவும்; சூரியன் அணைந்திருப்பதுபோலவும்; அல்லது திடீரென்று தற்கொலைக்குத் தூண்டப்பட்டவன் போலவும் அவை இருந்தன.

திடீரென்று களைப்பு ஏற்பட்டிருந்தது. அநேகமாக வாழ்க்கை அலுப்பாக இருக்கக்கூடும், ஒவ்வொரு நாளும் இது போன்ற ஆபத்து களோடு அவன் நடத்தும் யுத்தம் அதற்குக் காரணமாக இருக்கக்கூடும். சாகவேண்டுமெனத் தீர்மானித்த கணத்தில் அவன் இறக்கத் தயார் என்கிறபோது, அம்முடிவு எப்படி அமைந்தாலென்ன அதொரு பொருட்டே அல்ல. ஒருநாள் அன்றி ஒருநாள், அந்த விநோதமான மாற்றம் குறுக்கிடக்கூடும், இனி எதைப் பற்றியும் அது சிந்திக்காமல் செய்துவிடும், என்ற உண்மை அவனிடத்தில் பெரும் திகிலை உண்டாக்கியிருந்தது.

நீள் இருக்கை ஒன்றின் சாய்மானத்தில் அமர்ந்தான்; கப்பல்கள் துறையைக் கடந்து வெகுதூரம் வந்திருந்தான். அவன் வந்திருந்த பகுதி நடை பழகும் சாலைக் கற்களும் பாறைகளுமாக இருந்த சில கழிமுகங்கள் பக்கம் நீண்டது. சைக்கிளில் சென்ற மனிதன் ஒருவனைச் சாலையில் பார்க்க முடிந்தது; நீர்புகாத ஆயில் ஸ்கின் அங்கியும், கடலோடிகள் சப்பாத்தையும் அணிந்திருந்தான். அவன் வலது கரத்தில் மூன்று துண்டுகளாகக் கழற்றப்பட்ட தூண்டில் கம்பொன்று காலுறை ரப்பர் பட்டைகளால் கட்டப்பட்டு இருந்தது. அவன் சைக்கிளில் பிணைத்திருந்த பை உப்பலாகத் தெரிந்தது: கந்தல் துணிகள் அல்லது மீன்கள் அல்லது உல்லன் ஜெர்ஸி துணிகள் அதில் இருக்கக் கூடும், பெடல் போடும்போது சாலையில் டயர் ஒட்டிப் பிரிவதுபோல் சத்தம். பின்னர் திடீரென்று நீர்க்கோப்பால் பாதிக்கப்பட்ட குரலில் கத்தினான், கை வந்த திசையைக் காட்டியது:

“ஹே . . . ஒருத்தன் மூழ்கிட்டான் . . . அதோ – அங்கே!”

அவன் கைகாட்டிய திசையில் ஆதாம் கண்கள் சென்றன. இதற்குள் மனிதன் வெகுதூரத்தில் இருந்தான், எனினும் தான் சொல்லவந்ததை ஆதாம் இளைஞன் விளங்கிகொள்ளவில்லை என்பதுபோல:

“ஒருத்தன் மூழ்கிட்டான்!” எனத் திரும்பக் கூறினான்.

ஆதாமிற்கு அவன் கூற்றில் நியாயமிருப்பதாகப்பட்டது: நீரில் மூழ்கி இறப்பவர்களுக்கு, அக்காரியம் ஒரு பொழுதுபோக்கு, அவர்கள் விரும்பித் தேடிக்கொள்வது; குறிப்பாகக் கடலோரத்தில் எவ்விதக் குறிக்கோளுமின்றி அலைபவர்கள், நீரில் ஊறித் திளைப்பவர்கள், சில நேரங்களில் நீள் இருக்கையின் சாய்மானத்தில் உட்கார்ந்திருப்பவர் கள் ஆகியோருக்கென்று வைத்துக்கொள்ளலாம். அங்கிருந்து எழுந்த போது, நாளொன்றுக்கு ஒருவராவது உலகில் எங்கேனும் நீரில் மூழ்கி இறப்பார்களென நினைத்தான். அப்போதுதானே முறையாகப் பிறமனிதர்களை அழைத்து, நீரில் மூழ்குவது எப்படி? அதன்மூலம் எப்படி முடிவைத் தேடிக்கொள்ள முடியும் என்பதைத் தெளிவு படுத்தலாம்.

ஆதாம் வேகமாக நடந்தான்; சாலை தற்போது நீர் சூழ்ந்த நிலப்பகுதியொன்றைச் சுற்றிக்கொண்டு போனதால் மறுதிசையில் எதுவும் கண்ணில்படவில்லை. நீரில் மூழ்கிய சம்பவம் கண்டிப்பாகத் திருப்பத்தின் மறுபக்கத்தில் நடந்திருக்க வேண்டும்; அநேகமாக 'ராக் – பிளாழ்' என்ற இடத்திலோ அல்லது ஜெர்மானியரின் நிலவறைப் பக்கமோ அல்லது 'கருத்தரங்கு' கட்டடத்திற்கு எதிரிலோ இருக்கக் கூடும். மழை நிற்கவில்லை, இருந்தபோதிலும் ஏராளமான மக்கள் கடற்கரைப்பக்கம் வேடிக்கை பார்க்கக் கூடியிருப்பார்களென்று அவன் பந்தயம் கட்ட முடியும். தங்கள் இதயமும், நாசித்துவாரமும் மெல்லச்சுருங்கி ஏற்படுத்திய வலியை உணராமல் மொத்தக்கூட்டமும் மகிழ்ச்சியில் திளைக்கும், வெட்கக்கேடின்மை விலகி நிற்கும் அக்கணத்தில் இழிவும், மானக்கேடும் அவ்விடத்தை நிரப்பும். சுருங்கிய நாசியும் இதயமும் மறுபடியும் விரிந்து 'அதனிடம்' (தங்கள் 'காட்சிப் பொருளிடம்') வருவதற்கு முன்பாக, உணவும் ஒயினுமாக வெளிப்படும் கனத்த சுவாசக் காற்றோடு கலக்கக்கூடும். அவன் நினைத்ததுபோலவே திருப்பத்தைக் கடந்ததும், சற்றுத் தூரத்தில் சாலையில் கூடிநின்ற மனிதர்களைப் பார்த்தான். கூட்டத்திலிருந்த மொத்தபேரும் ஆண்களாகத் தெரிந்தார்கள், பெரும்பாலான மீனவர்கள் நீர்புகாத ஆயில் ஸ்கின் ஆடையிலிருந்தார்கள். தீயணைக்கும் படையினரின் வாகனம் ஒன்றும் நின்றிருந்தது, அதன் பின்கதவுகளிரண்டும் திறந்திருந்தன. நெருங்கிய போது, அங்கே வேறொரு வாகனமும் நிற்கக் கண்டான், ஆலந்து அல்லது ஜெர்மன் நாட்டுக்குச் சொந்தமான வெளிநாட்டுத் தயாரிப்பாக மோட்டார் வாகனம் இருக்க வேண்டும். சுற்றுலா வந்திருந்த தம்பதியினர் வாகனத்திலிருந்து இறங்கியிருந்தார்கள், கால்விரல்களை ஊன்றி எட்டிப்பார்க்க முயன்றார்கள்.

கொஞ்சம் கொஞ்சமாக ஆதாம் சம்பவ இடத்தை நெருங்கியிருந்தான், முன்னிலும் பார்க்க அங்கு நடப்பவை ஆர்வமூட்டுகின்ற வகையில் இருந்தன. தடுப்புச்சுவரின் மீது சாய்ந்துகொண்டு பார்த்தான். மஞ்சள் நிறத்தில் பிளாஸ்டிக்கால் ஆன மிதவைப்படகொன்றைக் கண்டான், முக்குளிக்கிற தவளை மனிதர்கள் இருவர், தங்கள் பிரத்தியேக உடுப்பைக் கழற்றிக்கொண்டிருந்தார்கள்.

சற்று முன்புதான் உடலைக் கரைக்குக் கொண்டுவந்திருக்க வேண்டும். ஏனெனில் சாலைக்குச் செல்லும் படிகளில் கடல்நீர் ஆங்காங்கே தேங்கிக்கிடந்தது. பெய்துகொண்டிருந்த மழைநீரில் கலக்காமல் இன்னமும் அவை தனித்துத் தெரிந்தன. ஒன்றில் லேசாகச் சிறிது கடற்பாசிகளும் மிதந்தன. ஆதாம் கூட்டத்திற்குள் நுழைந்தபோது, ஒருவரும் தடுக்கவில்லை முன்வரிசையில் நிற்க அனுமதித்தார்கள். வெகுநேரம் மழையில் நனைந்து, நீரில் மூழ்கியவனைப் போன்ற தோற்றத்துடன் அவனிருந்தது, அதற்குக் காரணமாக இருக்கலாம்.

வட்டமாக நின்று வேடிக்கை பார்த்த கூட்டத்தின் நடுவில், குறுங்கற்கள் பரத்திய தரையில் போடப்பட்டு கந்தக்கூளம்போல் கிடந்த நோஞ்சான் உடலை ஆதாம் கண்டான். நிலத்தில் வாழும் விலங்கென்றோ அல்லது நீர்வாழினம் என்றோ சொல்ல முடியாததொரு

கேலிக்குரிய தோற்றம். இரண்டுங்கெட்டானாகவிருந்த அவ்விலங்கு உண்மையில், வயதைக் கறாராகக் கூறமுடியாததொரு சராசரி மனிதன். அவனுடைய தனித்தன்மையைக் கூறினால் வாய்விட்டுச் சிரிப்பீர்கள், அதுவும் சாதாரணச் சிரிப்பு அல்ல அடித்தொண்டையிலிருந்து சிரிப்பு வரும். ஆடைகளைக் காட்டிலும், உடல் கூடுதலாக நனைந்திருந்தது; சுற்றியிருந்த அத்துணையும் மழையில் நனைந்திருக்க, நடுவே நீரின் ஏகப்பிரதிநிதிபோல இருந்தான் எனக் கூறினால் சிரிக்காமல் என்ன செய்வீர்கள்? அதுவும், மழையின் கீழ், நீரில் மூழ்கிய உடலாக இருக்க விரும்பியவனைப் போல. கடல் ஏற்கனவே அவனது உடலை நிறையச் சீரழித்திருந்தது, சில மணிநேரங்கள் கூடுதலாகக் கடலில் கிடந்திருந்தால், மீனாக மாறி இருப்பான். இரண்டு கைகளும் உப்பிக்கொண்டு நீல நிறத்தில் இருந்தன. இரண்டு பாதங்களில் ஒன்றில் எதுவுமில்லை, மற்றொன்றில் சப்பாத்துடன் கடற்பாசியும் ஒட்டிக்கிடந்தது. கடல் நீரில் வெகுநேரம் ஊறித் தெப்பலாக நனைந்து ஒழுங்கின்றி இருந்த ஆடையில் வெகு ஆழத்திலிருந்து புறப்பட்டதைப் போல வெளியில் தொங்கிக்கிடந்த தலையும் கழுத்தும் அசைவின்றி இருந்தன. அவன் இறந்திருந்த போதிலும், உயிருள்ள ஜீவனுக்குப் புறம்பான, விசித்திரமான தொரு அசைவில் ஈடுபட்டிருக்கும் முகத்தை அங்கே காண முடிந்தது. வானத்திலிருந்து விழும் மழைத்துளி ஒவ்வொன்றும் உதவிக்குவர, தண்ணீர் அவன் கன்னங்களை, கண்களை, நாசித் துவாரங்களை உப்பச் செய்திருந்ததோடு, மெல்லிய தோலுக்குக் கீழ்ச் சுருக்கங்களுக்கும் காரணமாயிற்று. நேர்மையானவனாகவும், உழைப்பாளியாகவும் நேற்றுவரை வாழ்ந்த நாற்பது வயது மனிதன் சிலமணி நேர இடை வெளிகளில் திரவமாக மாறியிருந்தான். கடலில் அவ்வளவையும் கரைத்தாயிற்று. தற்போதைக்கு எலும்பென்பது வெறும் ஜெல்லி, கூழ்; அவனது தலைமயிர் கடற்பாசி; பற்கள் பற்களல்ல, குறுங்கற்கள்; வாய் ஒரு அனமனி பூ; மெல்லிய கண்ணாடி போன்ற திரைக்குப்பின் ஒளிந்திருந்த கண்கள் விரியத் திறந்திருந்தன, பார்வை செங்குத்தாக மழைபொழியும் ஆகாயத்தைப் பார்ப்பதுபோலவிருந்தது. கண்களுக்குப் புலப்படாததொரு வகையில் காற்று, நீராவியுடன் கலந்து மீன் செவுள்போன்றிருந்த அவனது விலா எலும்புகளுக்கிடையில், குமிழ்களை வெளியேற்றக்கூடும். நீண்ட கால்சராய் அணிந்திருந்த காலுடன், சப்பாத்து இல்லாத பாதம் ஏதோ திருகாணிகொண்டு பொருத்தியது போல இருந்தது, செயற்கைக் காலை நினைவூட்டியது. பாதத்தின் மென்தோலில் ஆழ்கடலின் அடையாளங்கள் கொழுப்பு அல்லது சாம்பல் நிறத்தில் படிந்திருந்தன, கால்விரல்களுக்கிடையில் அவை சவ்வுபோல இருக்க, மீனின் கூடுதலான இறகென்று கருத வேண்டி யிருந்தது. இலைதழைகளுக்கிடை, வீசும் காற்றில் நடுங்கியவண்ணம் மலை உச்சியில் தேங்கிக்கிடந்த நீரின்கண்ணிருந்து விபத்தாகத் தப்பி வந்ததொரு ராட்சத தவளைக்குஞ்சுபோலவும் நீரில் மூழ்கியவன் இருந்தான்.

தீயணைப்புப் படைவீரர்களில் ஒருவர் நீரில் மூழ்கிய மனிதனின் தலையைத் திருப்பியதும், வாய்திறந்து, வாந்தி வெளிவந்தது. பார்வையாளர்களில் ஒருவர்:

"ஓ . . ." என்றார்.

கூட்டத்தின் உற்சாகம் சட்டென்று முடிவுக்கு வந்தது; தற்போது வேர்பிடித்த சிலைபோல நின்றார்கள், நீர்த்தாரையாக மழை அவர்கள் தலைகளிலிருந்து வடிந்துகொண்டிருந்தது. அங்கிருந்தவர்களில் தீயணைப்பு வீரர்கள் மட்டுமே இன்னமும் இயங்கிக்கொண்டிருந்தார்கள். இறந்திருந்த மனிதன் கன்னத்தில் கையை நன்கு விரித்து ஒருவர் அறைந்தார், பிறகு கைகளில் ஸ்பிரிட் பாட்டில்களை வைத்துக்கொண்டு அவர்களுக்குள் தாழ்ந்த குரலில் பேசிக்கொண்டார்கள்.

ஆனால் நீரில் மூழ்கியவன் தனித்துவிடப்பட்டிருந்தான், தரையில் ஒழுங்கின்றிக் கிடந்தான். தெளிவற்ற பார்வை; அசுவாசக் கற்பனையில் மூழ்கவும், மறுபடியும் உயிர்த்தெழ உதறிக்கொண்டு துள்ளியெழத் தயார் என்பதுபோலவும் பார்வைக்குத் தெரிந்தான். குட்டையில் பெய்யும் மழைபோல முழுவேகத்துடனும் இரைச்சலுடனும் அவனுடைய நீலம் பாரித்த கைகளில் கனத்த மழைத்துளிகள் விழுந்து கொண்டிருந்தன.

அதன்பிறகு வேகவேகமாக எல்லாம் நடந்தேறியது. வெள்ளை ஸ்ட்ரெச்சர் ஒன்றைக் கொண்டுவந்தார்கள். வேடிக்கை பார்த்த கூட்டத்தைத் தீயணைப்புப் படையினர், தள்ளிப்போகச் சொன்னார்கள். அடுத்த கணம் சாம்பல் நிறத்தில் தெளிவில்லாததொரு உடல் மருத்துவ ஊர்தியை நோக்கிப்போவதுபோல ஒரு காட்சி தோன்றி மறைகிறது. கதவுகள் அடைபடும் ஓசை, மனிதர்களின் பேச்சரவம், கூட்டம் ஓரடி முன்னால் எடுத்து வைக்கிறது, அருவருப்பானதொரு சரக்குடன் வாகனம் நகரத்திற்குத் திரும்புகிறது. அங்கே சாலையின் நடுவில் மக்கள் சிலமணிநேரங்கள் நடக்கத் தயங்கிய இடத்தில், மழையையும் மீறிக் கடலின் வலுவான வீச்சம் காற்றில் மிதக்கத் தொடங்கியது. வாகனச் சக்கரவடிவில் குட்டைபோல் தேங்கிக்கிடந்த நீரை, குறுங் கற்கள் தரை நிதானமாக உறிஞ்சுக்கொண்டிருந்தது. விநோதமான இச்சம்பவத்தால், அங்கிருந்த மொத்தமனிதர்களின் இதயங்களும் கனத்திருந்தன. செத்தவனின் உடல் நகைப்புக்கிடமான அச்சம்பவ நினைவை விட்டு அமைதியாகப் பிரிந்தது, ஆழ்மனங்களில் தங்குதடை யின்றி வழிந்தோடியது, கூடாதென்று தடுத்து நிறுத்தும் நிலைமையில் அவர்கள் இல்லை. அதுபோலவே சவக்கிடங்கு, அநாதைகள் கல்லறை யெனப் பந்தாடப்படும் உடலைக் கற்பனை செய்யும் நிலைமையிலும் அவர்கள் இல்லை. விசித்திரமானதொரு தேவதூதனாக இருந்தான், வெண்மையில் அல்லது கவச ஆடைப் பூட்டிக்கொண்டிருந்த தேவதூதன். தற்போது அவனொரு வெற்றிவீரன், ஒப்புமை இல்லாதவன், அழிவில்லாதவன். கம்பீரமான நீலக் கையுறை அணிந்த அவனுடைய கரம் அவன் எங்கே பிறந்தான் என்பதைச் சுட்டிக்காட்டும் வகையில் கடலைக் குறிவைத்திருக்கிறது குப்பைகள் ஒதுங்கவும் மிதக்கவும் செய்கிற கடலோரமும், அலைகளின் விளிம்புகளும் அருகில் வா வாவெனக் கூப்பிடும்; கடற்கன்னிகள், காலி வாசனைத் தைலக் குப்பிகளாகவும், தலை துண்டிக்கப்பட்ட அயளை மீன்களாகவும்,

ஜெரிக்கேன்களாகவும், பாதி உரித்த 'லீக்' தண்டாகவும் உருவெடுத்துக் கரகரப்பான குரலில் பாடி நம்மை அழைக்கும்; இன்னமும் வடியாமல் கடல் நீர்த் தேங்கிக்கிடக்கும் படிகளைப் பிடித்து நாம் இறங்கியாக வேண்டும். ஆடைகளைக் களையாமலேயே, அலைகளிடம் நம்மை ஒப்படைக்க வேண்டும். ஆரஞ்சு பழத்தோல்களும் தக்கைகளும் எண்ணெய்த் திட்டுகளும் மிதக்கிற நீர் விளிம்பைக் கடந்து, ஆழமான நீர்ப்பரப்பை நோக்கி நேராகச் செல்ல வேண்டியிருக்கும். சிறிதளவு சேற்றில், ஒருபக்கம் சவ்வூடுபரவல் அழுத்தம் தாக்குதலை நடத்த, இன்னொரு பக்கம் பொடிப்பொடியான மீன்கள் வாயில் நுழைந்திருக்க நாம் பரம சாதுவாகச் சிலையாகி நிற்போம்.

காத்திருக்க வேண்டும், நம்மைத் தேடிக்கொண்டு ஒரு மனிதர் குழு வரும், கொளுவி ஒன்றை எறிந்து நம் கழுத்தில் மாட்டும்படி செய்வார்கள், கரையில் இழுத்துப்போடுவார்கள், மருத்துவ ஊர்தி வரும், பிறகு சவக்கிடங்கு கடைசியில் சொர்க்கம்.

12

சற்றுமுன்புதான் கரையில் சேர்த்திருப்பார்கள், அடுத்த நடவடிக்கைகளுக்காகச் சாலையில் காத்துக்கிடக்கும், அப்படியொரு நீரில் மூழ்கிய உடலை ஒரு தடவை பார்த்தான பிறகு, அதிலும், எதனால் சிற்சிலசமயங்களில் இம்மனிதர்கள் நீரில் மூழ்கி இறக்கிறார்கள் என்பதைத் தெளிவாகப் புரிந்துகொண்டிருக்கும்போது. வேறு சொல்ல என்ன இருக்கிறது? மற்றத் தகவல்கள் அவ்வளவு முக்கிய மானவையல்ல: அன்றைக்கு மழைபெய்ததா? வெப்ப நிலை நன்றாக இருந்ததா? நீரில் மூழ்கி இறந்தது ஆணா, பெண்ணா, இளம்வயது சிறுவனா? பெண்ணென்றால் வைரம் பதித்த தங்கச் சங்கிலியைக் கழுத்தில் அணிந்திருந்த தகவல். இப்படி நுணுக்கமாகப் பேசி என்ன ஆகப்போகிறது? இவை அனைத்துமே, ஒவ்வொருநாளும் அரங்கேறுகிற துன்பவியல் நாடகங்களின் பின்புலக்காட்சி அமைப்புகள்.

மாறாக விபத்திற்கான காரணப் புரிதலின்றி, உதாரண மாக அதனை நியாயப்படுத்துவதைப் போல் தோற்றம் அளிக்கிற சில்லறைத் தகவல்களில் ஆர்வங் காட்டுவதும், அவற்றை உண்மையெனச் சாதிப்பதும், சம்பவத்திற்குக் காட்சிவடிவம் கொடுக்கும் முயற்சி. அவ்வாறான நேரங்களில் நமக்குச் சொல்ல நிறைய இருக்கின்றன. போய்க்கொண் டிருந்தவர்கள் நிற்கிறார்கள், தங்கள் மோட்டார் வாகனத்தி லிருந்து இறங்குகிறார்கள். நடக்கின்ற விளையாட்டில் ஆர்வத்துடன் அவர்களும் பங்கேற்கிறார்கள். காட்சித் திடலுக்கு வந்ததும் வருந்துகிறார்கள், கற்பனையில் மூழ்கு கிறார்கள். இரு அணிகளாகப் பிரிந்து கருத்துகளை வைக்கிறார்கள். படைப்பில் இறங்கிக் கவிதை எழுதுகிறார்கள்:

பொருட்கள்மீதான தமதிடத்தைத்
தக்கவைத்துக்கொள்ளும்
மாமப் புழுதியின் பூர்வீகமெது? – வினவுகிறான்.
கண்ணியத்துடன் அரசாண்டு,
பற்சக்கரங்களிடைக் கிரானைட் துணுக்குகளாய்ப்
படிந்து, மேற்பரப்புகளை
உறையவைக்கின்றனவாம்;
வம்புகளிடத்திலும், சுவைநுகர்விலும்
சாம்பல்களுக்குத் தீராக்காதலாம், சொல்கிறான்.

கவனமாய்க் கேட்கிறான் – ஆகவே
பெரிய திருமடத்துக் குருவுக்கு உரிய – அவனது
சந்தோஷக் காத்திருப்பில்
குறுக்கீடுகள் வேண்டாம். – அவன்
கண்முன்னே ஏதேதோ வடிவங்கள்,
நினைவில் தப்பிய விருப்பம்... அவற்றுள் எது?
போராக இருக்குமா?

உண்மை, அவன் கணிப்பில் தவறிருக்கலாம்
யுத்தம், கற்கள் உடையக்
காரணம் ஆகலாம் –
கிரானைட்டுகள் நொறுங்கவும்,
அவை மில்லிமீட்டர் அளவில்
கெட்டியான தூசுகளாக வடிவம் பெறவும்
யுத்தமே காரணமாலாம்.
இனி – யுத்தம் மன உரத்தை
ஒருபோதும் வழங்கப்போவதில்லை.

வினவுகிறான்;
விரும்புகிறான்; காத்திருக்கிறான்;
விரல்களை எண்ணுகிறான்
பாய்வதற்குத் தயாராகச்
சுருண்டு படுக்கிறான்.

அவன் – ஆமாம் அவனேதான்
கெட்டிப்போன தூசுகளை
நேசிக்கவும் செய்கிறான்

அதனாலேதான்
மணலென்று ஒன்று இருப்பதோ
அதன் பெயர் மணலென்றோ
அதைச் சாம்பலெனவும்
சருகெனவும், எச்சமெனவும்
மழைகலந்த மண்ணெனவும்
எரிமலைக் குழம்பெனவும்
விதைகளெனவும் அழைக்கலாமென்றோ
அவன் அறிந்ததில்லை.
இவை அனைத்துமே தூசுகள்
பிறருக்குத் தீங்கிழைக்காத் தூசுகள்.

நிச்சயமாக (ஒருவன் விதியை எழுதுவதும் தீர்மானிப்பதும் இதுதான் என்பதால்), மெல்ல, மெல்ல இவையும் நீர்மூழ்கியவர்கள் பட்டியலில் இடம்பெற்றுவிடும்.

அம்மனிதர் கூட்டத்தில் கிரிஸ்பெர் என்பவன் கேட்கிறான்:

“ஆமாம், என்னவாம்?”

“விபத்து!” – அவன் மனைவி ஜூலியின் பதில்.

"எப்படி ஊதிப்போயிருக்கான் பார்த்தீங்களா? வெகுநேரம் தண்ணியிலே கிடந்திருக்கணும், எனக்கென்னவோ ரெண்டு நாள் ஆகியிருக்கணும்னு தோணுது" – சிமோனன் என்ற மீனவன், சொல்கிறான்.

"ஆள் யாராம்? கண்டுபிடிச்சாங்களாமா?" – கிரிஸ்பெர்.

எல்லோரும் அசைவின்றித் திட்டுபோலக் கிடந்த கடல் நீரைச் சுற்றி நின்றார்கள், அந்தக் கடல் நீரிலேதான், சக்கை மிதப்பதுபோல் கிடக்கிறான், சற்றுமுன்பு கடலில் மூழ்கியவன். மெல்ல மெல்லச் சுருங்கத் தொடங்கினான், கண்ணுக்குப் புலனாகாததொரு பூச்சியாக மாறி அத்தண்ணீரிலேயே நீந்திக்கொண்டிருக்கிறவரை வாட்டமும் சுருக்கமும் தொடரக்கூடும்.

"ஆணா பெண்ணா?" – ஜூலி.

"போனவருடமும் இது போன்றதொரு சம்பவத்தைக் கண்டேன். கிட்டத்தட்ட இதே இடம்தான் ஆனால் அதோ அங்கே, ரெஸ்டாரெண்ட்டிற்கு அருகே. நான் கடற்கரையில் இருந்தேன். பெண்மணியொருத்தி, ஒவ்வொருவராகக் கேட்டுக்கொண்டு போகிறாள். ''கியோம்'ஐப் பார்த்தீர்களா?' என்பதுபோல அக்கேள்வி இருந்தது. அன்றையதினம் கடற்கரைக்கு வந்திருந்த எல்லோரிடமும் கேட்டிருப்பாள். பார்த்தேன் என்று சொல்ல ஒருவருமில்லை. வெகுநேரம் அப்படி அலைந்திருப்பாள். பிறகு கரைக்கு வெகு அருகில் நீரில், ஏதோ மிதந்துகொண்டிருந்தது. நன்றாக நீந்தக்கூடிய ஆசாமி ஒருவன் நிலைமையைப் புரிந்துகொண்டு தண்ணீரில் பாய்ந்தான். ஒருவழியாக மிதந்ததைக் கரைக்குக் கொண்டு வந்தான். பயந்ததுபோல கியோம், பன்னிரண்டு வயதுச் சிறுவனென்று ஞாபகம். அந்த மற்ற ஆசாமி இழுத்துவந்து அவனைக் கரையில் சேர்த்தபோது, உடலைக் காணச் சகிக்கவில்லை. குறுங்கற்கள் தரையில் கிடத்தினார்கள், உடல் பொத பொதவென்று இருந்தது. பையனுடைய அம்மாவைத் தடுக்க நினைத்தோம். முடியவில்லை, காலம் கடந்திருந்தது, நின்றிருந்த கூட்டத்தை விலக்கிக்கொண்டு முன்னால் வந்திருந்தாள். உடலைப் பார்த்தாள், உடலைப் பலமுறை புரட்டிப் புரட்டிப் பார்த்தாள், அழுதாள், கத்தினாள்:

"கியோம், ஹே! கியோம்!"

தொட வேண்டுமெனக் காத்திருந்ததுபோல, புரட்டிய உடனே வாயிலிருந்து அவ்வளவும் வெளியே வந்தது. பித்தமும், பால்போன்ற திரவமாகவும் அவை இருந்தன. போதாதற்கு லிட்டர்லிட்டராகக் கடல்நீர் வந்தது. பிணத்தின் வாயிலிருந்து என்கிறபோது, கொஞ்சம் வேடிக்கையான காட்சிதான்" – கூறி முடித்தார் கெரோ என்ற பெயர் கொண்ட ஆசாமி.

"சரி, என்ன நடந்தது?" – கிரிஸ்பெர் என்பவன் இரண்டாம் முறையாகக் கேட்டான்.

"நீரில் மூழ்கி இருக்கணும்" – அவன் மனைவி, கணவனுக்கு மட்டும் கேட்டால் போதும் என்பதுபோல் பேசினாள்.

"நீங்க என்ன நினைக்கிறீங்க, இறந்திருப்பானா?" – போசியோ எனப் பெயர்கொண்டவர் வினவினார்.

"இரண்டு நாள் நீரில் கிடந்தபிறகு, அவன் உயிருடன் இருப்பா னென்று, நான் நினைக்கலை" – ஜொசெப் மூக்கினொ கூறினார்.

"புரட்டிப் பார்க்கிறபோதெல்லாம், அவர்கள் வாயிலிருந்து இப்படித் தான் ஏதாவது வருகின்றன. கடல் நீரை வயிறு முட்ட அவர்கள் குடிச்சிருக்கணும். அதனாலேதான் உடலைக் கொஞ்சம் அசைத்துப் பார்த்தால் போதும் கொடகொடவென்று கொட்ட ஆரம்பித்து விடுகிறார்கள். ம் . . . மரணமொரு சங்கடமான காட்சிதான்" – இதைக் கூறியது அங்கே நின்றிருந்த ஹஸ்னியாக் என்ற பெயர்கொண்ட மனிதர்.

"இது போன்ற பொருட்கள் ஒருபக்கம், தவிர இதயத்தில் ஊசியெல்லாம்வேறு போடுகிறார்கள், என்னென்னவோ செய்கிறார்கள், அதன் பிறகுமா? இறந்து பலநாட்கள் ஆனாலும் பிரச்சினையில்லை, காப்பாற்றிவிடலாம் என்கிறார்கள்?" – போசியோ.

"இந்தமாதிரி தந்திரமெல்லாம் எடுபடுமா, நீங்க அதை நம்பறீங்களா?" – சிமோன் ஃபிரேர் என்பவன் கேட்டான்.

"தெரியலை" – போசியொ

"நமக்கென்ன தெரியும்? அப்படித்தான் ஒருமுறை நான் . . ." என ஆரம்பித்த ஹொஸ்நியாக் முடிக்கவில்லை அதற்குள் மற்றொரு நபர் குறுக்கிட்டார்:

"இப்படி விபத்துக்குள்ளான ஆசாமி ஒருத்தனை நானும் பார்த்தேன். அதுவும் இதுவும் ஒன்றல்ல. நான் சொல்கிற ஆள் மோட்டார் வாகனத்தில் அடிபட்டிருந்தான். வாகனத்தின் இரு சக்கரங்களும் உடல்மீது ஏறியிருந்தன, மிகைப்படுத்தவில்லை, உண்மையைச் சொல்கிறேன். ஒரு சக்கரம் கழுத்திலும், மற்றது கால்கள்மீதும் ஏறி இருந்தது. வேடிக்கை என்னவென்றால் டயரின் அடையாளம் உடலில் பதிந்திருந்தது. என்னென்ன ஊசிகளைப் போட்டுப் பார்க்கணுமென்று விரும்பினார்களோ அவற்றையெல்லாம் போட்டிருக்க வேண்டும், இருந்தும் அவை அவனை எழுப்பித் தரவில்லை. எங்குப் பார்த்தாலும் ரத்தம், கால்வாயில் கூட இருந்தது. பிறகு அவனுடைய இரண்டு கண்களும் பிதுங்கி வெளியே தள்ளப்பட்டிருந்தன. வாகனத்தில் அடிபட்ட பூனையைப் போல இருந்தான், ஆமாம் சத்தியம் செய்யலாம், அடிபட்ட பூனைபோலவே இருந்தான்" – கைத்தடியொன்றில் தாங்கிய படி நின்றிருந்த அந்த்தோனன் என்பவர், தமது அனுபவத்தைக் கூறினார்.

"உடலைக் கண்டுபிடிப்பதற்கு முன்பாக மூன்று மணி நேரம் செலவிட்டிருந்தார்கள். முதலில் கடற்கரை நெடுகத் தேடினார்கள்,

இந்த இடத்தை ஒரு மூன்றுமணி நேரம் புரட்டிப் போட்டிருப்பார்கள். ஒரே ஒரு நிமிடம்கூட ஓயவில்லை, மூன்றுமணிநேரமும் விடாமல் அலசினார்கள். அந்நேரத்தில் கடற்கரையில் இருந்ததால், எதிர்பாராத விதமாகத் தேடலில் ஈடுபட்டவர்களைப் பார்க்க நேர்ந்தது. அவர்கள் தேடியதை ஆரம்பத்திலிருந்தே பார்த்துக்கொண்டிருந்தேன்" – வேரான் என்பவர்.

"ஆக அவன் காணாமல் போயிருந்தது பலருக்கும் தெரிந்திருக்கிறது, இல்லையா?" – கெரோ.

"அதிலென்ன சந்தேகம்" – வேரான்.

"அவன் தற்கொலை செய்துகொண்டிருக்க வேண்டும். அவன் வீட்டில் கடிதம் எழுதிவைத்திருந்ததைக் கண்டுபிடித்திருந்தார்கள்" – ஹொஸ்னியாக்.

கூட்டம் கலைய ஆரம்பித்திருந்தது. ஒன்றிரண்டுபேர் ஏற்கனவே புறப்பட்டிருந்தார்கள், கைப்பிடிச்சுவர் ஓரமாகவே அவர்கள் நடந்து செல்வதைக் காண முடிந்தது. வாகனத்தில் ஏறியவர்கள், கதவுகளை அடைத்துச் சாத்துகிறார்கள். வேடிக்கை பார்த்தவர்களில் ஒருசிலர் தங்களுக்கு வேண்டியவர்களைக் கூவி அழைக்கின்றனர்:

"ஹே! ழனோ! என்ன வருகிறாயா?"

– ஆமாம், கொஞ்சம் பொறு!

– சீக்கிரம்!

– போல்! போல்!

– ஹே! ழனோ! இன்னும் என்ன செய்யற?"

– எல்லாம் முடிஞ்சுது, இனிமேல் பார்க்கிறதுக்கு என்ன இருக்கு? புறப்படு போகலாம்!

மழையும் தன் பங்கிற்கு அடுத்தடுத்து ஒவ்வொருவராகத் துரத்திக் கொண்டிருந்தது; சாலையில் போய்க்கொண்டிருப்பவர்களில் ஒருசிலர் புதிய ஆட்களாக இருக்க வேண்டும், குறிப்பாக அவ்விடத்திற்கு வந்ததும் மோட்டார் வாகனமெனில் வேகத்தைக் குறைத்தும், பாதசாரிக ளெனில் நின்றும் பார்த்துவிட்டு, புறப்பட்டுப்போனார்கள். நடந்தது என்னவென்று பார்க்கத் தவறிவிட்டோமே எனக் குறைப்பட்டுக்கொள்வது முகத்தில் தெரிந்தது. கூட்டத்தின் வட்ட வடிவமும் சிதைந்தது. தேங்கிக் கிடந்த கடல் நீரிலிருந்து தங்கள் பார்வையை விலக்கிக்கொண்டவர்கள் கடல் பக்கமாகப் பார்வையை ஓட்டினார்கள். மூடுபனி, சாம்பல் வண்ணம் காரணமாகத் தொடுவானம் முகத்திரைக்குள் இருப்பதைப் போல காட்சியளித்தது. வானில் பறந்த கடற்பறவைகளும் சொற்ப எண்ணிக்கையிலிருந்தன. பூமி வட்டமாக இருப்பதைப் போன்றதொரு தோற்றம்.

"விபத்து நடந்தபோது படகில் இருந்தானா?" – ஹொஸ்னியாக்.

லெ கிளேஸியொ

“ஏன், பாறையில் நின்று மீன் பிடித்திருந்தால்கூட விபத்து நடந்திருக்கலாம்” – ஒலிவேன் என்ற மனிதர்.

“இல்லை இல்லை, அநேகமாகப் படகு கவிழ்ந்தது காரணமாக இருக்கலாம். கரையிலிருந்து வெகுதூரத்தில் நடந்திருந்தது” – வேரான்.

“ஏதாவது மயக்கம் வந்திருக்குமா? அப்படியும் நடக்கிறதே!” – கூறியது கண்களில் கறுப்புக் கண்ணாடியுடனிருந்த சிமோன் ஃபிரேர் என்கிற பெண்மணி

“இருக்கலாம், ஆனால் இரண்டு நாட்களுக்கு முன்பு கடல் மிகவும் சீற்றத்துடன் இருந்ததே.” – போசியோ.

“இரண்டு நாள்! இரண்டு நாள் போதாதா உடல் அத்தனை தூரம் போவதற்கு, அதிலும் நீரோட்டங்களின் வேகம் இங்கே மிகவும் அதிகம்” – ஒலிவேன் என்ற ஆசாமி.

“உண்மைதான், அதற்கென்ன சாட்சியா வேண்டும், எல்லா இடங்களிலும் தேடிப்பார்க்க வேண்டியிருந்ததே!” – ஹொஸ்நியாக்.

“போனவருடம், கோடைகாலத்திலே, தண்ணீரிலே மூழ்கிப்போன ஒருவனை நானும் பார்த்தேன். ரொம்ப அறியாத வயசு. சைக்கிள் படகொன்றிலிருந்து, அணிந்திருந்த ஆடைகளோடு தண்ணீரில் குதித்துவிட்டான். “ஏதோ சாதனை செய்யற நினைப்புலே” இருந்திருக்க வேண்டும். அடுத்த கணம் மூழ்கிவிட்டான், அனைத்தையும் முயன்று பார்த்தோம், செயற்கைச் சுவாசம், மார்பை அழுத்திப் பிசைத்தல், ஊசிகள், பிறகுப்பைகள் ... எதற்கும் பலனில்லை – மூாக்கினோ என்பவர் சொல்லி முடித்த கதை இது.

“உண்மை, எனக்கும் அச்சம்பவத்தைத் தினசரிகளில் வாசித்த நினைவிருக்கு” – வேரான்.

“ஆனால் இவனை அப்படியொன்றும் சின்னவயதென்று சொல்ல முடியாதே?” – ஹொஸ்நியாக்.

“இப்படித் தண்ணீரிலே மூழ்கி இறந்துபோனவர்கள், இந்த இடத்துலே ரொம்ப பேரு” – சிமொன் ஃபிரேர்.

மழை நீர்த் துளித்துளிகள் அவர்கள் முகவாயில் விழுந்து தெளித்தன. அவர்கள் தலைமயிர்கள் ஒன்றையொன்று ஒட்டிக்கொண்டன, நீரில் மூழ்கியவனைப் போலத் தங்களை மழை நீர் மாற்றியிருப்பதை அவர்கள் உணர்ந்திருக்க வேண்டும், அல்லது பார்த்திருக்க வேண்டும். கூட்டம் சிறுத்து எண்ணிக்கையை ஐந்தாக்கி இருந்தது:

ஹொஸ்நியாக் .... மீன்பிடிப்பவர்

பொஸியோ .... மீன்பிடிப்பவர்

ஜெஸெஃப் மூக்கினொ ..... பணி ஓய்வு பெற்றவர்

சிமோன் ஃபிரேர் .... குடும்பத் தலைவி

வேரான் .... வேலை தேடிக்கொண்டிருப்பவர்.

அவர்களுக்கு அவ்விடத்தை விட்டுப்போக மனமில்லை. இறந்த மனிதனினைப் பற்றிய எஞ்சியிருந்த ஞாபகங்கள் அவர்கள் கண்ணுக்கு இன்னுங்கூட அப்பகுதியை ஆட்டுவிப்பதுபோல இருந்தன, அவர்களை மழையில் நிறுத்தி பிரியவிடாமல் செய்தன. மரணம், வேதனைகள் இவற்றைக்காட்டிலும் வலிமைபெற்ற, மனிதர்க்கென்று வாய்த்த பரிவற்ற நினைவுகள் அவர்களை ஒன்றுபடுத்தியிருந்தன. அந்நினைவுகளே படுகுழிகளுக்கிடையே தன்னந்தனியாக மேற்கொள்ளவிருக்கும் நீண்ட பயணத்தைப் பற்றிய அச்சத்தையும் ஏற்படுத்தியிருந்தன. இவையெல்லாம் இன்னும் எத்தனை நாளைக்கென்று நினைக்கிறீர்கள், அநேகமாக இன்னும் ஒருமாதத்தில், ஒருவாரத்தில், ஏன் அதற்கு முன்பாகவே கூட அல்லது இந்த ஐந்து மனிதர்களில் ஒருவர் அத்தனை முக்கியமற்ற இவ்விஷயத்தைக் கடைசியாக ஒருமுறை பேசினால்கூட முடிந்துவிடும்.

அப்படி ஒருவரென்று ஹொஸ்நியாக்கை வைத்துக்கொள்வோம். வீட்டுக்குப் போவதற்கு முன்பாக காப்பி பாருக்குள் நுழைந்த அவர் மீண்டும் அதுபற்றிப் பேசக்கூடும்.

“அன்றைக்குக் கடலோரம் சென்றிருந்தேன். மழை பெய்ததால் வீட்டுக்குத் திரும்ப வேண்டியிருந்தது. அப்போது நீரில் ஒருவன் மூழ்கிவிட்டான். நீர் கோத்துக்கொண்டு உடல் ஊதி, நீலம் பாரித்திருந்தது. ஒருத்தரும் காப்பாற்ற முடியலை. மறுநாள் செய்தித்தாளில் அதுபற்றிப் போட்டிருந்தார்கள்.

<u>ஓர் உயிரின் அலுப்பு</u>

ழான் பிரான்சுவா கூர், வயது 54. பிரபலமான சோப் ஒன்றின் விற்பனைப் பிரதிநிதி. நீரில் மூழ்கி மூச்சுத் திணறி இறந்திருந்த இவர் உடலை நேற்று பிற்பகல், தீயணைப்புப் படைக் குழுவொன்று கண்டெடுத்தது. நடந்தது விபத்தென்ற கருத்தை ஒதுக்கிவிட்டு விசாரணையின் முடிவின்படி தற்கொலையென்று அறிவிக்கப்பட்டிருக்கிறது. இந்த அபாக்கியசாலி, வாடகைப் படகிலிருந்து நீரில் குதித்து தனது ஆயுளை முடித்துக்கொண் டிருக்கிறார். உடலைக் கண்டெடுத்தபோது இறந்து மூன்று நாட்கள் இருக்குமெனத் தெரியவந்தது. வணிக உலகில் உயர்வுடன் மதிக்கப்படிருந்த திரு. கூர்; அண்மையில் மன அழுத்தம் பாதிக்கப்பட்டிருந்ததாகச் சொல்லப்படுகிறது. அன்னாரது குடும்பத்திற்கும் நண்பர்களுக்கும், நம்முடைய ஆழ்ந்த கவலைகளைத் தெரிவித்துக்கொள்கிறோம்.

நான் சொன்னமாதிரிதான் நடந்திருக்குது. சம்பவத்தன்று மற்றவர் களிடம் அதைத் தெரிவித்திருந்தேன். தற்கொலைக்குரிய அத்தனை அம்சங்களுடன் ஆசாமி அன்றைக்கு இருந்தான்; சாதாரணமாகத்

தண்ணீரிலே மூழ்கியிருக்க முடியாதென்று, அப்போதே எனக்குத் தெரியும்.”

உடல் முழுக்கக் கறுப்பு ஆடை, இறந்த; கூர் என்பவரின் விதவை மனைவியும், பதினைந்தரை வயது மகள் ஆந்தரேவும் சவக்கிடங்கின் நடைக்கூடத்தில் மெல்ல நடந்துகொண்டிருந்தார்கள். வெள்ளை ஆடையில் லேசாக முதுகு வளைந்திருந்த ஆசாமி ஒருவன் தனது சட்டைப்பையில் சாவிக்கொத்துக் குலுங்க அவர்களுக்கு முன்னே சென்றான், அவர்கள் குளிரூட்டப்பட்டுக் கதவு அடைத்திருந்த நீண்ட கூடத்தின் முகப்பில் வந்து நின்றார்கள். வெள்ளை ஆடை மனிதன் கதவைத் திறந்தான். அவனது வழுக்கை அல்லது வெளிறிய தலை பெண்கள் பக்கம் திரும்ப, மெதுவான குரலில்:

“என் பின்னால் வாருங்கள்” – என்றான்.

பெண்கள் இருவரும் ஆசாமி பின்னால் சென்றார்கள். எண்கள் பதிவுசெய்திருந்த இழுப்பறைகளில் தேடுவதையும், *2103* V என்ற எண்ணுக்குரிய இழுப்பறையைத் திறந்து மறுமுனையில் சலவை செய்து வெள்ளைவெளேர் என்றிருந்த துணியை அகற்றுவதையும் பார்த்துக்கொண்டிருந்தார்கள். பிறகு அவர் முணுமுணுப்பதுபோல:

“இதுதான் . . .” – என்றார்.

“சில்லிட்டும், வெளிர்சிவப்பிலுமிருந்த திருவாளர் ழான் – பிரான்சுவா கூர் என்பவரின் சிறு உடலை அல்லது ஒருத்திக்குக் கணவராகவும், மற்றொருத்திக்குத் தந்தையாகவும் நேற்றுவரை இருந்த ஒருவரின் பிணத்தை அடையாளம் கண்ட பிறகு பெண்கள் இருவரும் அமைதியாக வெளியேறினார்கள். இறந்த அம்மனிதர் பற்றி அவர்களுக்கு சாப்பாட்டு மேசையிலோ முன்னிரவுகளிலோ வரவேற்பறையிலோ உறவுகளிடமோ அல்லது நண்பர்களிடமோ இனி பேசும் சந்தர்ப்பம் வராமல் போகலாம். வீட்டுத் தேவைகளுக்காகக் கடைகளுக்குப் போக நேரிட்டாலும், கடைகாரர்களிடங்கூட இனி வாய்திறக்கப்போவதில்லை. எதிர்பாராதவிதமாக யாரேனும் ஒருவர் எப்போதேனும் சிறிது தைரியத்துடன் முன்வந்து பெண்களிடம்: “ஆழ்ந்த அனுதாபங்கள் . . .” – எனலாம்.

அவர்களுக்கும் அவனுக்குமான பந்தம் இனியில்லை என்றாகி விடும்; நல்ல கணவனாக இருந்ததில்லை: அடிக்கடி பொய் பேசுவார், மனைவியின் நம்பிக்கைக்குரிய கணவன் இல்லை. குளிக்கிற அறையில் திறப்புத் துளைவழியாக, மகள் முழு நிர்வாணமாகக் குளிக்கும் தொட்டிக்குள் இறங்குவதை அவதானிப்பார். வேறுவகையில் நல்லவர், ஒரு தந்தைக்குரிய பிற கடமைகளைச் செய்திருக்கிறார். காப்பி பாருக்குப் போகிற வழக்கமெல்லாமில்லை. பெண்களைத் தேடி அடிக்கடி அது போன்ற இடங்களுக்குப் போயிருக்கமாட்டார் என்ற நம்பிக்கையுமுண்டு. சிற்சில சமயங்களில் தேவாலயப் பிரார்த்தனைக்குப் போவதுண்டு, குறிப்பாக ஞாயிற்றுக்கிழமைகளில். நேர்மையாகவும்,

தொடர்ந்தும் குடும்பத்திற்குப் போதுமான அளவிற்குச் சம்பாதித்துக் கொடுப்பவராகவும் இருந்திருக்கிறார்...

தொலைக்காட்சிப்பெட்டி ஒன்று வாங்கித்தருவதாகக்கூடச் சத்தியம் செய்திருக்கிறார். ஆனால் இதுவரை அதை நிறைவேற்றிய தில்லை. அவளுடைய கணவன் உலகயுத்தத்தின்போது ஜப்பானியரின் அரண்மீது தாக்குதல் நடத்தி வீரமரணம் அடைந்திருந்தார். மகள் ஆந்தரேயினுடைய தகப்பன், அவளுக்கு மூன்று வயது ஆகிறபோது மோட்டார் வாகனம் அல்லது விமானம் ஏதோ ஒரு விபத்தில் மாண்டிருந்தார். அவர் பார்க்க அழகாக இருப்பார், பணக்கார ஆசாமி, ரொம்பப்பிரியமாக இருப்பார். விதி அவரைச் சீக்கிரம் கொண்டுபோய் விட்டது.

நடந்ததெல்லாம் ஆதாமின் வெளி உலகோடு சம்பந்தப்பட்டவை. தண்ணீரில் மூழ்கி இறந்த ஒருவனின் உடல் சாலையில் கிடக்க, பெய்துகொண்டிருந்த மழையில் ஒருவர் பாக்கியின்றி நனைந்த அன்றைக்குச் சில மனிதர்களுக்கிடையில் நிகழ்ந்த சம்பவம்.

அதன் விளைவாகத் தற்போது, அம்மனிதர்களுடன் ஒருவகையான கடவுள் வசிக்கிறார். அவர் நிரந்தரமாக ஓரிடத்திலிருப்பதில்லை, ஒருவர் மாற்றி ஒருவரென அவர்களுடன் குடியிருக்கிறார். அவர்கள் இதுவரை ஒருபோதும் இறந்த மனிதர்களாக இருந்ததில்லை, அதை வாழ்ந்து பார்க்க தான் விரும்பும் நேரத்தில் அவர்களைத் தன்னிடம் அழைத்துக்கொள்கிறார்.

13

ஹொரஸ்நியாக், கெரொ, பொஸியொ, சிமோன் ஃப்ரேர், ஒலிவென், வேரான், ழொஸெஃப் மூக்கினோ, கிரிஸ்டுபெர்க், பிறகு சிறுவன் கியோம், இவர்களையெல்லாம் நினைத்து என்ன ஆகப்போகிறது, மறந்துவிடலாம். அவர்களாச்சு அவர்கள் வாழ்க்கை ஆச்சு நமக்கென்ன வந்தது? தங்கள் தங்கள் வீட்டிற்குத் திரும்பட்டும், செய்ய வேண்டியதைச் செய்துகொள்ளட்டும். தன்னைக் கடந்து செல்ல அவர்களை அனுமதித்து ஆதாம் நடந்தான். கூட்டம் கலைந்து முதலில் புறப்பட்டிருந்தவர்களில் அவனும் ஒருவன். களைத்திருந்ததால், அதிலும் மிக மோசமாகக் களைத்திருந்ததால், கடலோரமாகவே கால் போன போக்கில் மிகுந்த சிரமத்துடன் நடந்தான். மழைக்காக பிளேன் மரத்தின் கீழ் சிறிது ஒதுங்கினான். மழையில் நனைந்து நீர் பாரத்திலிருந்த இலைகளால் மழைநீர் சலசலவென அவன் மீது எளிதாக விழுந்தன. எனவே மீண்டும் கால் போன போக்கில் நடக்க ஆரம்பித்தான், தெப்பலாக நனைந்து, அவனுடைய சட்டை பைகளிலெல்லாங்கூடத் தண்ணீர் நிரம்பியது. சிகரெட்டொன்று பற்றவைக்க வேண்டும் போலிருந்தது, சிகரெட் பாக்கெட் நனைந்து அதிலிருந்த சிகரெட்டுகளும் உபயோகிக்க முடியாத நிலையிலிருந்தன. தாளும் புகையிலையுமாக சட்டைப்பையின் உட்புறத்தில் கூழ்போல ஒட்டிக்கிடந்தன.

வேடிக்கை பார்த்தவர்கள் சிறுசிறு கும்பலாகத் தங்கள் வீட்டுக்குத் திரும்பிக்கொண்டிருந்தனர். அவர்கள் உரையாடலின் எச்ச சொச்சங்கள் இன்னமும் காதில் கேட்டுக்கொண்டிருந்தன. ஆனால் அவையெல்லாம் நடந்து முடிந்த விபத்தோடு சம்பந்தப்பட்டவை அல்ல. அப்பேச்சில் நீர் விபத்துகள், பனிமலை சரிந்து ஏற்படும் உயிர்ப்பலிகள், மயங்கிவிழுதல், தூண்டிலில் மீன் பிடித்தல், அரசியல் என அனைத்துமிருந்தன. ஆதாமிற்கு விலாக் குத்தல் எடுத்தது. தான் தனித்திருப்பது போன்ற உணர்வு அவனுக்கு இல்லை. எதனால் அப்படியென்கிற சிந்தனையில் மூழ்கவும் அவன் தயாரில்லை, காரணம் அவ்வாறு நினைவுபடுத்திப் பார்க்கிற போதெல்லாம் அந்நினைவுகளில் பலமுறை தான் தவறியிருக்கிறோமென்ற எண்ணம் தலைப்பட்டது.

துறைமுகத்திற்கு எதிரில் வந்திருந்தான். மது, புகையிலைப் பொருட்கள் கடையொன்றின் முன்பாகப் போட்டிருந்த ஷாமியானா வின் கீழ் ஒதுங்கினான். சுழலும் ஸ்டேண்டில் விற்பனைக்கு வைத்திருந்த அஞ்சலட்டை வண்ணப்படங்களைக் கவனித்தான். அவை வண்ணத்தி லும் கறுப்பு வெள்ளை நிறத்திலுமிருந்தன. அவற்றில் ஒரு வரிசையில், முழுவதும் இளம்பெண்ணொருத்தியின் படங்கள்: முகம் அழகாக இல்லையென்றாலும், நீச்சல் உடையிலிருந்த உடல் அழகாக இருந்தது. ஆதாம் கடைக்குள் நுழைந்து பெண்ணின் புகைப்படமிருந்த அஞ்சல் அட்டையொன்றையும் சிகரெட் பாக்கெட் ஒன்றையும் வாங்கினான். கடையைவிட்டு வெளியில் வந்ததும் மழைக்காக ஷாமியானாவின் கீழே நின்றவன், வாங்கிய புகைப்படத்தை அவதானித்தான். ஐந்து வண்ணப் புகைப்படம், இளம்பெண் குறுங்கற்கள் பரவிய கடற்கரை ஒன்றில் பற்களைக் காட்டிக்கொண்டிருந்தாள். வலதுகை நீச்சல் உடையின் கீழ்ப்பகுதியை அவிழ்ப்பதுபோல இருந்தது; வட்ட வடிவிலும் பழுப்பு நிறத்துடனும் இருந்த இடுப்பின் ஒரு பகுதி தெரியும்படி படம் எடுத்திருந்தார்கள். மற்றொரு கை அவள் முலைக்காம்பில் இருந்தது. அவள் அரை நிர்வாணத்தைத் தெரிவிக்கும் விதத்தில், மார்பு – கச்சை அருகில் கிடந்தது. கீழே கிடக்கும் மார்பு – கச்சையைக் குறித்துப் பார்க்கிறவர்களுக்குச் சந்தேகம் வரக் கூடாது என்பதுபோல, அதன் குவிந்த பகுதிகள் இரண்டையும் பளிச்சென்று தெரியும்படி பிரித்துப் போட்டிருந்தார்கள். ஆனால் இவை எல்லாமே அவனுக்குக் கேலிக்கூத்தாகப் பட்டது; அஞ்சல் அட்டை அழகாகவும் பளபளப்பாகவும், மிருதுவாகவும், கற்கண்டு போன்று ஒளி ஊடுருவக்கூடியதாகவும், எல்லா இடங்களிலும் மினுமினுப்பாகவும் இருந்தது. பார்வையை அட்டையின் மீது ஓட்டினான், விரல் நகத்தால் அதனைச் சுரண்டியும் பார்த்தான். புகைப்படத்தில் அரை நிர்வாணமாக இருந்த பெண்ணைக் காட்டிலும், அட்டை ஆயிரம் மடங்கு பாலுணர்வைத் தூண்டும் வகையில் இருப்பதாக எண்ணினான். எளிய இவ்வட்டையின் நோக்கம் பாலுணர்வை உரியவகையில் வெளிப்படுத்துதல், அத்தகவல் பலம் நினைத்துப்பார்க்கையில் அங்கே முழுமையாக விலக்கப்பட்டிருந்தது. மொத்தத்தில் அச்செய்தி எடுபடவில்லை, தவிர நகைப்பிற்கு இடமளிக்கும் வகையிலும் கவலைக்குரியதாகவும் இருந்ததன்றி, வேறு குறிப்பிட்டுச் சொல்ல ஒன்றுமில்லை. ஆனால் அதற்கான உண்மை வேறெங்கோ இருந்தது; வடிவயியல், தொழில்நுட்ப ஞானத்தில் அவ்வுண்மையைக் காணமுடிந்தது; மரத்தூளும் மரத்தாதுவும் இணைந்து உருவாக்கிய ஒளிவட்டம் அப்பெண்ணைப் புனிதவதியாக்கி, இனி என்றென்றும் அவள் கன்னிப்பெண், தியாகி, ஆசீர்வதிக்கப்பட்டவளென ஒரு பொது அறிவிப்பைச் செய்தது. அவதூறுகள், சுய இன்பம், அர்த்தமற்ற சிரிப்புகள் இவற்றிற்கெல்லாம் அப்பாற்பட்ட கன்னிப்பெண்ணொருத்தி யிடம் இவ்வுலக நிர்வாகத்தை ஒப்படைத்திருப்பதுபோல் தோன்றிற்று; அருங்காட்சியகத்தின் கண்ணாடிப் பேழையைப் போல, இன்னும் பலநூற்றாண்டுகள் அவளைப் பத்திரமாக, இந்த வழவழப்பான அட்டை பாதுகாக்கும். ஷாமியானாவின் விளிம்பிலிருந்து காற்றால் விடுபட்ட மிகப்பெரிய மழைநீர் சொட்டொன்று, அட்டையின்

நடுவில், எதிர்பாராமல் விழுந்து வேகமாகப் பரவியது. வீனஸ் போன்றிருந்த பெண்ணின் தொப்புளுக்கும் இடது மார்புக்கும் இடையில், தோராயமாக ஓரிடத்தில் நடந்ததென்று அதனைக் கருதலாம்.

புகைப்பட அட்டையை ஆதாம் திருப்பினான். பின்புறத்தில் “போட்டோ ட்யுக்” என்றும், “ப்ரோமைடில் தயாரிக்கப்பட்ட அசலான புகைப்படம், அனைத்து உரிமைகளும் பாதுகாக்கப்பட்டவை”, “10, பொலினேர் வீதி, துலூஸ் என்றும்” அச்சடிக்கப்பட்டிருந்தன. ஆதாமின் எதிர்பார்ப்புப்படி: “கடற்கரையில் ஓர் அழகி” என்றோ, அல்லது கொஞ்சம் அசிங்கமான சொற்களில், “என்கூட விளையாட விருப்பமா”, என்பதுபோன்றோ அதில் கண்டிருக்க வேண்டும், பதிலாக உப்புச் சப்பற்ற அச்சொற்கள் அவனுக்கு ஏமாற்றத்தை அளித்தன.

நன்கு இருட்டும்வரை வீதியில் நடந்திருப்பான். எட்டு மணி அளவில் ஒரு துண்டு ரொட்டியைக் கடித்துத் தின்ன ஆரம்பித்தான். பேருந்து நிலையத்தில் பெஞ்ச் ஒன்று இருந்தது அதன் மீதமர்ந்தான். குடைகளின் கீழ் கும்பலாகவோ, மழைக்கோட்டுடன் மிகநெருக்க மாகவோ அவனைக் கடந்து செல்லும் மனிதர்களை அவதானித்தான்.

பேருந்து நிலையத்தின் மறுமுனையில் இரண்டு அல்லது மூன்று பேருந்துகள் நின்றிருந்தன. அவற்றிற்குப் பின்புறம் ஒரு திரைப்பட அரங்கொன்று இருந்தது. நியான் விளக்கு, அரங்கின் முகப்பிற்கு ஒளியூட்டிக்கொண்டிருந்தது. மழையில் நனைந்தவண்ணம் ஒரு சிறியகூட்டம், அரங்க வாயில் திறக்கும் நேரத்திற்காகக் காத்திருந்தது. திரைப்பட அரங்கின் பெயர் ‘ரெக்ஸ்’. சிவப்பு நியான் விளக்கில் எழுதப்பட்டிருந்த அப்பெயர் விட்டுவிட்டு எரிந்துகொண்டிருந்தது. ‘ரெக்ஸ்‘ என்ற பெயரின் கீழ் பெரியதொரு விளம்பரம் அதில் மழைக் கோட்டுடன் ஓர் ஆசாமி, நீர் தடுப்பணையொன்றில் உட்கார்ந்திருந்த பெண்ணொருத்தியை முத்தமிட்டுக்கொண்டிருக்கிறான், பெண்ணும் மழைக்கோட்டுடன் இருந்தாள். வெகுநேரம் இருவரும் கடற்கரையில் இருந்ததைப் போல அவர்களுடைய தலைகள் சிவப்பு நிறத்திலும் தலைமயிர் மஞ்சள் நிறத்திலும் இருந்தன. பின்புலம் முழுவதும் கறுப்பு வண்ணத்தில் காமா சோமாவென்றிருக்க, ஆண்பெண் ஜோடிக்கு வெகு அருகில் மஞ்சள் நிறத்தில் ஓர் ஒளிப்பந்து, அநேகமாக அது ஒளிரும் தெருவிளக்காக இருக்க வேண்டும். அதில் வேடிக்கைக் குரியதாகவும் கவலை அளிக்கும் விதத்திலும் இருந்த பிரச்சினை அச்சுறுத்தும் வண்ணத்திலிருந்த அவர்கள் முகங்களும் சகிக்க முடியாத அவற்றின் உறைந்த தோற்றமும்; விழிகளும் வானத்தை நோக்கிய அவற்றின் பார்வையும் கூட அருவருப்பாக இருந்தன. கண்ணிமை மயிர்கள் ஆங்காங்கே உதிர்ந்திருந்தன. வாயிரண்டும், திறந்த நிலையில், அகன்று, அருகருகே காயப்பட்டு ரத்தம் வடிந்துகொண்டிருக்கிற தோற்றத்தை அளித்தன.

திரைப்படத்தின் பெயர், *‘Pick–up on South Street’* அல்லது அதுபோன்றதொரு பெயரில். தனது திரைப்பட விளம்பரத்திற்கென வரையப்பட்டிருந்த படத்தைச் சாமுவெல் ஃபுல்லெர் கண்டால் மகிழ்ச்சி அடையக்கூடுமென ஆதாம் நினைத்தான். கணநேரம்,

அரங்கிற்குள் செல்லலாமென்ற ஆசைகூடப் பிறந்தது. தன்னிடம் போதிய அளவு பணம் இல்லாதது நினைவுக்கு வர, வேண்டாமென முடிவெடுத்தான். கையிலிருந்த துண்டு ரொட்டியை ஒருவழியாகத் தின்று முடித்து சிகரெட் ஒன்றைப் பற்றவைத்தான்.

சிறிது தூரத்தில் வளைவுகளின் கீழ், பேருந்துக்காக காத்திருக்கும் இரண்டு மூன்று பெண்கள். அவர்கள் உடலில் மலர்கள் அச்சடித்த ஆடைகள்; சால்வைகள்; மெல்லிய தோலின் நிறத்தில் காலுறைகள்; கைகளில் குடைகள்; போலி தோலால் தயாரிக்கப்பட்ட கைப்பைகள், அநேகமாக அவற்றில் வாசனைத் தைலங்கள் இருக்கக்கூடும், அதற்கு அருகில் சென்று முகர்ந்து பார்ப்பது அவசியம். அன்றைய தினம் சனிக்கிழமையாக இருக்குமோ? என்ற சந்தேகம் ஆதாமிற்கு எழுந்தது. கணக்குப்போட்டுப் பார்த்தான், பலனில்லை. இறுதியாகச் சனிக் கிழமை, அதிலும் நடனத்திற்கென இரவுவிடுதிகள் மிகுதியாகத் திறக்கப்படும் சனிக்கிழமைகளில் ஒன்றென முடிவுக்கு வந்தான். பல இரவுகளை அது போன்ற இரவு விடுதிகளில் கழித்த முன் அனுபவங்கள் அவனுக்கு இருந்தன, அவற்றில் ஒன்றிற்குச் செல்லலாமா என்றுகூட யோசித்தான், உதாரணத்திற்கு இருக்கவே இருக்கின்றன: ‘பெர்கொலா’, ‘ஷூட்டிங் ஸ்டார்’, அல்லது ‘மம்மூத் கிளப்’, போன்ற இரவு விடுதிகள். ஒரு குவளை பீர் குடிக்கலாம், எவளாவது ஒருத்தியுடன் சில மணி நேரங்களைச் செலவிடலாம். ஆனால் அந்த எண்ணத்தைத் தவிர்த்தான், உண்மையில் நடனமாட ஒருபோதும் அவன் விரும்பியவனல்ல. அவனுக்கு நடனமாடப் போதாது என்பதோடு அதைப் பலரும் அறிந்திருந்தார்கள், இந்நிலையில் இரவு விடுதிக்குப் போவதால் ஆவதென்ன? எனத் தோன்றிற்று. மற்றவர்கள் புதிதாகத் தெரிந்து கொள்ள அவனிடம் ஒன்றுமில்லை, தவிர கையிலிருக்கும் பணமும் போதாது.

பேருந்து ஒன்று வந்து நின்றது, பெண்களை ஏற்றிக்கொண்டுப் புறப்பட்டது. சில நிமிடங்களுக்குப் பிறகு அவ்விடத்தை நிரப்புவதைப் போல வேறு பெண்கள் வந்தார்கள், அதிசயமாகத் தோற்றத்திலும் பிறவகையிலும் சற்றுமுன்பு கண்ட பெண்களைப் போலவே அவர்கள் இருந்தார்கள். அவர்களுக்கு அருகில் வட ஆப்பிரிக்கத் தொழிலாளிகள் இருவர் புகைபிடிப்பதைக் கண்டான்; அவர்கள் வாய்ப்பேச்சின்றி அமைதியாக நின்றுகொண்டிருந்தார்கள். புகைபிடித்தவண்ணம் அருகில் நின்றிருந்த பெண்களின் கால்களை அவதானித்துக்கொண்டிருந்தார்கள்.

அடுத்தடுத்து மூன்று காட்சிகள்: ஒவ்வொருமுறையும் பேருந்து நிற்பதும் பெண்கள், தொழிலாளர் அடங்கிய சிறுகும்பலொன்றை ஏற்றிச்செல்வதுமாக அக்காட்சிகள் இருந்தன. சனிக்கிழமையென்பது உறுதி. நான்காம் பேருந்து வருவதற்குச் சற்று முன்பாகக் கந்தலாடை மனிதனொருவன், வளைவின் கீழ் வந்திருந்தான். அவனோடு குப்பைக் கூடைகளிலிருந்து சேகரித்த அட்டைகள், வேண்டாமென்று தூக்கிப் போட்ட பழைய தினசரிகள் அடங்கிய பொதியொன்றும் இருந்தது. தூணொன்றின் அருகே அதனைப்போட்டு அதன்மீது அமர்ந்துகொண்டான். தூண் இவன் அமர்ந்திருந்த பெஞ்சிற்கு நேரெதிரே இருந்தது.

வந்த மனிதனும் பேருந்துக்காகக் காத்திருப்பதைப் போலத் தெரிந்தது. அவனுடைய தோற்றத்தைவைத்து, தெருவோர ஆசாமி என்றோ, பிச்சைக்காரனென்றோ தீர்மானிக்க முடிந்தது, வேறெதுவும் பொருந்தி வரக்கூடியதாக இல்லை. அவன் கண்ணாடி அணிந்திருப்பதையும் ஆதாம் பார்த்தான்.

சட்டென்று ஆதாம் எழுந்தான், அவனிடம் சென்றான், பேசவும் விரும்பினான். சில தயக்கங்களுக்குப் பிறகு சிறிது நேரம் இருவரும் பேசினார்கள், குரல்கள் மிகவும் அடங்கி ஒலித்தன. கண்ணாடி அணிந்திருந்த பிச்சைக்காரன் இவனைப் பார்க்கவில்லை. அவன் பார்வை சில நொடிகள் பக்கவாட்டிலும், சில நொடிகள் எதிர்பக்கமும், சில நொடிகள் அவனுடை ஷூ முனைகளிலும் பதிந்திருந்தது. அவ்வப்போது கால்களில், அக்குளில், தலையில் சொறிந்துகொண்டான். அவனிடம் பயமும் இல்லை, வியப்புமில்லை. அவனது இடது கை, எந்தநேரமும் கட்டு சரிந்து இவன் விழக் காரணமாகலாம் என்பதைப் போல அதனைத் தொடர்ந்து அணைத்துப் பிடித்தபடி யிருந்தன. அழுக்காக இருந்தான், ஒழுங்காகச் சவரம் செய்திராத முகம், உடலில் துர்க்கந்தம் வீசியது. எவ்வித சமிக்ஞையும் அவனிட மில்லை, ஒரேயொருமுறை அவன் கை பேருந்து வரும் திசையைக் காட்டியது. தனக்குப் புகைபிடிக்கும் பழக்கமில்லை என்றவன், ஆதாமிடம் ஒன்றிரண்டு நாணயங்கள் இருந்தால் தரும்படிக் கேட்டான், ஆதாம் மறுத்தான்.

பேருந்து வந்ததும் உட்கார்ந்திருந்த மனிதன் நிதானமாக எழுந்தான், தனது உடமைகளான அட்டைகளையும், பழைய தினசரிகளையும் கையிலெடுத்துக்கொண்டான், ஆதாமைத் திரும்பிப்பார்க்காமலேயே பேருந்தில் ஏறினான். ஆதாமின் விழிகள் அவனைப் பின்தொடர்ந்தன. பேருந்துக் கண்ணாடி ஊடாக அவனைப் பார்த்தான். தான் அணிந் திருந்த பெரிய அங்கியில் கைவிட்டுப் பேருந்துக்குரிய கட்டணத்தைச் செலுத்தியவன் பணம் தேடிக்கொண்டிருக்கிறான் என்பது தெரிந்தது. அவனது மெலிந்த தலை கீழே பார்த்தபடி இருக்க, இடது கை பேருந்தின் குலுக்கலில் ஒவ்வொருமுறையும் மில்லிமீட்டர் கணக்கில் மூக்கில் இறங்கிய மூக்குக் கண்ணாடியைப் பிடித்திருந்தது.

ஐந்தாம் பேருந்துவரும்வரை காத்திருக்க ஆதாமிற்குப் பொறுமை இல்லை. மனிதர்கள் நிரந்தரமானவர்கள், கடவுளுக்கு மரணமுண்டு. மனிதர்களுக்கு அழிவில்லை, கடவுளுக்கு அழிவுண்டு. மனிதர்கள் நிரந்தமானவர்கள், கடவுளுக்கு மரணம் உண்டு. மனிதர்களுக்கு அழிவென்பதே இல்லை ஆனால் கடவுள் இறப்பார்.

'மகெல்லன்'னுக்குள் நீங்கள் நுழைந்தீர்களெனில் இடதுகோடியில் கழிவறையும் தொலைபேசி கூண்டொன்றையும் காண்பீர்கள். உள்ளே, நீரைத் தொடர்ந்து திறப்பதாலும், மூடுவதாலும் ஏற்படும் சலசலப்புகளுக் கிடையில் கழிவறைக் காரியங்களை முடித்துக்கொண்டு 'ஆண்கள்' என்று எழுதிய கதவைத் திறந்து வெளியில் வந்தால், தொலைபேசிக்கு மேல், தட்டொன்றில் தொலைபேசிப் புத்தகமொன்று இருக்கும். பேச வேண்டுமெனில், அங்கிருக்கும் 'பார்மேன்' வசம் பேச வேண்டிய

எண்ணைத் துண்டுக் காகிதத்தில் கிறுக்கிக் கொடுக்க வேண்டும். கௌண்டரிலுள்ள தொலைபேசியில் எண்ணைச் சுழற்றி தொடர்பு கிடைத்ததும், கௌண்டரின் மறுமுனையில் உள்ள மற்றொரு தொலை பேசிக்கு அவ்வழைப்பைப் பார்மேன் அனுப்புவான். ஒலி அமைப்பு ஒழுங்குசெய்யப்பட்ட 'பூத்' ஒன்றில் இரண்டாம் தொலைபேசி இருந்தது. அவ்வாறு அனுப்புகிறபோது கையைக் காட்டி:

"உங்களுக்குத்தான் எடுத்துப் பேசுங்கள்!" என்பான்.

அச்சமயத்தில் தொலைபேசித் தாங்கியிலுள்ள சிவப்பு பொத்தானை அழுத்த வேண்டும், மூக்கொலி குரலொன்று மறுமுனையில் பதில் கொடுக்கும்:

"அல்லோ? அல்லோ?"

"அல்லோ? மிஷெல்?"

"மிஷெல் இல்லை, அவள் சகோதாரி, ... யார்...?

"அப்படியா? ழெர்மன் சொல்லுங்க, மிஷெல் இல்லையா?

"இல்லை."

"அவள் இல்லை?"

"பேசறது மிஷெல் இல்லை, அவள் சகோதரி......... யார்..."

"கொஞ்சம் சொல்லுங்க, மிஷெல் எங்கே போயிருக்கிறாள், தெரிஞ்சுக்கனும்?"

"அது சரி போனில் பேசறது யார்?"

"மிஷெல் நண்பன்... ஆதாம்."

"ஆதாம்... ஆ, ஆதாம் போலோ?"

"ஆமாம், ஆதாம் போலோவேதான்"

"ம்... ஏதாவது முக்கியமான தகவலா, அவளிடம் சொல்ல இருக்கிறதா?"

"ம்... அதாவது... என்னன்னா... மிஷெலுக்கு என்ன ஆச்சுண்ணு தெரிஞ்சுக்க விரும்பறேன். கொஞ்ச காலமாகவே என்னாலெ அவளைப் பார்க்க முடியலை; அதற்காகத்தான்..."

"சொல்லுங்க..."

"தற்சமயம் அவள் எங்கே இருப்பாளென்று தெரியுமா?"

"மிஷெல்?"

"ஆமாம்... மிஷெல்?"

"எனக்கு உண்மையில் தெரியாது... இரண்டு மணிக்கு, காரை எடுத்துக்கொண்டு வெளியில் போனாள். போகிறபோது என்னிடத்தில் விசேடமா எதையும் சொல்லலை..."

"சரி... எத்தனை மணிக்கு வீட்டுக்குத் திரும்புவாளென்று நினைக்கிறீர்கள்?"

"எப்படிச் சொல்ல முடியும், நிலைமையைப் பொறுத்தது அது. அவள் போகிற இடத்தையும் பொறுத்தது."

"வழக்கமாக அவள் எத்தனை மணிக்குத் திரும்புவாள்?"

"பொதுவாக, வீட்டிற்கு பதினோரு மணிக்கெல்லாம் வந்து விடுவாள் . . ."

"நீங்க என்ன சொல்லவறீங்க, அப்படின்னா இன்றுமாலை அவள் திரும்பும் விவரமெதுவும் உங்களுக்குத் தெரியாது, அப்படித்தானே?"

"இன்று மாலையா?"

"அதாவது இரவு முழுக்க என வைத்துக்கொள்ளுங்களேன்."

"ம். ராத்திரி முழுக்க வெளியிலா? பொதுவாக, அப்படி நடப்பதில்லை, நடந்தால் ஆச்சரியம். அரிதாகச் சில சந்தர்ப்பங்களில் அப்படி நேர்வதுண்டு; அவளுக்குச் சினேகிதி ஒருத்தி இருக்கிறாள். அவள் வீட்டில் சிலவேளைகளில் உறங்கிவிடுவாள். அப்படி நடந்தாலும் ஆச்சரியப்படுவேன். ஏனெனில் பொதுவாக வீட்டிற்குத் திரும்பாத நாட்களில் தகவலை முன்கூட்டியே தெரிவித்துவிடுவாள். அது புறப்படும் போதும் இருக்கலாம் அல்லது போனபிறகு எங்கிருந்தாவது வருகிற தொலைபேசித் தகவலாகவும் இருக்கலாம். இந்தமுறை அப்படி எதுவும் நடக்கவில்லை. எனவே தாமதமின்றி வீட்டிற்குத் திரும்பிவிடுவாளென்று தான் நினைக்கிறேன்."

"அவள் பதினோரு மணிக்குப் பிறகு எப்படியும் வந்துவிடுவாளென்று நீங்க நினைக்கிறீர்கள், இல்லையா?"

"அப்படித்தான் முதலில் நினைச்சேன்; ஆனால் என்னாலே உறுதியா எதுவும் சொல்ல முடியலை."

"ம் . . ."

"கேளுங்க . . . உங்களுக்கு ஏதாச்சும் சொல்லனுமென்றால், எங்கிட்டே சொல்லுங்க. அவள் வந்த உடனேயே தெரிவிக்கிறேன் . . ."

"உண்மையைச் சொல்லணும்னா, எங்கிட்டே சொல்ல எதுவுமில்லை. அவளைப் பற்றிய தகவலைத் தெரிஞ்சுக்கத்தான் போன் பண்ணினேன்."

"புரியுது, ஆனால் எங்கேயாவது சந்திக்க விரும்பலாம், எனக் கெப்படித் தெரியும். அல்லது அவள் வந்தவுடன் போனில் உங்களை அழைக்க வேண்டுமென்பது விருப்பமா? அதுமாதிரி எண்ணமிருந்தால், அழைக்க வேண்டிய எண்ணையோ அல்லது வேறு எதையேனும் குறிப்பிடுங்கள்."

"இல்லை . . . என்னிடம் தொலைபேசி எதுவுமில்லை. தவிர நான் இங்கே ஒரு 'பார்'லிருந்து பேசிக்கொண்டிருக்கிறேன்."

"அப்படியெனில், ஒன்றிரண்டு மணி நேரம் கழித்துக் கூப்பிடுவது நல்லது. அதாவது நடு நிசிக்கு முன்பாக."

"நடு நிசிக்கு முன்பாக?"

"ஆமாம், பதினோருமணி அளவில்."

"ம் ... இதில் பிரச்சினை என்னன்னா, எனக்கு முடியாது. இன்னும் ஒரு மணி நேரத்திலே ரயிலைப் பிடிக்கணும். செனெகால் நாட்டிற்குப் புறப்படறேன். புறப்படுவதற்கு முன்பாக அவளிடம் சொல்லிக்கொண்டு புறப்பட வேண்டும்."

"ஆ... செனெகால் நாட்டிற்குப் பயணமா?

"ஆமாம்... நான்..."

"புரியுது."

"கேளுங்க... மிஷெல் அவள் சினேகிதி வீட்டில் தற்போது இருப்பாளென்று நீங்கள் நினைக்கறீங்களா?"

"எங்கிட்டே அதற்கு எந்தப் பதிலும் இல்லை."

"உங்கக்கிட்டே அதற்குப் பதில் இல்லை. சரி, அவள் தோழி பெயரையேனும் சொல்ல முடியுமா? அவள் பெயரென்ன?"

"சோனியா... சோனியா அமாதூனி."

"அவள்கிட்டே தொலைபேசி இருக்கிறதா?"

"ம்... அவள் வைத்திருக்கிறாள். அவள் தொலைபேசி எண்ணைத் தேடி எடுத்து வரவா?"

"முடிந்தால் கொடுங்களேன்."

"ஒரு நொடி பொறுத்துக்குங்க, இதோ வந்திடறேன்."

தொலைபேசிக் கூண்டிற்குள் வியர்த்தது காதில் விநோதமான ஒலிகளெல்லாம் கேட்டன: காலடிகள், புரிந்துகொள்ள முடியாத வாக்கியங்கள்; அடுத்து ஒரு வகையான விளக்கம் தரப்படுகிறது, சற்று தூரத்தில் வரவேற்பு கூடத்திற்கும் மாடிக்குச் செல்லும் படிகளுக்கும் இடையிலிருந்து அது வரவேண்டும்: "ஷெர்மன் போனில் யாரு? மிஷெலோட சினேகிதர்... அம்மா. செனெகெல் நாட்டிற்குப் போகிறாராம்; மிஷெல்கிட்டே சொல்லிக்கொள்ளனுமாம். செனெகெலுக்கா? ஆமாம். அவருக்கு சோனியாவோட டெலிபோன் நம்பர் வேணுமாம்? அவள் நம்பர் சரியாண்ணு கொஞ்சம் பார்த்து சொல்லு? 88.07.54 அல்லது 88.07.44 எது சரி? யார் நம்பரைக் கேட்ட? சோனியா நம்பர் வேண்டும், உனக்கு அவளைத் தெரியாதா என்ன? சோனியா அமாதூனி. ஆ, சோனியா அமாதூனி, 88.07.54. 88.07.54? சரியான நம்பர்தானே? ஆமாம்... அவர்கிட்டே நம்பரைக் கொடுக்கப்போறியா? ஆமாம்."

"அல்லோ?"

"சொல்லுங்க!"

"88.07.54."

"88.07.54."

"ஆமாம், 88.07.54. அதுதான் சோனியா அமதூனி, 88.07.54."

"ரொம்ப நன்றிங்க"

“பரவாயில்லை.”

“நல்லது, அவளுக்குப் போன் செய்யறேன். எப்படி இருப்பினும், மிஷெல் ஒருவேளை பதினோரு மணிக்கு முன்பாக வந்தால் . . .”

“ம் . . . என்ன சொல்லணும் தயங்காதீங்க . . .”

“பிரச்சினை இல்லை விடுங்க. எப்படிச் செய்யலாம்னு நான் பார்த்துக்கறேன். வந்தால் நான் டெலிபோன் செய்தேன் என்று மட்டும் மறக்காமச் சொல்லிடுங்க.”

“சரி”

“நன்றி. தொந்தரவு கொடுத்ததற்கு மன்னிக்கணும்”

“பிரச்சினை இல்லை, பை . . .”

“பை . . . வச்சிடறேன்.”

தொலைபேசியுடன் விளையாடத்தொடங்கினால் தயக்கமே கூடாது; யோசிக்கிறேன் என்று ஒரு சில நொடிகள் கூட தாமதிக்கக் கூடாது: அமாதூனியிடம் என்ன சொல்லலாம்? டெலிபோன் செய்ய உகந்த நேரமா? மிஷெல் அங்கிருக்க சாத்தியமுண்டா? என்பதுபோன்ற கேள்விகளெல்லாம் வேண்டவே வேண்டாம். எல்லாவற்றையும் திரும்பத் தொடங்க வேண்டும். ‘பார்மேன்’ஐக் கூப்பிட வேண்டும், 88.07.54, ரொம்ப அவசரம், தயவுபண்ணுங்க! எனச் சத்தம் போட்டுக் கேட்க வேண்டும். இன்னொரு டெலிபோன் கிட்டே ஓட வேண்டும், சிவப்பு பொத்தானை அழுத்த வேண்டும். பூடகமான நோக்காடுகளின் வேதனைகளைப் போல கண்ணுக்குப் புலனாகாத மேகத்தை, எட்ட முயலும் சொற்களின் அமானுஷ்ய மொழியாடலில் இறங்கியாக வேண்டும், அவநம்பிக்கைகளுக்கு இடமளித்திடக் கூடாது, பிறர் ஏளனத்தைப் பொருட்படுத்தக் கூடாது. ஈரமான உள்ளங்கைக் குழியில் அவ்வப்போது வழக்கியபடி இருக்கும் கறுப்புக் கருவியிடம் மானுடத்தை ஒப்படைத்து அதன் செயல்பாட்டிற்கேற்ப நம்மை மாற்றிக்கொள்ளத் தெரிய வேண்டும், அக்கருவியின் சல்லடைபோன்ற வாய் நமது காதுடன் ஒட்டிக்கொள்ளும், எந்திரத்தின் பாடலான மூக்கொலி தகவல் தொடர்பை ஏற்படுத்திக்கொள்ள முணுமுணுப்புடன் காத்திருக்கும்: அவசரம் கூடாது பொறுமையுடன், வெதுவெதுப்பான இளஞ்சூட்டுடன் மின்சாரம் கொலுவீற்றிருக்கிற பேக்ளலைட்டின் *(bakelite)* சிரட்டைக்கிடையில் தலையை முற்றாக ஒளித்துக்கொண்டு காத்திருக்க வேண்டும்; எதுவரை? மெல்லிய சீழ்க்கை ஒலி முடிவுக்கு வர, தீப்பொறியின் மிக நுணுக்கமான ஒலிகள் எதிரொலிக்கும்வரை; அதலபாதாளத்திலிருந்து பாசாங்குக் குரலொன்று எழும்பி அதன் பொய்களால் நாம் மூடப்படுகின்ற வரை; நம்முடைய சொந்தக்குரல் தொலைதூர ‘ஹலோ’க்களுடன் கலந்து, மின்கம்பிகள் ஊடாகத் திரும்ப ஒலிப்பதைக் கேட்டவண்ணம், நம்புகிறோமா இல்லையா என்ற கேள்விகள் அவசியமற்று, கட்டாயம் ஏதேனும் கூறவேண்டிய முனை ஒன்றிருக்கிறது, அங்கே நாம் அழைத்துச் செல்லப்படும்வரை காத்திருக்க வேண்டும். ஹல்லோ மிஸியே அமாதூனி? சோனியாவுடன் நான் கொஞ்சம் பேச வேண்டும், தயவு செய்வீர்களா?

அவள் இல்லையென்றாலுங்கூடத் தொலைபேசியைத் துண்டிக்கக் கூடாது. அரைமணிநேரத்தில் செனெகால் நாட்டிற்குப் போக இருக்கிறேன் என்பதை விளக்கிக் கூற வேண்டும், எப்படியாவது மிஷெலைக் கண்டுப்பிடித்தாக வேண்டும். மிஷெலும் சோனியாவும் மிஷெல் காரில் வெளியில் சென்றிருக்கிற தகவல் கிடைக்கும். இரண்டு நிமிட இடைவெளியில் அவர்களைத் தவற விட்டிருப்போம். நடனம் ஆடவென்று நகரத்திற்கு அவர்கள் சென்றிருப்பார்கள்; நிச்சயமாகத் திரைப்படத்திற்குச் சென்றிருக்க வாய்ப்பே இல்லை. ஏனெனில் அதற்கு முன்பாக சாப்பாட்டு மேசையில் சுவாரஸ்யத்தைத் தருகின்ற வகையில் காண்பதற்கு எதுவுமில்லையென்று இருவரும் உரையாடியிருப்பார்கள். இரண்டு மூன்று நிமிடங்களுக்கு முன்புதான் பெண்கள் இருவரும் புறப்பட்டுப்போனதாகக் கூறுவார்கள். சனிக்கிழமைகளில் அதிகக் கூட்டமிருக்கும் என்பதால் இருவரும் நடனமாட 'ஹை–ஃபி'க்கோ அல்லது 'பெர்கோலாவிற்கோ' அல்லது 'மம்மூத்'திற்கோ சென்றிருக்கச் சாத்தியமே இல்லை. எஞ்சி இருப்பவை 'ஸ்டாரெயோ'வும், 'விஸ்கி'யும் தான். சோனியாவிற்குப் பிடித்தமான இரவு விடுதியென்று எதுவும் இருக்க முடியாது. ஆனால் மிஷெல் 'தனது தகுதிக்கு இது உதவாது' என நினைப்பவளாக இருந்தால், 'விஸ்கி'யை ஒதுக்கிவிட்டு, 'ஸ்டாரெயோவைத் தேர்வுசெய்திருப்பாள். மிஷெலிடம் 67 விழுக்காடுகள் போலித்தனம் இருந்தன.

நூற்றுக்கு 67 பங்கு வாய்ப்பின்படி அவள், சோனியாவை ஆடம்பரமான அந்த இரவு விடுதிக்கு அழைத்துச் சென்றிருப்பாள். பதுங்கி வரும் மின்சார ஒளி, பொய்யான சிவப்பு சாட்டினைக்கொண்ட சாய்வு நாற்காலிகள், வயதான சீமாட்டிகளின் காவலர்களாகவும் காதலர்களாகவும் வாழ்க்கையை ஓட்டுகிற இளைஞர்கள், அவர்களுடன் நடனமாடும் போலித் தொழிலதிபர்களின் பெண்களென அவ்விடுதியில் எல்லாமே போலிமயம். நல்லவேளை இவற்றையெல்லாம் ஒருவரும் கணக்கில் எடுத்துக்கொள்வதில்லை. 'ஸ்டாரெயோ' இரவு விடுதியில் ஒருவருமில்லை; வழக்கமாக அங்கு வருபவர்கள் சனிக்கிழமை அன்று வரமாட்டார்கள், திங்கட்கிழமை போன்ற கூட்டமிருக்கும் நாட்களில் தான் முன்னதாகப் பதிவுசெய்துவிட்டு வருவார்கள். இருட்டிக்கிடந்த மண்டபத்திற்குள் நுழைந்தான், மிஷெலை அல்லது சோனியா அமாதூனியைத் தேடி அவன் கண்கள் அலைந்தன. இருவரும் அங்கில்லை. மது விற்பனைசெய்யும் 'பார்'ஐ நெருங்கினான், குரலை உயர்த்தி வினவினான்:

"சோனியா அமாதூனியை உங்களுக்குத் தெரியுமா?"

அங்கிருந்த மனிதன் சிரமத்திற்கு உள்ளானவன்போல அவனைப் பார்த்தான். நெற்றிப்பொட்டும் கன்னமும் சாம்பல் நிறத்திலிருந்தன, பட்டாலான டை ஒன்றைக் கட்டியிருந்தான். தலையை ஆட்டினான். பிக் – அப் ஒன்றிலிருந்து, மென்மையான இசை வெளிப்பட்டு மண்டபத்தை நிரப்பிக்கொண்டிருந்தது. ஆதாம் அருகில், கௌவுண்ட்டரில் முழங் கைகளை ஊன்றியபடி தன்பாலின சேர்க்கையில் ஆர்வங்கொண்ட இரண்டு இளைஞர்கள் முறுவலித்தவாறு நின்றுகொண்டிருந்தார்கள்.

ஆதாம் அவர்களைப் பார்த்தான். பிற இடங்களிலும் அவன் பார்வை சென்றது. மிகமிக அமைதியாகவும், சாதுவாகவும், குமட்டல் தரும் வகையிலும் அவ்விடங்கள் இருந்தன. வெகு காலத்திற்குப் பிறகு முதன்முறையாக மிகச் சுத்தமான காற்றைச் சுவாசிப்பதைப் போல உணர்ந்தான்; மறக்கப்பட்ட அவ்வெளியில்,

அங்கிருந்த இரண்டு அழகான தன்பாலின விரும்பிகளுக்கு அருகில்; உறுத்தாத நிறமும், குறைந்த ஆயுளும் கொண்ட அவர்களுடைய ஒருவகையான மான் தோல் ஜாக்கெட்டுகளுக்கு அருகில்; அதிகம் சிவந்திருக்கும் அவர்கள் உதடுகளுக்கு அருகில்; வெள்ளைவெளேர் என்றிருக்கும் அவர்களின் உடல்களுக்கு அருகில்; அவர்களுடைய நீண்ட செம்பட்டைக் கேசங்களுக்கு அருகில்; அவர்களுடைய சிரிப்புடன்; அவர்களுடைய கைகளுடன்; மஞ்சள் பழுப்பில் வளையமிட்டிருக்கும் அவர்களுடைய கறுப்புக் கண்களுடன்; நின்றவண்ணம் சில்லென்றிருக்கிற பெரிய கண்ணாடிக் குவளையில், கொஞ்சம் விஸ்கி அருந்தியவாறு ஏதோ ஒன்றிற்காக அல்லது சும்மாவேணும் காத்திருக்க வேண்டுமென்ற ஆசை அவனுக்குள் அரும்பியது.

அதற்கு முன்பாகச் சில நூறு மீட்டர்கள் தூரத்திலிருந்த இரவு விடுதி 'விஸ்கி' வரை நடக்க வேண்டும்; அங்கே முதல் மாடிவரை ஏறவேண்டும். நகரத்தில் வாடிக்கையாளர்கள் அதிகம் புழங்குகிற விடுதி. அடுத்தடுத்து இரண்டு பெரிய கூடங்கள் இருந்தன. ஒன்று மது விற்பனைக்கும் மற்றது தோல் இருக்கைகளுக்கும் உபயோகப்பட்டது. ஆதாம் கதவைத் திறந்துகொண்டு உள்ளே நுழைந்தான். இறுக்கமான சூழ்நிலை நிலவியது, இரைச்சல் நிரம்பியிருந்தது. மின் விளக்குகள் ரத்தச்சிவப்பில் இருந்தன. எல்லோரும் ஆடிக்கொண்டும் சத்தம்போட்ட படியும் இருந்தார்கள். அவர்கள் ஆடியது கோல்மன், செட்பேக்கர், ப்பிலாக்கி ஆகியோரின் ஜாஸ் இசைத்தட்டிற்காக. பணம் செலுத்தும் கௌண்டருக்குப் பின்னால் நின்றுகொண்டிருந்த பெண்மணி அவன் பக்கமாக உடலை வளைத்து என்னவோ கூறினாள். ஆதாம் காதில் விழவில்லை. அருகில் வருமாறு சைகைசெய்தாள். கடைசியாக அவள் சொன்ன வார்த்தைக் காதில் விழுந்தது, விளங்கிக்கொண்டான். அவளை நோக்கி ஓர் அடி எடுத்துவைத்து உரத்தகுரலில்:

"என்ன ?" – என்றான்.

"உன்னை உள்ளே வா! – என அழைத்தேன்"

பத்து வினாடிகள் அசையாமல் அவ்விடத்திலே நின்றான். பேசவும் இல்லை, எதைப் பற்றியும் சிந்திக்கவுமில்லை; எல்லாப் பக்கங்களிலும் வெடித்துச் சிதறி, குறைந்தது பத்துமீட்டர் சதுர பரப்பின் ஒலியிலும், இயக்கத்திலும் கிடப்பதைப் போல உணர்ந்தான். கௌண்டரிலிருந்த பெண்மணி திரும்பக்கூறினாள்:

"உள்ளே வாங்க... உள்ளே வாங்க!"

தனது கைகளை வாயில் குவித்து, தற்போது தனது முறை என்பது போல் பேசினான்.

“சோனியா அமாதூனியை உங்களுக்குத் தெரியுமா?

“யாரு?”

“சோனியா அமாதூனி?”

“தெரியாது.” என்றவள், வேறு எதையோ தொடர்ந்து கூறினாள். ஆனால் அதற்குள் ஆதாம் அவளைவிட்டுத் தள்ளி வந்திருந்தான், அவள் அடுத்துக் கூறியது எதையும் காதில் வாங்கவில்லை; இருள், சிவப்பு ஒளி, கால்களும் இடுப்பும் வலிப்பு வந்ததுபோலப் போடும் ஆட்டம், அடுத்தடுத்து இருந்த கூடங்களிலிருந்து எந்திரங்களின் உறுமல்போல வெளியேறிய இரைச்சல்கள். ஏதோ சட்டென்று ஒரு இரும்புக் கவசத்திற்குள் – மோட்டார் சைக்கிளின் சிலிண்டருக்குள் – நுழைந்த உணர்வை அவனுக்குத் தந்தன. உதாரணமாக, நான்கு உலோகச் சுவர்களுக்குள் சிறைப்படுத்தப்பட்டதைப் போல இருந்தது: பருமை, மூர்க்கம், வெடித்தல், பெட்ரோல், தீச்சுவாலை, கரிக்கசடுகள், கரி, வெடித்தல், எரிவாயுவின் துர்க்கந்தம், அடர்த்தி மிக்க எரி எண்ணெய், உருகிய வெண்ணெய் போன்ற கொழகொழப்பான பிசுக்கு, சிவப்பும் கறுப்புமான துணுக்குகள், ஒளித் தெறிப்புகள், வெடித்தல், மிகக் கனமானதும் ஆற்றல் வாய்ந்ததுமான வாயுவின் வெளியேற்றம், பின்னர் அவை வார்ப்பு இரும்பு சுவருக்குள்ளே கால் வேறு கை வேறாகப் பிய்த்தெறிந்து, பிசைந்து, துவம்சம் செய்ய, தீப்பொறிகள், உலோகத் துணுக்குகள், கிளிக் ஒலிகள், முன்னும் பின்னும், முன்னும் பின்னும், முன்னும் பின்னும்: வெப்பம்.

“இல்லை, நான் பார்க்க விரும்பியது...” எனச் சத்தமாகத் தொடங்கிய ஆதாம், அதனினும் பார்க்க கூடுதல் குரலில்: “சோனியா அமாதூனி!” என முடித்தான்.

கௌண்டர் பெண்மணி ஏதோ கூறினாள், ஆதாம் அதைக் காதில் வாங்கவில்லை என்பதைப் புரிந்துகொண்டு, தோள்களை உயர்த்தி, முகத்தைக்கொண்டு ‘தெரியாது’ எனச் சமிக்ஞை செய்தாள்.

கிட்டத்தட்ட மழை விட்டிருந்ததெனலாம். அவ்வப்போது ஒன்றிரண்டு சொட்டுகள் விழுந்துகொண்டிருந்தன. நகரம் நன்றாக நனைந்திருந்தது. இரவு முழுக்க ஆதாம் வீதிகளில் நடந்தான். இரவு ஒன்பதரை ஆரம்பித்து, அதிகாலை ஐந்து மணிவரை நடந்திருப்பான், ஒரு பெரிய சூரியன் வழியில் எதிர்ப்பட்டவற்றை எல்லாம் எரித்துச் சாம்பலாக்கிவிட்டு நடந்ததைப் போல, அவன் செய்கை இருந்தது.

நடக்கிறபோது ஆதாம் சிந்தையில் பல்வேறு எண்ணங்கள்:

(தவறான ஆட்டத்தைத் தேர்வுசெய்துவிட்டேன். இப்பிரச்சினையை வெகு சாதாரணமாக எடுத்துக்கொண்டு அணுகியிருக்கிறேன். அதானாலே தவறு நடந்துவிட்டது. முட்டாள். செய்ய விரும்பியதென்ன: அந்தப் பெண் மிஷெலை, ஒரு நாயைப் போல. அவளுடைய அடிச் சுவட்டை வைத்து தொடர நினைத்தேன். ஒன்று, இரண்டு, மூன்று, நான்கு, ஐந்து, ஆறு, ஏழு, எட்டு, ஒன்பது, பத்து, பதினொன்று,

பன்னிரண்டு – இருக்கிறாயா? பதின்மூன்று, பதினான்கு, பதினைந்து, பதினாறு, பதினேழு, பதினெட்டு, இருக்கிறாயா? பத்தொன்பது, இருபது, இருபத்தொன்று இருப்பத்திரண்டு, இருபத்தி மூன்று, இருபத்தி நான்கு, முப்பதுவரை எண்ணுகிறேன், இருபத்தைந்து, இருபத்திஆறு, இருபத்தி ஏழு, இருபத்தியெட்டு இருபத்தொன்பது, இருபத்தொன்பதரை, இருபத்தொன்பதே முக்கால், அப்புறம் 30! அதன் பிறகு சுவர் மூலைகளில், கதவிடுக்குகளில், இரவு விடுதிகளில், கடற்கரைகளில், மதுச்சாலைகளில் திரைப்பட அரங்குகளில், தேவாலயங்களில், பொது பூங்காக்களிலென்று கிட்டத்தட்ட நகரத்தை முழுமையாக அலசி இருக்க வேண்டும். உன்னைக் கண்டுபிடித்து முடிக்கும்வரை தேட விரும்பினேன். அப்போது நீ மருந்தாளுநருக்குப் படிக்கும் மாணவன் ஒருவனுடன் டாங்கோ நடனம் ஆடிக்கொண்டிருக்கலாம், கடலெதிரே நீள்மடக்கு நாற்காலியொன்றில் அமர்ந்திருக்கலாம். விளையாட்டுக்கான நியதிப்படி, கண்டுபிடிக்க உதவியாகத் தடயங்கள் சிலவற்றை விட்டுச் சென்றிருப்பாய், மறுக்கவா முடியும்? அமாதூனி சோனியா – நாதின், மௌர்மன் என்பது போன்ற ஒன்றிரண்டு பெயர்களில்; ஆள் நடமாட்ட மற்ற குறுகலான சந்தொன்றில் தரையில் கிடக்கும் கைக்குட்டையில்; அதே தரையில் கிடக்கும் வெளிர் ஆரஞ்சு நிற உதட்டுச் சாயத்தில், தலைமயிர் ஊசியில்; *'Self-Service'* ஒன்றின் இரு இளைஞர்களுக்கிடையில் நடைபெறும் உரையாடலில்; இரவு நேரங்களில் திறந்துவைத்திருக்கும் கேக் கடையொன்றின் நீலநிற மேசை விரிப்பின் கீழே, சூட்சமமான குறிப்பொன்றில்; அல்லது தட எண் 9 ட்ராலி பேருந்தொன்றின் ரெக்ஸின் இருக்கையில் உன் நகத்தின் முனையால் கீறப்பட்டுள்ள *M.D.* என்ற இரு எழுத்துக்களில் அத்தடயங்கள் இருக்கக்கூடும். பிறகு நானும் மெல்ல மெல்ல உணர்ச்சிக் கொந்தளிப்பில் மூழ்கி எனக்குள்ளே: "உடல் தகிக்கிறது!" என்பேன்.

பிறகு காலை ஆறு இருபத்தைந்திற்கு, களைத்த நிலையில் உன்னை இறுதியில் கண்டுபிடித்திருப்பேன். அப்போது ஆண்களுக்கான மழை – கோட்டில் ஒடுங்கியும், இறுக்கமான வாயுடனும், வெளிர் சிவப்பில் தோய்ந்த தலை மயிருடனும், கசங்கிய கம்பளிச்சட்டையுடனும்; இரவெல்லாம் விழித்துச் சோர்ந்த கண்களுடனும் இருப்பாய். அதுவும் எல்லோரும் நடக்க உபயோகிக்கும் சாலையில் சாம்பல் நிறச் சூரிய உதயத்தை எதிர்பார்த்து தனியொருத்தியாக நீள்மடக்கு நாற்காலியில் புதைந்துகிடப்பாய்.

ஆனால் இங்கே எவரும் மற்றவருக்காகக் காத்திருப்பதில்லை; அதைக் காட்டிலும் உடனடியாகக் கவனிக்க வேண்டிய வேறு பிரச்சினைகள் உலகில் இருக்கின்றன. மக்கள்தொகைப் பெருக்கம், பட்டினிச்சாவு, நாலாபக்கமும் கடும் சங்கடங்கள் என வதைபடும் உலகமொன்றுண்டு. அப்பட்டமான இவ்வுண்மைக்குள் நாம் தேடி ஆகவேண்டும், எதையும் அலட்சியப்படுத்தக் கூடாது. அற்பமான சங்கதிகளையும் கவனத்தில்கொண்டு ஆய்ந்துபார்க்க வேண்டி யிருப்பதால், தனிமனித வாழ்க்கைக்கு அத்தனை முக்கியத்துவம் கொடுக்க வேண்டியதில்லை.

ஒட்டுமொத்த பிரபஞ்சமும் இங்கே மகா பெரிய பிரச்சினை. இருநூறு கோடி மக்கள் ஆணும் பெண்ணுமாய் பொருட்களை, நகரங்களை, கட்டியெழுப்ப; குண்டுகள் தயாரிக்க; அண்டங்களைக் கைப்பற்ற ஒன்றிணைகிறார்கள்.

"லிபர்ட்டி 11 என்ற விண்கலம் ஏழுமுறை பூமியைச் சுற்றிவந்தது", "நெவாடாவில் 100 மெகா டன் எடையுள்ள பி பாம் வெடித்தது" எனத் தினசரிகள் சொல்கின்றன...

அது உண்மையில் எல்லா இடங்களிலும், எல்லா காலங்களிலும் ஒளிர்ந்த மிகப்பெரிய சூரியனைப் போல இருந்தது. பேரிக்காய் வடிவ சூரியன், நிதானமும் வீரியமும் கொண்ட அதிகாலைகள் சூரியன், அதனை அளக்க பொஃபோர்மானி *(Beaufort)* வேண்டும். அவ்வேளையில், அவர்கள் கோளைச்சுற்றிலும் எளிதில் உட்புக முடியாத வலையொன்றை நெய்துகொண்டிருந்தார்கள். அதன் பின்னர் அவர்கள் கோளை ஓர் ஒழுங்கிற்குக் கொண்டுவர $xx1$, $yy1$, $zz1$ கோடுகளை மேலும் நீட்டி, ஒவ்வொரு சதுரப் பரப்பையும் தங்கள் அதிகாரத்தின் கீழ் கொண்டுவந்தார்கள்.

சமூகம் பல்வேறு சிறப்புப் பிரிவுகளால் தன்னைக் கட்டமைத்துக் கொண்டிருந்தது: ராணுவம், அரசு அலுவலர்கள், மருத்துவர்கள், கசாப்புக்காரர்கள், மளிகைக் கடைக்காரர்கள், உலோகத் தொழிலாளிகள், மின்னணுப் பொறியாளர்கள், வணிகக்கப்பல் கேப்டன்கள், புகையிலை, சஞ்சிகைக் கடை நடத்துபவர்கள் எனப் பலர் அதற்குள் அடங்குவர்.

22 மாடிகளைக் கொண்ட கட்டடங்களைக் கட்டி அவற்றின் கூரைகளில், தொலைக்காட்சிப் பெட்டிகளுக்கான உணர்கம்பிகளைப் பொருத்தினார்கள். பூமியின் அடியில் குழாய்கள், மின்சாரக் கம்பிகள், சுரங்க ரயில்கள் அமைத்தார்கள். அணைகளைக் கட்டி, மின்சாரத்திற்கும் பிறவற்றிருக்கும் கம்பங்களை நட்டு கடந்தகாலச் சிக்கல்களை நிலை நாட்டினார்கள். தோண்டினார்கள், புதைத்தார்கள். எரித்தார்கள் அல்லது வெடிவைத்துத் தகர்த்தார்கள். மின் ஆக்கப்பொறிகளை மெல்லச் சுழலவிட, அவை குறட்டைவிட்டபடி, வானத்தின் பலமுனைகளுக்கும் தங்கள் காந்தப்புலத்தைப் பாய்ச்சக் காரணமாக இருந்தார்கள். காகிதத்தைக் கிழிப்பதுபோன்ற சத்தத்துடன் விமானங்கள், ஓடுபாதையிலிருந்து மெல்ல விலகி விண்ணில் பாய்ந்தன. விண்கலங்களும் அவ்வாறே, கண்ணுக்குப் புலனாகாததொரு புள்ளியாக இருக்கின்ற விண்வெளியின் மையத்தைக் குறிவைத்துக் காவிவண்ண புகைமண்டலத்துகிடையில் புகுந்து, பின்னர் அவை கறுமை நிறக் கதிர்களிடை மறைந்துபோயின.

அவ்வளவும் பின்னர், லட்சக்கணக்கான ஒரே சிந்தையுடைய மனிதர்கள் திரண்ட ஓர் அதிகாலைக்கு, ஒரு புதிய விடியலுக்குத் திரும்பிவந்தன. அம்மனிதர்களை ஓரங்கட்டுவதுபோல, வன்முறை, உடைமைப்பறிப்பில் ஆர்வம்கொண்ட ஆணும் பெண்ணுமான ஓர் கூட்டமொன்றும் அங்கே இருந்தது. உலகின் வினைத்திறன் சார்ந்த கருதுகோள்கள் அடிப்படையில் கூடியிருந்த அவர்கள், நிலப்படங்களை வரைந்தார்கள், பிரித்தார்கள்; பிரித்த நிலங்களுக்குப் பெயர் சூட்டினார்கள்;

நாவல்கள் எழுதினார்கள் அல்லது வரைபட நூல்களைத் தொகுத்தார்கள். தங்கள் மக்களால் நிறைந்த அந்நிலங்களின் பெயர்கள் பின்பு வரிசைப் படுத்தப்பட்டன:

எக்ல்ஃபெச்சான்	ஸ்காட்லாந்து	55.3வ.	3.14.மே.
எக்ல்ஸ்	இங்கிலாந்து	53.28.வ.	2.21.மே
எக்லீஷல்	இங்கிலாந்து	53.28.வ	2.21.மே
எல்மியாட்ஸன்	அர்மீனியா	40.20.வ	44.35.கி.
எக்டெனாக்	லக்ஸம்பர்க்	49.48.வ.	6.25.கி
எஷ்ஃகா	விக்டோரியா	36.7.தெ.	144.48.கி
எசைஜா	ஸ்பெய்ன்	37.32.வ.	5.9. மே.
எக்யுடோர் குடிஅ.	தென் அமெரிக்கா	2.0.தெ.	78.0.மே.
எடாம்	ஆலந்து	52.31.வ.	5.3. கி.
எட்ராசில்லிஸ்	ஸ்காட்லாந்து	59.12. வ.	2.47.மே.

அடுத்து அம்மனிதர்களின் பெயர்கள் காப்பி பார்களின் அடுக்குத் தட்டுகளில் இருந்த புத்தகங்களை நிறைத்தன:

அருட் திரு வில்லியம் பௌட்னி

பிரான்சிஸ் பார்க்கர்

ராபர்ட் பேட்ரிக்

ராபர்ட் பேட்டன்

ஜான் பெய்ன்

அருட்திரு பேர்சிவல்

சார்ல்வில்

நத்தானியல் ரேய்னெர்

அபெல் ராம், எஸ்கொயர்

இக்கூட்டத்திலேதான் தேடி இருக்க வேண்டும். அனைவரையும் கண்டுபிடித்திருக்க முடியும். அக்கூட்டத்திற்குள் அதிகாலைநேரத்தில் நீண்ட நாற்காலியொன்றில் குளிருடனும், பனிசொட்டும் உடலுடனும் நடுங்கிக்கொண்டு அவற்றின் ஆற்றலை எதிர்கொள்ள முடியாமல் கரைந்திருக்கும் மிஷெலையும் கண்டுபிடித்திருக்கலாம். அவர்கள் எல்லோரும் ஒரே மாதிரியான வாழ்க்கையை நடத்தியவர்கள்; அவர்கள் 'நிரந்தரம்' சிறிது சிறிதாக மூலப்பொருட்களின் அடித்தளத்தில் எழுப்பப்பட்டிருந்தது, அதற்கு எஜமானர்களும் அவர்களே. அவர்களுக் கிடையேயான இணக்கம் பெரும் ஊதுலைகளில்வைத்து உருவானது. உருக்கப்படும் உலோகத்தின் மத்தியில் சிலவேளைகளில் எரிமலைக் குழிகளில் நிகழ்வதைப்போல, கொதித்துப் பொங்குவதும் நடந்தது,

அதுவே ஆயுதமாகிக் கூட்டத்திலுள்ள பிறரைக்காட்டிலும் அவர்களை மேலானவர்களாக மாற்றியிருந்தன. பிற நகரங்களைப் போலவே, அந்நகரத்திலும் ஆண்களும் பெண்களும் கொதிக்கும் பாத்திரங்களில் நரகவேதனைகளை அனுபவித்துக்கொண்டிருந்தார்கள். பூமியின் அதலபாதாள அலையொன்றின் விளிம்பில், என்றென்றும் தங்கள் உடலுக்குக்கவசமாக இருக்கக்கூடிய மகோன்னத சக்தியொன்றை எதிர்பார்த்துக் காத்திருந்தார்கள். எந்திரங்களுக்கு மத்தியில் அம்மணமாய் வாழ்ந்தார்கள்; பிடிவாதக்காரர்களாகவும், கண்ணுக்குப் புலப்படாதவர் களாகவும் வாழ்ந்து, பூமியைப் பிரகாசிக்கவைக்க என்னவெல்லாம் செய்ய வேண்டுமோ அதனைச் செய்தார்கள். அவர்கள் உலகம் முடிவிற்கு வந்தாயிற்று, கூடிய சீக்கிரம் அவர்களுக்குத் தற்காலிகமாக வாய்த்த வாழ்க்கையிலிருந்து நிரந்தரமாக அப்புறப்படுத்தப்படுவார்கள். அவர்கள் முகங்களில் வார்ப்பிரும்பு முகமூடிகள் பூட்டப்படுவதற்கான சமிக்ஞைகள் ஏற்கனவே தெரிகின்றன. இன்னும் ஓரிரு நூற்றாண்டுகள், பிறகு சிலைகளாவோ, கல்லாலான சவப்பெட்டியாகவோ மாறி விடுவார்கள்: தங்கள் கான்க்ரீட் அல்லது வெண்கல வார்ப் படத்தில் ஒளிந்து, உடையும் தன்மையுடனிருந்தாலும் அழிவில்லாத, ஒரு வகையான மின்பொறிகளின் தெறிப்பாய் வாழ்வார்கள். பிறகென்ன காலத்தைத் தீர்மானிக்க முடியாத பருப்பொருட்கள் ஆட்சி நிலை பெற்றுவிடும், ஒரு ஆணும், ஒரு பெண்ணும் மட்டுமே உலகில் மிஞ்சியிருப்பார்கள்.

ஆதாமை நகரத்தின் வீதிகளெங்கும் பார்க்க முடிந்தது. இருளில் மூழ்கியிருந்த பூங்காவிற்கு முன்னால், நாய்களின் கல்லறைகளுக்கு முன்னால்; கல்லால் செதுக்கப்பட்டிருந்த வளைவொன்றின் கீழ்; சிலநேரங்களில் இருபக்கங்களிலும் மரங்களுள்ள சாலையில் அல்லது கத்தீட்ரல் படிகளில் நன்றாக அமர்ந்தபடி என எங்கும் அவனைப் பார்க்க முடிந்தது.

தாதுப்பொருட்களின் பரவலில் இருந்தபடி தன்னந்தனியே அனைத்தையும் பார்த்துக்கொண்டிருந்தான். ஃபோந்த்தேன் ஃபோஸ் என்ற இடத்தின் அருகிலோ, ரயில் பாலத்தின் கீழோ அவன் சிகரெட் பிடிப்பதையும் காண முடிந்தது. ‘கிரான் ப்ளாஸ்’ சதுக்கத்தின் அருகிலிருக்கும் பூங்கா ஒன்றில், கடலோரமுள்ள நடைபழகும் சாலையில் அமைத்திருந்த தடுப்புக் கம்பிகளில் முழங்கால்களை ஊன்றியபடியோ இருந்தான். கடற்கரையில்கூட அசைவற்றிருக்கும் கடல் முன்னால் இருந்தான். எல்லா இடங்களிலும் அவன் இருந்ததால் ஒரு வீட்டுப்பக்கமாகச் சென்றபோது அவனையே எதிர்கொள்ள வேண்டியிருந்தது. ஒருவேளை, அந்த நேரத்தில் அதிகாலை மூன்றே முக்கால் மணிக்குப் பொய்ப் படைப்பிற்கு உட்படாத நான்காயிரம், ஐந்தாயிரம் ஆதாம்கள் நகரத்தில் வலம்வந்துகொண்டிருக்கக்கூடும். ஒருவன் கால் நடையாகவோ, வேறுசிலர் சைக்கிள் அல்லது மோட்டார் வாகனத்திலோ, நகரத்தின் ஒருமுனையிலிருந்து மறுமுனைக்குச் சென்று கொண்டிருக்கலாம், ஒரு துண்டு கான்க்ரீட்டைக்கூடச் சும்மாவிடக் கூடாது என்பதுபோல அதில் உட்கார்ந்து எழுந்திருக்கலாம். இறுக்கமான

ஆடையிலிருந்த ஓர் ஆதாம் பெண்மணி தனது குதியுயர்ந்த காலணிகளால் ஓசை எழுப்பியவண்ணம் ஓர் ஆண் ஆதாம் பின்னால் ஓடினாள், பிறகு:

"என் கூட வறியா? சம்மதமா?" – என்றாள்

தயக்கத்துடன் ஆண் ஆதாம் அவளைப் பின் தொடர்ந்தான்.

நகரத்தின் கிழக்குப் பகுதியில் வேறுசில ஆதாம்கள் சீழ்க்கை அடித்தபடி தங்கள் வேலைக்குச் சென்றுகொண்டிருந்தார்கள். ஒரு முதிய ஆதாம் காய்கறி வண்டியொன்றில் சுருண்டு படுத்திருந்தார். அநேகமாக அவரைப் போன்ற மற்றொரு முதிய ஆதாம், வேர்வையில் நனைந்து, நாளானதில் மஞ்சளாகிப்போன பழைய கட்டிலொன்றில் முக்கல் முனகலுடன் உயிர்விடலாம். அல்லது வேறொருவன் கையில் பணமில்லை என்பதற்காகவோ மனைவியைப் பிரிந்த காரணத்திற்காகவோ தூக்கில் தொங்கலாம்.

சதுக்கத்தின் புல்வெளிகள் நடுவில் ஆதாம் கடைசியாக வந்து நின்றான், தன்னைப் பிரதிநிதித்துவப்படுத்திய சிலையொன்றின் பீடத்தில் முதுகைச் சாய்த்தான். பிறகு காலை சுமார் ஐந்துமணி அளவில் ஒரு சலவைக்கடையின் கண்ணாடிச் சன்னல் எதிரில் வந்து நின்றான். களைப்பும் குதூகலமும் ஆட்கொள்ள, கன்னங்களில் இருபக்கமும், கண்ணீர் வடிவதைப் போலுணர்ந்தான். அவனைச் சுற்றிலும் நூற்றுக்கணக்கான, ஆயிரக்கணக்கான சன்னல்கள் திறப்பதைப் பொருட்படுத்தாமலேயே அழத் தொடங்கினான். நடைபாதைத் தளம் சத்தமிடுவதைக் காதில் வாங்கியபடி ஆதாம்கள் ஓடினார்கள். உதட்டினால் பிரார்த்தனைபோல் கவிதையொன்றின் வரிகளை முணுமுணுத்தான். சரியாகப் பதினைந்து மணி நேரத்திற்கு முன்பாக ஒரு நியான் மின்சார விளக்கு சன்னலுக்குப் பின்புறம் சிவப்பு நிறத்தில் ஒளிர்ந்து, மேற்கில் மறையும் சூரியனின் ஒரு துண்டுப்பரப்பை நினைவூட்டியது.

அது இரவா பகலா என்றறியாமலேயே பிரார்த்தனை செய்வது போல உதடுகளால் கவிதையொன்றின் வரிகளிரண்டை முனகினான்:

" 'Tis ye', tis your estranged faces,
That miss the many – splendoured thing."

14

எங்கும் சூரிய ஒளி, இரண்டுபேருக்கான கட்டிலில் ஓர் ஆணும் பெண்ணும் படுத்துக்கொண்டிருக்கிறார்கள், அவ்வறை சன்னலின் சுருள் கதவு முழுதும் மூடப்படாமல் இழுத்துப் பாதியில் நிறுத்தியிருக்கிறது. சுட்டமண்ணில் செய்த ஆஷ்ட்ரே ஒன்று, இடையில் விரிப்பின்மீது வைத்திருக்கிறது, அவ்விரிப்பில் சாம்பல் கறைகளும், தீயில் கருகிய அடையாளங்களும் பரவலாக இருக்கின்றன. அறை சதுரமாகவும் வெளிர் பழுப்பு நிறத்திலும், தாழ்வான உயரத்துடனும், கட்டடத்தின் நடுவிலும் இருக்கிறது. நகரத்தின் பிற எல்லாப் பகுதிகளுமே கான்க்ரீட்டிலும், வலிமையான சுவர்கள் மூலைகள், சன்னல்கள், கதவுகள், கதவுக்கீல்கள் என்றிருக்கின்றன.

அவர்களுக்குப் பக்கத்தில், அதாவது கட்டிலுக்கருகே இருந்த சிறு மேசையில், வானொலிப்பெட்டியொன்று, அணைக்கப்படாமல் இருக்க, அதில் எட்டு நிமிடத்திற்கொரு முறை குறுக்கிட்ட, கணநேர இசைத்துண்டுகளைத் தவிர்த்து பிறநேரங்களில் நீரொழுக்குபோல் தொடர்ந்து பேச்சுகள் கேட்கின்றன.

"சுற்றுலாத்துறைக்கு, அதிலும் குறிப்பாக நமது நாட்டிற்கு அதிக வருவாயைத் தரும் வெளிநாட்டினர் சுற்றுலாவிற்கு, கணிசமான அளவில், நாம் வெகுகாலந் தொட்டு முக்கியத்துவம் கொடுத்துவரும் சூழலில், வரும் ஆண்டு சுற்றுலாவிற்கு மிகவும் சாதகமான ஆண்டாக இருக்குமென்ற தகவல் உண்மையில் நமக்கு மிகவும் மகிழ்ச்சி அளிக்கக்கூடியதாகும் (...) இதனைக் கருதியே கடற்கரையோரம் இருக்கிற நமது ஓட்டல்களின் தரத்தைப் போதுமான அளவிற்கு ஏற்கனவே கூட்டியிருந்தோம், அவ்வகையில் அதி நவீன ஓட்டல்கள் கட்டப்பட்டு, ஓட்டல்கள் பற்றாக்குறைகள் தவிர்க்கப்பட்டிருக்கின்றன; பொதுவில் வசதியானவையெனக் கருதப்பட்டவை நன்கு செயல்படக் கூடியவையாகவும் மாற்றப்பட்டுள்ளன. இன்று சுற்றுலாத் துறை சம்பந்தப்பட்ட அவ்வளவும், அந்நிய நாடுகளுடன் போட்டியிட வேண்டியக் கட்டாயம், குறிப்பாக தெற்கிலுள்ள இத்தாலி, ஸ்பெயின், யுகோஸ்லாவ்யா ஆகிய நாடுகளுடன் போட்டியிட வேண்டிய தேவைகள் நிறைய (...) மிஸியே துத்தெ, நீங்கள் அளித்த தகவல்களுக்கு

லெ கிளேஸியொ

மிகவும் நன்றி, இப்பகுதியின் சுற்றுலாத்துறை வருவாய் சம்பந்தமான மற்றுமொரு நேர்காணலில் மீண்டும் சந்திப்போமெனக் கூறிக்கொண்டு, தற்போது உங்களிடமிருந்து விடைபெறுகிறோம் (...) இப்போது நேரம் சரியாகப் பிற்பகல் இரண்டுமணி ஒன்பது நிமிடங்கள், முப்பது நொடிகள், ரேடியோ – மோந்த்கர்லோப் உங்களுக்குச் சரியான நேரத்தைத் தரவேண்டுமென்பதற்காக "லிப் (*Lip* – பிரெஞ்சு கடிகாரத் தயாரிப்பு நிறுவனம்)ஐத் தேர்வுசெய்துள்ளது (...) பிற்பகல் இரண்டு மணி, நீங்கள் இளைப்பாற உகந்த நேரமுங்கூட. ஹாய்யாகச் சில கணங்கள் ஓய்வெடுக்க உதவும், ஒரு கப் காப்பியுடன் கூடிய இளைப்பாறல் என்பதால் இதனை நீங்கள் சாதாரணமானதாக எடுத்துக்கொள்ளக் கூடாது ..."

கட்டிலருகில் இருந்த அச்சிறு மேசையில் அலாரம் அடிக்கக்கூடிய கடிகாரமோ அல்லது வேறுவகைக் கடிகாரமோ இல்லை. படுத்திருந்த மனிதனின் மணிக்கட்டில் அவிழ்க்காமல் விட்ட ஒரு கைக்கடிகாரம் இருக்கிறது. அக்கடிகாரத்தின் தோற்பட்டை அவன் கரத்தை அலங்கரித் திருக்கிறது வாட்ச் ஒன்றைத் தவிர மனிதன் வேறெதையும் அணியாமல் நிர்வாணமாக இருக்கிறான். பெண்மணியும் நிர்வாணமாக இருக்கிறாள். வலது கரத்தின் நான்காவது விரலில் ஒரு மண ஒப்பந்த மோதிரம் இருக்கிறது. அதே கையில் நடுவிரலுக்கும் ஆள்காட்டி விரலுக்கும் இடையில் சிகரெட் ஒன்றைப் பிடித்திருக்கிறாள். வேர்வையால் சிகரெட் நனைந்தும், நசுங்கியும், உள்ளிருக்கும் புகையிலையைப் பார்க்க முடிகின்ற வகையிலும் இருக்கிறது. அவள் புகைபிடிக்கிறாள்.

ஆடைகள் பந்துபோல், எவ்வித அக்கறையுமின்றி நாற்காலியில், இருக்கையும் சாய்மானமும் சந்திக்கும் இடத்தில் போட்டுக்கிடக்கின்றன. வானொலிப்பெட்டியின் முகப்பில் அலைநீளமுள் அருகே புகைப்பட மொன்று செருகப்பட்டிருக்கிறது. கட்டிலில் படுத்திருந்த ஆணும் பெண்ணுமே, அப்புகைப்படத்திலும் இருக்கிறார்கள். ஆனால் இம்முறை ஆடையுடன் இருக்கிறார்கள், படம் ரோம் நகர வீதியொன்றில் எடுக்கப்பட்டிருந்தது; படத்திலிருந்த ஆண் சிரிக்கிறார்; ஆனால் அவள் சிரிக்கவில்லை. படத்தின் மற்றொரு பக்கம் அவர்கள் பெயர்களை எழுதியிருந்தார்கள்.

திரு., திருமதி லூயிஸ், மூான் மலம்பார்.

இரண்டு ஆண்டுகளுக்கு முன்பு, வேடிக்கையாகத் தங்கள் பெயர்களை அப்படியெழுதினார்கள். அதற்கடுத்த மாதத்தில் மணம் செய்துகொள்வதாகத் திட்டம். அப்படியொரு நம்பிக்கை இருந்தது. தற்போது அவையெல்லாம் பழைய விஷயங்கள். இரண்டு கோடைகால வெப்பமோ அல்லது ஒருவேளை வானொலிப்பெட்டி மின்சாரவிளக்கின் சூட்டின் காரணமாகக்கூட இருக்கலாம் புகைப்படத்தின் மூலை சுருண்டிருக்கிறது. அந்த அறையில் அப்படியொன்றும், குறிப்பிட்ட அத்தருணத்தில் சரியாகச் சொல்வதெனில் மூன்றாவது பீப் ஒலித்த, பிற்பகல் இரண்டு மணி பத்து நிமிட அளவில் நீங்கள் நினைப்பதுபோல விபரீதமாகவோ அல்லது வேடிக்கைக்குரியதாகவோ எதுவும் நடக்க

வில்லை. வெளியில் சூரியன், திறக்கப்பட்ட சன்னல் கதவுகள், வேர்வை, திரைப்பட அரங்கின் ஆர்கன் இசை. படுத்திருந்த ழான் மலாம்பெரின் வட்டமான விழி தலையின் மேற்பரப்பில் மினுங்குகிறது, அருகில் படுத்திருந்த பெண்மணி புகைத்துக்கொண்டிருக்கிறாள், அவற்றைத் தவிர அசைவென்று சொல்ல அங்கே எதுவுமில்லை.

அந்நவீனக் கட்டடத்தின் கீழ்ப்பகுதியில், 'ரொகால் மளிகைக்கடை' என்ற பெயரில் புதிய கடை ஒன்றைத் திறந்திருந்தார்கள். அக்கடை நாள்காட்டியிலிருந்து ஆகஸ்டு மாதத்தின் கடைசியில் அல்லது ஆகஸ்டுமாதத்தின் இறுதியை நெருங்கிக்கொண்டிருக்கிறோம் எனத் தெரிந்துகொள்கிறோம். அநேகமாக 26 அல்லது 24 தேதிகளில் ஏதாவதொன்றாக இருக்கக்கூடும். தேதி கிழிக்கும் பகுதி சதுரமான வெள்ளை நிறத்திலிருந்தது. அதனை நகைச்சுவை நாள்காட்டி எனக்கூறி விற்றிருந்தார்கள். காரணம் நாள்தோறும் வேடிக்கையான வாக்கிய மொன்றை அதில் வாசிக்கக் கிடைக்கிறது. இன்றைய தினம், "ஆயிரந் தடவைக்கு ஒரு முறை 'டொக்' என்பது எது?" எனக் கேட்டு "அது ஆயிரம் கால்களுடைய மரவட்டையின், ஒரு மரத்தாலான கால்", என்றிருக்கிறது. தேதி கிழிக்கும் பகுதியை ஓர் அட்டையில் வைத்திருந் தார்கள். அவ்வட்டையில் செம்பட்டை நிறங்கொண்ட கூந்தலுடனும் புள்ளிபோட்ட சட்டையும் அணிந்த பெண்ணொருத்தியின் படம். அவள் கையில் ஒரு கண்ணாடிக்குவளை. அக்குவளையில் அவள் என்ன குடிக்கிறாளென்பதைத் தெளிவாகச் சொல்ல விரும்புவதைப் போல சிவப்பு நிறத்தில் பெரிய எழுத்தில் *'BYRRH' 'Apéritif'* என எழுதப்பட்டிருக்கிறது. எங்கும் வெக்கை. கிட்டத்தட்ட கொதிப்பதுபோல. போதாதற்கு வாடிய ஜெரேனியப்பூக்களின் மணத்துடன், சாலையிலிருந்து ஓடும் வாகனங்களின் டயர்கள் போடும் சத்தம். கோடைகாலத்தில், ஆகஸ்டு மாதத்தின் இறுதியில் இருக்கிறோம். கடற்கரைப் பகுதியில், எண்ணெய்ப் பிசுக்குடனும், வெயிலில் காய்ந்து பழுப்புநிறத்திற்கு மாறிய மென் தோலுடனும், பெரிய முதுகுடனும் உட்கார்ந்திருந்த மனிதர்களின் பாரத்தைத் தாங்கமாட்டாமல், நீள் மடக்கு நாற்காலிகள் முனகுகின்றன. ஒன்றிரண்டு சாப்பாட்டுக் கூடங்களில், ஒரே நேரத்தில் சிவப்பு எறும்பொன்று மஞ்சள் ரோஜா, இளஞ்சிவப்பு கார்நேஷன் பூ சாயலிலிருந்த பச்சைநிற பிளாஸ்டிக் இலையிலிலிருந்து எதையோ தின்கிறது.

ஆண்களும் பெண்களுமாக நீரில் இறங்குகின்றனர்; அவர்கள் நீரில் நிதானமாக நனைகிறார்கள், சிறிது நேரம் காத்திருக்கிறார்கள். இரண்டு கைகளும் காற்றில் உயர்த்தப்படுகின்றன. கடலோரமாகச் செல்லும் எந்திரப்படகின் சிறு அலைகள் அவர்களைத் தொட்டுக் கூடுதலாக வயிற்றில் சில சென்டிமீட்டர்கள் நனைக்கட்டுமெனக் காத்திருப்பதுபோல தெரிகிறது. அது நடந்து முடிந்ததும், தலையை உயர்த்தியபடி நீரில் முன்பக்கமாகப் பாய்கிறார்கள், கால்கள் பூமியின் பிடியிலிருந்து நழுவுகின்றன. கொஞ்சகொஞ்சமாக நீரெனும் தனிமம் அம்மனிதர்களின் பெயர்களிலிருந்து அவர்களைப் பறித்து அவர்களைக்

கேலிக்குரியவர்களாகவும், சுவாசமற்றவர்களாகவும், வலிப்புநோய்க் கண்டவர்களாகவும் மாற்றுகிறது.

நீர்முழுவதும் வட்டவடிவமான தோற்றத்திலும், பளபளப்பான நீலநிறத்திலும் இருக்கிறது. கரைக்கு ஐம்பது செ.மீட்டர்தூரத்தில் சிறுவன் ஒருவன் குளிக்கும் உடையில் கடலில் உட்கார்ந்திருக்கிறான். நீரோட்டத்தில் கொண்டுவரப்பட்டு அலைகள் கரையொதுக்கியிருக்கிற கழிவுகளை விரல்களால் எண்ணுகிறான்:

வாழைபழத் தோலொன்று

பாதி ஆரஞ்சுப் பழமொன்று

பேரிக்காய் ஒன்று

மரத்துண்டொன்று

கடற்பாசியொன்று

தலையிழந்த பல்லியொன்று

நசுங்கி உள்ளே எதுவுமற்ற அர்த்தான் ட்யூப் ஒன்று

எங்கிருந்து வந்ததென்று கூற முடியாத

பழுப்பு நிறத்தில் மொத்தையாக இரண்டு பொருட்கள்

ஒரு துண்டு பெட்போர்டு – கார்ட் துணி

பிலிப் மோரிஸ் சிகரெட் துண்டொன்று

நடைபழகும் சாலையில் இன்னமும் சூரியன் காய்கிறது. அச்சாலையில் ரயில் நிலையத்திற்குச் செல்லும் பெரிய சாலையின் சந்திப்பில் வயதானக்கிழவியொருத்தி அனல் தாக்கத்தினால் வலிப்பில் விழுந்து இறந்துகொண்டிருக்கிறாள். அவள் மரணம் வெகு எளிதாக நிகழ்கிறது, எளிதாக இருப்பதாலேயே கிட்டத்தட்ட அநேக தடவைகள் நடக்கிறது. நடைபாதையில் வயிறு தரையைத் தொட விழுந்தபோது அவள் வாயிலிருந்து வார்த்தையேதுமில்லை, அவள் கை, நிறுத்தி வைத்திருந்த மோட்டார் வாகனமொன்றின் முன் கதவில் பட்டது, வறண்டிருந்த அவள் கையில் ரத்தம் கசிவதுகூடப் பிறர் கண்களுக்குப் புலப்படவில்லை. சிலர் விழுந்த பெண்மணியைக் கடந்துசெல்கிறார்கள், வேறுசிலர் போலீஸ்காரர்களையோ, பாதிரியாரையோ, மருத்துவரையோ தேடுகிறார்கள், பெண்மணியொருத்தியின் கண்கள் கிழவிமீது நிலைகுத்தி நிற்கின்றன அவள் வாய் மிகவும் மெதுவான குரலில் பிரார்த்திக்கிறது:

"அருள் நிறை மரியே வாழ்க!
ஆண்டவர் உம்மோடு இருப்பாராக..!"

தோற்றத்தில் இத்தாலியன்போல இருந்த ஒருவன் பெஞ்சொன்றில் அமர்ந்திருக்கிறான், அவனுடைய சட்டைப் பையிலிருந்து, இத்தாலி

தயாரிப்பு சிகரெட் பாக்கெட்டொன்றை வெளியில் எடுக்கிறான். அது முக்கால் பங்கு காலியாக இருக்கிறது, எனவே 'எஸ்போர்டாஸியோன்' என்ற பெயரிட்ட தாள் தனது செல்வாக்கைத் தொலைத்து, உறையின் பக்கவாட்டில் வெளுத்ததொரு சிறு கொடிபோல் காற்றில் படபடக்கிறது. நாம் எதிர்பார்த்ததுபோலவே சிகரெட் பாக்கெட்டிலிருந்து சிகரெட் ஒன்றை வெளியில் எடுக்கிறான். புகைக்கிறான். நடந்து செல்கிற இளம்பெண்ணொருத்தியின் மார்பகங்களைப் பார்க்கிறான்: இறுக்கமான ஜெர்சி ரக பனியன், கடலோடிகள் அணியும் ரகம், 'பிரிஸினிக்' கடையில் விற்கப்படுவது, தொடர்ந்து இரண்டு மார்புகள்.

இங்குள்ள பலவகையான அடுக்குமாடிகளும், சாம்பல் நிற மிகப் பெரிய செவ்வக வடிவக் கட்டடங்களும், அடுத்தடுத்துக் கண்ணில் படுகிற கான்க்ரீட்டுகளும், குட்டிச் சுவர்களும் பிறவும், நம் கண்களை ஒரு கோடியிலிருந்து, மறுகோடிக்கு வெகுச் சுலபமாக அழைத்துப் போகின்றன. நாம் வசிக்காத இடமே இல்லை, நாம் வாழ்க்கை நடத்தாத இடமே இல்லை என்பது போன்ற பிரமையை நமக்கு ஏற்படுத்தித் தருகின்றன. சூரியன் சிமெண்ட் பூசிய காரைச் சுவர்களில் பயிற்சி எடுத்துக்கொள்கிறது வரிசை வரிசையாக எழும்பியிருக்கிற பழைய, புதிய நகரங்களால் வாழ்க்கையின் பெருஞ்சிக்கலுக்குள் மாட்டிக்கொள்கிறோம். ஒன்றின் மீது ஒன்றெனக் குவிந்துகிடக்கும் ஆயிரக்கணக்கான புத்தகங்களுக்கு நடுவில் வாழ்கிறோம். ஒவ்வொரு சொல்லும் ஒரு சம்பவம். ஒவ்வொரு வாக்கியமும் ஒரே வகைப்பட்ட சம்பவங்களின் வரிசை. ஒவ்வொரு சிறுகதையும் ஒரு மணி நேரம் அல்லது அதற்கும் கூடுதலான அல்லது அதனினும் குறைந்த நேரம் – இக்கூடுதலும் குறைவும் ஒரு நிமிடமாகவோ, பத்து, பன்னிரண்டு நொடிகளாகவோ இருக்கலாம்.

அவன் தலையை ஈக்கள் மொய்த்துக்கொண்டிருக்கின்றன, கூடத்தின் மறுகோடியில் குழந்தையொன்று அழுவது கேட்கிறது, மத்தியாஸ் தனது குற்றப் புனைவை எழுதப் பிரயத்தனப்படுகிறான். பள்ளிக்கூடத் தாளில், கையால் எழுதுகிறான்.

"ஜோஸெப்பிம் காரை நிறுத்தினாள்:

– இங்கேயா நீ இறங்கப் போகிறாய்?

– ஓகே, மை பாய், – என்றான் டுக்.

காரைவிட்டு இறங்கிய மறுகணம் அதற்காக வருந்தினான் – இப்படியொரு முட்டாள்தனத்தைப் பண்ணியிருக்கக் கூடாது.

அழகுவாய்ந்த ஜொஸெப்பிம் வெள்ளி வேலைப்பாட்டைக் கொண்ட தனது கைத்துப்பாக்கியை எடுத்தாள். சிறந்த வேலைப் பாட்டுடன் கூடிய பெல்ஜியத் தயாரிப்பு, தற்போது துப்பாக்கியின் முனை 'டுக்' வயிற்றைக் குறிபார்த்தது.

பெண்கள்கூட என்னைக் கொல்வேனென்று அடம்பிடிப்பது, உண்மையில் வருத்தத்திற்குரியதல்லாமல் வேறென்ன? கவர்ச்சிகரமான

ஆணென்ற எனது புகழுக்கு ஒரு மரியாதை வேண்டாமா? – என டூக் மனத்திற்குள் சிந்தனைகள்.

– என்ன செய்யப்போகிறாய்? ஏளனமாகக் கேட்டுச் சிரித்தான், தொடர்ந்து, “எனது உயிரைக் காப்பீடு செய்திருப்பது உனக்குத் தெரியுமா?”– எனக் கேட்டான்.

– உனது விதவை மனைவி கணிசமான தொகைக்கு உரியவள் தான் – என்று பதிலிருத்த ஜொசெப்பிமின் குதிரையை அழுத்தினாள்.

அதன்பின்னர் துக்ளாஸ் டூக் இறக்கிறான் அல்லது இறக்காமல் போகிறான்.

பச்சை, மயில் துத்தம் நிறத்தில் கணிசமானஅளவில் திராட்சைக் கொடிகளைக் காணும் வாய்ப்பு, அங்கிருந்த பெருவாரியான சன்னல் களுக்குண்டு. அரளிச்செடிகளின் கொப்புகளில் கசியவிட்ட ரப்பர் தன்மைகொண்ட தனது எச்சிற்கோடுளை நம்பித் தமது வாழ்க்கையை ஒப்படைத்துக் கூட்டிற்குள் முடங்கிக்கிடக்கிற நத்தைகளை, வெயில் பாதையில் குழந்தைகள் பொறுக்கிக்கொண்டிருக்கிறார்கள். காப்பி பார்களின் வீதியை ஒட்டிய முற்றங்கள் வாடிக்கையாளர்களால் நிரம்பி வழிகிறது. கபே லியோன்னெஸ், என்ற காப்பி பாரில் சிவப்பு நிற பேனலின் கீழ் அமர்ந்திருந்த வாடிக்கையாளர்கள் பேசிக்கொண்டும் இருக்கிறார்கள்.

கடற்கரையில் ஒருவேளை?

சர்வர், இங்கே ஒரு பீர் வேண்டும்.

ஒரு பீர்.

பரிசுச் சீட்டுகள் விற்கிறேன், அரசாங்கம் நடத்தும் பரிசுச் சீட்டு! மிகப்பெரிய தொகை, யாருக்கு அதிர்ஷ்டம்?

அதிர்ஷ்டமெல்லாம் எனக்கில்லை, நன்றி!

சர்வர் ஒரு ரோஸே (ஒயின்) கொண்டு வறீங்களா?

ஒரு ரோஸேவா? ஆகட்டும் மிஸியே.

இந்தாங்க.

எவ்வளவு?

ஒரு பிராங் இருபது செண்ட்ஸ் மிஸியே.

பிடியுங்க, உங்கள் சர்வீசும் அதில் சேர்ந்ததா?

ஆமாம் . . . மிஸியே.

நன்றி.

ழான், எங்கே உட்காரலாம்?

நேற்று மிஸியே 'மொரன்'ஐப் பார்த்தேன், அவர் எங்கிட்டே என்ன சொன்னார் தெரியுமா?

அந்த ஆள் நல்ல நடிகனாச்சே.

முடியாது, முடியவே முடியாது!

அதற்குப் பிறகு, எதுவென்றாலும் இருக்கட்டும். நான் இப்போ கடைக்குப் போகவேண்டியிருக்கிறது. வெண்ணெய், மாமிசம், இரவு ஆடைக்கென்று நாடா, ஆகியவற்றை வாங்க வேண்டும்.

நாம கிளம்பலாமா? சர்வர்!

அவன் என்னிடத்தில் கூறியது: "எல்லாம் சரி, நீதான் பதில் சொல்லேன்! இந்த எழவுக்கெல்லாம் நான் ஏன் மண்டையை உடைச்சிக்கனும், எனக்கென்ன வந்தது" – என்றான். நானும் தான் கேட்கிறேன், அவனுக்கென்ன வந்தது, அவன் ஏன் அதுக்காகவெல்லாம் மண்டையை உடைச்சிக்கனும்? அதைப் பற்றி . . .

அந்தக் காப்பி பார், பார்க்க நன்றாக இருக்கிறது. ஒருவகையான கருஞ்சிவப்பு கூடுதலாக ஆக்கிரமித்திருப்பதை மேசைகளில் மட்டுமின்றிச் சுவர்களிலும் காணமுடிகிறது. வட்ட வடிவ மேசைகள். சூரியன் காய்கிற நாட்களில் மேலிருக்கும் மெல்லிய கூரையை மடித்தான பிறகு, அமர்ந்திருப்பவர்களை இரண்டாவது மாடி சன்னலிலிருந்து பார்க்கிறபோது, அவர்கள் சதுரங்க ஆட்டமொன்றுக்கு தயாராக இருக்கும் காய்களைப் போன்றத் தோற்றத்தைத் தரவேண்டும் என்பதைப் போல ஜியோமிதி ஒழுங்குடன் வாடிக்கையாளருக்கான மேசைகள் வெளி முற்றத்தில் போடப்பட்டிருக்கின்றன . . . மேசையில் வைத்திருந்த கண்ணாடிக் குவளைகள் எளிமையானவை, சிலவற்றின் விளிம்புகளில் சில சமயங்களில் ஷாந்திய் கிரீமும் சிவப்பு உதட்டுச் சாயமும் கலந்த கறைகள் பிறைவடிவில் ஒட்டிக்கொண்டிருக்கின்றன.

சர்வர்கள் வெள்ளைச் சீருடைகளில் இருக்கிறார்கள். ஒவ்வொரு முறையும் வேண்டியவற்றைக் கொண்டுவரும்படி கேட்டுக்கொள்கிற போது, கண்ணாடிக் குவளைகளை மேசைக்கு எடுத்துவருபவர்கள், அவற்றுடன் குவளைக்கடியில் வைக்கிற சிறுதட்டுகளையும் பலவித வண்ணங்களில், நாம் ஆர்டர் செய்யும் பொருட்களின் விலையைப் பொறுத்து, கூடவே கொண்டுவருகிறார்கள். ஆண்களும் பெண்களுமாக அருந்துகிறார்கள் சாப்பிடுகிறார்கள், குரலை உயர்த்தாமல் பேசிக் கொண்டிருக்கிறார்கள். சர்வர்கள் நீரின் ஆழ்பரப்பில் மூழ்குபவர்கள் இயங்குவதைப் போலத் தங்கள் பணிகளை அமைதியாகச் செய்து கொண்டிருக்கின்றனர், வலது கரத்தில் உணவு நிரம்பிய தட்டுகளோ அல்லது உண்டுமுடித்த தட்டுகளோ இருக்க, இடது கரத்தில் ஒரு சிறு துண்டொன்று கிடக்கிறது. உண்மையில் சத்தம் வீதியிலிருந்து வருகிறது. அச்சத்தத்தில் கடலிடும் இரைச்சல்; தொடர்ந்துபெய்யும் மழையின் சலசலப்பு; ஒற்றைச்சுரமாக ஒலித்தபோதிலும், ஆயிரக் கணக்கில் அதில் கலந்திருந்த வார்த்தை ஒலிகளின் வகைப்பாடுகள்:

பெண்களின் குதிஉயர்ந்த காலணிகள் போடும் சத்தங்கள்; வாகனங்களின் ஹாரன்கள், அவற்றின் எஞ்சின்கள்; இரு சக்கரவாகனங்கள்; பேருந்துகள் என அவ்வோசைகள் பலவகைப்பட்டிருக்கின்றன. ஒட்டுமொத்தமான மதிப்பீடொன்றையும், ஒற்றைக்குரலென்ற உணர்வையும் ஏற்படுத்துவதில் வெற்றியும் கண்டிருக்கின்றன, இருந்தும் அச்சத்தம் பலமடங்காகப் பெருகிக் கேட்கிறது, ஒரே சமயத்தில் பலவகையான வாத்தியக்கருவி களும் சேர்ந்தெழுப்பும் 'ஸ' எனும் சுரமாக ஒலிக்கிறது.

சடப்பொருட்களின் இயக்கங்கள் அனைத்தும் ஒன்றுபோலவே இருக்கின்றன. பெருந்திரளாகச் சாம்பல்வண்ண மோட்டார் வாகனங்கள் வெளியில் சங்கிலிபோல வரிசைகட்டி நிற்கின்றன; வானம் மேகங்களின்றி இருக்கின்றன; மரங்கள் அசைவேதுமின்றி, அவை அசலான மரங்களல்ல என்ற எண்ணத்தை ஏற்படுத்துகின்றன.

விலங்குகளின் இயக்கம் சடப்பொருட்களின் இயக்கத்திற்கு எதிரானவை, எனினும் அவற்றின் தகுதிக்கேற்ப நடந்துகொள்கின்றன: நடைபாதை நெடுக உலாத்த வந்தவர்களும் மனிதர்களும் பாதசாரிகளும் நடக்கிறார்கள்; கைகள் முன்னும் பின்னுமாகப் போவதும் வருவதுமாக இருக்கின்றன. உடலின் பாரத்தை, ஏறக்குறைய 80 கிலோவை வாங்கிக்கொள்வதற்கு வசதியாகக் கால்கள் ஒருகணம் விறைப்பாக நீண்டு, பின்னர் அவை ஒரு நெம்புகோலாக மாறவும், அவற்றின்மீது உடலில் பிறபகுதி சிறிய 'பாராபோல்' போல இருக்கிறது. வாய்கள் மூச்சுவாங்குகின்றன, விழிகள் ஈரமான தங்கள் கண் குழியில் சுழலு கின்றன. வண்ணங்கள் முழுவேகத்துடன் செயல்படத் தொடங்கிப் படத்திற்குரிய அவற்றின் பண்பில் பலவீனப்பட்டுப் போகின்றன; வெள்ளைமனிதன் அசைவூடாகத் தன்னை மேலும் விலங்காக மாற்றிக் கொள்கிறான்... கறுப்பு மனிதன் தன்னை மேலும் நீக்ரோவாக மாற்றிக்கொள்கிறான்.

இவை அனைத்திலும் பாடங்கற்று அன்பானவனாகவும், சிறிது கோணல், சிறிது கசப்பென்ற அவனுடைய வெறுப்பை வளர்த்துக் கொண்டவனாகவும் மாறுகிறான், அதாவது நிலவைக் கண்டுபிடிக்கவும், பைபிளை எழுதவும் எவை காரணமோ அதுபோல என்று வைத்துக் கொள்ளலாம்.

அவன் வீதிகளில் நடக்கிறான், கண்களில் எதுவும் படவில்லை. சதுக்கங்கள் அவ்வளவையும் முழுமையாகச் சுற்றிவருகிறான். அகன்ற வீதிகளிலும் இறுதிவரை நடக்கிறான், வெறிச்சோடிக் கிடப்பவை, பிளேன் மரங்கள் அல்லது செஸ்நட் மரங்களை ஓரங்களில் கொண்டவை யெனப் பேதம்பார்க்காமல் நடக்கிறான். அசலான மாவட்ட நிர்வாகக் கேந்திரங்கள், நகரமன்றங்கள், திரைப்பட அரங்குகள், காப்பிபார்கள், தங்கும் விடுதிகள், கடற்கரைகள், பேருந்து நிறுத்தங்களென ஓரிடங் கூடப் பாக்கியின்றி நடக்கிறான். சிநேகிதர்களுக்காகவும், பெண்களுக்காக வும் அல்லது எவருக்காகவும் இல்லை என்பதுபோலவும் காத்திருக் கிறான்: அவர்கள் பெரும்பாலும் வருவதில்லை, எனவே காத்திருந்து களைப்புற வேண்டியிருக்கிறது. காத்திருப்பதற்கான காரணங்களும்

அவனுக்கு அவசியமற்றவை, அவற்றைத் தெரிந்துகொள்ளும் ஆர்வமும் அவனுக்கில்லை, தவிர அவை அவனுக்கு ஒருபொருட்டே அல்ல. எனவே தொடர்ந்து தன்னந்தனியே நடக்க ஆரம்பிக்கிறான். இலைகளூடாக சூரிய ஒளி கிடைக்கிறது. நிழலுள்ள இடத்தில் குளிர்ச்சியாகவும், சூரியனைக் காணமுடிந்த இடத்தில் வெக்கையாகவும் இருக்கிறது. நேரம் வீணே கழிகிறது, மனத்தில் பதற்றம் உண்டாயிற்று, நடக்கிறான், மூச்சு வாங்குகிறான், இரவுக்காகக் காத்திருக்கிறான். கடற்கரையில் 'லிப்பி' என்ற பெண்ணை அவன் சந்தித்தும், பேசியுமிருக்கக்கூடும், பின்னர் புழுதிபடிந்த கூழாங்கற்களில் படுத்திருக்கவும் கூடுமென நாம் பந்தயம் கட்டலாம். ஆடைகள், இளைஞர்கள் சம்பந்தப்பட்ட விஷயங்கள், சாஸ்திரிய இசை எனப் பொதுவாக அவள் பேச்சுகள் இருப்பதுண்டு. அவள் பார்த்த மோசமான திரைப்படம் குறித்தும் சமயத்தில் பேச்சுவரும். இதுபோன்றவற்றில் கவனம் போகிறபோது பிறவற்றை மறக்க முடிகிறது, இறுதியில் மனத்திற்குத் தெம்பூட்டுகிறது. மெல்ல மெல்ல மனிதன் எதனாலும் பாதிக்கப்படாத மனத்திட்பத்தை அடைகிறான், பின்னர் அவன் அசகாய சூரர்களில் ஒருவன். அந்நிலையில் குவிந்துகிடக்கும் குறுங்கற்களில் அமர்ந்து, திரும்பத் திரும்ப ஒலிக்கும் அலை ஓசைகளைக் காதில் வாங்கியபடி தங்கள் முழுச்சிந்தனையையும் மூளைசம்பந்தமான விவகாரங்களுக்கு ஒதுக்க முடியும். ஒரு மணி நேரத்திற்குப் பிறகு, ஒருபக்கம் பெருமிதம் இன்னொரு பக்கம் உணர்வு மழுங்கிய பலசாலி ஒருவனின் தள்ளாட்டம் ஆகியவற்றோடு வீதிக்குத் திரும்பலாம். துன்பம் அவலமென்பதெல்லாம் கடந்த காலத்திற்குரியது? எஞ்சியுள்ளவை அற்ப விஷயங்கள், பொதுவான அபிப்ராயங்கள், ஐஸ் கிரீம் கோர்னேக்கள், ஐந்து மணி பீஸா, திரைப்பட கிளப்புகள், கரிம வேதியியல்.

மாற்றீடு செயல்பாடுகள்

Hஇல் உள்ள அணுக்கள் ஒவ்வொன்றையும் அதே மதிப்புத் திறனுள்ள வேறுவகையான அணுக்களால் பதிலீடு செய்யவியலும், உதாரணமாக C l. ஆனால் அதனை ஒளியின்கீழ் செயல்படுத்த வேண்டும், அதற்குப் ப்ரோமைடும் *(Bromide – Br)* தேவை.

CH4 + CI2 = CH3CI + CIH

CH3CI + CI2 = CH2CI2 + CIH

CH2CI2 + CI2 = CHCI3 + CI4

CHCI3 + CI2 = CCI4 + CI4

(Carbon tetrachloride)

முதலாவதாக நாம் முன்புபோல உளவியல்ரீதியாக எதையும் சிந்திப்பதில்லை: எல்லாம் முடிந்தன. 'ஒரு பெண் என்பவள்', பெண். 'ஓர் ஆசாமி வீதியில் போகிறான்' எனில் அவன் வீதியில் போகிற ஆசாமி. சிற்சில சமயங்களில் ஒரு காவல் அதிகாரியாகவோ, சினேகிதனாகவோ, தந்தை ஆகவோ இருந்தாலுங்கூட அவன் வீதியில் போகிற

ஆசாமி. நீங்கள் வேண்டுமானால் என்ன பதில் வருகிறதெனக் கேட்டுப் பாருங்கள். 'வீதியில் போகிற ஆசாமி' எனப்பதில் வரும். நம் கவனம் சிதறியதால் இது நிகழ்வதல்ல, நாம் மேலும் மேலும் அலுவலகப் பணியாளர்களாக நம்மை மாற்றிக்கொள்வதால் வருவது: ஒருவகையான கெடுபிடிக்கு அதாவது அலுவலக நேரங்களில் ஏற்படுகிற அதே கெடுபிடிக்குப் பொதுவாக ஆட்படுவதால் வருவது.

உதாரணத்திற்கு ஆந்த்ரேயா தெ கொம்மின் என்கிற பெண்மணியை எடுத்துக்கொள்ளுங்கள். ஒடுங்கிய முகத்துடன் ஒருத்தி உண்டென்றால் அது அவள்தான்; பிற பெண்களெல்லாம் பழுப்புநிறத்துடனும் பளபளப்பான தேகத்துடனும் இருக்க அவள் ஒருத்தி மட்டுமே வெளுத்த தேகத்துடன் இருப்பாள். வெண்கலத்தாலான தனது கழுத்துச் சங்கிலியின் கண்ணியில் ஒரு கையும், தோல்உறையிட்ட புத்தகத்தில் மற்றொரு கையுமாகக் கறுப்புக் கண்ணாடியில் ஒளித்த பச்சை விழிகளுடன், வாசித்துக்கொண்டு இருப்பவளும் அவள் ஒருத்திதான். பக்கங்கள் செல்லரித்திருக்கின்றன, புத்தகத்தின் முதுகில் நூலின் பெயர், ஒழுங்கற்ற எழுத்துகளில் பொறிக்கப்பட்டிருக்க, அவை தமது நிறத்தைக்கூடத் தொலைத்திருக்கின்றன.

*Ingoldsby Legends**

வானத்தை அம்மணமாக எவ்வித ஓசையையும் எழுப்பாமல் கடந்துபோகிற இந்த விமானத்தை மறக்காமல்; நீர்த்தேக்கத்தின் நடுவில் காலை ஆறுமணி முதல், வெயிலில், நிர்வாண மனிதனைப் போல நிற்கும் இச்சிலையை மறக்காமல்; புறாக்கள், நடைபாதையின் கீழுள்ள மண்வாசம், பிறகு பெஞ்சில் உட்கார்ந்து, எந்நேரமும் தலையாட்டிய படி பின்னல் வேலையில் ஈடுபட்டிருக்கும் மூதாட்டிகளை மறக்காமல்;

அல்லது 'விசிலடிச்சான்' எனப் பலராலும் அழைக்கப்படுகிற பிச்சைக்காரனை மறக்காமல், அவனைப் பொதுவாக அதிகம் பார்க்க முடியாது. அவனை 'விசிலடிச்சான்' என அழைப்பதற்குக் காரணம், பிச்சையெடுக்காத நேரங்களில் 'அராபெல்லா' என்கிற பழைய டாங்கோ இசைக் குறிப்பொன்றை சதா விசிலடித்துக்கொண்டு வீதிகளெங்கும் திரிகிற வழக்கமாம். பிறகு அவன் மேலே போகவில்லை அங்கேயே நிற்கிறான். பழைய சுவரொன்றின் மூலை. குழந்தைகள், நாய்கள் மூத்திரத்தின் பளிச்சென்ற மஞ்சள் நிறம் அங்கு ஆதிக்கம் செய்து கொண்டிருப்பது அவனைத் தடுத்து நிறுத்தியிருக்கக்கூடும். பொய்க்கால் இருந்த காலின் பேண்ட்டை மடித்து உயர்த்துகிறான். அவனைக் கடந்துபோன சுற்றுலாப் பயணிகளைத் தடுத்து நிறுத்துகிறான். அவர்கள் யாராவது ஒருவர் நின்றால்கூட அவனுக்குப் போதுமானது, ஓரளவிற்கு விளக்கமாகப் பேச ஆரம்பிக்கிறான்:

---

* 'The Ingoldsby Legends' நூல் புராணக்கதைகள், பேய்க்கதைகள், கவிதைகள் அடங்கியத் தொகுப்பு. *Richard Harris Barham* என்கிற ஆங்கிலேயர் *Thomas Ingoldsby* புனைபெயரில் எழுதியவை எனச் சொல்லப்படுகிறது.

என்னால் முடிந்த அளவிற்கு வாழ்க்கையை நடத்துகிறேன். சமாளிக்க முடிகிறது. பழைய காகிதங்களை விற்கிறேன். சொல்லுங்க, உங்கள் கையில் எதுவுமில்லை? இந்த முடவனுக்கு உங்களால் முடிந்த அளவிற்கு ஏதேனும் ஒன்றிரண்டு நாணயங்கள்?

அதற்குப் பதிலளிக்கும் விதமாக:

"கையில் ஒரு பைசா இல்லை, இன்றைக்கு என் நிலைமை ஆக மோசம்!" என்கிறார் ஒருவர்.

அவரே தொடர்ந்து:

"இந்த வாழ்க்கை உனக்குப் பிடிக்குதா?" – எனக் கேட்கிறார்.

"ம்..., யாரிடமும் புலம்பலில்லை!" என்பவன் தொடர்ந்து, "உண்மையாகவா? உங்களால ஒரு சிகரெட்டைக்கூடவா எனக்குத் தர முடியாது?, மிஸியே! பாவப்பட்ட இந்த முடவனுக்கு ஏதாவது கொடுத்துட்டுப் போங்க மிஸியே!" எனக் கேட்டான்.

அவனுடைய மரக் காலிருந்த பகுதி வெளிக்காற்றில் பட்டால் போதும், அதில் செதிள்கள் வளர ஆரம்பித்துவிடும். நகரத்தில், கோடைகாலச் சந்தைகளில் விற்பனையாகிற ஒருவித காய்கறித் தோற்றத்தை அது தரும். மோட்டார் வாகனப் பந்தயமொன்றைப் பார்க்கவென்று ஆயிரக்கணக்கில் கார்கள் ஒற்றை வரிசையில் சென்று கொண்டிருக்கின்றன. இரண்டொருவர் இறக்கக்கூடும். மரத்தூள்களைத் தரையில் இறைத்துவிட்டுத் திங்கட்கிழமை நாளேட்டிற்காகக் காத்திருப்பார்கள்: பிற இடங்களில் நடைபெறும் விபத்திற்கு எவ்விதத்திலும் குறைவின்றிக் "காரோட்டப் பந்தயத்தின் சோகமுடிவு" என்கிற தலைப்பில் அச்செய்தி இருக்கும்.

ஓர்நத்தோஸி தன் மனைவியைக் கண்காணிக்கிறார். தந்தையும் மகனுமாகச் சேர்ந்து நடத்தும் ஓர்நத்தொஸி தானிய நிறுவனத்தில், ஓர்நத்தோஸி மகன். தமது லைட் பேனல் அலுவலக அறைக்குப் பணிக்காகச் சென்றுகொண்டிருக்கிறார். அவ்வப்போது தமது சட்டைப் பையிலிருந்து அவருடைய மனைவியின் புகைப்படத்தை எடுத்துப் பார்க்கிறார். ஹெலென் நல்ல உயரம், இளம் வயது, தலைமயிர் செம்பொன்னிறம். மதாம் ஷொசெப்பின், மதாம் ரிஷெர் போலவே அவளும் கறுப்பு ஆடையை உடுத்துபவள். நேற்றுக்கு முந்தைய தினம் பிற்பகல் 3க்கும் 3:30க்கும் இடையில், அவென்யு தெ ஃப்ரேர் என்ற வீதியிலுள்ள கதவெண் 99 கொண்ட வீட்டிற்குள் நுழைந்ததைத் தம் கண்களால் பார்த்தார். விரல்கள் அடிக்கடிபட்டு அழுக்கடைந்திருந்த புகைப்படத்தில், ஹெலென் சூன்யத்தைப் பார்த்துச் சிரிக்கிறாள். அவள் தலை இடது தோள்பக்கம் லேசாகச் சாய்ந்திருக்கிறது. அவளுடைய சிரிப்பு திசைமாறி இருக்கிறது. வளைவான உதடுகளிலிருந்து ஆண்களுக்கிடையில் உறவு ஏற்படுத்திக்கொள்கிற மர்மமானதொரு பரிசுத்த ஆவி பறந்து செல்கிறது. புகைப்படத்தில் இறந்தவளைப் போலத் தோற்றம். படச்சுருளின் பளிங்குத் தரைமீது படுத்திருப்பது

போல இருக்கிறது. அவளுடைய பெண்ணுடலில் கடைசியாக மீந்ததென்று கருமையான பின்புலங்கொண்ட வெள்ளை எலும்புகளின் பொதி ஒன்றையும்; வண்ணங்களைத் தலைகீழாக்கி, தசைகள் முற்றாக உறிஞ்சப் பட்டிருந்த முகமூடி ஒன்றையும் புகைப்படத்தின் பனிஉறைந்த உருவம் வழங்குகிறது. காற்றிற்கும், சன்னமான திரைக்கும் இடையில் மிதந்த வண்ணம், ஹெலென் நினைவுகள் விறைத்துப்போன இறந்த உடலை மேலும் விறைப்பாக்குகிறது. வெள்ளைகண்மணியும், கறுப்பு விழி வெளிப்படலமும் கொண்ட விழிகள், உயிருள்ள மனிதர்களின் மதில்களில் இரு துளைகளையிட்டு, அவர்களிடத்தில் பேய்பிசாசுகள் மீதான நம்பிக்கையை உறுதிப்படுத்துகின்றன. ரசாயனக் குளியலோடு தொடர்புடைய இந்நினைவிலிருந்துதான் பெண்மணி தனக்கு வேண்டிய முழு ஆற்றலையும் பெற்றிருந்தாள்; தெளிவாக வரையறுக்கவியலாத அவளது துர்க்குணம், உடல் சேர்க்கைக்கென்றே உருவானதும் சிற்றின்பத்தில் தோய்ந்ததுமான தனது உடல்மீது பார்வைகளைச் சுண்டி இழுக்கும் தன்மை கொண்டது. ஓர்நத்தோஸியின் விரல்களின் கீழ் வெள்ளை உருவம், பொறாமைக் கனலில் சுற்றிலும் கருக ஆரம்பித்தது. புகைப்படத்தின் ஓரத்தைப் பிடித்திருந்த கட்டைவிரல்களில் வேர்வை மெல்ல சுரக்க அதன் காரணமாக மேலும் ஒருமுறை பிசுபிசுப்பான கோடுகள் விழ ஆரம்பிக்கின்றன. அவன் படத்தை நோக்கித் தற்போது குனிகிறான், ஹிப்நாட்டிஸ வயப்பட நேரிட்ட அவன் பார்வை இரவு விழ ஆரம்பித்திருந்த அவளுடைய கண்குழிகளில் இருக்கின்றன; காரணம் அவன் இப்பயணத்தை விரும்பினான். இருப்புக்குள் ஒளிந்திருப்பதால் பெறும் வெதுவெதுப்பு, அப்பாவித்தனம், தீராத மோகம், குடிமயக்கத்துடன் புதையுறல் போன்ற நேற்றைய இனிமையான நெருக்கங்களை அடிமையாக இருந்து, வதைகளின் முடிவில் மீண்டும் அவற்றைப் பெற விரும்புகிறான். ஆனால் அவள், அப்பெண்மணி – உண்மையில் இறந்தாளா அல்லது துரோகம் செய்திருப்பாளா எனத் தீர்மானிக்க முடியாத தற்போதைய சூழலில் – தனது விநோதமான ராச்சியத்திற்குள், வெறுமனே செல்லுலாய்டு சுவர்களைக் காரணம்காட்டி அவனுக்கு அனுமதி மறுக்கிறாள். பளபளக்கும் அட்டை மீது குனிந்தது வீண்; சுவாசத்தை அதிகரித்து வெப்பத்துடனான ஆவிவளையத்தைப் படத்தில் விட்டது வீண்; நெற்றிப்பொட்டு நரம்புகள் புடைத்தெழ தோள்கள் தொய்வடைந்ததும் வீண்; ஏற்கனவே துர்க்குணம் அருவநிலைக்குத் தள்ளப்பட்டுவிட்டது, தீயசக்திகள் பலவீனமடைந் திருக்கின்றன. சன்னல்பக்கம் கசிந்த ஒளி மினுங்கல், நெளிவுகளில் பிரதிபலித்து இந்தப் பக்கமும் அந்தப் பக்கமும் ஓடிக்கொண்டிருந்த தன்றிப் புகைப்படத்தில் நம்மைக் குத்தி ஊடுருவக் கூடியதென்று எதுவுமில்லை. கைதி, கேலிக்கு இடமளிக்கக்கூடியது என்பதால் மனிதத் தன்மைகொண்டது, கிண்ணத்தில் கொதிக்கும் திரவத்தின் குமிழிக்கும் ஒப்பானது.

கீழே நீளவாட்டத்தில் தூசும் தும்புமாய், வழக்கம்போல சூரிய ஒளியில் தகிக்கும் வெப்பத்துடன் விரிந்து கிடக்கிறப் பரப்பில்: கப்பல் துறைகள், கப்பல்கள், படகுகள், நிலக்கரியை இறக்க உதவும் பாரம்

தூக்கிகள்; சுங்கத்துறை அலுவலகங்கள்; துறைமுகத்தில் பதினோறு துறைமுகத்தொழிலாளிகள் பணியில் இருக்கின்றனர். மூன்று நிமிடத்திற்கொருமுறை கப்பியொன்று பஞ்சுப் பொதியொன்றையோ மரத்துண்டுகளையோ இறக்கிக்கொண்டிருக்கிறது. வாசம் மங்கிய கோள், சலசலவென்று சங்கிலிகளிடும் இரைச்சல், வெண்மை நிறம், அதிரும் காற்று இவற்றுக்கிடையில் சுமைகள் தரையில் இறக்கப் படுகின்றன.

அறையில் இருள் மண்டிக்கிடக்கிறது, கறுப்பின மாணவன் ஒருவன் குற்றப்புனைவியலொன்றை வாசிக்கிறான். மேன்மாட அறைகளிலிருந்து வயதானபெண்மணிகள் தொலைநோக்கிகள் உதவியுடன் பார்க்கிறார்கள்.

லூயி மல்லாம்பர் அரையிருட்டில் பட்டுப் போன்ற மிருதுவான கட்டில் விரிப்பொன்றில் இருந்தபடி மேசையொன்றை நினைக்கிறான். அம்மேசையில் பூப்போட்ட மேசைவிரிப்பால் அலங்கரிக்கப்பட்டுள்ளது. மேசையின் நடுவில் தண்ணீர் நிரம்பிய ஒரு பெரிய கண்ணாடிக் குவளை.

இவை அனைத்துமே வெக்கையின் கிளைகள், கொப்புகள்; பூமியில் மிகத்தாழ படர்கிறது. மிகச்சிறிய அதிர்வுடன் கூடிய மூச்சுக்காற்று போதும், பொருட்களைச் சுற்றிலும் வளைந்தகோடுகளை எழுப்ப. பூமி, நீர், காற்று மூன்றும் கறுப்பு அல்லது வெள்ளைத் துகள்களால் நிறைந்து லட்சக்கணக்கான எறும்புகள்போல இரைச்சலிடுகின்றன. முன்பின் தொடர்பில்லாததென்று இனி எதுவுமில்லை, காட்டுத்தன முள்ளதென்று சொல்லவும் இனி ஆகாது. பன்னிரண்டு வயது குழந்தை வரைந்த ஓவியமென்று உலகத்தைக் கருதலாம்.

சிறுவன் ஆதாமுக்குக் கூடியச் சீக்கிரம் 12 வயது ஆகப்போகிறது. மாலைநேரம். பண்ணையில் இருக்கிறான். மழை பொழிந்துகொண் டிருக்கிறது. ஆழம் தடம்பதித்த பாதையில் மாடுகளை ஓட்டிவருவது கேட்கிறது. தேவாலயத்தில் மாலை பிரார்த்தனைக்காக ஒலிக்கிற மணியோசையையும் கேட்கிறான், பூமி வறண்டுகொண்டிருப்பதையும் உணர்கிறான்.

நீல அட்டையின் மேற்பகுதியில் இடப்பக்கம் வண்ணப் பென்சில்களைக்கொண்டு மஞ்சளும் சிவப்புமாய் ஒரு பந்தை வரைகிறான்; சூரியனைப் போல இருக்கிறது. அதனுடன் வரைய வேண்டிய கதிர்கள் இல்லை. அதைச் சரிக்கட்ட மறுமுனையில் – அட்டையின் வலப்பக்க மேற்பகுதியில் இன்னொரு பந்தை வரைகிறான் அது நீலநிறத்தில் கதிர்களுடன் இருக்கிறது. அவனுக்கு இதுதான் சூரியன். நிலா சூரியனுக்கும் – சூரிய நிலாவுக்கும் ஒரு கோட்டை நேராக வரைகிறான். பச்சை வண்ண பென்சிலால் காட்சி எல்லையில் நிற்பதுபோல் பல கோடுகளைக் கீறினான். அவை கோதுமை, புற்கள். சிலவற்றிற்குத் தாடிகள் முளைக்கின்றன அவை ஊசியிலை மரங்கள்; வெள்ளைப் பென்சிலால் வரையப்பட்ட ஆகாயத்தில் கறுப்பு வண்ணத்தில் சிலந்திக் கால்களுடன் ஒரு குதிரை. தலை மயிர்,

காலி டப்பாக்கள் கொண்டு உருவாக்கப்பட்ட ஆசாமி ஒருவனை துவம்சம் செய்ய குதிரை தயாராக இருக்கிறது. பழுப்பு, ஊதா வண்ணத்தில் மஞ்சள் வளையங்களுடன் நீல அட்டையில் முடிந்த இடத்திலெல்லாம் பெரிய பெரிய நட்சத்திரங்களை வரைந்திருக்கிறான். நட்சத்திரங்கள் நடுவில் அவன் குத்திய கரும்புள்ளி அதனை உயிருள்ள விலங்காக மாற்றுகிறது. அதனுடைய பாக்டிரியா உயிரணுக் கருவிலிருந்து கொண்டு, விநோதமான கிருமிபோலிருந்த கண்ணால் விலங்கு நம்மைப் பார்ப்பது போலிருக்கிறது;

'வேடிக்கையான உலகம்' இருந்தபோதிலும் அதனை ஒரு சிறுவன் வரைந்திருக்கிறான். உயிர்ப்பற்ற உலகம் இன்று கணித வயப்பட்டது, எனவே அதனைப் புரிந்துகொள்வதில் சங்கடங்களில்லை, அதற்கெனச் சங்கேதமொழிகள் இருக்கின்றன, அவற்றை உபயோகிக்கத் தெரிந்தால் புதிருக்கான விடை கிடைத்துவிடும். அட்டையின் நான்குபக்கங்களும் செல்லும் பழுப்பு நிறக்கோட்டில் சிரமங்களின்றி அதிக எண்ணிக்கையில் மனிதர்களைத் தீட்டலாம்: வணிகர்கள், அம்மாக்கள், சிறுமிகள், சைத்தான்கள், குதிரைகள் . . . அவ்வளவையும் தனித்தனியாக வரையலாம். அவற்றின் பருப்பொருள்கள் எதிலும் கரையாதவை, தனித்துவம் உடையவை, பல வகைகளாகப் பிரிக்கக்கூடியவை. கிட்டத்தட்ட பெட்டி ஒன்றிற்குள் கடவுள் ஒருவர் இருந்துகொண்டு, இங்குள்ள அனைத்தும் அவர் விரல் சொடுக்கிற்கும், கண் அசைவிற்கும் அடங்கியவை போலவும், ஒவ்வொன்றுக்கும் அப்படி 'இரு'மென கட்டளையிட்டதுபோலவும் கருதவேண்டியுள்ளது. உதாரணமாகச் சிறுவன் ஆதாமின் அலங்கோல மான சித்திரம், ரொகால் மளிகைக் கடை நாட்காட்டி அல்லது ஒரு சதுரமீட்டர் அகலமுள்ள கட்டம்போட்ட சட்டைத் துணி.

பிறகு மற்றுமொரு உதாரணத்திற்கு ஆதாம் தன்னிடம் வளர்த்துக் கொண்டிருக்கும் பைத்தியக்காரத்தனமான 'உடன் நிகழ்வுறல்' பற்றிக் கூற வேண்டும். 'ஒருமை'க்கு மிகவும் அவசியமானதொரு மூலப் பொருள் 'உடன் நிகழ்வுறல்' என ஆதாமின் உள்ளுணர்வு ஒருநாள் கூறியது. மிருகக்காட்சிசாலைக்குப் போயிருந்தபோதோ அல்லது நீரில் மூழ்கிய ஒருவனின் பிணத்தைக் காணநேர்ந்தபோதோ அல்லது இங்கே நினைவுகூர முடியாத வேறு சம்பவங்களின்போதோ அது நடந்திருக்கக்கூடும். 'உடன் நிகழ்வுறல்' என்பது காலத்தை முற்றாக அழிப்பது, அசைவியக்கத்தை அல்ல. அதுபோலவே அழிவும் விசித்திர மான பயிற்சியின் விளைவாக உருவாவதல்ல, மாறாக அருவமான நியாயங்களிடம் திரும்பத் திரும்ப நம்மை முழுமையாக ஒப்படைத்துக் கொண்டதால் உருவாவது. அது எவ்வகைச் செயல்பாடாகவும் இருக்கலாம். உதாரணத்திற்கு சிகரெட் புதைத்தல். ஒரு சிகரெட்டைப் புகைக்கிறபோது, அதேவேளை இப்பூமியில் பல லட்சக் கணக்கான சிகரெட்டுகளைப் பல லட்சக்கணக்கான மனிதர்கள் புகைத்துக்கொண் டிருக்கிறார்கள் என்கிற முடிவில்லாத புரிதலுக்குத் தள்ளப்படுவது ஆகும், அதாவது லட்சக் கணக்கான மெல்லிய தாள்களின் சிறு சிலிண்டர் வடிவங்களுக்காக உதடுகளைப் பிரிப்பது, போதுமான கிராம் எடைகொண்ட காற்றுடன் கலந்த சிகரெட் புகையை உள்

வாங்குவது என்ற உணர்விற்குள் சஞ்சரிப்பது. அவ்வாறு உணரப்படுகிற அக்கணத்திலிருந்து உலகமெங்கும் சிகரெட் பிடிக்கிற அச்சம்பவம் 'ஒருமை'க்குரியதாகிவிடும், பின்னர் அதொரு படி நிகழ்வாக மாற்றம் பெறும். அண்டக்கோட்பாடுகளின் வழமையான இயந்திர நுட்பமும், கட்டுக்கதைகளும் இப்போது குறுக்கிடும். அவ்வகையில் இச்செயல்பாடு சாதாரணமாக நாமறிந்த உளவியல் முறைக்கு – நிகழ்வும் உணர்வு வெளிப்பாடும் நமது அறிவை வளப்படுத்தக்கூடிய கோட்பாடொன்றில் தம்மை நிலைநிறுத்திக்கொள்கிற உளவியல் முறைக்கு – எதிர்த் திசையில் இயங்குகிறது.

புராணீகக் காரியங்கள் அனைத்திலும் இந்நிகழ்விற்குச் சம்பந்தமுண்டு: பிறப்பு, யுத்தம், காதல், காலங்கள், இறப்பென எல்லாவற்றிற்குமே இது ஏற்றதுதான். ஒவ்வொரு பொருளும் மெருகூட்டப்பட்ட சீமை நூக்குமர மேசையின் மீதிருக்கும் தீக்குச்சி, ஸ்ட்ராபெரி, சுவர்க் கடிகாரத்தின் சத்தம், 'Z' எழுத்தின் வடிவமென அனைத்துமே 'வெளி', 'காலங்களில்' திரும்பப் பெறக்கூடியவைதான். தங்கள் சொந்த கால அளவு, பல கோடிக்கணக்கான பிற கால அளவுகள் ஆகியவற்றுடன் அவை நிரந்தரம் ஆகின்றன, அது இயல்பானது, அவற்றை எந்த ஒன்றும் மீண்டும் மீண்டும் படைக்க வேண்டிய கட்டாயமில்லை, எனவே எத்தனை நூற்றாண்டுகள் ஆனாலும், உலகின் எந்த மூலைக்குச் சென்றாலும் அவற்றைக் காணலாம். ரினோசரஸ் மிருகத்தில் தொலை பேசியொன்றின் அத்தனை கூறுகளும் உண்டு. பட்டை சீலையும், மாய லாந்தரும் இன்றைக்கும் இருக்கின்றன. சந்திரன் சூரியனும், சூரிய சந்திரனும் ஒன்று. பூமி, செவ்வாய்க்கிரகம், ஜூபிடர், விஸ்கி, சோடா என்பதொரு விநோதமான கருவி விரைவில் புழக்கத்திற்கு வரக்கூடும். அவை வேறு பொருட்களை உற்பத்திசெய்யவோ அழிக்கவோ கூடும். அப்பொருளைத் தயாரிக்க என்னென்ன வேண்டும் என்பதையும் ஏற்கனவே மனப்பாடமாக அறிந்து வைத்திருப்பார்கள்.

இதை நன்கு விளங்கிக்கொள்ள, ஆதாம் ஆக நாம் இருக்க வேண்டும், அவனைப் போலவே நம்பகமான பாதைக்கு முயல வேண்டும், அப்பாதை பொருளாதய பரவசத்திற்குச் சொந்தமான பாதை. அதன் பிறகு காலங்கள் மேலும் மேலும் சிறுத்துப்போகும், அவற்றின் எதிர் அலைகளும் மெல்லமெல்ல ஒடுங்கிவிடும். பிடிப்பேதுமற்ற ஊஞ்சலின் ஆட்டம் முடிவை எட்டுவதைப் போல, இதற்கு முந்தைய வருடங்கள் தற்போது மாதங்களாகவும், மாதங்கள் மணிநேரங்களாகவும், மணிகள் நொடிகளாகவும், அதில் நான்கில் ஒரு பங்கு ஆகவும், தொடர்ந்து ஆயிரத்தில் ஒரு பங்காகவும் இறுதியாகக் கணத்தில் எதுவுமில்லை என்றாகிவிடும். ஏறக்குறைய என்றும் நிலைத்திருக்கிற ஒரு புள்ளியை அடைந்திருப்போம், பெயர் சாசுவதம் – கடவுள், ஏனெனில் நாம் 'இருப்பு'க்கு உரியவர்களுமல்ல, படைப்புக்கு உரியவர்களுமல்ல . . . உளவியல் முடக்கம் என்பது இங்கு பிரச்சினை அல்ல, சரியாகச் சொல்ல வேண்டுமெனில், மெய்ஞானம், துறவு இவைகளெல்லாங்கூட இங்குப் பிரச்சினைகளல்ல. இத்தேடுதலில் கடவுளிடம் உரையாடக்கூடிய சாத்தியம், சாசுவதத்திற்கான விருப்பம்

ஆகிய பிரச்சினைகள் வரவில்லை. ஆதாமைப் பொறுத்தவரை இத்தேடுதல் அவனுடைய பலவீனங்களின் எண்ணிக்கையில் புதிதாக ஒன்றைக் கூட்டும் முயற்சியாக இருக்கக்கூடும், காரணம் பருப்பொருளை, பருப்பொருளால், அப்பருப்பொருள்சார்ந்த நியாயங்களால் ஜெயிக்க விரும்புகிறான்.

உண்மையில் இதொரு 'அவா'பற்றிய பிரச்சினையல்ல, இப்பூமியில் புகைப்பதற்கென்று ஏற்பட்டிருக்கிற, சற்று முன்பு நாம் குறிப்பிட்டிருந்தோமே சிகரெட்டுகள், உண்மையில் அது பற்றிய பிரச்சினையுமல்ல. ஆதாமை விடாமல் துரத்தும், குழப்பமற்ற தியானங்களான அவனுடைய எண்ணங்களே இங்கே பிரச்சினைகள். சொந்த சரீரம், ஒட்டுமொத்த உணர்ச்சிகளில் ஆரம்பித்து, அடையாளங்காணல், பன்மடங்காக்குதல் என்ற இரு வழிமுறைகளால் தன்னைத்தானே அழித்துக்கொள்கிறான். இவ்விரண்டின் உதவியுடன், கடந்தகாலம், நிகழ்காலத்தைப் போன்றே எதிர்காலத்தையும் அவனால் நியாயப்படுத்த இயலும், ஆனால் அதற்கொரு நியதியை வகுத்துக்கொள்ள வேண்டும்: சொற்களை அதற்குரிய மதிப்பீட்டுடன் பொருள்கொள்ள வேண்டும், பொருள்கொள்ளுதலுக்குரிய இடைவெளி குறைவாகவோ, கூடுதலாகவோ இருக்கலாம், ஆனால் வார்த்தைகளை வார்த்தைகளாவே புரிந்துகொள்வதென்பது முக்கியம். தனக்குள்ளே மாற்றொன்றைப் படைத்து மெல்ல மெல்ல தன்னைத்தானே அழித்துக்கொள்கிறான். ஒருவகையான கவிதைச் சந்திப்பை எழுதிப் பழகுகிறான், அக்கவிதையில் அழகு, அழகின்மை, லட்சியம், குதூகலம் என்கிற முடிவுகளைத் தராமல் 'மறதி'யாகவும், 'இன்மை'யாகவும் முடிகிறது. கூடிய விரைவில் அவன் 'இருப்பு' இல்லையென்றாகிவிடும். 'அவனே' இருக்கப்போவதில்லை. அவன் தொலைந்திருக்கிறான், பலவீனமுற்றதொரு துணுக்கு தொடர்ந்து நடமாடிக்கொண்டிருக்கிறது, தன்னைப் பிறருக்கு உணர்த்திக்கொண்டிருக்கிறது. திரும்பவரும் ஓர் அலை, தனிமனிதன், நிரந்தரமானவன், அளவீடுகளைக் கடந்தவன், தனித்திருக்கும் மூதாட்டிகளை அச்சுறுத்துபவன், தனக்கான பிரம்மா, மரணிக்கிறான், வாழ்கிறான், உயிர்த்தெழுகிறான், இருட்டில் முடங்குகிறான், எத்தனை காலத்திற்கு? நூற்றுக்கணக்கான, லட்சக்கணக்கான, கோடிக்கணக்கான ஆண்டுகளுக்கு என, அதைத் திட்டவட்டமாகக் கூறமுடியாது, முடிவற்ற காலத்திற்கு என்று கூறலாம்.

15

அதன் பின்பு நடந்தவற்றை ஆதாம் எப்படித் தெரிவித்திருக்கிறான் என்பதைப் படியுங்கள். அதனை மிகுந்த கவனத்துடன், மைபேனா ஒன்றில், பள்ளிச்சிறுவர் களின் மஞ்சள் நிறக் குறிப்பேட்டில் எழுதியிருந்தான். குறிப்பேட்டின் தலைப்பு ஒரு கடிதத்தின் ஆரம்பம்போல, "அன்பினிய மிஷெல்" எனத் தொடங்கியிருந்தது. பாதி எரிந்த நிலையில் அவன் எழுதிய அவ்வளவும் கிடைத் திருந்தது. குறிப்பேட்டில் சிலபகுதிகள் குறைந்தன; தீயில் கருகியிருப்பதால் பக்கங்களைக் கிழித்துப் பொருட்களை அல்லது விளையாட்டிற்கென அணிகிற ஷூக்களை மடித்து வைக்கவோ, வீட்டுக் குப்பைகளுக்காகவோ, டாய்லெட் காகிதமாகவோ உபயோகித்திருக்க வேண்டும். காணாம லிருந்த பகுதிகளைத் திரும்பச்சொல்ல இயலாத நிலையில் அவை இல்லாத பகுதிகள் வெறுமனே விடப்படும், அப்பகுதிகள் நீளத்திலும் தரத்திலும் காணாமல்போன பக்கங்களை ஈடுசெய்யக்கூடியவை.

"நான் தங்கியிருந்த அநாதை வில்லாவின் உரிமையாளர் திடீரெனத் தோன்றி, என்னை வெளியில் தள்ளி கதவை அடைப்பதற்குச் சில நாட்களிருக்கிருந்தபோது, நகரத்தில் சில பிரச்சினைகளில் மாட்டிக்கொண்டிருந்தேன். வழக்கம் போல அன்றும் பிற்பகல் சுமார் இரண்டு அல்லது மூன்று மணிக்கு மிஷெலை அல்லது நாயை அல்லது வேறு யாரையேனும் சென்று பார்க்க வேண்டும், குறிப்பாக சிகரெட்டுகள், பீர், சாப்பிட ஏதேனும் வாங்க வேண்டும் என்பதற்காக இறங்கிச் சென்றேன். மிஷெலிடம் 1000 பிராங் முடிந்தால் 5000 பிராங் கடன் தேவைப்பட்டது, அதற்காகவே அவளைப் பார்க்க வேண்டுமென்ற கட்டாயத்தி லிருந்தேன். காலி சிகரெட் பெட்டியின் அட்டையின் முதுகில் வாங்க வேண்டிய பொருட்களின் சிறு பட்டியலைத் தயார் செய்தேன்.

சிகரெட்
பீர்
சாக்லெட்
சாப்பிடுவதற்கு,
தாள்கள்,
சில தினசரிகள்,

முடிந்தால் கொஞ்சம் . . .

பிறகு அவ்வரிசைப்படி நடந்துகொள்வதெனத் தீர்மானித்திருந்தேன்.

சிகரெட்டுகள்: நகரத்திற்குள் நுழைகிற இடத்திலிருந்த புகையிலை, சஞ்சிகைகள் விற்கும் கடையில் அவற்றை வாங்கினேன். அது அமைதி யான தோற்றம் தரும் 'பார்'ம்கூட. உள்ளே குளிர்ச்சியாகவுமிருந்தது: பெயர், 'ஷே கோந்த்ரான்'. சுவர்களில் படங்கள் கொண்ட அஞ்சலட்டைகள் தொங்கிக்கொண்டிருந்தன. சிகரெட்டுகள் விற்கும் கௌண்டர் மரத்தாலானது, பழுப்பு வண்ணத்தை அடித்திருந்தார்கள். விற்பவளுக்கு அறுபது அறுபத்தைந்து வயது இருக்கக்கூடும். கம்பிக் கரையிட்ட ஆடையில் இருந்தாள். 'பார்'இன் உட்பகுதியில் அல்சேஷன் நாயொன்று படுத்திருப்பது தெரிந்தது. சுருள் சுருளாக மென்மயிர் மறைத்திருந்த கழுத்துச் சங்கிலியில் 'டிக்' எனப் பெயர் பொறித்த அலுமினியத் தகடொன்றைக் கண்டேன்.

பீர்: இதை ஒரு மளிகைக் கடையில் வாங்கினேன். 'செல்ப் – சர்வீஸ்' கடை. காற்றோட்டமாகவும், அகலமானதாகவும், சுத்தமாகவும் கடையிருந்தது. நுழைவாயிலில் சிவப்பு நிறத்தில் பொட்டுபொட்டாகச் சிறு துவாரங்கள் கொண்ட பிளாஸ்டிக் கூடையொன்றை, பொருட்களை எடுக்கக் கொடுத்தார்கள். 'லைட் பீர்' ஒன்றை எடுத்து அதில் போட்டேன். பிளாஸ்டிக் கூடையில் விழுந்தபோது கண்ணாடிக்குண்டான் சத்தம் கேட்டது. பணத்தைக் கொடுத்துவிட்டு வெளியில் வந்தேன்.

சாக்லேட்: அதே கடைக்குச் சொந்தமானது. அதனைத் திருடி யிருந்தேன். சட்டைக்குள் சொருக முடிந்தது, ஒரு பகுதி, பேண்டின் பெல்ட்டுக்குள் முட்டிக்கொண்டு நின்றது. சாக்லேட் மறைந்த இடம் மேடாகத் தெரிந்தது. பணம் செலுத்துமிடத்தில் வயிற்றைக் குறுக்கிச் சிரமத்துடன் கடக்க வேண்டியிருந்தது சுவாசிக்கச் சங்கடப்பட்டேன். விற்பனையாளரான பெண்மணி கவனிக்கத் தவறினாள், கௌண்டர்களுக் கிடையில் நின்று கண்காணித்துக்கொண்டிருந்த தடியன் கண்ணிலும் அது படவில்லை. அக்கடையில் 'நமக்கென்ன வந்தது' என்பதுபோல ஊழியர்கள் இருப்பதாகத் தோன்றியது.

எஞ்சியிருப்பது சாப்பிடுவதற்கான பொருட்கள், தினசரிகள், பிறகு கொஞ்சம் தாள்கள்.

சாப்பிடுவதற்கான பொருட்கள்:

'பிரிஸினிக்' கடையில் வேகவைத்த சாஸேஜும் காரமணியும் அடைத்த டின் ஒன்றை வாங்கினேன்.

தினசரிகள்: இதற்கு எனது வழக்கமான செயல் முறைகள் பயன் பட்டன, அதற்கு மின்கம்பங்களில் பொருத்தப்பட்டுள்ள குப்பைக் கூடைகளை அலச வேண்டும். நல்ல நிலையில் சஞ்சிகையொன்று கிடைத்தது உள்ளூர் பல் மருத்துவர்கள் அமைப்பொன்று வெளியிடும் இதழ். அழகான தாள்களில் அச்சிடப்பட்டிருந்த இதழில், வெற்றுப் பகுதிகளும் அதிகம். பற்குழிகள், கட்டிய பல்வரிசை, கடைவாய்ப்பற்கள்,

பல்வேருக்கான சிகிச்சையென்று அவ்விதழை வைத்துக்கொண்டு விளையாட வாய்ப்பிருக்கிறதென நினைத்தேன்.

தாள்கள்: *பிரிலுக்ஸ் கடையில் பள்ளி மாணவர்களுக்கான நோட்புக் ஒன்று. தற்போது எழுதிக்கொண்டிருப்பது கிட்டத்தட்ட முடிந்துவிட்டது; இதுபோலவே வேறு மூன்று நோட்புக்குகளை எழுதி முடித்தானதும், அதனைப் பதிப்பிக்க வேண்டுமென்ற கனவு இருக்கிறது. இணக்கமான பெயரைக்கூடத் தெரிவுசெய்துவிட்டேன்: les Beaux Salauds (தேவடியா மகன்கள்).*

மிகமுக்கியமானது, முடிந்தால் கொஞ்சம் பார்க்க வேண்டும்: எனது பட்டியலின் கடைசிக் காரியம்:

~~அதாவது, எனக்குப் பிறகு உதவலாம் எனக்கூடிய பொருட்களை நகரத்தை வலம் வந்தபடி பார்ப்பது: தற்போது தங்கியிருக்கிற மேட்டுப் பகுதி வில்லாவில் இனித் தங்க வாய்ப்பில்லை என்ற நிலைமை வரக்கூடும், அப்போது எங்கேனும் சென்று தங்க வேண்டும், எனவே முடியுமெனில் காலியாகவிருக்கிற மரக்குடிலொன்றைத் தேடிக் கண்டு பிடிக்க வேண்டும், நாயையும், வேறு பல மிருகங்களையும் பார்க்க முடியுமென்றாலும் நல்லது, விளையாடவும் செய்யலாம், நகராட்சியின் நீச்சல்குளத்தில் முடிந்தால் குளிக்கலாம். மிஷெலிடம் 5000 பிராங் கடன் கேட்க வேண்டும். இவை எல்லாவற்றிற்கும் முன்பாக மறக்காமல் நான்~~ ... எனது நேரத்தை அதிகம் பாதிக்காத எந்த வேலையென்றாலும் – அது உடலுழைப்பால் ஆகக்கூடிய வேலையாகவும் இருக்கலாம், பிணத்திற்கு உடுத்துகிற வேலையாகவும் இருக்கலாம், அல்லது ஸ்டுடியோ வொன்றில் விளம்பர மாடலாக வேலைசெய்வதாகவும் இருக்கலாம், எதுவென்றாலும் பரவாயில்லை, கிடைக்குமென்றால் திருப்திதான். எனது தேவைக்குச் சம்பாதித்தால் போதும்: விருப்பமானபோது சிகரெட் பாக்கெட், நாளொன்றுக்கு ஒரு பாக்கெட் என வைத்துக் கொள்ளலாம்; பிறகு எழுதுவதற்குப் போதுமான தாள்கள். இவற்றைத் தவிர மற்றவையெல்லாம் எனக்கு ஆடம்பரம். ~~அமெரிக்காபோக விரும்புகிறேன், இது போல அங்கே வழலாம் என்கிறார்கள், தென் பகுதியில் கிடைக்கிற சூரியனுக்கும் அங்கு வாய்ப்புண்டாம், எழுதுவது, குடிப்பது, தூங்குவது என்றிருக்கலாம், அவற்றைத் தவிர வேறுவேலைகள் வேண்டாம். அதுவன்றி அங்கிருக்கும் கிறித்துவமதப் பிரிவுகளொன்றில் கூடச் சேர்ந்துவிடலாமென்கிற எண்ணமும் உண்டு, ஏன் கூடாது?~~

பீங்கான் வேலைகள் செய்யும் ஆசாமி ஒருவரை எனக்குத் தெரியும், அவர் மணம்செய்திருந்த பெண்மணியின் பெயர் பிளான்ஷ். அவர்கள், மலைமீதிருந்த வீடொன்றில் வசித்து வந்தார்கள். ஒருநாள் மூன்றுமணிக்கு அவர்கள் வீட்டிற்குச் சென்றேன். அன்று கடுமையான வெக்கை. அவர்கள் வீட்டில் ஜப்பான் அவரைக்கொடி ஒன்றிருந்தது, அது அவர்கள் கொடி வீடுமுழுக்கப் படர்ந்திருந்தது. சூரியன் தகித்துக் கொண்டிருந்ததால், உடலில் நிறைய பொருக்குகள். கொடிவீட்டின் கீழ், அரை நிர்வாணமாக வேலை செய்துகொண்டிருந்தார். போர்சிலின்

ஜாடிகள் மீது அஸ்ட்டேக் வகை உருவங்களைச் செய்துகொண்டிருந்தார், வெயிலில் ஜாடிகள் உலர்ந்தபோது, அவற்றின் உடலெங்கும் நோய் போல மாவு பூத்திருந்தது; எனாமல் வண்ணங்கள் சேர்த்துக் கடைசியில் சூளையில் வைத்தார்கள்: சூட்டுக்குமேல் சூடு. இவை எல்லாக் காரியங்களிலும் ஒருவிதமான இணக்கம் இருந்தது; வால் இரண்டாகப் பிளந்திருந்த ஓர் அறணையைக் கண்டேன், சிமெண்ட் தரைமீது படுத்திருந்தது. அவ்வளவு வெக்கையை, வெக்கைக்குமேல் வெக்கையை எனது வாழ்க்கையில் அதற்கு முன்பு கண்டதில்லை அன்றைய தினம் வெப்ப அளவு எங்களைச் சுற்றிலும் 39டிகிரி என்றிருக்க, சூளைக்குள் வெப்பம் 500 டிகிரி. மாலை அவருடைய மனைவி பிளான்ஷ் ஜப்பானிய அவரை விதைகளைக்கொண்டு கஞ்சி யொன்று தயாரித்தாள்; அவர் நல்ல ஆசாமி, கிட்டத்தட்ட ஓர் இறந்த ஆசாமிபோல் பெரும்பாலும் நடந்துகொள்வார். எங்கும் வெள்ளை வெளேர் என்றிருந்தது. ஒரு துண்டு காற்றொன்று ஆட்டம்போட்டுக்கொண்டிருந்தது, சூளையில் கனச்சதுரமொன்று வெந்துகொண்டிருந்தது.

கிராமப்புறப் பகுதியில் எனக்குமொரு வீடிருந்தால் நன்றாக இருக்குமென்று நினைத்துக்கொண்டேன். குறுங்கற்கள் நிரம்பிய மலையில் பக்கவாட்டில் இருக்க வேண்டும்; வெப்பத்தில் கொதிக்கும் கற்களின் கீழ்; பாம்புகள், தேள்கள், சிவப்பு எறும்புகள் வாசம் செய்யும்.

எனது நாட்கள் இப்படிக் கழியலாம்: சிறியதொரு நிலம் எனக்கே எனக்கென்றிருக்கும். கூழாங்கற்கள் நிரம்பிய அந்நிலத்தில் காலைமுதல் மாலைவரை சூரியனைப் பார்க்கலாம்; நிலத்தின் நடுவில் தீ மூட்டுவேன். பலகைகள், கண்ணாடிகள், வார்ப்படங்கள், ரப்பர், வேறு என்ன வெல்லாம் கைக்குக் கிடைக்கிறதோ அவற்றையெல்லாம் அதில் போட்டு எரிப்பேன். ஒருவகையான சிற்பங்களைச் செய்வேன். தீயிலிருந்து நேரடியாகச் செய்யப்பட்டவையாக அவை இருக்கக்கூடும். கன்னங் கரேலென்றிருக்கும் பொருட்கள், காற்றிலும் புழுதியிலும் கரிந்து போனவை. அடிமரங்களைத் தீயிலிட்டு அவற்றை வேகவைப்பேன். அவற்றை முறுக்குவேன், கறுப்பு நிறத்திற்குக் கொண்டுவருவேன், விரிசல்களை அடைக்க உபயோகிக்கும் மாவுகொண்டு அடைப்பேன். தீ ஜுவாலைகளை வானத்தை நோக்கி எழுமாறு செய்வேன், புகை சுருள்சுருளாகவும் அடர்த்தியாகவும் இருக்கக்கூடும். ஆரஞ்சுவண்ண நாக்குகள் பூமியைச் சிலிர்க்கச்செய்யும், வானம் மேகம்வரை நடுங்கக் கூடும். கோபமுறும் சூரியன் மூர்க்கத்துடன் மணிக்கணக்கில் அதனுடன் யுத்தம் செய்யக்கூடும். ஆயிரக்கணக்கில் பூச்சிகள் தீக்குளிக்கவென்று வரக்கூடும், தங்கள் தலைகளைத் தீச்சுவாலையின் நிறமற்ற அடிப்பரப்பில் முதலில் நுழைக்கக்கூடும். அதன் பிறகு வெப்பத்தால் உயர்ந்து, தீச்சுவாலையைப் பிடித்துக்கொண்டு கண்ணுக்குப் புலப்படாததொரு தூணைப்பிடித்து ஏறுவதுபோல மேலே சென்று நொய்மையும், எளிதில் நொறுங்கும் தன்மையும் கொண்டு, மென்மையான சாம்பல் மழையாக, கறுப்பு துகள்களாக உருமாற்றமடைந்து எனது தலையிலும் தோள்களிலும் விழும். தீக்கொழுந்துகளின் அனற்காற்று அவற்றின் மீது வீச எனது உடல்மீது அவற்றை நடுங்கவைக்கும். அவற்றுக்குப் புதிதாய்க் கால்கள்,

திடமான முன் இறக்கைகள் முளைத்து, புதிதாக உயிர்ப்பும் பெற்று, வளிமண்டலத்திற்கு அழைத்துச்செல்லப்பட்டுக் கைகழுவப்பட, புகைத்துணுக்குகளைப் போல தெளிவின்றி, கற்களின் இடுக்குகளில் ஆரம்பித்து மலை அடிவாரம்வரை கூட்டங்கூட்டமாய் அவற்றைக் காணக்கூடும்.

பிறகு, பிற்பகல் சுமார் ஐந்துமணி சூரியன் ஜெயிக்கின்ற நேரம். சூரியன் தீச்சுவாலைகளை எரித்துவிடும், நிலத்தில் எரிக்கப்பட்ட இடத்திலுள்ள வட்டமான கறுப்புத் திட்டொன்றைத் தவிர்த்து வேறெதையும் அது விட்டுவைக்காது. மற்ற எல்லாமே பனிபடர்ந்த நிலம்போல வெள்ளையாகக் காட்சியளிக்கும். தீமூட்டிய இடம் மாத்திரம் சூரியனின் நிழல்போலத் தோற்றம்தரும், அல்லது ஆழமற்றதொரு துளைபோல என்றும் கருதலாம். மிச்சமென்று கருகிய அடிமரமும், மின்னல் தாக்குதலுக்கு உட்பட்டதுபோல மொத்தையாக உருகிய உலோகமும், நெளிந்த கண்ணாடித்துண்டுகளும், சாம்பலுக்கிடையே நீர்க்குமிழ்போல இரும்புத்துணுக்குகளும் கிடக்கும். பின்னர் இவையே ஒரு நாள் இருள் செடிகளாக முளைக்கும், அவை மிகப்பெரிய தண்டுகளுடனும், செல்லுலோஸ் கசிவுகளுடனும், உடைப்புகளிலும் வெடிப்புகளிலும் நிலக்கரி வடிந்துகொண்டும் இருக்கும். தீயில் கருகி ஒடுங்கிப்போன அவ்வளவையும் வாரி எடுத்துச்சென்று, எனது வீட்டின் அறையொன்றில் குவித்துவைப்பேன். வெள்ளைக் கற்களாலான மலைக்கும், தீயில் கருகிப்போன காட்டிற்கும் இடையில் நான் வாழக் கூடும். இங்கே கூறிய அனைத்துமே வெப்பத்தோடு சம்பந்தப்பட்டவை. வறட்சியால் பாழ்பட்டிருக்கும் உலகை ஈடுகட்ட எளிய இவ்வெப்பம் எல்லாவற்றையும் மக்கவைத்து சரிசெய்யும். அதனால் இனி எல்லாம் வெண்மையாகவும் கடினமாகவும், அசைவற்றதாகவும் இருக்கக்கூடும். வடதுருவத்தின் பனிப்பாறைபோல, ஒருவகையான சடபொருள் சீர்மை, அதன் விளைவாகக் காலம் உறைந்துவிடும். அந்நிலைமை எத்தனை அழகாக இருக்கக்கூடும். அந்நாள் பகலில் வெப்பத்துடன் வெப்பம் சேர்ந்ததுபோலவும், இரவு இருளுடன் நிலக்கரி இணைந்து கொண்டதுபோலவும் இருக்கும்.

[

]

ஒரு நாளைக்கு, காரொன்றை எடுத்துக்கொள்வேன். நிலத்தின் நடுவில் நிறுத்தி அதன்மீது பெட்ரோலை ஊற்றுவேன். அதன் பிறகு என்மீதும் பெட்ரோலை ஊற்றிக்கொள்வேன். காருக்குள் அமர்ந்து தீயிட்டுக்கொள்வேன்.

கறுப்புக்கண்ணாடிகள் கூடவே என்னுடன் இருந்திருக்கும், கரிக்கட்டையாக உள்ள எனது உடலில் அதனைக் கண்டெடுப்பார்கள், பந்துபோன்ற எனதுமண்டையோட்டின்மீது இருக்கக்கூடும், ஒரு வகையான கருமைநிறம் கொண்ட பூச்சியின் மிகைப்படுத்தப்பட்ட வடிவம், உடல் பிளாஸ்டிக்கால் ஆனது, கொதிநிலையில் கண்குழிக்குள் அமிழ்ந்திருக்கும். இரண்டு இரும்பு முக்கோணங்கள் கால்கள் வடிவில் அதன் பக்கவாட்டில் நிற்கும், அவை எனது ஆண்டெனாக்கள்.

கறுகிப்போன உடலென்பதால், என்னை அடையாளப்படுத்த இயலாதென்றே நினைக்கிறேன். ஏனெனில் முதலும் கடைசியுமாக எரிந்தும், ~~படைக்கப்பட்டும்~~, நிர்வாணமாகவும், முழுக்கக் கறுத்தும் வாழ நினைக்கிறேன்.

மிஷெல்,

உண்மையில் மிகவும் அக்கறையுடன் உன்னைத் தேடுகிறேன்.

முதலாவதாக அந்த ழெரார் அல்லது பிரான்சுவா. அவனுக்கு என்னபேரென்று தெளிவாக என்னால் சொல்ல முடியவில்லை. ‘பின் – பால்’ விளையாடிய காலங்களில் அவனை அடிக்கடி சந்தித்திருக்க வேண்டும் அல்லது மாணவனாக இருந்த காலத்தில் அவனோடு பழகியிருக்கலாம். அதற்குப் பிறகு நான் தாடி வளர்க்க ஆரம்பித்ததாலோ என்னவோ அவனுக்கு என்னை அடையாளம் தெரியவில்லை, அதுவும் தவிர நான் கறுப்புக் கண்ணாடி அணிவது ஒரு காரணமாக இருக்கலாம்.

பழைய துறைமுகப் பக்கம் நீ போனதைப் பார்த்ததாக அவன்தான் என்னிடத்தில் கூறினான்.

நான் அங்கு போனேன். நிழலிருக்கும் பெஞ்சாக ஒன்றைப் பார்த்து அதில் உட்கார்ந்தேன். ஓய்வெடுக்கும் எண்ணத்துடன் சிறிது நேரம் அங்குக் காத்திருந்தேன். அணைக்கு எதிரே உட்கார்ந்திருந்தேன். அங்கே இரண்டு ஆங்கிலேயர்கள் பேசிக்கொண்டிருந்தார்கள், உல்லாசப் படகிற்குச் சொந்தக்காரர்கள் என்பதை அவர்கள் உடை தெரிவித்தது. மத்தியதரைக்கடல் அவர்களை மிகவும் அலுப்புறச் செய்துவிட்ட தென்பதைப் புரிந்துகொள்ளமுடிந்தது, அவர்களில் ஒருவன்:

"I am looking forward to the Shetlands" – என்றான்.

போதிய எண்ணிக்கையில் மனிதர்கள் அங்கே நடந்துபோய்க் கொண்டிருந்தனர். வெள்ளைநிறப் படகுகளைத் தங்கள் குழந்தைகளுக்குக் காட்டினார்கள்.

ஒருமணி நேரத்திற்குப் பிறகு, நீரூற்று ஒன்றிருக்கிற கிரான் – பிளாஸ் திசைக்காய் நடந்தேன். அங்கே காப்பி பாரில் ஒரு பெண்ணைப் பார்த்தேன், அவளை நீ கண்டிப்பாய்த் தெரிந்துவைத்திருக்க வேண்டும்? பெயர் மர்த்தின் ப்ரேயோ. நான் அவளிடம், ழெரார் அல்லது பிரான்சுவா – கடைசியில் பழுப்பு நிறத்திலும் வெளிர் சிவப்பு சட்டையிலுமிருந்த ஆசாமி – பழைய துறைமுகம் பக்கம் நீ சென்றதைப் பார்த்ததாக, கூறினேன். அவள் கூறிய பதில் ஏறக்குறைய இதுபோல இருந்தது:

"அவன் சரியான முண்டமென்று நினைக்கிறேன். இப்பத்தான் சித்தெ முன்னே மிஷெலை இன்னொரு காப்பி பாரில் பார்த்துட்டு வறேன். அவள் ஒரு அமெரிக்கனுடன் இருந்தாள்" – என்றாள்

"அமெரிக்கன் ஒருவனோடடா? கப்பலில் வேலை செய்யும் ஆசாமியா?" – நான்.

"இல்லை, அவன் கப்பலில் வேலை செய்கிற ஆசாமி இல்லை, ஆனால் அமெரிக்கன், ஒருவேளை சுற்றுலாப் பயணியாக இருக்கலாம்."

நான் அவளிடம் இன்னமும், நீ அங்கே இருப்பாய் என நினைக்கிறாளா? எனக் கேட்டேன்

"எனக்கெப்படித் தெரியும், சற்று முன்புதானே பார்த்தேன், அதனாலே இருக்கலாம்" – என்றாள்.

பின்னர்:

"போய்ப் பார்த்தால்தானே தெரியும்"– என்று முடித்துக்கொண்டாள்.

நீ அந்த காப்பி பாரில் இல்லை, அதாவது நீ அங்கே இருந்தது உண்மையெனில். அங்கிருந்த சர்வருக்கும் அதைப்பற்றிச் சொல்ல ஒன்றுமில்லை . . . அதில் அக்கறையில்லாதவன்போலவும் இருந்தான். அவனுக்கு டிப்ஸ் ஏதேனும் கொடுத்திருக்க வேண்டும், என்னிடத்தில்

அதற்கெல்லாம் வழியில்லை. இருந்தபோதிலும் நான் அங்கே உட்கார்ந்தேன்; மாதுளம்பழச்சாறு ஒன்று வரவழைத்துக் குடித்தேன்.

எனக்குச் செய்வதற்கு ஒன்றுமில்லாததால், தவிர பெரும்பாலான நேரங்களில் கட்டம்போட்ட தாள்களில் எதையாவது கிறுக்காமல் என்னால் யோசிக்க முடியாதென்பதால், பள்ளி நோட்புக்கின் முதல் பக்கத்திலிருந்து ஒரு தாளைக் கிழித்தேன், நகரத்தின் வரைபடத்தை அதில் கீறினேன். அதில் நீ இருக்கக்கூடும் என நம்பப்பட்ட இடங்களில் கோடுகளை வரைந்தேன். கிட்டத்தட்ட அதற்கு ஒரு மணி நேரம் பிடித்தது. அவற்றின் முக்கியத்துவத்திற்கேற்ப இடங்களின் வரிசை:

உனது வீட்டில்

ப்ளாஸ் பக்கமிருக்கும் காப்பி பார்கள்
அவென்யூ பக்கமிருக்கும் கடைகள்
கடலோரம்
தேவாலயம்
பேருந்து நிலையம்
ஸ்மோலெட் வீதி
நேவ் வீதி
க்ரொட்டி இறக்கம்

அதன் பிறகு அங்கிருந்து எழுந்தேன், மாதுளை பழச்சாறுக்கான பணத்தைக் கொடுத்தேன், உடனே மறுபடியும் உன்னைத் தேடிக்கொண்டு புறப்பட்டேன். கையில் 50 பிராங் மிச்சமிருந்தது. நல்லவேளை என்னிடத்தில் இன்னமும் [

என நீ கூறினாய். அவனுடைய தலை பூசணிப்பழம்போலிருந்தது, தலை மயிரை ஒட்டவெட்டியிருந்தான், கால்கள் இரண்டும் ஊதிப் பெருத்திருந்தன. இரவாக இருந்ததால் ஸ்நேக் – பாருக்குள் சிறிது உட்புறமாகத் தள்ளி உட்கார்ந்தேன். ஒரு குவளைச் சிவப்பு ஒயின் கொண்டுவருமாறு பணியாளரிடம் தெரிவித்தேன்.

முதலில் அதிகம் குடிக்கும் எண்ணம் எதுவுமில்லை. போதையிலிருக்க விரும்பியிருந்தால், ஆரம்பத்தில் பீர் போல எதையேனும் கொண்டு வருமாறு கட்டளையிட்டிருப்பேன். எனக்குச் சிவப்பு ஒயின் ஆகாது. அதைக் குடிக்க ஆரம்பித்தால் இறுதியில் வாயில் எடுக்க வேண்டிவரும். வாயில் எடுப்பது எனக்குக் கூடாத காரியம், அதாவது மலம் கழிப்பது போல. உடலில் குறைவதுபோல எதையும் நினைத்துப்பார்க்க விருப்ப மில்லை, அது முழுமையாக இருக்க வேண்டும்.

எனது சட்டைப்பையிலிருந்த 5000 பிராங்கும்; வேறு வேலைகள் இல்லையென்பதும்; அமெரிக்கனுடைய தலை பற்றிய தகவல் பெரிய மாற்றம் எதையும் என்னிடம் கொண்டுவராததும், இம்முறை நான் அதிகம் குடிக்கக் காரணம். முதலில் நான் விற்பனையாளரிடம்:

"சிவப்பு (ஒயின்)" – என்றேன். ஆனால் நான் கேட்டிருக்க வேண்டியது:

"ஒரு மிஸ்ட்ரி இஸ்லே"

அல்லது:

"ஒரு எஸ்பிரஸ்ஸோ (காபி)வுடன் இரண்டு க்ருவாஸ்ஸான் (பிறை வடிவ ரொட்டி)"

அதன் பிறகு உரத்த குரலில் கட்டளையிட எனக்கு சக்தியில்லை யென்பதை உங்களிடம் அவசியம் தெரிவிக்க வேண்டும், அதனால்:

"மறுபடியும் ஒன்று வேண்டும்!" – என்றேன்.

"சிவப்பா?"

ஒப்புதல் தருவதுபோல் தலையை ஆட்டினேன்.

சில விநோதமான காட்சிகள் அரங்கேறின: 'பார்' முழுக்க மனிதர்கள். சர்வர்கள் போவதும் வருவதுமாக இருந்தார்கள். நீ கதவருகே அமெரிக்க

ஆசாமியுடன் உட்கார்ந்திருந்தாய். உங்கள் அனைவரையும் அவதானித்த படி இருந்தேன். குடிப்பது, பேசுவது, கால்களை மடக்கியிருக்கும் விதம், சிரித்தல், சிகரெட் புகைத்து மூக்குத் துவாரங்களூடாகப் புகை விடுவதென்று அங்கிருந்த மொத்தபேரும், ஒருவர் மாற்றி ஒருவர் பேதமின்றி ஒரேவிதமான காரியத்தில் ஈடுபட்டிருந்தீர்கள். உங்கள் எல்லோருக்குமே முகங்கள், கைகள், கால்கள், கழுத்துகள், குறிகள், இடுப்புகள், வாய்கள் இருந்தன. உங்கள் அனைவருக்குமே முழங்கைகளின் கீழ் செக்கச்செவேலென்று ஊளைச்சதை. கண்ணீர் சுரப்பிகளின் விளிம்புகள்கூட ஒருவர்பாக்கியின்றி அனைவரிடத்திலும் வெளியில் தெரிந்தன. அடிமுதுகின் கீழிருந்த பிளவிலும் ஒற்றுமை. நத்தைக்கூடு போல உள்ள காதுகளின் தரத்திலும் அதைக் காணமுடிந்தது. சந்தேக மின்றி, ஒரே அச்சில் வார்த்ததுபோல அவ்வளவு ஒற்றுமை. இருந்த போதிலும் எல்லோரும் ஒன்றுபோலவே இருப்பது வெறுப்பளிக்கிறது. உதாரணமாக உங்களில் ஒருவருக்குக்கூட இரண்டு வாய்கள் இல்லை. அல்லது இடது கண் இருக்குமிடத்தில் ஒரு கால் இருந்திருக்கலாம். பேசியதுகூடச் சொல்லிவைத்ததுபோல ஒரேநேரத்தில் நிகழ்ந்தது. நீங்கள் கூறிக்கொண்டிருந்த கதைகளிலும் பேதமில்லை. ஒரு முறை இருமுறை அல்ல பலமுறை சொல்லமுடியும் உங்கள் அனைவரிடத்திலும் உருவ ஒற்றுமை. நீங்கள் ஒருவராக, இருவராக, மூவராக, நால்வராக, ஐவராக, அறுவராக பத்துப்பேராக, இருபத்தொன்பது பேராக, நூற்று எண்பத்து மூன்று பேராக... எனக் கூறிக்கொண்டே போகலாம்... அவ்வளவு பேராக இருந்தீர்கள்...

உங்கள் உரையாடல்களை மீண்டும் திரும்ப எழுதி சந்தோஷத்தில் ஆழ்ந்தேன்.

சூசான் மருத்துவமனையில் இருக்கிறாள்.

வாய்ப்பே இல்லை, வாழ்க்கையில் அப்படியொரு நிலைமை வேண்டவே, வேண்டாம். ஏன்? நியாயமே இல்லை!

எல்லாம் ஜார்ஜுவால் வந்தது. ஒருமுறை அவனை 'மெக்ஸிக்' விடுதியில் இரவு பார்த்தேன்.

ஒருவகையில் பார்க்கிறபோது, அது உண்மை. ஆனால் இயொனெஸ்கோ மோசமானவன் இல்லை, உன்னை யாரேனும் அதுபற்றிக் கேட்டால், நீ சொல்வாய் அது...

ஏய்! மூான் – குளோது சிகரேட் வேண்டும்? தெரியுமா...

பாட்டிலில் அடைக்காத பீர் அரைக்குவளை! 20 பிராங் உன்கிட்ட இருக்குமில்லை.

அது ஹாரி, ஜாக்கியோட நண்பன். நான் வேலையிலே இருக்கிறேன். இப்போ உனக்கு என்ன வேண்டும்?

உனக்கு உண்மைதானே தெரியனும்? உனக்கு எது உண்மைன்னு தெரியுமில்லை?

நவீனமாகத்தான் இருக்கனுங்கிறதெல்லாம் இல்லை, அதுவும் தவிர, அவனும் என்னுடைய பரம்பரையிலே வந்தவன்தான். இதுக்குமேலே எனக்குப் பொறுமைஇல்லை, புறப்படலாம், சொல்லு?

வியாழக்கிழமை மழைபெய்தபோது, ஆமாம், ஒழுங்கா நடந்தது.

'சிட்டி' வரைக்கும் போக நேர்ந்ததாலே இரண்டு பொதிகளை அங்கே இறக்கினேன்.

ஒரு ரெக்கார்டைப் போடுவதற்குப் பேச்சென்ன வேண்டிக்கிடக்கிறது.

அதனாலே நன்றாக ஒரு குளியல் போட்டேன். அவன் கூறினான்.

அவன் நல்லாக் கதை விடறான், மறுக்கலை, அக்கதைகள் நல்லாத் தானே இருக்கின்றன.

ஆனால், நமக்கு அலுப்பா இருக்கிறது, எதுவுமில்லை

எதார்த்தவாதிகள், ம். மொன்னியே, ஹாரிமொன்னியே உதாரணத் திற்குச் சொல்ல வேண்டுமென்றால்

பத்துமணி இன்னும் ஆகலை, காத்திருப்போம்...

இருந்தபோதிலும், மொனாகோவிற்குப் போனேன்.

அவ்வளவும் வீண் இங்கே?

வாரத்திற்கு ஒரு தடவை, சம்பளமும் தப்பில்லை, எனக்கு கொஞ்சம் உடற்பயிற்சி செய்தமாதிரியும் இருக்கிறது.

அடுத்த மேட்சுக்கு என்னை நம்பாதே.

ஏய், குளோது! புதுசா சொல்றதுக்கு எதுவுமில்லை.

இதுலே ஒரு வார்த்தை உண்மையும் இருக்கிறது.

ஐந்து நிமிடத்திற்குள். அவன் வருவானென என்னாலெ உறுதியாச் சொல்ல முடியும், திரும்பத் திரும்பத் சொல்லிக்கொண்டிருக்கிறான்.

இப்படி வார்த்தைகள், வாக்கியங்கள் ஒன்றிலொன்று கலந்தால் அவற்றுக்குப் பொருளே இல்லை. ஆண்களும் பெண்களுமாக நீங்கள் இருந்தீர்கள். நீங்கள் எந்த அளவிற்கு ஓர் இனத்தை பிரதிபடுத்துகிறீர்க ளென்கிற உண்மையை அன்றைக்குத்தான் முதன்முதலாக உணர்ந்தேன். எறும்புகளின் குடில்களுக்குச் சென்று, உங்களைப் போலவே அவர்களைப் பற்றியும் தெரிந்துகொள்ள வேண்டுமென்ற அவா திடீரென்று பிறந்தது.

நான்கைந்து குவளைச் சிவப்பு ஒயின் குடித்தேன், நான் சாப்பிட்டிருக்கவில்லை, வெறும் வயிற்றில் மதுவருந்துவது எனக்கு எப்போதும் பிரச்சினை தரும். 'ஸ்நேக் – பார்', உட்பகுதியில் அமர்ந்து கிட்டத்தட்ட ஒரு பாட்டில் ஒயின் குடித்திருந்தேன்.

நாக்கில் ஒருவித குமட்டும் உணர்வு. வெப்பம் கடுமையாக இருந்தது, அங்கிருந்த அனைத்திலும் ஒருவிதப் பிசுபிசுப்புத் தன்மை,

எனக்கு நினைவிருக்கிறது, பள்ளி நோட்புக்கிலிருந்து ஒரு பக்கத்தைக் கிழித்தேன், அதன் நடுவில் எழுதினேன்,

எறும்புகள் குடிலில் ஏற்பட்ட பேரழிவு பற்றிய விசாரணைப் பதிவு.

அதன் பின்னர் மறுபக்கத்தில் வாசகங்களை எழுதினேன், பின்னர் அது தொலைந்துவிட்டது. அதில் என்ன சொல்லப்பட்டதென்பது நினைவில் இல்லை. வெள்ளை மாவு பற்றியும், வெள்ளை மாவைக் கொண்ட மலைகள் பற்றியும் எழுதியதாக ஞாபகம்.

'பார்'லிருந்து வெளியேறியபோது நல்ல போதையிலிருந்தேன் என்று சொல்ல வேண்டும். உனக்கு அருகில் வந்தபோது அமெரிக்கனிடம் நீ புகைப்படங்கள் காட்டிக்கொண்டிருந்ததைப் பார்த்தேன். நோயாளியாக இருந்ததால் பழைய நகரத்தில் வெகு நேரம் திரிந்துகொண்டிருந்தேன். கால்கள் தடுமாறச் சுவர்களில் சாய்ந்து நிற்பேன். சாக்கடை நீர்த் தாரையில் இருமுறை வாயிலெடுத்தேன். அப்போது மணி என்னவென்றும் தெரியாது; அங்கே நான் என்ன செய்துகொண்டிருந்தேன் என்பதும் தெரியாது. செயிண்ட் பிரான்சுவா நீரூற்றின் தடுப்புச் சுவர் விளிம்பில் அமர்ந்தேன், அருகிலேயே கடையில் வாங்கிய உணவுப்பண்டத்தையும் பள்ளிக் குறிப்பேட்டையும் வைத்துக்கொண்டேன். அடுத்தடுத்து இரண்டு சிகரெட்டுகளைப் பிடித்தேன். கொஞ்சமாகக் குளிர்காற்றுவீசியது கடைகளில் வெளியில் போட்டிருந்த துணிக்கூரைகள் படபடக்க அதுவே போதுமானதாக இருந்தது.

எனது தீப்பெட்டி காலியாக இருந்தது; அதன் மீது, எரிக்கப்பட்ட தீக்குச்சியை நட்டு, துண்டுக்காகிதத்தை அதில் செருகி பாய்மரப் படகாக அதனை மாற்றினேன். அதன்பின்னர் படகைத் தேங்கியிருந்த நீரில் விட்டேன், கறுப்பாகவிருந்த திரவத்தில் மிதந்துபோனது. வீசிய காற்று, பாய்மரத்தைத் தாக்க, படகு வளைந்து வளைந்து நீரின் நடுப்பகுதியை நோக்கிச் சென்றது. ஒரு நிமிடத்திற்குமேல் படகைப் பார்த்துக்கொண்டிருந்திருப்பேன், பின்னர் கணத்தில் என் கண்களிலிருந்து மறைந்துவிட்டது. ஊற்று நீரின் மழைத்துளிகள் படகை விழுங்க, பனிமூட்டம்போல ஆவி அதனைச் சூழ்ந்துகொண்டது. படகைச் சுற்றியிருந்த நீர் கொப்பளிக்க ஆரம்பித்தது, ஒருசில நொடிகளுக்குப் பிறகு தன்னிலை இழந்து நிழல்போல கீழ் நோக்கிச்சென்றது, பின்னர் சாம்பல்நிறக் குழப்பத்திலும் கறுப்புநிற நீர்ச்சுழலிலும் நிலை தடுமாறிச் சுத்தமாக மறைந்துபோனது.

அந்தச் சமயத்தில்தான் யாரேனும் என்னை, "தேவடியாள் மகனே!" என்று கூப்பிடமாட்டார்களா? அதைக் காதுகுளிர கேட்க மாட்டோமா, என்ற ஆசை பிறந்தது.

[

]

போலீஸ்காரர்கள் வாகனமொன்று என்னைக் கண்டதும் அதன் வேகத்தைக் குறைத்ததுபோலிருக்கவே, அங்கிருந்து கடைசியில் புறப்பட வேண்டியதாயிற்று. பழைய நகரத்தை ஒருமுறை வலம் வந்தேன். பேருந்துநிலையப் பூங்கா திசைநோக்கி நடந்தேன் ஏதேனுமொரு பெஞ்ச் கிடைத்தால், அதில் நீட்டிப்படுத்து உறங்கலாம் போலவிருந்தது.

பூங்காவில் உன்னையும் அமெரிக்கனையும் பார்த்தேன். எப்போது நீங்கள் இருப்பதை அடையாளம் கண்டேனோ அந்த நிமிடமே எல்லாம் குட்டிச்சுவரானது, காரணம் அப்போது இருண்டிருந்தது, அதனால் நீங்கள் இருவரும் சந்தோஷமாக இருந்தீர்கள். உங்கள் அருகில் வந்தமர்ந்துகொண்டு கதைகள் சொல்ல ஆரம்பித்தேன், அவை என்னவென்று நினைவிலில்லை, அநேகமாக அவை புதிர்களாக இருக்கலாம், பேய்க்கதைகளாகக்கூட இருக்கலாம், அல்லது முடிவற்ற வாக்கியங்களாகவும் இருக்கலாம். இலங்கையில் ஆளுநராகவிருந்த எனது கொள்ளுதாத்தா பற்றி ஒருவேளை பேசியிருப்பேனா, தெரிய வில்லை. அமெரிக்கன் சிகரெட் ஒன்றைப் பற்றவைத்து நான் போகட்டுமெனக் காத்திருந்தான். ஆனால் எனக்குப் புறப்படும் எண்ண மெல்லாம் இல்லை. உன்னிடம் இன்னுமொரு 1000 பிராங் கேட்டேன். இந்த முறை போதுமென்ற அளவிற்கு பணம் கொடுத்திருப்பதாக மிஷெல் என்னிடம் கூறினாள். உனக்கு இரவலாகக் கொடுத்த மழை அங்கியை இதுவரை நீ திருப்பித் தரவில்லை, அதன் மதிப்பு 5000 பிராங்கிற்கு மேலிருக்குமென்று அவளுக்குப் பதில் கூறினேன்.

மிஷெல், உனக்குக் கோபம் வந்துவிட்டது, அதனால் இங்கே நிற்காதே போய்விடு என்றாய். நான் சிரித்தவண்ணம், 1000 பிராங் கொடு என்றேன். சிரெட்டைக் கீழே தூக்கி எறிந்த அமெரிக்கன்:

"Now, c'mmon, git off" – என்றான்.

பதிலுக்கு நானும் அமெரிக்க சேரிவார்த்தையில் பதில் சொன்னேன். மிஷெலுக்குப் பயம் வந்துவிட்டது. என்னிடம் 1000 பிராங் கொடுத்தாள். அமெரிக்கன் எழுந்தான்: *"Hey, git off"* எனத் திரும்பவும் கூறினான். கெட்ட வார்த்தையைத் திருப்பிச் சொன்னேன். போலீஸைக் கூப்பிடுவேன் என மிஷெல் அச்சுறுத்தினாள். அமெரிக்கன் அதற்கு அவசியமல்ல என்றும், இச்சிக்கலைத் தானே தீர்க்க முடியுமென்றும் கூறினான். ஏதோ விபரீதம் நடக்கவிருக்கிறது என்பது புரிந்தது. பெஞ்சிலிருந்து எழுந்திருக்குமாறு பலவந்தப்படுத்தியவன், பின்புறமாகத் தள்ளினான். அவனிடம் திரும்பவந்தேன், கதைகளைத் தொடர்ந்து சொல்லிக்கொண்டு இருந்தேன். இன்னதென்று இல்லை வாய்க்குவந்ததையெல்லாம் பேசினேன், என்ன பேசினேனென்று ஞாபகத்தில் இல்லை. மழை அங்கி குறித்துப் பேசியிருக்க வேண்டும். அது 10000 பிராங் பெறுமென்றும் அதனுள் டபுள் லைனிங் கொடுத்திருக்கிறதென்றும், அவளும் நானும்

சேர்ந்து என்னவெல்லாம் செய்திருக்கிறோமென்றும், மலையிலிருக்கும் வில்லாவில் எங்களுக்குள் இம்முறை என்னநடந்தது, என்பதுபற்றியும் அவளிடம் நான் கூறியிருக்க வேண்டும். போலீஸைக் கூப்பிடப்போகிறேன் எனக்கூறி மிஷெல் கிளம்பினாள். காவல் நிலையம் பூங்காவின் மற்ற பக்கத்தில் இருந்தது.

வேகமாகவும், பேசும்போது இரைப்புமிருந்ததால் அமெரிக்கனுக்கு நான் பேசியதெதுவும் விளங்கவில்லை.

மீண்டும் என்னைப் பின்புறமாகத் தள்ள என்னிடம் வந்தான், ஆனால் அவன் சட்டைக்காலரின் பின்பகுதியைக் கெட்டியாகப் பிடித்துக்கொண்டேன். அவன் விட்ட முதல் குத்து, முகவாயின் இடதுபக்கத்தில் விழுந்தது, பிறகு மற்றொன்று, கண்ணுக்குக் கீழே. அவன் அந்தரங்கத்தில் காலால் எட்டி உதைக்க முயன்று, தோற்று விட்டேன். எனவே வயிற்றிலும், முகத்திலும் கைமுட்டியாலும் கால்களாலும் சராமாரியாகத் தாக்கினான். பாதையில் கிடந்த கற்குவியலில் நான் விழும்வரை தாக்குதல் தொடர்ந்தது. அவன் அத்துடன் நிறுத்தவில்லை. அவனுடைய தடித்த முழங்கால் மூட்டுக ளிரண்டையும் எனது மார்பில் வைத்தான். அவனுடைய பலத்தை யெல்லாம் பிரயோகித்து எனது முகத்தில் அடித்தான், என்னைக் கிட்டத்தட்ட நினைவிழக்கச்செய்தான், முன்பல் ஒன்றையும் உடைத் திருந்தான். பல்லை உடைத்ததில் அவன் கைமுட்டியில் வலி எடுத்திருக்க வேண்டும், ஏனெனில் அதன் பிறகு அடிப்பதை நிறுத்திக்கொண்டான். பெருமூச்சுவிட்டபடி எழுந்தான், பின்னர் மிஷெலை அழைத்துக் கொண்டு பூங்காவைவிட்டு வெளியேறினான்.

சிறிதுநேரத்திற்குப் பிறகு, எனக்கும் சுதாரித்துக்கொள்ள முடிந்தது, தவழ்வதுபோல பெஞ்ச் வரைசென்று அதில் உட்கார்ந்து, ஒரு கைக்குட்டைகொண்டு முகத்தைத் துடைத்தேன். பல் உடைந்ததைத் தவிர வேறு பிரச்சினைகள் எனக்கில்லை, இருந்தாலும் ரத்தம் நிறையக் கொட்டியது. ஒரு குத்தை மூக்கில் விட்டிருக்க வேண்டும். எது எப்படியோ எனது கண்களிரண்டும் ஆரஞ்சுப்பழம்போலப் பெரிதாக இருந்தன. ரத்தத்தைத் துடைத்தபோது வலியால் மெல்ல முனகினேன். போதை முற்றாகத் தெளியவில்லை:

“தேவடியாப் பையனாலே இப்போ, நான் பல் டாக்டரிடம் போகனும், அந்தத் தேவடியாப் பையனாலே பல்மருத்துவத்திற்கு 2000 பிராங் தண்டம் வைக்கனும்” என்றேன், இதைத் தவிர வேறெதையும் எனக்குச் சொல்லத் தெரியவில்லை.

அதன்பிறகு ஐந்து நிமிடத்திற்கு மேல் ஆகியிருக்காது. அமெரிக்கனும் மிஷெலும், ஒரு போலீஸ்காரனுடன் திரும்ப பூங்காவிற்குள் வந்தார்கள். புதர்களில் புகுந்தும் செடிகளாலான வேலியைத் தாண்டிக்குதித்தும் அங்கிருந்து கிளம்புவதற்குப் போதுமான நேரம் கிடைத்தது. திரும்பவும் பழைய நகரத்திற்கு வந்தேன். நீரூற்று ஒன்றில் முகத்தையும் கைகளையும் அலம்பிக்கொண்டேன். என்னை ஆசுவாசப்படுத்திக்கொள்ள சிகரெட் ஒன்றைப் புகைத்தேன் எனது பல் ஆட ஆரம்பித்தது, பாதி உடைந்

திருந்தது, எனக்கென்னவோ அதன் நரம்பு எனாமலிலிருந்து பல்லை வெளியில் தள்ளியிருக்க வேண்டும், ஒரு புல்லைப் போல. குன்றுப் பகுதியில், அநாதையாகக் கிடக்கும் எனது வீட்டிற்குத் திரும்ப வேண்டுமென்று விரும்பினேன்.

எத்தனை சீக்கிரம் முடியுமோ அத்தனை சீக்கிரம் திரும்ப நடந்தேன். துறைமுகத்தின் எதிரிலுள்ள தேவாலயத்தைக் கடந்தபோது, நேரம் நான்குமணி முப்பத்தைந்து என்றிருப்பதைப் பார்த்தேன். விளக்கை அணைக்காமல் மோட்டார் வாகனங்கள் கடந்து சென்றன. எங்குப் பார்த்தாலும் விலங்குகள் ஜோடி ஜோடியாக விநோதமான குரலை எழுப்பிக்கொண்டிருந்தன. “இரண்டு முறை வாயில் எடுத்துவிட்டேன், நாளை பல் மருத்துவரிடம் கண்டிப்பாகச் செல்ல வேண்டும்” என சதா மனது அசைபோட்டது. “தோல் இருக்கைகள், ‘அதீதச் சுகாதாரச்சூழல், சில்லென்ற ஆவிபோன்ற காற்றுப் பரப்பு, பல் மருத்துவரின் உலோகச் சக்கரம் அதன் உப்புச்சப்பற்ற ரசக்கலவை மணம்”, – முதலியவை அடிக்கடி மனத்தில் வந்துபோனது.

[

]

இந்த இடத்தில் குறிப்பேட்டின் 3 பக்கங்கள் கிழிக்கப்பட்டிருக் கின்றன. நான்காம் பக்கத்தில் இருக்கிற சித்திரம், நகரமொன்றை விமானத்திலிருந்து பார்ப்பதைப் பிரதிநிதித்துவப்படுத்துகிறது. வீதிகள் பால்பாயிண்ட் பேனாவினால் கீறப்பட்டிருக்கின்றன. சதுக்கம்போன்ற தொரு சிவப்பு கறை, மருவொன்றின் ரத்தத்தில் தோய்ந்த விரல்கொண்டு அது உருவாக்கப்பட்டிருக்க வேண்டும். தாளின் கீழே இடதுபக்கம் புகைத்துமுடித்த சிகரெட் துண்டை நசுக்கித் தேய்த்ததற்கான அடையாளம். கவனத்துடனும் ஈடுபாட்டுடனும் சித்திரம் வரையப் பட்டிருக்க வேண்டும் என்பதற்குச் சாட்சிபோல் காகிதத்தின் விளிம்பொன்றில் விழுந்திருந்த புருவ மயிரொன்று கிடக்கிறது, வரைந்த நபரின் தலை வெகு நேரம் காகிதத்தில் கவிழ்ந்திருந்ததால் அது நடந்திருக்க வேண்டும். இதற்கு முந்தைய பக்கத்திற்கும், குறைகிற பக்கங்களுப் பிறகு வந்த பக்கத்திற்கும் இடையில், ஒரு மூன்று நான்கு நாட்கள் இடைவெளி ஏற்பட்டிருக்கிறது. புகழ்பெற்ற பள்ளி மாணவர்களுக்கான மஞ்சள் வண்ணக் குறிப்பேட்டின் கடைசிப் பக்கமிது. அதில் சிலவரிகளே எழுதப்பட்டிருக்கின்றன, அவையும் மைபேனாவால் எழுதப்பட்டவை. பக்கத்தின் கீழ்ப்பகுதி கிழிக்கப்பட் டிருக்கிறது; நிறைய அடித்திருக்கிறது. சில சொற்கள் அடிக்கப்பட் டிருந்தாலும், அவற்றைப் படிக்க முடிகிறது, மற்றவை முழுவதும் மறைந்திருந்தன. சில சொற்கள் துண்டாடப்பட்டிருக்கின்றன, பிசுபிசுப் பான தாளில் மைபேனாவில் எழுதியபோது வழுக்கியிருக்கக்கூடும்.

ஞாயிறு காலை, அன்பினிய மிஷெல்,

மிஷெலும் அமெரிக்கனும் காவல் நிலையத்தில் புகார் கொடுத்தார்கள், எங்கே நான் மறைந்திருக்கிறேன் என்பதையும் அவர்களிடம் கூறிவிட்டார்கள். அன்றையதினம் காலையில் சற்றுமுன்பாகவே சத்தம் கேட்டு விழித்தேன்; எனக்கு அச்சமாக இருந்தது. எழுந்ததும் சன்னல் வழியாக வெளியில் பார்த்தேன். எவ்விதப் பேச்சுமின்றி இரண்டு மூன்று ஆசாமிகள் குன்றுகள் ஊடாக மேலே ஏறிவந்துகொண்டிருந்தார்கள். அவர்கள் வேகமாக நடந்தார்கள். அவ்வப்போது நான் தங்கியிருக்கிற வீட்டுப் பக்கமாக அவர்கள் பார்வை படுவதையும் கவனித்தேன். ~~அடுத்தகணம், அவர்கள் போலீஸ்காரர்களாகத்தான் இருக்க வேண்டுமென்று தோன்றிற்று.~~ எது எப்படியோ இரண்டு மூன்று உடைமைகளை எடுத்துக்கொண்டு சன்னல் வழியாகக் குதிக்க நேரம் போதுமானதாக இருந்தது. சன்னலுக்கு முன்பாக ரோஜாச் ~~செடிகள் அவரைச் செடிகள் ரோஜாச்~~ செடிகள் இருந்ததால் அவர்கள் என்னைக் கவனிக்க இல்லை. வீட்டிற்கு மேலாக, குன்றின் சரிவில் சிறிது தூரம் மேலே ஏறினேன், பின்னர் அப்பாதையிலிருந்து இடப்பக்கம் திரும்பி, வறண்டிருந்த ஓடை நெடுகச் சறுக்கி இறங்கினேன். அவர்களுக்கு வெகுதூரத்தில் ~~நான் கடந்திருக்கவில்லை~~, ஒரு கணம் முட்புதர்களுக் ~~###########~~ கிடையில் அவர்கள் உருவங்களைக் காணநேர்ந்தது. கற்களைத் தள்ளி அவர்கள் கவனத்தை என்பக்கம் திருப்பக்கூடாதென எச்சரிக்கையாக நடந்துகொண்டேன். ~~####################~~ ~~அவற்றின்.~~

சாலைக்குத் திரும்பவும் வந்துசேர்ந்தேன். அதன் சரிந்த கரையில் நடக்கத் தொடங்கி, பின்னர் சாலையோர நடைபாதையில் இறங்கிக் கொண்டேன். சூரியன் உதித்து அதிக நேரம் பிடித்திருக்காது; ஊசியிலை மரங்களுக்கிடையில், இடது பக்கம், கொஞ்சமாகக் கடல் தெரிந்தது. ஊசியிலைமரங்களின் குங்கிலியமும் புற்களுமாகச் சேர்ந்துகொண்டு எழுப்பிய வாசம் மூச்சுத்திணறலைக் கொடுத்தது. எனவே மெதுவாக உலாத்துவதுபோல நடந்துகொண்டிருந்தேன். 500 மீட்டர் தூரத்திற்குப் பிறகு நடந்த பாதை இறுதியாகக் கடற்கரை நோக்கிச்சென்றது, நானும் தொடர்ந்தேன். வாகனத்தில் செல்லும் போலீஸ்காரர்கள் என்னை எளிதாகக் கண்டுபிடித்துவிடக்கூடும் என்பதால், பெரிய சாலைகளைத் தவிர்க்க வேண்டுமென்று நினைத்தேன். வில்லாவில் எனது கைக்கடிகாரத்தை எடுத்துவர மறந்திருந்தேன். ஆனால் சூரியன் தெளிவாக மணி எட்டு எனத் தெரிவித்துக்கொண்டிருந்தது. எனக்குப் பசியும் தாகமுமாக இருந்தது.

இறக்கத்தில், கடற்கரைக்குப் பக்கத்தில், காப்பிபாரொன்றை அப்போதுதான் திறந்திருந்தார்கள். சாக்லேட் பானமொன்றைக் கேட்டுக் குடித்தேன், கூடவே ஆப்பிள் டொனட் ஒன்றைவாங்கித் தின்றேன். உடைந்த பல் வலி இன்னமும் இருந்தது. சட்டைப்பையில் 1200 பிராங் இருந்தது. திடீரென்று, நாட்டைவிட்டு வெளியேறி வேறு நாடுகளில் ஏன் தஞ்சம்புகக் கூடாதென்று நினைத்தேன். சுவீடன், ஜெர்மனி, அல்லது போலந்து என்று போகலாம். இத்தாலி நாட்டின் எல்லைகூடப் பக்கம்தான். ஆனால் அதொரு கடவுச்சீட்டு, பணமற்ற

வெளி இருக்கக் கூடாது. அம்மாவைச் சென்று பார்க்கலாமென்றுகூட எண்ணம் வந்தது. அதன்பிறகு காலி சிகரெட் பெட்டியின் முதுகில் எழுத வேண்டுமென்ற அவசியமெல்லாம் இல்லை. அடுத்து செய்ய வேண்டியது ஒன்றே ஒன்றுதான்; முடிந்தால் கொஞ்சம் பார்த்துவருவது. நகரத்தில் வசிக்க வேறுபட்ட இரண்டுவிதமான வீடுகளிருக்கின்றன. வழக்கமாக எல்லோரும் குடியிருக்கும் வீடுகள் ஒருவகை; வீடிழந்து திடீரென்று உதவிகேட்டு வருபவர்களுக்கு அடைக்கலம் தரும் வீடுகள் பிறிதொருவகை. அடைக்கலம் தரும் வீடுகளிலும் இரண்டு வகைகளுண்டு: மனநலம் பாதித்தவர்களுக்கான காப்பகங்கள் ஒன்று, மற்றது நிலையான வீடேதுமின்றி பகலில் வீதிகளில் வாழ்கிறவர்களுக்கான விடுதிகள். இரவு நேரக் காப்பகங்களிலும் இருவகைகள் இருக்கின்றன. முதல்வகையில் அறைகளுண்டு; இரண்டாம் வகையில் பொதுக்கூடத்தில் உறங்கநேரும். பொதுக்கூட வகை காப்பகத்திலும் இருவகைகளுண்டு. ஒன்றில் தங்குவதற்கான கட்டணம் மிகவும் குறைவானது, மற்றதில் அதுகூட இல்லை, இலவசம். இலவசத்திலும் இரண்டுவகையுண்டு; ஒன்று ரட்சணிய சேனைக்குச் சொந்தம். பிரச்சினை என்னவெனில் அதில் சுலபமாக இடம் கொடுக்க மாட்டார்கள்.

இறுதியில் மலைமீது கேட்பாரற்றுக் கிடக்கும் வீடுகளில் வசிப்பது எவ்வளவோமேல்.

நிச்சயமாக, எல்லோரும் சொல்கிற வசதிகள் இது போன்ற இடங்களில் கிடைக்காதுதான். சம்பந்தப்பட்ட மனிதர்கள் கட்டில் எதையும் விட்டுவைக்காமல் போயிருப்பார்களெனில் தரையில்தான் உறங்க வேண்டும், ஆனால் தற்போதைய இடத்தில் அந்தப் பிரச்சினை இல்லை. பொதுவாகத் தண்ணீர் வசதிகள் கிடைக்காது, நிறுத்தப்பட்டிருக்கும் (தோட்டத்திலிருக்கும் ஒரே ஒரு குழாயில்மட்டும் தண்ணீர் வரும், மிஷெல் உனக்கு ஞாபகமிருக்கிறதா?). திருடர்கள், விலங்குகள் விஷயத்தில் எந்தப் பாதுகாப்பும் கிடையாது, நம்மை நாமே பாதுகாத்துக் கொள்வதன்றி வேறு வழிகளில்லை. தனித்திருக்கும்போது நம்மைக் காத்துகொள்வது மிகக்கடினமான காரியம், அதிலும் மூட்டைப் பூச்சிகள், கொசுக்கள், சிலந்திகள், தேள்கள், பாம்புகள் ஆகியவற்றிடமிருந்து பாதுகாத்துக்கொள்வது எளிதல்ல. பிறகு அங்கே தொடர்ந்து இருப்பதென்பது, வீட்டுக்குடையவர்களின் தயவைப் பொறுத்தது. அவர்கள் திடீரென்று வரக்கூடும். அவர்கள் வீட்டில் வேறு ஆட்கள் இருப்பதைப் பார்த்தால், சிலர் கோபப்பட்டு எதுவும் நடக்கக்கூடும். நமது காரியத்தை நியாயப்படுத்தி எதையும் சொல்ல முடியாது. தவிர தற்போது வெயில்காலம், குளிர்காலமல்ல, வாலிபன், பொதுவில் சக வயது இளைஞருக்குரிய உடம்பு, அதாவது வேலைபார்த்து சம்பாதிக்கலாம், சொந்தமாக நகரத்தில் தேவையான பொருட்களுடன் தங்கிக்கொள்ள அறையும் வைத்திருக்கிறான். ஒருவேளை போலீஸ்காரர்களிடமும் அவர்கள் செல்லலாம், பிறகு அவன் அவர்கள் வசம், நாடோடி என்பார்கள், "நிரந்தர வீ வன் எண ", திருடன், ராணுவத்தைவிட்டு ஓடிவந்தவன், அத்துமீறி வீட்டிற்குள்

நுழைபவன், நம்பிக்கைத் துரோகி, பணம் கேட்டு மிரட்டுபவன் அல்லது பிச்சைகேட்பவன்.

நான் குருடனல்ல, முடவனும் அல்ல. குளிர் நாடுகளுக்குப் போகப்போகிறேன். சரக்கு ரயிலில் ஏறி ரோட்டர்டாம் வீதிகளில் பிச்சை எடுப்பேன், மீன்பிடிக்கும் வலைக்கருகில் நிறுத்தியுள்ள, கட்டுத்தறி கட்டைகளில் உட்காருவேன். கடலில் குளிப்பேன். ஒருவேளை நாய் இந்தப் பக்கம் வரலாம். ஆகஸ்டு 29 ஞாயிற்றுக்கிழமை, சிறிது நேரத்தில் காலை ஒன்பது மணி. மிகவும் வெக்கையாகவும், புழுக்கத்துடனும் இருக்கிறது. வெகு அருகில் மலைகள் எரிந்துகொண்டிருப்பதுபோல அப்படியொரு வெப்பம். இங்கே நான் ஒளிந்து வாழ்கிறேன்.

துர்அதி [

]

குறிப்பேட்டின் முதுகில், ஆதாம் தனது முழுப்பெயரையும் எழுதிக் கையொப்பமிட்டான்: ஆதாம் போலொ, தியாகி. நம்மால் உறுதியாக எதையும் சொல்ல முடியாதென்றாலும், மேலே, நம்மால் திரும்பவும் எடுத்தாளப்பட்ட இப்பனுவல், அநேகமாக “டொர்பெடோ ஸ்நாக் – பார்”க்குச் சொந்தமான ஆண்களுக்கான கழிவறையில்தான் கடைசியாக எழுதப்பட்டிருக்க வேண்டும். ஏனெனில் பின்நாளில் அதனைக் கண்டெடுத்தது அவ்விடத்தில்தான்.

16

காலை முடிகின்றவேளை, நடுப்பகலுக்கும் பிற்பகல் ஒருமணிக்கும் இடைப்பட்ட நேரமென்று வைத்துக் கொள்ளலாம், கடற்கரையின் மையப்புள்ளியில் இருக்கிற நபரென்று அவனைக் கருத வேண்டியிருந்தது. அவனது நீண்ட மெலிந்த உடலைக் கொதிக்கும் கூழாங்கற்களுக்கு மேல் கிடத்தியிருந்தான். காற்றும் சிறிது கடந்துசெல்ல வேண்டும், தகிக்கும் சூரியனின் தாக்கத்தையும் குறைத்தாக வேண்டும் என நினைத்தவன்போல முதுகிற்கும் தரைக்கும் சிறியதொரு இடைவெளியை இரு முழங்கைகளையும் பின்புறம் மடித்து ஊன்றி ஏற்படுத்திக்கொண்டிருந்தான். நீர்ச்சறுக்கு விளையாடுபவர்களை இழுத்துச்செல்லும் எந்திரப்படகு கடந்துபோனதும், எழும்பும் அலை அவன் கால்களை நனைக்கின்ற வகையில் கடலுக்கு வெகு அருகிலிருந்தான்.

தூரத்திலிருந்து பின்புறமாகப் பார்த்தபோது, பெரிய மாற்றம் ஏதும் அவனிடத்திலில்லை. எப்போதும்போல அடர்ந்த நீலநிறத்தில் எண்ணெய்க் கறையுடன் ஒரு கால்சட்டையும், தங்க முலாம் பூசிய பிரேம் கொண்ட கறுப்புக் கண்ணாடியும் அணிந்திருந்தான். அருகிலேயே அவனது ஆடைகள் குவியலாகக் கிடக்க அதன்மீது இரண்டு மாதங்களுக்கு முந்தைய சஞ்சிகையொன்று, ஏறக்குறைய நடுவில் இரண்டாகப் பிரிந்துகிடந்தது. திறந்திருந்த பக்கத்தில் ஒரு ரயில் விபத்துபற்றிய செய்தி. ஆனால் பக்கவாட்டில் அடித்த காற்றால் அதுமூடப்பட, தற்போது சஞ்சிகையின் பின் அட்டையைப் பார்க்க முடிந்தது: இளம்வயது பையன் ஒருவன் பாலாடைக்கட்டி கலந்த ஸ்பகத்தி சாப்பிட்டுக் கொண்டிருந்தான். சற்றுத் தூரத்தில் மற்றொரு சிறுவன் வெறும் கால்களுடன் கடல்நீரில் தனியாக விளையாடிக் கொண்டிருந்தான். ஆதாம் அவனைப் பார்க்கவில்லை. ஆதாமிற்குத் தற்போது வயது முப்பது.

ஆதாம் தலை நீளமாகவும், மேற்பகுதி சற்றுக்கூம்பாக இருந்தது. தலைமயிரும், தாடியும் கத்தரிக்கோலால் வெட்டப் பட்டிருப்பினும், தலைமுழுக்க முடிச்சுகளும் படிகளுமாக இருந்தன. இன்னமும் அம்முகத்தின் அழகைக்கூறும் சிற்சில அம்சங்கள் இருக்கத்தான் செய்கின்றன: சற்றே பெரிய கண்கள், ஒழுங்கின்றி அமைந்திருந்த மிருதுவான மூக்கு,

லெ கிளேஸியொ

இளமைகொண்ட தாடியற்ற முகமென்றாலும், மஞ்சள்நிற ரோமங்கள் லேசாகப் படர்ந்திருக்கின்றன. பின்புறம் ஊன்றப்பட்ட கைகளால், இழுபட்டதுபோல் தோற்றம் தரும் ஒரு டஜன் பலவீனமான விலா எலும்புகளின் பொறுப்பில் குறுகிய மார்பு. தோள்களின் முன்பக்கம் சதைபோட்டிருந்தது, மசுல்ஸ்தான் வேறென்ன, ஆனால் முன்கைகளில் எலும்பைத் தவிர ஒன்றுமில்லை. கைகள் சிறியதாகவும், அகலமாகவும் தடித்தும் இருந்தன, அக்கைகள் எளிதாகக் கொக்கிகளைக் கழற்றமுடிந்த மார்புக் கச்சைகளைக்கூட அவிழ்க்கத் தெம்பற்றவை. உடலின் பிறபகுதி களும் அவ்வாறே இருந்தன. ஆனால் வெகு அருகிலிருந்து பார்க்கையில்: சூரியன், மார்பிள்போல மாற்றியிருந்த மென்தோலும் அதில் வாரி யடித்திருந்த கடல் நீரும் ஆதாமின் உடலைப் பளிச்சென்ற மஞ்சளில் ஆரம்பித்து – நீல நிறம்வரை எல்லாவகையான வண்ணக் கறைகளும் மெல்லமெல்ல ஆக்கிரமித்திருந்தன.

நிறங்களால் மூடப்பட்டு, வண்ணக் கறைகளிடையே வகையாகச் சிக்கிக்கொண்டவன்போல இருந்தான்: பழுப்பு, பச்சை, கறுப்பும் சாம்பலும், வெள்ளை, காவி, அழுக்கடைந்த செந்தூரம் என அவற்றை வகைப்படுத்தலாம். தூரத்திலிருந்து பார்க்கச் சின்னஞ்சிறு குழந்தை போலவும், அருகிலிருந்து பார்க்கிறபோது இளைஞன் போலவும், வெகு நெருக்கத்தில் பார்க்கிறபோது நூறாண்டுகாலம் வாழ்ந்து முடித்த, வெகுளித்தனமான, கேலிக்குரிய முதிய ஆசாமிபோலவும் இருந்தான். அவனுடைய சுவாச லயம் அதிகரித்திருந்தது. ஒவ்வொருதடவையும் காற்றை உள்வாங்கும்போதெல்லாம், தொப்புளைச் சுற்றிலுமிருந்த ரோமங்கள் விறைத்தன, 2லிட்டர் பெறுமான விறைந்தோடும் காற்றை உள்வாங்குவதற்கான அறிகுறி. மூச்சுக் குழாய்க்குள் நுழைந்த காற்று, கிளை மூச்சுக் குழாய்களையும் விரிவுபடுத்தியது, விலா எலும்புகளை விரியச்செய்தது, சிறுகுடலும், வயிற்றின் மேற்பரப்பும் உதரவிதானத்துடன் வேகமாகத் தள்ளப்படவும் காரணமாயிற்று. தங்குதடையின்றிக் காற்று உள்ளே பயணித்தது, இதயத்துடிப்பு உணரப்பட்டது, உள்ளிருந்த சதைமடிப்புகளெல்லாங்கூடக் குருதியில் நனைந்தன. உடம்பு நெடுக நீலநிற அலைபோல ரத்தம் அவ்வப்போது சிரைகளில் பாய்ந்து ஓடுவதால், சிரைகள் அதிர்ந்தன. வேண்டிய இடங்களிலெல்லாம் உள்வாங்கப்பட்டக் குருதி வெதுவெதுப்புடனும், மணம் நிரம்பியதாகவும், நுண்ணிய கழிவுத் துணுக்குகளைச் சுமப்பவையாகவும் இருந்தது. உடலின் ஒட்டுமொத்த தோல் பரப்பையும், தசைகளையும் ஆக்கிரமித்து, ஒரு முனையிலிருந்து மறுமுனைவரை பயணித்து மின் அதிர்வுகளைத் தந்தது. அதன் வழித்தடங்களில் இருந்த அவ்வளவிற்கும் பணிகளுண்டு: வால்வுகள் திரும்ப மூடிக்கொண்டன, மூச்சுக்குழாய் தந்துகிகள் தூசுகளை வேண்டாமென்று திருப்பி அனுப்பின. உட்குழிவின் ஈரமான ஆழ்பரப்பில் ஊதா, வெண்ணிறத்தில், தோய்ந்த கரியமிலவாயு திரண்டது, தாம் எந்த நேரமும் மேலே செலுத்தப்படலாம், காற்று வெளியில் கரைந்துபோகலாம் என்பதால் தயார் நிலையில் இருந்தது. கற்களுக்கிடையிலுள்ள சந்துபொந்துகளில், வேர்வையில் நனைந்துள்ள நெற்றிகளில், எஃகு நிறத்திலான வானத்தின் அடர்த்தியைக் கூட்டும்

வகையில் எங்கு வேண்டுமானாலும் அவை இடம்பிடிக்கலாம். ஆதாம் உடலின் ஆழ்பரப்பில் உயிரணுக்கள், உட்கருக்கள், ஊன் அணுக்கள், பல்வகைச் சேர்க்கைகளில் உருவான அணுக்களெனத் திரண்டிருந்தன: தற்போது அனைத்துமே விறைப்புத்தன்மையை இழந்திருந்தன. ஆதாமின் அணுக்கள் கற்களின் அணுக்களோடு வெகு எளிதாகக் கலக்க முடியும்; கற்களின் அணுக்கள் பின்னர் மெதுவாக மணலிலும், நீரிலும், அதன் வண்டல் பரப்பிலும் ஆழ்பரப்பில் கலப்பதுபோல பிற அணுக்களோடு ஒன்றிணையும், அதன்பின்னர் கருமைக்குள் மறைந்துவிடும். இடது தொடை தமனியில் அமீபாவொன்று நீர்க்கட்டிபோல உருவாகும். அணுக்கள் சின்னஞ்சிறுகோள்கள்போல ஆதாமுடைய பிரபஞ்ச உடலில் வலம்வரும்.

உடலின் பிற பகுதிகளுக்கு மாறாக அவன் கால்களிரண்டும் முன்பக்கக் கடற்கரையில், கடலைத்தொட்டுக்கிடந்தன, இருந்தும் அவன் அங்கே தனித்த நபராக இருந்தான்; சூரியனின் வெண்ணிறம், மஞ்சள் கதிர்கள் அவனுடைய கூம்புத் தலையில் நேராக விழுந்தன. நீண்டிருந்த முகவாய், வளர்ச்சிக் குறைவான தாடி மயிர், அவனுடைய பொதுவான தோற்றம் மொத்தமும் சேர்ந்து அவனை ஏதோ கிரேக்க நாடக வழக்கில் முதலில் மேடையேற்றப்படுகிற பாத்திரத் தோற்றத்தைத் தந்தன. சற்று முன்னர்தான் சிகரெட் ஒன்றைப் புகைத்து முடித்திருந்தான். கண்கள் எதிரே மின்னல் பூச்சிகள் பறப்பதுபோல இருந்தன, பின்னர் அவை குமிழிகள்போல வெடித்துச் சிதறின. உடல் ரோமங்களில் உப்பு பூத்திருந்தது.

சற்றுமுன்பு கண்ட சிறு குழந்தை ஜெபிப்பதுபோல பாடிக் கொண்டே கடல் நீரில் நடந்தது.

“போற்றினர்
இறைவன் பெருமை
பாடினர்
இறைவன் பரிவை...”

பாடிக்கொண்டிருந்த சிறுவன், சற்றுத்தொலைவில் குறுங்கற்களில் உறங்கிக்கொண்டிருந்த தன் தாயைப் பார்த்ததும், சில நொடிகள் பாடாமலிருந்தான். மீண்டும் தவறான சுரத்தில் தொடர்ந்து பாடினான்.

“போற்றினர்
இறைவன் பெருமை,”...

ஆகாயத்தில் விமானங்கள் இரண்டு வளிமண்டலங்களுக்கிடையில் சத்தமின்றிப் பறந்து சென்றன. கடற்கரை மனிதர்கள் பலரும் மதிய உணவிற்குப் போய்க்கொண்டிருந்தனர். பாதி இறக்கை பிய்த்தெறியப் பட்டிருந்த குளவியொன்று ஒரு கல்லிலிருந்து மற்றொரு கல்லிற்கு ஓடிக்கொண்டிருந்தது. இரண்டு முறை நிலப்பகுதிக்குச் செல்லும் வாய்ப்பு அதற்குக் கிடைத்தும், நட்டநடுபாலையில் சிக்கித் தவறான பாதையைத் தேர்வுசெய்ததுபோல கடற்திசைக்காய்ச் சென்றது, அங்கே, சூரிய ஒளி முன்னிலையில் ஒரே ஒரு துளி உப்புநீர், அதனை மூழ்கடிக்கப்போதுமானதாக இருந்தது. சிறுவன் தற்போது:

ஓ சரிமரே
கடந்தகாலத்தின்
அழகுத் தோழியே,
என்னுடன் என்றும்
வாழ்கி . . . றாய்.

எனத் தனது குரல்மீது முழுநம்பிக்கைவைத்துப் பாடினான். பாடி முடித்தவன், கடற்கரையில் மேல்நோக்கி நடந்தான். ஆதாமைக் கடந்து சென்றபோது ஆதாமுடைய சஞ்சிகையைத் தள்ளிவிட்டான். அதன் பிறகு பையன் சற்று எச்சரிக்கயுடன் நடந்துசென்றாலும் கனத்த இமைகளைக்கொண்ட இரண்டுசிறிய கண்கள் மட்டும் ஆதாமின் முதுகில் படிந்திருந்தன; அவ்வாறே தாய் உறங்குகிற குளியல் துவாலை வரை சென்றவன், உட்காருவதற்கு முன்பாக அதனைத் தனது பக்கம் இழுத்துப்போட்டுக்கொண்டு, நடந்தவற்றை மறந்துபோனான்.

சிறிதுநேரத்திற்குப் பிறகு, ஆதாம் அங்கிருந்து எழுந்து சென்றான். துறைமுகத்திற்கு வெகு அருகிலிருந்த அஞ்சலகத்திற்குச் சென்றான். அஞ்சலகப் பெட்டி எண்களுக்கு வருகிற கடிதங்களை நிர்வாகிக்கிற கௌண்டருக்குச் சென்று விசாரித்தான். சம்பந்தப்பட்ட அலுவலர் சற்றுக் கனமான உறையொன்றைக் கொடுத்தார். அந்த உறையில்:

ஆதாம் போலோ,
அஞ்சல் பெட்டி எண் 15

என எழுதி அஞ்சலக முகவரி எழுதியிருந்தது.

அங்கே வெப்பம் குறைவாக இருந்ததாலும், எங்கே போகலாம் என்பதுகுறித்து அதிக யோசனைகளெதுவும் இல்லாததாலும், அஞ்சல் அலுவலகத்தில்வைத்தே உறையைப் பிரித்தான். தொலைபேசி புத்தகங்க ளிருந்த மேசைக்கருகில் ஒரு பெஞ்சில் உட்கார்ந்தான். அவனுக்கு வெகு அருகில் இளம்பெண்ணொருத்தி பணம் அனுப்பும் படிவத்தைப் பூர்த்திசெய்துகொண்டிருந்தாள். அவள் பலமுறை முயல வேண்டி யிருந்தது: தயங்கினாள், மனதில் கணக்குப்போடுவதைப் போலிருந்தது, வேர்த்தது, விரல்களுக்கிடையில் ரப்பர்பட்டை சுற்றிய, விளம்பரம் அச்சிட்ட மை பேனா ஒன்று வதைப்பட்டுக்கொண்டிருந்தது.

கடிதத்தைப் பிரித்தான். மூன்று பக்கங்கள், வழக்கமான அளவில் எழுத்துகள் இல்லை. ரோமன் எழுத்துகள் என்பதைவிடச் சித்திரங்கள் அல்லது சித்திரவடிவக் குறியீடுகளெனக் கூறலாம், அந்த அளவிற்குப் பெரிதாக இருந்தன. சொற்ப பெண்தன்மை கொண்ட, சமதளபரப்பில், குறிப்பாக எழுதும் தாள்களில் அதிகம் போட்டுப் பழகிய தடித்தக் கையொன்றால் எழுதப்பட்டவை. கற்பனையுடன்கூடிய ஒருவிதப் பாவனையும், வார்த்தையின் முடிவில் வருகிற 'S'ன் இறக்கத்தில் ஒருவித அன்பையும் அல்லது சாதாரணமாகச் சொல்ல வேண்டுமெனில், கண்டபடி வார்த்தைகளைத் தேர்வு செய்திருக்கிறோமென்கிற எரிச்சலையும் ஒருவேளை ஒருவரும் படிக்க முடியாமலும் போகலாம் என்கிற அவநம்பிக்கையையும், எழுத்துக்களின் அமைப்பை வைத்து

முடிவுக்குவர வேண்டியிருந்தது. பிரித்திருந்த பங்கங்கள், செய்தியைத் தெரிவித்தன, அதைப் புரிந்துகொள்ள ஆழமாக வாசிக்கத் தெரிந்திருக்க வேண்டும். ஒருவகையான விடுகதை. அவ்விடுகதையில் வெகுளித் தனமுமுண்டு, சாதுர்யமுமுண்டு. சுவரின் கல்லில் பொறித்ததுபோல அது நிலையானது, சாசுவதமற்ற கையொன்றின் தகவல், அதற்குக் காலத்தால் கேடுகளில்லை. தேதிபோல அத்தனை தெளிவாக இருக்கிறது, திக்குத்தெரியாத காட்டிலிருந்து மீள்வதற்கு உதவும் படிவம்.

ஒருவாரத்திற்கு மேலாக அக்கடிதம், அவனுடைய அஞ்சல் பெட்டியில் காத்திருந்தது.

19 ஆகஸ்டு,

அன்புள்ள ஆதாம்,

நீ அனுப்பிய சிறுகுறிப்பை நமது வீட்டுத் தபால் பெட்டியில் கண்டதும், உன்னைப் பெற்றவர்களாகிய எங்கள் இருவருக்கும் வியப்பு; அவ்வியப்பு கொஞ்சநஞ்சமல்ல என்பதையும் நீ நம்ப வேண்டும். இதுபோன்றதொன்றை நாங்கள் எதிர்பார்க்கவே இல்லை, இதை மட்டுமல்ல நீ செய்துள்ள காரியத்தையும், அதை நீ எங்களுக்குத் தெரிவித்த விதத்தையும்கூட நாங்கள் எதிர்பார்க்கவில்லை. எங்களிடம் எதையும் நீ மறைக்கவில்லை என நம்புகிறோம், குறிப்பாக. இப்பிரச்சினை யில் கவலைக்குரிய விஷயங்கள் ஏதேனும் இருக்குமென்றோ அதை எங்களிடமிருந்து மறைப்பாய் என்றோ நாங்கள் நினைக்கவில்லை; எங்களிடம் நீ வைத்துள்ள நம்பிக்கைக் குறைவு என்பதைப் போல நீ நடந்துகொண்டதை உனது அப்பாவும் நானும் விரும்பவில்லை, நாங்கள் தொடர்ந்து துயரத்தில் வாடுகிறோம் என்பதை, உறுதிப் படுத்துகிறேன்.

அஞ்சல்பெட்டி எண்ணுக்கு எழுதும்படி நீ எங்களுக்குத் தெரிவித் திருந்த யோசனையை, உனது தகப்பனார் கடுமையாக எதிர்த்தார். இருவரும் வெகுநேரம் அதுபற்றி விவாதித்தோம், அவருடைய விருப்பத்திற்கு மாறாக, உனது விருப்பத்திற்கு இடங்கொடுத்திருப்பதைத் தற்போது நீயும் பார்க்கிறாய்.

எனக்குக் குழப்பமாக இருக்கிறது, இப்பிரச்சினையில் நான் தவறிழைத்துவிட்டதைப்போன்ற உணர்வு. உன்னிடம் சற்று அமைதியாக இதுகுறித்துப் பேச வேண்டும், அதன் மூலம் உனது நடவடிக்கைகளுக் கானக் காரணங்களையும் உனது எதிர்பார்ப்புகள்பற்றியும் கேட்டுத் தெரிந்துகொள்ள வேண்டும். எனக்கு என்ன படுகிறதெனில், ஒரு கடிதம் அதிலும் அவசர கதியில் எழுதும் இதுபோன்றதொரு கடிதம், எனது எதிர்பார்ப்புகளுக்கு அவ்வகையில் பெரிதும் உதவாது. இறுதியில் நீ பிடிவாதமாக இருப்பதால், எழுத வேண்டியதாயிற்று. நட்பு மொழியில் உனக்கு எழுத விரும்புகிறேன். அவ்வாறு எழுதினால் உனது அபத்தத்தையும், உனது போக்கையும்; உனது அப்பாவையும்

என்னையும் மூழ்கடித்துள்ள கவலைகளையும் நீயும் விளங்கிக்கொள்வாய். இக்கடிதம் கைக்குக் கிடைத்த மறுகணம், உனது திட்டங்கள் எதுவென்றாலும், என்ன செய்துகொண்டிருந்தாலும் மறுகடிதத்தில் உனது பதிலைத் தவறாமல் எழுது. எங்களிடம் சொல்லாமல் கொள்ளாமல் ஏன் அதுபோலப் புறப்பட்டுப்போனாய், தற்போது எங்கிருக்கிறாய், உனக்கு என்னதான் வேண்டும், என்பதையெல்லாம் எனக்கு எழுது. எங்கள் கவலைகளையும் வருத்தங்களையும் குறைக்க நீ செய்ய வேண்டிய முதலாவது காரியம் இது, என்பதைப் புரிந்துகொள். எனக்காக அதை செய், ஆதாம், உன்னைக் கேட்டுக்கொள்வதெல்லாம் அதுவொன்றுதான்.

புறப்பட்டுச் செல்வதற்கு முன்பாக நீ எங்களுக்கென எழுதி வைத்திருந்த சிறு குறிப்பையும் இத்துடன் வைத்துள்ளேன். அதை நீ படி! படித்தாயெனில், எங்களை அமைதிப்படுத்த, அக்கடிதம் போதாதென்பது விளங்கும். இதுபோன்ற ஒன்றிற்காகவா நாங்கள் காத்திருந்தோம்? உனது பயணம் குறித்தோ, உனது விடுமுறையைப் பற்றியோ அதில் பேசப்படவில்லை. ராணுவத்தில் உனது கட்டாய சேவையினால் ஏற்பட்டிருந்த அலுப்பிற்குப் பிறகு, எங்களோடு ஓய்வெடுப்பாய் என்றும், எல்லோரும் ஒன்றாக கிராமத்துப் பக்கம் சென்று அத்தை வீட்டில் சிலகாலம் தங்கிவரலாமென்றும் நினைத்தோம். இதுபற்றியெல்லாம் அதிகம் உன்னிடம் பேசவில்லையென்பதும் உண்மை. ஆனால் அந்தநேரம் சோர்ந்தவன் போலிருந்தாய், கொஞ்ச நாட்களாகவே அப்படி இருந்தாய்; தவிர இது போன்று திட்டங்கள், அது இதுவென்று பேசினால் நீ விரும்பமாட்டாய் என்பதும் தெரியும். பிறகு எங்கள் யோசனைகளுக்கு என்ன நேர்ந்திருக்குமெனச் சொல்ல வேண்டுமா என்னை? கைவிட நேர்ந்தது.

சம்பவம் நடந்த அன்றைக்கு முன் கிழமை பிலிப்பிடமிருந்து எங்களுக்குக் கடிதம் வந்தது. உன் அத்தை வீட்டில் நம்மோடு வந்து சேர்ந்துகொள்ளச் சம்மதம் தெரிவித்திருந்தான். லூயிஸ் அவளுடைய வேலையில் சாத்தியப்படுகிறபோது ஆகஸ்டு மாதத்தில் குடும்பத்துடன் வருவதாக இருந்தாள். உன் தகப்பனாரும் தனக்கு விடுமுறை கேட்டு, அதில் சித்தி பெற்றிருந்தார். இந்நிலையில் உன் சம்மதமும் எவ்விதச் சிக்கலுமின்றிக் கிடைக்குமென்று நினைத்தேன். கடந்தகாலத்தைப் போல நம் குடும்பத்தினர் அனைவரும் ஒன்றுகூடி சந்தோஷமாகச் சில காலம் இருக்கலாமென ஆசைப்பட்டேன். பிலிப்பும் நீயும் வளர்ந்து விட்டீர்கள் என்பது உண்மை. ஆனால், சிலகாலம் குடும்பத்தினர் அனைவரும் நல்லவிதமாக ஒன்றுகூடும் சந்தர்ப்பம் வாய்த்தால் போதும், எனது வயது உங்கள் வயது எல்லாம் மறந்துபோகும், மீண்டும் உங்களை இளம்வயது பிள்ளைகளாகப் பார்ப்பேன். இப்போது உன்னால் அனைத்தும் கேள்விக்குறியாகியிருக்கிறது. நீ நடத்திய காரியத்தைக்கண்டு உன் தகப்பனார் மிகவும் கோபமுடன் இருக்கிறார். வெளிப்படையாக, எங்களிடம் நடந்துகொண்டிருக்க வேண்டும் ஆதாம்! ஏன் இதைக் குறித்தெல்லாம் எங்களிடம் நீ பேசவில்லை. குறைந்த

பட்சம், உனது தாய் என்ற வகையில் என்னிடமாவது நீ தெரிவித் திருக்கலாம்? குறிப்பிட்ட காரணத்திற்காக அல்லது வேறு ஏதேனுமொரு காரணத்திற்காகக் கண்டிப்பாக எங்கேனும் புறப்பட்டுச் செல்ல வேண்டும் அல்லது சிலகாலம் எங்கேயாவது சென்று தங்குவதைத் தவிர வேறு வழியில்லை என்ற நிலைமை இருப்பின் நாங்கள் அதைப் புரிந்துகொண்டிருப்போம் என்பதை உறுதியாக நம்பு, நாங்கள் அதை எதிர்த்திருக்க மாட்டோம்.

பதினைந்து பதினாறு வருடங்களுக்கு முன்பு வீட்டைவிட்டுப் போக வேண்டுமென்று நீ விரும்பியபோது என்ன நடந்தது ஞாபக மிருக்கிறதா? அப்போது உனக்கு பதினான்கு வயது, இருபத்தொன்பது வயதல்ல, இருந்தபோதிலும், நினைவுபடுத்திப்பார், நீ போக வேண்டு மென்று எடுத்த முடிவை நான் தடுக்கவில்லை. எங்களிடத்திலிருந்து வெகுதூரத்தில் நீ இருப்பது அல்லது எங்கள் பிடியிலிருந்து சிறிது காலம் விலகியிருப்பது உனக்கு அவசியமென நான் உணர்ந்த காலம். தந்தையுடனான உனது சண்டை முட்டாள்தனமானது. எனக் கென்னவோ ஒரு நீலக் கிண்ணம் உடைந்ததற்காக நடந்த விவாதத்தைக் காட்டிலும் அச்சண்டைக்கு முக்கியத்துவம் கொடுத்ததாக நினைத்தேன். உன் தந்தை எளிதில் கோபப்படுகிற மனிதர், என்பது உனக்குத் தெரியும். அவரும் நீலக்கிண்ணம் விவகாரத்தைப் பொருட்படுத்தியவரல்ல. ஆனால் நீ அவரை ஏளனப்படுத்த விரும்பியதாக நினைத்தார், அவரது அதிகாரத்தைக் கேலிக்குரியதாக்கினாய் என்றெண்ணி உன்னை அடித்து விட்டார். தான் செய்தது தவறென்று உணர்ந்து அதற்கு வருத்தமும் தெரிவித்தார். ஆனால் நான் என்ன செய்தேன் என்பதையும் நினைத்துப்பார். படிக்கட்டில் இறங்கிக்கொண்டிருந்த உன்னைத் தடுத்து, அவசரப்படாதே! யோசித்துப் பார் என்றேன், வாழ்க்கையில் தனித்து எதிர்கொள்ள உனக்கு வயது போதாது, கோபத்தைத் தவிர்த்து விட்டுச் சில காலம் காத்திருப்பது நல்லதென்று விளக்கிக் கூறினேன். இன்னும் ஒரு கிழமையோ இரண்டு கிழமையோ பொறுத்திருந்து, அப்படியும் போகவிரும்பினால் போகலாமென்றும், எங்காவது வேலை யொன்று தேடலாமென்றும், உதாரணத்திற்குப் பயிற்சி ஊழியராக ஆவதற்கு வாய்ப்புக் கிடைத்தால்கூடச் சேரலாமென்றும், கூறினேன். உனது விருப்பம் அதுவென்றால் நேர்மையாக வாழ்க்கை நடத்திக் கொண்டிருந்திருப்பாய். நன்கு யோசித்தே அன்றைக்கு அம்முடிவிற்கு வந்தாய், புரிந்துகொள்ளவும் செய்தாய். உனது பெருமைக்கு இழுக்கு ஏற்பட்டதுபோலவும் யுத்தகளத்தில் தோற்றதுபோலவும் நீ கொஞ்சம் அழுதாய். ஆனால் நான் உனக்காக மகிழ்ந்தேன், ஏனெனில் என்னால் செய்ய முடிந்தது அது ஒன்றுதானென எனக்குத் தெரியும்.

அன்பிற்குரிய ஆதாம், எனக்கு இப்பிரச்சினையில் புரியாதது ஒன்றுதான். இந்த அணுகுமுறையை நீலக்கிண்ணம் விவகாரத்தில் பின்பற்றாதது ஏன்?

என்னிடம் கலந்திருந்தால். உனக்குச் சில யோசனைகள் கூறியிருப்பேன். முன்பு நடந்ததுபோலவே உனக்கு உதவ நினைத்தேன். மிகச் சுருக்க

லெ கிளேஸியொ

மாகவும், மிகவும் கறாராகவும் தாளில் எழுதியிருந்த வரிகள் எந்த அளவிற்கு என்னைப் புண்படுத்தினவென்பதை உன்னால் நினைத்துப் பார்க்க இயலாது, தவிர உனக்கு உதவ முடியாத நிலைமையில் என்னை நிறுத்தியதும் அக்கடிதம்தான். உன் தகப்பனார் கோபம் கொண்டார், எனக்குக் கோபமில்லை, அப்படிப்பட்டவளும் நானல்ல. பல்லாண்டுகால அன்பையும் நம்பிக்கையையும் இப்படிச் சட்டென்று துடைத்துவிட முடியாது மகனே! புறப்படுவதற்கு முன்னால் இதை யெல்லாம் யோசித்துப் பார்க்கவில்லையே என்ற வருத்தம் எனக்கு – நீ யோசித்துப் பார்க்கவில்லை, அது உறுதி. இவைகளெல்லாம் கடந்த காலத்தவை என்ற நம்பிக்கை எனக்கு இருக்கிறது. இக்கடிதம் கைக்குக் கிடைத்த மறுகணம் நீ புறப்பட்டு வீட்டிற்கு வா, உன்மீது எந்தக் குறையும் சொல்லமாட்டோம். விளக்கங்களும் எங்களுக்கு வேண்டிய தில்லை. கூடிய சீக்கிரம் மறந்துபோகும். நீ வளர்ந்தவன், பல வருடங்களாக மேஜருங்கூட, எனவே விரும்பும் இடத்திற்கு நீ போகும் சுதந்திரம் உனக்கிருக்கிறது. நீ விரும்பினால் அது பற்றி நாம் எல்லோரும் கலந்து பேசுவோம். உடனே திரும்ப விருப்பமில்லையா, அப்பாவுக்கும் எனக்கும் விளக்கமாக எழுது. ஆதாம்! மறுபடியும் காப்பிபார் மேசையில் வைத்து கிறுக்கிய தாளை அனுப்பி, தவறான அபிப்ராயத்தை ஏற்படுத்தி விடாதே. எங்களுக்கு ஏமாற்றமும் தேவையற்ற கவலைகளுங்கூட அதனால் கூடாது. நாங்கள் இன்னமுங்கூட உனக்கு அப்பா அம்மா தானே தவிர நீ வன்மம் பாராட்டும் அந்நியர்களல்ல என்பதை மெய்ப்பிக்கும் வகையில் அன்பாய் ஒரு கடிதத்தை எழுது. நீ என்ன செய்யவிருக்கிறாய், எங்கே வேலைசெய்யப்போகிறாய், எப்படிச் சமாளிக்கப்போகிறாய், எங்கே போக வேண்டுமென நினைத்துக்கொண் டிருக்கிறாய் என்பதையெல்லாம், எங்களிடத்தில் சொல். மத்திய ஆப்பிரிக்காவிலும், அல்ஜீரியா நாட்டிலும் ஆசிரியர்கள் தேவையென்று பத்திரிகைகளில் வாசித்தேன், சம்பளம் பெரிதாக எதிர்பார்க்க முடியா தென்றாலும் வேறேதேனும் செய்வதற்கு முன்பு ஒரு தொடக்கமாக அது அமையக்கூடும்.

பிறகு ஸ்காண்டிநேவியா நாடுகளில் பிரெஞ்சுமொழியில் துணைப் பேராசிரியர்கள் பதவிகள் இருக்கின்றன, கண்டிப்பாக இது போன்ற வேறுபணிகளும் இருக்கக்கூடும். உன்னிடமிருக்கும் டிப்ளோம்களுக்கு வெகு எளிதாக ஒரு வேலையை இந்த நாடுகளில் பெறமுடியும். இங்கிருக்க விருப்பமில்லையெனில். வேண்டுமானால் நகரத்தில், பிடித்த பகுதியில் ஓர் அறையை வாடகைக்கு எடுத்துக்கொள். அதற்குத் தேவையான பணத்தை நாங்கள் – தருகிறோம், பின்னர் அதனைத் திருப்பித்தரலாம். வார நாட்களில் அவ்வப்போது எங்களைப் பார்க்கவா, அல்லது நீ எங்களுக்கு எழுது. இதிலுள்ள வசதி: நீ நன்றாக இருக்கிறாயா? உனக்குப் பிரச்சினைகள் இருக்கிறதா? அல்லது வேறு ஏதேனுமா? என்பதுபோன்ற தகவல்களை உடனுக்குடன் தெரிந்துகொள்ளலாம்.

ஆதாம்! உன்னால் என்ன நேர்ந்திருக்கிறது என்பதை நீ புரிந்து கொள்ள வேண்டும், காலத்திற்கும் இது தொடரக் கூடாது. சுவரொன்றை

எழுப்பி நீயொரு பக்கம் நாங்களொருபக்கமென மிச்சமிருக்கிற காலத்தை நீ தொடரக் கூடாது. மனம்போன போக்கில் வாழ்வதென்ற எண்ணம் வேண்டாம். இன்றோ நாளையோ எங்களில் ஒருவருடன் நட்பான உறவை வளர்த்துக்கொள்வது அவசியம், அவ்வாறில்லையெனில் அந்நியர்களுடன் அதுபோன்ற உறவை வளர்த்துகொள்ள நேரிடும். அன்பான மனிதர்கள் வட்டம் அல்லது நண்பர்கள் வட்டத்தை ஏற்படுத்திக்கொள், தவறினால் நீ மிகவும் வருந்துவாய், அதுவும் தவிர அதற்காக ஏங்குகிற முதல் ஆளாகவும் நீதான் இருப்பாய். எது எப்படி இருப்பினும் அவசரபுத்தியையும் சந்தேகப்புத்தியையும் நீ விடுவது அவசியம் என்கிறபோது அதனை ஏன் எங்களுடன் சேர்ந்து உடனடியாகச் செய்யக் கூடாது? உன்னிடமிருக்கும் தோழமை யின்மை, கூச்ச சுபாவத்தை ஒழிக்கவேண்டுமென்ற எண்ணத்துடன் நடத்திய யுத்தமே நாங்கள் உனக்குச்செய்த எல்லாக் காரியங்களும்; அதே காரணங்களை முன்வைத்துப் பிறர் உன்னைத் தண்டிக்கும் நிலை வரக் கூடாது, அதை நாங்கள் விரும்பவில்லை; நீ எங்கள் ரத்தம், உன் மீதிருக்கும் பிரியமும் அன்பும் விடாது தொடரும். 'போலோ குடும்பத்தைச் சேர்ந்தவன்' என்றுதானே மற்றவர்கள் உன்னை அழைத்தார்கள், அதை மெய்ப்பிக்க நாம் ஒன்றுசேர வேண்டாமா? உன்னைப் போல கடினமான ஆசாமிக்கும் போலோ குடும்பத்தில் இடமுண்டு என்றாலும் நாம் பிளவுபடக் கூடாது. ஆதாம்! உன்னைக் கெஞ்சிக் கேட்டுக்கொள்கிறேன், நாம் எவராலும் அழிக்கமுடியாத தொரு துணுக்கென்று நினைவில்கொள். பிலிப்பை அப்படியொரு எண்ணத்துடன்தான் நாங்கள் வளர்த்தெடுத்தோம். அதுபோன்றதொரு எண்ணத்துடன்தான் உன்னையும் வளர்க்க விரும்பினோம்.

அன்பிற்குரிய ஆதாம், இப்போதும் எதுவும் கெட்டுவிடவில்லை. ஆக்கப்பூர்வமாகக் காரியத்தில் இறங்கினால் எல்லாம் பழைய நிலைக்குத் திரும்பும். உனக்கு அது எப்படி வேண்டுமானாலும் தோன்றலாம், நாம் எப்போதும்போல 'போலோ குடும்பம்' என்று பெயர் எடுப்போம். உனது முதல் பெயரும், இரண்டாம் பெயரும் நமது முன்னோர்களில் ஒருவரின் பெயர். கொள்ளுத்தாத்தாவின் பெயர் 'அந்த்துவான் – ஆதாம் போலோ'. மற்றவர்களைப் போல நீ நடந்துகொள்ளவில்லை யென்றாலும், பிறவகைகளில் வேறுபட்டுத் தனித்தவனாக இருந்தாலும் ஒருவகையில் இக்குடும்பத்தில் நீ முக்கியமான ஆசாமி. ஒற்றுமைக்கு ஆயிரம் வழிமுறைகள் உண்டென்பதை மறந்திடாதே ஆதாம்! அதில் உனக்கு எது ஒத்துவருமோ அதைத் தேர்வுசெய், அது எனக்குக்கூடச் சரிவரும் என்பதில் உறுதியாக இரு.

நாளையிலிருந்து உன்னுடைய கடிதத்தை எதிர்பார்ப்பேன். அக்கடிதம் பெரிதாகவும், அன்புடனும் இருக்க வேண்டும். குறிப்பாக உனக்கு என்ன தேவைப்படுகிறதென்று எழுது. உனக்கென்று கொஞ்சம் பணம் எடுத்துவைக்கிறேன். வீட்டிற்கு வரும்போது உன்னிடம் கொடுப்பேன். நீ எப்போது சம்பாதிக்கத் தொடங்குகிறாயோ அதுவரை உதவும். உனக்கு விருப்பமென்றால், சலவை செய்த துணிமணிகளையும் உனக்காக எடுத்து வைக்கிறேன்: சட்டைகள், ஒரு சூட், உள்ளாடைகள் . . .

நான் சொல்ல வேண்டியதை எல்லாம் எழுதிவிட்டேன். உனக்கு மனவருத்தம் அளிக்கும் சம்பவத்தை – நீலக்கிண்ணம் விவகாரம் – நினைவூட்டியதற்காக மன்னிக்க வேண்டுகிறேன். படிக்கட்டில் உன்னைத் தடுத்து நிறுத்திய அன்று எப்படி இருந்தாயோ அதைப் போலத்தான் இன்றைக்கும் இருப்பாய் என்பது நிச்சயம், நிதானமாக எடுத்துக்கூறி உன்னை இணங்கச்செய்தேன், அதுபோல நீ போகக் கூடாது. இவை அனைத்தும் நமக்கு மட்டுமே தெரிந்த ரகசியங்களாக இருக்கட்டுமென்று நீ விரும்பினால், அது நடக்கட்டும், நீ எங்களைப் பார்க்க வருகிறபோது கூடுதலாக நம்மைப் புரிந்துகொள்ளச் சந்தர்ப்பம் வாய்க்கும். உனக்காகத் தான் காத்திருக்கிறேன். என் அன்பிற்குரிய ஆதாம், கூடிய சீக்கிரம் சந்திப்போம். அன்பு முத்தங்கள். பிரியமுடன், உன்னிடம் நிறைய எதிர்பார்ப்புகள் வைத்திருக்கிறேன்.

மிகவும் அன்புடன் நேசிக்கும் உனது அம்மா

டெனிஸ் போலோ

ஆதாம் தாள்களை மடித்தான்; உறையினுள், மற்றுமொரு துண்டுத் தாள் இருந்தது. அக்காகிதம் நலுங்கியும் அழுக்காகவும் இருந்தது. அவசர அவசரமாக, இரண்டொருவரிகளில், பென்சிலால் எழுதப்பட்டிருந்த அதிலுள்ள தகவல் வேறொரு கைக்குச் சொந்தமானது. :

"எனக்காக நீங்கள் வருந்த வேண்டாம். சிலகாலத்திற்கு வெளியில் போகிறேன். அஞ்சல்பெட்டி எண்–15, போர்ட் என்ற முகவரிக்கு, கடிதம் எழுதுங்கள். எனக்காகக் கவலைகள் கூடாது, எல்லாம் நல்லபடியாக நடக்கும், எனக்கு ஒரு பிரச்சினையுமில்லை. – ஆதாம்."

வாசித்து முடித்ததும், கடிதத் தாள்களையும், கடைசியாக வாசித்த குறிப்பையும் உறையினுள் இட்டு, பின்னர் அவற்றைக் கையிலிருக்கும் சஞ்சிகைக்குள் வைத்தான். தனது உடைமைகளுடன் அஞ்சலகத்தை விட்டு வெளியேறினான். சுரந்திருந்த வேர்வை முன்நெற்றியில் சில தலைமுடிகளையும், பின் முதுகில் அவன் சட்டையையும் ஒட்டச் செய்திருந்தது.

உண்மைதான், எல்லாம் நல்லவிதமாக நடந்துகொண்டிருந்தது. கோடைமுடியும் தருவாயிலும், காலநிலை நன்றாகவே இருந்தது. கடலோரத்தில் மக்கள் நடைபழகும் சாலையில் கூட்டம். ஸ்னேக்-பார்களின் முன்பாக, பனியன் அணிந்த இளைஞர்கள் சிலர் கிட்டார் வாசித்தார்கள், பிச்சை கேட்டார்கள். எல்லாமே இருட்டாக இருக்க வேண்டும், வெளிச்சத்தின் தயவால் வெள்ளைவெளேர் என்றிருந்தது. தகிக்கும் சூரியனால் எல்லோரும் கன்றிய உடலுடன் வாழ்வதைப் போலிருந்தது. பெரியதொரு மைக்கூட்டினுளிருந்த திரவம் முழுவதும், பூமியில் சிந்தப்பட்டுவிட்டது, நடக்கக் கூடாதா என்ன? உலகத்தைப் புகைப்பட நெகட்டிவ் வழியாகக் காண்பதுபோல இருந்தது.

ஆதாம், ஒருவரையும் பின்தொடர்ந்து கொண்டிருக்கவில்லை; ஒருவேளை அவனை எவராவது தற்சமயம் பின்தொடரலாம். மனம் போன போக்கில் திரிவதையும் நிறுத்திக்கொண்டான். டைமண்ட் வடிவ சரளைக் கற்களில் ஒவ்வொரு தடவையும் காலடியை அளந்து வைத்தான். கடலோரமாகவே, ஏதோ படிவங்களை நிரப்புவதுபோல் சாலையைவிட்டு இறங்காமல் நேராக நடந்தான்.

பெயர்.. தகப்பனார் பெயர்...........................

பிறந்த இடமும் தேதியும்..

முகவரி..

தொழில்..

நீங்கள் அரசு(*) ஊழியர்?

மின்சாரம் அல்லது இயற்கைவாயு துறை ஊழியர்?

வேலையில்லாதவர்?

மாணவர்?

பணிஓய்வு பெற்றவர்?

சமூகசேவையாளர்?

(*) தேவையற்றதை அடித்துவிடவும்.

வீதியின் மறுபக்கம், வானொலி, தொலைக்காட்சிப் பெட்டிக் கடையொன்று இருந்தது, அதன் அருகிலேயே ஒரு ஐஸ்கிரீம் கடை. ஆதாம், பிராலின் வகை கொர்னே ஐஸ்க்ரீம் ஒன்றை வாங்கிச் சப்பிக்கொண்டே, ஷோகேஸ் கண்ணாடி வழியே தொலைக்காட்சி நிகழ்ச்சியொன்றைப் பார்த்தான். திரையில் ஆணும் பெண்ணுமாக இருவர். இருவரும் கறுப்பு நிற பேண்ட்டிஹோஸ் என்ற இறுக்கமான ஆடையில் 'பேப்பர் மூன்' பாடலுக்கு ஆடிக்கொண்டிருந்தார்கள். ஷோகேஸ் கண்ணாடியின் மறுபக்கம் வேறு மூன்று தொலைக்காட்சிப் பெட்டிகளிலும் அதே நிகழ்ச்சி. சாம்பல் துணுக்குகள் கொசகொசவென்று ஆயிரக்கணக்கில் குறுக்கும் நெடுக்குமாக ஓடிக்கொண்டிருக்கும் வெண்ணிறச் சதுரங்கள். எல்லாத் தொலைக்காட்சிப் பெட்டிகளும் மனிதருக்குரிய அத்தனை அம்சங்களுடனிருந்தன. அதில் தெரிந்த உருவங்களுக்கு மேலாக, ஆதாமின் நெட்டையான உருவம்: இரண்டு கண்கள், ஒரு மூக்கு, ஒரு வாய், காதுகள், ஒரு முண்டம், நான்கு அங்கங்கள், தோள்கள், இடுப்பு என்று ஷோகேஸ் கண்ணாடியில் பிரதிபலித்தது.

அனைத்தையும் பார்த்தவன் சிரித்தான். அச்சிரிப்பு சொல்லவந்தது: "கடைசியில் எனக்கெதுவும் விளங்கவில்லை". நிதானமாக ஐஸ்க்ரீமை நக்கினான், கடந்த சில நாட்களாகப் பேசாமலிருந்தவன், முதன்முதலாகத் தனக்குத்தானே பேசிக்கொள்ள ஆரம்பித்தான். ஏற்ற இறக்கத்துடன்,

கீழ் ஸ்தாயியில், ஒவ்வொரு ஒலிக்கும் இடைவெளி கொடுத்து உச்சரித்தான். குரல் அழகாகவும், அழுத்தத்துடனும் ஷோகேஸ் கண்ணாடியில் எதிரொலித்து, வெடித்துப் பரவிய இசை, வீதியிலிருந்து வந்த சப்தம் ஆகியவற்றை அமுக்கிவிட்டது. ஆதாமின் வாயிலிருந்து வெளியேறிக்கொண்டிருந்த அக்குரல் மாத்திரமே கேட்டது. பிரமிடு வடிவத்தில் புறப்பட்ட சொற்கள், கண்ணாடியின் மொத்தப்பரப்பிலும் பனிமூட்டம்போன்று ஆவியும் அதுவுமாகப் படிந்தன. புறப்பட்ட முதற்கணத்திலேயே, தன்னிறைவை அடைந்திருந்ததால், மேலதிகத் தேவை அல்லது மறுமொழி வேண்டுமென்கிற எதிர்பார்ப்பு அவற்றுக் கில்லை; குழந்தைகளுக்கான புத்தகங்களில், கதைமாந்தர்களின் சொற்களை ஒளிவட்டங்கள் சூழ்ந்திருக்குமே அதுபோலவென்று அவற்றைக் குறிப்பிடலாம்.

“நான் என்ன சொல்ல வருகிறேன் என்றால், மனிதர்களுக்குள் உருவ ஒற்றுமை இருக்கிறது என்கிறேன். நாமெல்லோரும் சகோதரர்கள், உடல், உள்ளம் இரண்டிலும் நமக்குள் பேதமில்லை, அதனால்தான் நாம் சகோதரர்கள். இப்படியொரு ஒப்புதல் வாக்குமூலத்தை, அதுவும் பகல் பன்னிரண்டு மணிக்குத் தருகிறேன் என்பதால் நீங்களெல்லாம் சிரிக்கக்கூடும், இல்லையா? இருந்தாலும் நான் ஏன் அப்படிச் சொல்ல வேண்டியிருக்கிறதென்றால் நாமெல்லோரும் சகோதரர்கள், நமக்குள் உருவ ஒற்றுமை இருக்கிறது. உங்களுக்கு ஒன்று தெரியுமா? அல்லது தெரிந்துகொள்ள விருப்பமா? சகோதரர்களே! நம்வசம் பூமி இருக்கிறது, எல்லோரிடமும் இருக்கிறது. நாம் இருக்கும் வரை பூமி நமக்குச் சொந்தம். பூமிகூட நம்மைப் போலவே இருக்கிறதென்பது உங்களுக்குத் தெரிகிறதா? பூமிமட்டுமா, இப்பூமியில் தோன்றுகிற அத்தனையும் நம்மைப்போலத்தான் இருக்கின்றன என்பவதாவது? அதில் வாழுகின்ற ஒவ்வொன்றிற்கும் நமது முகம், நமது பாவனை, நமது உடல் என்பதாவது? பல நேரங்களில் நம்மிடத்திலிருந்து வேறுபடுத்த முடியாமல் குழப்பிக் கொள்கின்றன என்பதாவது? உதாரணமாக உங்களைச் சுற்றி வலம், இடம் இரண்டு பக்கமும் பாருங்கள். கண்ணில்படுகிறவற்றுள் ஏதேனும் ஒரு பொருள், ஒரு மூலக்கூறு நம்மைப் போல இல்லை அல்லது உங்களைப் போல இல்லை, அல்லது என்னைப் போல இல்லையென்று சொல்ல முடியுமா? அருகிலிருக்கும் விளக்குக் கம்பம் பற்றி உங்களிடம் பேசுகிறேன், ஷோகேஸ் கண்ணாடியில் அதன் பிம்பம் தெரிகிறது, அது கூட நமக்கு உடைமையான பொருள். வார்ப்பிரும்பு, கண்ணாடி யால் ஆனபொருள். நம்மைப் போலவே நேராக நிற்கிறது. அதன் உச்சியிலுள்ள தலை, பார்க்க நம்முடைய தலைபோல இருக்கிறது. அதோ அந்தக் கல்லணை, கடலில் தடுப்பாக எழுப்பியுள்ள கல்லணை. அதுகூட நமக்குச் சொந்தமானதுதான். நம்முடைய பாதங்கள், கைகள் ஆகியவற்றின் உதவிகொண்டு கட்டப்பட்டவை. நாம் விரும்பியிருந்தால், இதைக்காட்டிலும் ஆயிரம் மடங்கு சிறியதாகவோ அல்லது ஆயிரம் மடங்கு பெரியதாகவோ கட்டியிருக்கலாமில்லையா? வீடுகளும் வீடுகளைப் போலக் குகைகளும் நம்முடையது என்பதுகூட உண்மை தான். அவ்வீட்டில் நமது முகத்தின் அளவிற்கேற்ப போடும் துளைகள்,

பிட்டத்தின் வசதிக்காக வாங்கி நிரப்பும் நாற்காலிகள், முதுகிற்காக வாங்கும் கட்டில்கள், மண்தரையை நினைவுபடுத்தும் தரைகள், நம்மை நினைவுபடுத்தும் மண்தரை, என எல்லாமே நாம், நமது உடைமைகள். ஒருவர்போல அனைவரும் இருப்பதால், நாம் தோழர்கள். இங்கிருக்கிற தொலைக்காட்சிப் பெட்டிகள், இத்தாலியன் வகை ஐஸ்க்ரீம்களைச் செய்யும் எந்திரங்கள் ஆகியவற்றைக் கண்டுபிடித்ததுபோல, பூதங்களை – ஆமாம் பூதங்களைக் கண்டுபிடித்ததும் நாம்தான், ஆனால் இயற்கை வரையறுத்த எல்லைகளை நாம் மீறியதில்லை. அவ்வகையில் நாம் மிகுந்த அறிவாற்றல் மிக்கவர்கள் – உபயோகமற்றதென்று எதையும் இந்த மண்ணில் நாம் உருவாக்கவில்லை, நாம் கடவுள்போல! ஆம் சகோதரர்களே, கடவுள் போல! இங்கே கடல், மரம், தொலைக்காட்சிப் பெட்டி இந்த மூன்றுக்கிடையிலும் எவ்விதப் பேதமுமில்லை என்றும் நான் சொல்வேன். எதையும் விட்டுவைப்பதில்லை, எல்லாவற்றையும் பயன்படுத்திக்கொள்கிறோம், ஏனெனில் நாம் எஜமானர்கள், இவ்வுலகி லுள்ள புத்திசாலியான ஜீவன்கள் என்று கூறினால் அது நாம் மட்டுமே. இதோ எதிரிலிருக்கிற தொலைக்காட்சிப் பெட்டிகள் யார்? அவை நாம், மனிதர்கள். பரந்த எண்ணிக்கையில் உபயோகத்திலிருக்கும் உலோகம் பேக்கெலைட்(பிளாஸ்டிக்)களுக்கான திறனைக் கொடுத்ததும் நாம். என்றாவது ஒருநாள் உரியவகையில் அவை பதில் கூறக் கடமைப் பட்டவை என்கிற நம்பிக்கையில் செய்தோம். அந்த நாள் வந்திருக்கிறது. உலோகக்கூட்டமும், பிளாஸ்டிக்கும் நம் மனத்தைக் கவர்ந்து பதிலுரைக் கின்றன. நம் கண்களுக்குள்ளும், காதுகளுக்குள்ளும் புகுகின்றன. இதற்கெனத் தொப்புட்கொடியொன்று உள்ளது, இப்பொருளை நமது வயிற்றுடன் அது இணைக்கிறது. கடைசியில் உபயோகமற்றதென்று நினைத்தபொருட்கள், விதவிதமான கவர்ச்சித் தோற்றங்களில் நம் கவனத்தைத் தம் பக்கம் திருப்புகின்றன, நாமும் சொற்ப சந்தோஷங்கள், பொதுப்படையான குதூகலங்களில் நம்மை இழக்கிறோம். சகோதரர்களே! நான் இப்போது தொலைகாட்சிப் பெட்டி, நீங்களும் தொலைக்காட்சிப் பெட்டி, அது வேறெங்குமில்லை நம்மில் இருக்கிறது! தொலைக்காட்சிப் பெட்டியில் நமது உடல் சாஸ்திரத்தின் வித்தியாசமான கூறொன்று உள்ளது, நாமெல்லோரும் சதுரங்கள், கறுப்பு வண்ணங்கள், மின் சாதனங்கள். கொரகொரத்தும், இசைத்தும் நமது கண்களையும் காதுகளையும் ஈர்க்கிறநேரத்தில் அதனுடைய குரலில் ஒரு மனிதக் குரலையும், அதன் திரையில் நம்மைப் போன்ற உருவத்தையும் கண்டு நாமென்று அடையாளப்படுத்தமுடிகிறது. அதில் தெரியும் உருவத்தை அன்பைப் போல பகிர்ந்துகொள்கிறோம். சகோதரர்களே, இனி நீங்களே தீர்மானியுங்கள்! தெளிவற்றதும், இருளார்ந்ததுமான ஓர் ஒற்றுமை தலைகாட்ட ஆரம்பிக்கிறது; வழவழப்பான இக்கண்ணாடிக்குப் பின்னால் ஒருவகையில் அது கெட்டித் தன்மையும் வெதுவெதுப்பும் கொண்ட குருதியின் ஓட்டம், ஒரு குரோமோசோம் வரிசை, இன்னொரு குரோமோசோம் வரிசையுடன் கடைசியில் ஒன்றிணைந்து ஓர் இனத்தை அதாவது நம்மை மீளுருவாக்கம் செய்யும் காரியம். வெகு காலமாகப் பிரிந்திருக்கிற காரணத்தால், அதிலிருந்து எவ்விதப் பழிவாங்கும் செயலையும் நாம் கற்கப்போவதில்லையென்று கூற உங்களில்

ஒருவருண்டா? நம்மிடையே தவறான புரிதல்களும் நம்பிக்கையின்மையையும் இருக்கின்றன. டைரன்னோசரஸ் *(tyrannosaurs)*, செரட்டோசரஸ் *(ceratosaur)*, டைனொத்தேரியம் *(dinotherium)*, ரத்தத்தில் குளித்த பெரிய பெரிய டெரொடக்டில் *(pterodactyl)*, போன்றவற்றில் சிலதை, ஒரு நாள் எதிர்கொள்ளமாட்டோமென்றோ அவற்றுடன் நாம் அனைவரும் ஒன்றாக இணைந்து யுத்தம் புரியமாட்டோமென்றோ எவரேனும் சொல்ல முடியுமா? உயிர்த்தியாகம், உயிர்ப்பலிகள் போன்ற ஒருசில வாய்ப்புகள் அமைந்து கடைசியில் நம்மைக் கை கோக்கச் செய்யும், மெதுவான குரலில் இரக்கமற்ற கடவுளிடம் பிரார்த்தனையும் செய்வோம். பிறகென்ன தொலைக்காட்சிப் பெட்டி இல்லையென்றாகும், சகோதரர்களே! மரங்கள், விலங்குகள், நிலம், பேண்ட்டிஹொஸ் அணிந்த நடனக்கலைஞர்கள் என்று எதுவுமே இல்லையென்றாகலாம்; சகோதரர்களே! நாம் மட்டுமே இருப்போம், நாம் மட்டுமே இவ்வுலகில் இருப்போம்!"

ஆதாம் தற்போது எதிர்பக்கமிருந்த சாலையோர நடைபாதையில் இருந்தான். அருகில் தரையில் அவனுடைய உடைமைகளும் சஞ்சிகையும் கிடந்தன. முதுகு கடற்பக்கம் இருந்தது, மஞ்சள் நிற முழுக்கால்சட்டைக் காற்றில் படபடத்தது. அவனுடைய தோற்றத்தில் கொஞ்சம் செருக்கின் சாயல். அவனுக்குப் பின்புறம், இரும்பு வண்ணம் தீட்டப்பட்ட பட்டிகளைக் குறுக்கும் நெடுக்குமாக இணைத்துத் தயாரித்த தடுப்புச் சுவர்; கிடைக்கும் இடைவெளியில், கப்பல் துறையும் துறைமுகமும் பணியில் ஈடுபட்டுள்ள தொழிலாளர்களையும் காணமுடிந்தது. உணர்வற்றும், அளவில் முரண்கொண்ட செவ்வக வடிவத்துடனுமிருந்த ஆதாம் முகத்துடன் ஒப்பிடுகிறபோது அப்பகுதியின் ஆராவாரங்கள் முரணாக இருந்தன. அங்கு ஒரு பெஞ்ச் மட்டும் கிடைத்திருந்தால், அதில் ஆதாம் ஏறி நின்றிருப்பான் என நினைக்கத் தோன்றியது. இருந்தபோதிலும் அவனது நடவடிக்கை பொது மேடையில் பேசுகிறவர்களுக்குரியதல்ல. தனது உடல் முழுதும் ஓர் அக்கறையின்மையை வெளிப்படுத்த அவனால் முடிந்தது. அவனுடைய தொனியில் கீழ் ஸ்தாயியில் முந்தைய துடிப்புகள் குறைந்து அவ்வப்போது மேல் ஸ்தாயியில் பொய்க்குரலில் ஒலித்தது. அதைக் கொஞ்சம் அழகுபடுத்தி முரணைக் குறைக்கும் எண்ணமெல்லாம் அவனுக்கில்லை. உண்மையில் அது பெரிதல்ல, ஒளியும் நிழலுமாக இயங்கும் வெளியை அவன் வந்தடைந்ததும், எவ்வித அசைவின்றி மரம்போல நின்றுகொண்டிருப்பது மட்டுமே முரண். பகல் 1:30மணிக்கு வேடிக்கைக்கென அலையும் ஒரு கூட்டத்தின் முன்பாக தனி ஆளாக உரத்த குரலில் பேச வேண்டுமென்ற எண்ணத்தைக்காட்டிலும் மோசமானது இருக்க முடியாது.

ஆதாம் பேச்சில் தெளிவிருந்தது. மதவாதிகளின் ஆரவாரமான பேச்சிற்கும் திருமண விருந்து தொடங்குவதற்கு முன்பாக விருந்தினரை உபசரித்துப் பேசும் உரைக்கும் இடைப்பட்டதாக அவனது பேச்சு இருந்தது:

“பெரியோர்களே தாய்மார்களே சகோதர சகோதரிகளே, நில்லுங்கள்! நான் என்னசொல்கிறேன் என்பதைக் கொஞ்சம் கேளுங்கள். உங்களுக்கென ஆற்றும் உரைகளுக்கு நீங்கள் போதுமான அக்கறை கொள்வதில்லையென நினைக்கிறேன். எனினும் நாள்தோறும், திரும்பத் திரும்ப, ஒருமணி நேரத்திற்கொருமுறை உங்களுக்காகப் பேசுகிறார்கள். வானொலிகளில், தொலைக்காட்சிகளில், தேவாலயத்தில், நாடக அரங்குகளில், திரை அரங்குகளில், பெரு விருந்துகளில், கண்காட்சி அரங்குகளில் உரைகள் நிகழ்த்தப்படுகின்றன. பேசுவது மிகவும் எளிது. ஒருவர் அருகிலிருந்து கதைசொல்வதைப்போல மனத்திற்கு சந்தோஷத்தைக் கொடுக்கக்கூடியது வேறெதுவுமில்லை. தவிர அப்பேச்சு எவ்வித முன் அறிவிப்புமின்றித் திடீரென்று அமைந்தாலும் மகிழ்ச்சி அளிக்கக் கூடியதுதான். நீங்கள் அதற்குப் பழகியவர்கள். மனிதர்கள் வாழ்கிற பூமியில்தான் நாம் வசிக்கிறோம் என்பதை நீங்கள் அறிந்தவர்களில்லை என்பதால் நீங்கள் மனிதர்களல்ல. பேசுவதற்குக் கற்றுக்கொண்டு, சொல்வதற்கு எதுவுமில்லையென்றபோதிலும் நீங்களும் கூட முயன்று பார்க்கலாம். உங்கள் இடத்தை, உங்கள் சொந்த எந்திரமே கைப்பற்றுவதற்கு முன்பாக நீங்கள் ஏன் முயலக்கூடாது: பேசுங்கள், வலதிலும் இடதிலும் பேசுவதற்கு நிறைய இருக்கிறது, பேசுங்கள். நல்ல விஷயத்தைப் பரப்புங்கள். அதற்கப்புறம் பாருங்கள் கூடிய விரைவில் உங்களுக்கு வானொலியோ, தொலைக்காட்சியோ தேவைப்படாது. தெருச்சந்தியில் நின்று நீங்களும் ஏதேனும் கூறலாம், என்னைப் போல, கதைகளைக் கூறலாம். எதைப் பற்றியும் பேசலாம். உங்கள் பிள்ளைகளும், உங்கள் வீட்டுப்பெண்களும் உங்களைச் சூழ்ந்துகொண்டு ஆர்வமாகக் கதை கேட்கப்போவதை நீங்களும் காண்பீர்கள். அழகான விஷயங்களைப் பற்றி அலுக்காமல் நீங்கள் பேசலாம்...”

கூடியிருந்த மனிதர்களை இப்படி வைத்துக்கொள்ளலாம்:

1) ஆண்கள், பெண்கள் சிறுவர்களெனக் கலந்து பன்னிரண்டு பேர் தொடர்ந்து இருந்தனர், இந்த எண்ணிக்கை மாறாமலிருந்தது.

2) ஓரிரு கணங்கள் நின்று பார்த்துவிட்டுக் கலைந்து சென்றவர்கள் எண்ணிக்கை இருபது.

மொத்தத்தில் சராசரியாக முப்பது பார்வையாளர்கள் நடைபாதையை அடைத்துக்கொண்டிருந்தார்கள்.

“உங்களுக்குச் சிலவற்றைச் சொல்லப்போகிறேன். கேளுங்கள். நான் – சிறிது நேரத்திற்கு முன்பாகக் குன்றில் படிக்கட்டுகளில் உட்கார்ந்திருந்தேன். ஒரு சிகரெட் ஒன்றைப் பிடித்துக்கொண்டிருந்தேன். நானிருந்த இடத்திலிருந்து பார்க்கக் காட்சி அழகாக இருந்ததால் மிகுந்த சந்தோஷத்தோடு அவதானித்துக்கொண்டிருந்தேன். எதிரே மற்றொரு குன்று, அதனைத் தொடர்ந்து நகரம் அது கடல்வரை நீண்டு பரவியிருந்தது. பிறகு நீண்டு வளைந்திருக்கும் கடற்கரை. அனைத்துமே அமைதியாக இருந்தன. காட்சிவெளியில் நான்கில் மூன்று பாகத்தை ஆகாயம் பிடித்திருந்தது. பூமி, அதற்குக் கீழே

மிகவும் அமைதியாக இருந்ததென்று சொல்ல வேண்டும் – ஆகாயம்வரை தொடர்ந்து செல்வதுபோல் பூமியுமிருந்தது. என்னென்னவகையெனச் சொல்ல முடியுமா? இரண்டு மலைகள், ஒரு நகரம், ஓர் ஆறு, ஒரு வளைகுடா; கொஞ்சம் கடல், பிறகு மேகக்கூட்டம் வரை துறப்பணமிட்டு மேலெழும்பும் புகைத்தூண் ஒன்று. இவற்றை எல்லாம் ஏன் குறிப்பிடு கிறேன் எனில் அடுத்து நான் கூற உள்ளதை நீங்கள் நன்றாகப் புரிந்துகொள்வீர்கள் என்பதால். என்ன புரிகிறதா?

ஒருவரும் பதில் சொல்லவில்லை, ஆனால் ஒருசிலர் சிரித்தபடி தலையாட்டினார்கள்.

பார்வையாளர்களில் பொதுவாக ஒருவரைத் தேர்வு செய்தவன் அவரைப் பார்த்தான்.. அவரிடம் கேட்டான்.

"உங்களுக்குப் புரிகிறதா?"

"ம் . . . ம் . . . புரியுது, புரியுது " அந்த மனிதரின் பதில்.

"அது சரி – உங்களுக்கும் எதுவும் சொல்ல இல்லையா?"

"நானா?"

"ஆமாம், நீங்களேதான், ஏன் கூடாது? நீங்கள் கிராமப்புறத்தில் வசிக்கிறீர்களா? "

அந்த மனிதர் ஒதுங்கிக்கொள்ள, கூட்டத்தில் ஒருசிலர் பங்கெடுக்க ஆர்வம் காட்டுகின்றனர்.

"இல்லை; நான்–"

"நீங்க ஏதாவது விற்பனை செய்கிறீர்களா?"– பெண்மணியொருத்திக் கேட்டாள்.

"ஆமாம், வார்த்தைகளை" ஆதாம் பதில்.

முதலாவது ஆசாமி விளங்கிக் கொண்டவரைப் போல:

"அப்போ, நீங்கள் யெகோவாவின் சாட்சிகள் கூட்டத்தைச் சேர்ந்தவரா?"

"இல்லை" – ஆதாம்

"அப்போ . . . நீங்க தீர்க்கதரிசி?"

ஆனால் அவர் கூறியதை ஆதாம் காதில் வாங்கவில்லை; அவன் திரும்பவும் தனது சிறுபிள்ளைத்தனமான மொழியாடல் மர்மக் குகைக்கு, பித்தனுக்குண்டான ஏகாந்த மனநிலைக்கு, ஒழுங்கீனமான கூட்டத்திட மிருந்து தன்னைப் பாதுகாத்துக்கொள்ள ஏற்படுத்தியிருந்த தனது தடைவளையத்திற்குத் திரும்பிக்கொண்டிருந்தான். ஆரம்பித்திருந்த பேச்சைத் தொடர்ந்தான்:

"கணத்தில் பூமியில், அனைத்தும் மாறியிருந்தது. ஆம், நொடியில் எல்லாம் புரிந்தது. எனக்கு மட்டுமே இந்தப் பூமி சொந்தம் வேறெந்த

ஜீவராசிக்கும் அதில் உரிமையில்லையெனப் புரிந்துகொண்டேன். நாய்களுக்கும் சொந்தமில்லை, எலிகளுக்கும் இல்லை, புழு பூச்சிகளுக்கு மில்லை, எந்த ஒன்றிற்கும் சொந்தமில்லை. நத்தைகள், கரப்பான்பூச்சிகள், புற்கள், மீன்கள் இவையெல்லாங்கூடச் சொந்தம் கொண்டாட முடியாது. பூமி மனிதர்களுக்கு மட்டுமே சொந்தமானது. நானொரு மனிதன் என்பதால், பூமி என்னுடையது. இப்புரிதல் எனக்கு எப்படி நிகழ்ந்த தென்று உங்களுக்குத் தெரியுமா? மிகவும் அசாதாரணமாகச் சில சம்பவங்கள் நடந்தன. கண்முன்னே பார்க்கிறேன், ஒரு வயதான மூதாட்டி. ஆம் வயதான மூதாட்டி. விளக்கிச்சொன்னால் புரிந்து கொள்வார்கள். நான் இருந்த இடத்திற்கு எதிரிலிருந்த சாலை, மலைக்கு வரும் பல சாலைகளில் ஒன்று. மிகவும் செங்குத்தான சாலை. மாடிக்குச் செல்லும் படிகளில் அமர்ந்திருந்தேன். அங்கிருந்து பார்க்கிறபோது, இறங்கும்திசையில் சாலை சிறிது தூரத்தில் முடிந்திருந்தது, ஒரு திருப்பத்துக்குப் பிறகு காணவில்லை. எதிர்த்திசையில் துண்டாகச் சாலையொன்று தெரிந்தது. 100 மீட்டர் தூரமிருக்கலாம் அதற்கு மேல் இருக்க முடியாது; தார் ஊற்றியிருந்தார்கள், மேகத்தில் ஒளிந்திருந்த சூரிய ஒளியில் அனைத்துமே பிரகாசித்தன. மறுகணம், காதைச் செவிடாக்கும்படியான சத்தமொன்றைக் கேட்டேன், என் பக்கமாக அச்சத்தம் வந்தது. சாலையின் கீழ்ப்பகுதியில் கவனம் சென்றது. உரு வெளிப்படுவதைப் பார்த்தேன், மெதுவாக, அநியாயத்திற்கு மெதுவாக; மூதாட்டியின் உருவம்; கனத்த உடல், கோரமான தோற்றம், பூப்போட்ட பெரிய அங்கி, கொடிபோல் காற்றில் அசைந்தது. முதலில் தலையைப் பார்த்தேன், பிறகு மார்புப் பகுதி, பிறகு இடுப்பு, கால்கள், இறுதியாக முழு உருவமும் தெரியவந்தது. சாலையில் மிகச்சிரமத்துடன் ஏறிக்கொண்டிருந்தாள், வேறு சிந்தனைகள் இல்லை. பசுமாடுபோல மூச்சு வாங்கினாள், கொப்புளங்களும் சிரங்குகளுமாகவிருந்த கனத்த கால்களைத் தார்ச்சாலையில் உரசித் தேய்த்து நடந்தாள். குன்றிலிருந்து, குளியல் தொட்டியிலிருந்து எழுந்து வருபவளைப் போல வெளிப்பட்டு, என்னை நோக்கி வருவதைக் கண்டேன். மிகப் பரிதாபமான தோற்றம்; கறுப்புவண்ணத்தில் தீட்டப்பட்டு மேகங்களால் மூடப்பட்ட சித்திரம் போல ஆகாயத்தின் பின்புலத்தில் காட்சி அளித்தாள். அசைவின்றிக் கிடந்த இயற்கைக்கு மத்தியில், அப்பிரதேசத்தில் அவள் ஒருத்தி மட்டுமே அசையும் பொருள். மற்றுமொரு அசையும் பொருள், அவளிடம் உருவாகியிருந்த – என்ன சொல்வது அவளது தலையைச் சுற்றிலுமிருந்த ஒளிவட்டம், பூமியும், ஆகாயமும் அவள் கூந்தலென்று சொல்லும்படி இருந்தன. நகரம் இன்னமும் கடல்வரை விரிந்து கிடந்தது. ஆறும்கூட. மலைகள் தொடர்ந்து வட்டவடிவமாக இருந்தன, புகைகள் செங்குத்தாக இருந்தன, **ஆனால் அவள் தலையிலிருந்து புறப்பட்டிருந்ததைப் போல.** ஆனால் ஏதோ அவ்வளவையும் புரட்டிப் போட்டதுபோலதொரு மாற்றம். அவள், அவள்தான், என்ன சொல்கிறேன் புரிகிறதா? ஆம் அவள்தான் இதற்கெல்லாம் காரணம். இதையெல்லாம் செய்தது அவள்தான். புகை, ஆமாம் மனிதர்களோடு சம்பந்தப்பட்டது. நகரமும், நதியுங்கூட மனிதர்களோடு சம்மந்தப்

லெ கிளேஸியொ

பட்டவையே. விரிகுடாவையும் அவற்றுடன் சேர்க்க வேண்டும். மலைகளி லிருந்த மரங்களெல்லாம் அழிக்கப்பட்டு அவ்விடத்தில் தந்திக்கம்பங்கள். சிறுசாலைகள், சாக்கடை வடிகால்களெல்லாங்கூட அடுக்கடுக்காய் மலைகளில் இடம் பிடித்தன. சாலை, படிக்கட்டுகள், சுவர்கள், வீடுகள், பாளங்கள், அணைகள், விமானங்கள், இவையெல்லாம் எறும்புகளில்லை! அவள்தான், அந்தக் கிழவிதான். பார்க்கக் கோரமாகவும், உடல்பெருத்து மிருந்த வயதான பாட்டி அன்றி வேறெதுவுமில்லை. அந்த ஜென்மத்திற்கு வாழத் தகுதியே இல்லை. உயிரியின் நியதிப்படி வாழத்தகுதியற்றவள். கொழுப்பு மண்டிக் கிடக்கும் உடல். நேராக நடக்க முடியவில்லை. கால்களில் கட்டுப்போட்டிருக்கிறது, நரம்புகள் ஆங்காங்கே புடைத்துக் கொண்டு புண்களுடன் இருந்தன, புற்றுநோய் இருக்கக்கூடிய உடல் தான் அநேகமாகக் குதத்தில் இருக்கலாம், அல்லது வேறு எங்காவது கூட இருக்கலாம். ஆக, அவள்தான்! பூமி வட்டவடிவமாக இருந்தது, மிகச் சிறியதாகவும் இருந்தது. அதற்கு என்னவெல்லாம் செய்யக்கூடுமோ அதை மனிதர்கள் எல்லா இடங்களிலும் செய்திருந்தார்கள். பூமியில் ஓரிடத்திலுங்கூட, காது கொடுத்து கேட்கறீர்களா? பூமியில் ஒரு சாலையோ வீடோ விமானமோ தந்திக்கம்பமோ இல்லாத இடமென்று எதுவுமில்லை. கடைசியில் அந்த இனத்தில் ஒருவரென்ற சிந்தனைக்குத் தள்ளப்பட்டு, நம்மைப் பைத்தியக்காரனாக மாற்ற இது போதாதா? அவள்தான், இவ்வளவிற்கும் காரணம் அந்தப் பொதிமூட்டை, குடலும் கண்டதுமாகத் திணித்த கிழம், ஊத்தை, சீழும் ரத்தமும் வடியும் உடல், புத்திகெட்ட மிருகம், அவள் தடித்த கண்ணும் வறண்ட முதலைத் தோலும், முன்கழுத்தின் தொங்கு சதையும் உலர்ந்து சருகுபோன்ற கருப்பையும், வற்றிக் குவிந்திருக்கும் சுரப்பிகளும், நுரையீரல்களும், கழுத்து வீக்கமும், திக்குவதற்குத் தயாராக இருக்கும் அவள் மஞ்சள் நிற நாக்கும், அதிர்ச்சியில் உறைந்த பசுமாட்டின் சிறு மூச்சுவாங்கலும், கனத்த குரலில் அவளெழுப்பும் சத்தமும் ஹாங் – ஹங் . . . ஹங் – ஹங் . . . உப்பிய வயிறு . . . அதில் வரிவரியாகக் கோடுகள் . . . மண்டை ஓடு . . . வழுக்கை . . ., ரோமங்கள் நிறைந்த கக்கங்கள், அதில் எழுபத்தைந்து ஆண்டுகால வேர்வையும் அதன் காரணமாகச் சீரழிந்த தோலும். அவள்தான், உங்களுக்குப் புரிகிறதா?”

குரல் கொஞ்சம் கொஞ்சமாக வேகமெடுத்தது; இனி வாக்கியங் களுக்கு இடமில்லை என்ற கட்டத்திற்கு வந்திருந்தான். அதை விளங்கிக் கொள்ள ஒருவரும் மெனக்கெடாத நிலை. இரும்பு வண்ணம் தீட்டப் பட்டிருந்த தடுப்புக்கம்பியில் அழுந்தச் சாய்ந்திருந்தான். ஆள் தெரிய வில்லை, தலைமட்டும் கூட்டத்திற்கிடையே வெளியில் தெரிந்தது, ஒரு தீர்க்கதரிசிக்குரிய குணத்துடனும், சினேகித பாவத்துடனும் கூட்டத்தினரைப் பார்த்தபோதிலும், பிறர் சுட்டிக்காட்டிப் பேசுபவனாக அவன் இருந்தான். விரைவில் போலீஸை அழையுங்கள் என்ற மன நிலையை ஏற்படுத்தியவனாக இருந்தான், புகைப்படக்கருவியைத் தேடி எடுக்கவைத்தவனாக இருந்தான், அவரவர் விருப்பப்படி ஏளனஞ் செய்யவும், இகழ்ந்து பேசவும் காரணமாக இருந்தான்.

"உங்களுக்கு என்ன சொல்ல நினைக்கிறேன் என்றால், போகாதீங்க இருங்க. கதை ஒன்று சொல்லட்டுமா? வானொலிப்பெட்டியில் சொல்வது போல. அன்பிற்குரிய ரசிகர்களே! என்னால் விவாதிக்க முடியும், உங்களோடு என்னால் விவாதிக்க முடியும். யார் முன்வருகிறீர்கள்? யார் என்னிடம் பேசவிரும்புகிறீர்கள், ம்... ஏதாவது ஒன்றைப் பற்றி விவாதிக்கலாமா? விரும்பினால் யுத்தம் பற்றி பேசலாம். முன்பொருகாலத்தில் யுத்தமொன்று நடந்தது... – வேண்டாம்... வாழ்க்கைச் செலவுகளைப் பற்றிப் பேசலாம். உருளைக்கிழங்கு என்ன விலை? ஹூம் இவ்வருடம் உருளைக்கிழங்கு விளைச்சல் அதிகம்போல் தோன்றுகிறது நூல்கோல்கள் இவ்வருடம் மிகவும் சின்னதாக இருக்கின்றன. நுண்ணோவியங்கள் பற்றியும் பேசலாம். ஒருவருக்கும் எதுவும் சொல்ல இல்லையா? ஏங்க நீங்க ஏதாவது சொல்லனுமா? சரி விடுங்க. கட்டுக்கதைகள் ஏதேனும் சொல்கிறேன். உடனே... ம். தலைப்பு சொல்லட்டுமா? கிழக்கு ஐரோப்பிய நாடுகளுக்குப் பயணம் செய்ய விரும்பிய குள்ளப் பணையின் கதை அல்லது இபிஸ் பறவையைப் பெண்ணாக மாற்றிய ஒரு வணிகப் பிரதிநிதியின் கதை, இரண்டு வாய்கொண்ட அஸ்றுபால் என்பவனின் கதை உங்களுக்கு விருப்பமா? கேளிக்கை விழாக்களில் அரசர் வேடம் தரிக்கிறவனுக்கும் ஓர் ஈக்கும் ஏற்பட்ட காதல் கதை அல்லது எப்படி பேலப்போனிஸஸ் அரசி ஸோயெ, எவ்விதச் சிரமமுமின்றி மலைக் கல்லறையொன்றில் புதையலைக் கண்டெடுத்தாள் என்கிற கதை இப்படி நிறைய கதைகள் கைவசமுள்ளன அல்லது ட்ரிப்பனோசோமா பாரசைட்டுகளின் துணிச்சல் குறித்துப் பேசலாம். சலசலவெனச் சத்தமிடும் குரோட்டலஸ் *(crotalus)* பாம்புகளைக் கொல்வதெப்படி எனத் தெரிந்துகொள்ளலாம். மூன்று விஷயங்கள் முக்கியம். அவை கர்வம் பிடித்தவை. ஜாஸ் இசையை விரும்புவதில்லை. எடெல்வைஸ் செடிகளைப் பார்த்த மறுகணம் விறைப்பு நோயொன்றில் விழுந்துவிடும். எனவே என்ன செய்யலாமென்று பாருங்கள். ஒரு கிளாரிநெட்டைக் கையிலெடுத்துக்கொள்ளுங்கள். பாம்பைப் பார்த்ததும் வில்லத்தனமான பார்வை ஒன்றை அதன் மீது வீசுங்கள். அவை கர்வம் பிடித்தவை என்பதால் கோபமுற்று உங்கள்மீது வேகமாகப் பாய முற்படும். அந்த நேரத்தில் *Blue - mood* அல்லது *Just a Gigalo* வாசித்தல் வேண்டும். கிளாரினெட்டில் அவற்றுக்குப் பிடிக்காதது ஜாஸ். எனவே அது உங்கள் மீது பாய முற்படாது, தயக்கம் வெளிப்படும். சரியாக அந்த நேரத்தில் கையில் எடுங்கள். அந்த நேரத்தில் உங்கள் சட்டைப்பையிலிருந்து பனிமலையில் பிடுங்கிய எடெல்வைஸ் செடியைக் கையிலெடுக்க வேண்டும். அது கட்டலெப்ஸியினால் விறைத்துக்கொண்டுவிடும். தற்போது நீங்கள் செய்ய வேண்டியதெல்லாம் அதனைக் கையில் பிடித்து அதனுடலில் எங்கேனும் ஒரு 'p' *(Phytolacca americana)* செலுத்த வேண்டும், அது விழிக்கிறபோது குரோட்டலஸ் ஆகிய தான் குரோட்டலஸாக இல்லை என்பதை விளங்கிக்கொள்ளும். கர்வம் பிடித்த பாம்பென்பதால், இறப்பதே நல்லதென முடிவெடுத்துத் தற்கொலையைத் தேர்வுசெய்யும். பல மணி நேரம் மூச்சை அடக்கி

இறுதியில் உயிரை விடும். பின்னர் அதன் உடல் கறுத்துப் போகும். கேட்டீர்களா . . .”

பிற்பகல் 2:10லிருந்து 2:48 மணிவரை ஆதாம் பேசினான். வேடிக்கை பார்த்திருந்த கூட்டம் கணிசமாகவே கூடியிருந்தது. மெல்ல மெல்ல அவர்கள் முகத்தில் களைப்பு வெளிப்படையாகத் தெரிந்தது. அவர்கள் குறுக்கீடு குறைந்து ஆதாமுடைய குரலே ஒலித்தது. ஆனால் அவனுடைய பேச்சின் வேகம் மேலும் மேலும் கூடிக்கொண்டிருக்க அதற்கு மாறாக அதனைப் புரிந்துகொள்வதில் மேலும் மேலும் சங்கடங்கள் அதிகரித்தன. அயர்ச்சியினால் அவன் குரல் கம்மி ஒலித்தது. அவனுடைய முகத்தில் எரிச்சல் இடம்பிடித்திருந்தது.

தற்போது நெற்றியின் மத்தியில் ஆழமான உழவுசால்போல இரண்டு கோடுகள். காதுகள் சிவந்துவிட்டன. சட்டை தோள்களிலும், முதுகிலும் ஒட்டிக்கொண்டிருந்தது. அவன் நிறையப் பேசியிருந்தான், நிறையக் கூச்சலும் போட்டிருந்தான். கூட்டத்தை இனியும் வழி நடத்தும் நிலையிலில்லை. அவர்களில் ஒருவனாக இருந்தான். அவனுடைய கூம்புத்தலை, அடர்ந்த தலைமயிர், தாடி கூட்டத்தில் மிதப்பதுபோலவும் வேறொருவர் தலை என்ற தோற்றத்தையும் அளித்தது, சிறுமைக்குப் பதிலாக விரக்தியினால் செதுக்கப்பட்டதுபோல இருந்தது. ஒருவிதத் தனித்தன்மை கொண்ட புரட்சியின் இறுதிக்கட்டத்தில், பகையுணர்வு சோர்ந்த மனநிலையில் வெட்டப்பட்ட தலைபோன்றும்; அந்நாட்களில், தங்கள் தலைவனால் விழிப்புணர்ச்சி பெற்ற கூட்டம் அலைகடல் போல திரண்டு, சுமந்து செல்கிற பிரபு ஒருவனின் முகம்போலவும் அமைந்தது. அறியாமையும் மானக்கேடும்கொண்ட கண்களிரண்டும் அவற்றின் குழிகளில் வெறித்தனமாகப் பிரகாசித்துக் கொண்டு, அடுக்கடுக்கான பைத்திய உணர்வுடன் நூல்வலைக்குள் சிக்கிய கோலிக்குண்டுகளைப் போல இருந்தன. மனித வேர்வையும் தசையும் சேர்ந்து உருவாக்கிய பிரித்துணர முடியாத கூட்டம், அங்குப் புரிந்ததென்று எதுவும் இருக்க வாய்ப்பில்லை. திடீர் திடீரென்று எழும் குரல்கள், சிரிப்புகள், கேலிப்பேச்சுகள், எந்திரங்களின் உறுமல்கள், ஹாரன் ஒலிகள், கடல் அல்லது படகுகளென்று அவை எந்த விதி முறைக்கும் உட்படாதவை. ஒவ்வொன்றும் திக்கற்ற நிலையில், திடீர் பதற்றத்திற்கு ஆட்பட்டதைப்போல அலைந்துகொண்டிருந்தன அதற்குத் துணைசேர்ப்பதுபோல் கலகக்குரல்களும் அவற்றின் வண்ணங்களும்.

உண்மையைப் பதிவுசெய்வது மிகவும் கடினம்; அனைத்துமே குறைசொல்லாத அளவில் வேகவேகமாக நடந்தது. ஒரு நொடியில் எல்லாம் முடிந்தது. கூட்டத்தில் சலசலப்பு, ஒருவேளை அது கூச்சலும் கோபமுமாக இருக்கக்கூடும். எதிர்பாராமல், வேடிக்கையாக நடந்து முடிந்த இந்த விவரத்தைத் தவிர எதையும் தற்செயல் கணக்கில் சேர்க்கவில்லை; அதன் மூலம் என்ன சொல்லவருகிறேன் எனில்: கூட்டம் அப்படி நடந்துகொண்டது, அதன் வழக்கமான வேலைத் திட்டத்திற்குக் குறைந்தது இரண்டுமணிநேரத்திற்கு முன்பு.

பென் பெல்லாவுக்கு ‘ஓரான்’இல் கோலாகல வரவேற்பு:

“நமக்குத் தேவை ஒருகட்சி ஆட்சிமுறை”

G.P.R.A – இடைக்கால அரசு – மகிழ்ச்சி ஆரவாரம் திஸி – ஊஸிவில் 100000 கபில்மக்கள் திரண்டனர்

மாந்தெலியே’ – லெத்ரய்யா ரயில்பாதை இணைப்பு பல இடங்களில் துண்டிப்பு காட்டுத் தீ – காரணம்

பல ரயில்கள் நிறுத்தப்பட்டுள்ளன, வீடுகளை தீ நெருங்கும் அபாயம். கேரவான் வாகன முகாம் ஒன்றிலிருந்து சுற்றுலா வாசிகளும், வாகனங்களும் வெளியேற்றம்

மர்செய் துறைமுக நகரில் கடலோடிகள் பொது வேலைநிறுத்தம் நாளை பிற்பகல்வரை நீடிக்கும்

கோர்சிகா தீவு ஆப்பிரிக்க நாடுகளுக்குச் செல்லும் மொத்த நீர்வழிப் போக்குவரத்தும் மறு அறிவிப்பு வரும்வரை நிறுத்தி வைக்கப்படுள்ளது.

பலவாஸ்–லெ–ஃப்ளோ–விடுமுறையை உல்லாசமாக கழிக்க வந்த ‘வார்’ப் பகுதியை சேர்ந்த ஒருவர் நீரில் மூழ்கி சாவு

மோன்பெலியெ: பலவாஸ்–லெ–ஃப்ளோ (ஹெரொ) கடற்கரையில், லா சேய்ன் சுய்ர் – மேர் (வார்) நகரைச் சேர்ந்த, ரொபெர் மாழ் (45 வயது) என்பவர் நேற்றுகாலை நீரில் மூழ்கி இறந்தார்–விபத்தென்று நம்பப்படுகிறது.

நினைவிழந்த நிலையில், கடலில் குளித்துக்கொண்டிருந்த வேறுசிலர் அவரது உடலைக் கரையில் சேர்த்தனர். உரிய முதலுதவிக்குப் பிறகு, இத் துர்பாக்கியசாலி மோன்பெலியெ அரசு மருத்துவ மனையில் சேர்க்கப்பட்ட அடுத்த சில நிமிடங்களில் பலனின்றி இறந்தார் எனச் சொல்லப்படுகிறது.

கோர்ஸிகா தீவில் மர்மம்

இரண்டு ஜெர்மன் நாட்டு உல்லாசப்பயணிகளின் உடல்கள், ஆங்கியோன் கடற்கரையிலிருந்து 3 கி.மீ. தூரத்தில் நீரில் மிதந்த நிலையில் கண்டெடுக்கப்பட்டன.

ஆண் மண்டை உடைந்ததினால் இறந்திருக்க வேண்டும்.

பெண்ணுடலில் போராடியதற்கான தடயங்கள் எவையுமில்லை.

(7ஆம் பக்கம் பார்க்க)

- கடந்த ஜூன் மாதம் 30ஆம் தேதியிலிருந்து காணாமல் போயிருந்த விவசாயி ஒருவரின் இறந்த உடல் நீர்க்கணவாய் ஒன்றில் கண்டெடுக்கப்பட்டுள்ளது. விபத்தா? தற்கொலையா? அல்லது கொலையை மறைக்க நாடகமா?
- அரியான் பகுதியில், பன்னிரண்டு வயது சிறுவன் பையோன் ஆற்றில் மூழ்கிச் சாவு

கரோஸ் – மனநிலை பாதிக்கப்பட்ட வாலிபர் கைது

ஒருவர் கரோஸ் நகர பள்ளியொன்றில் காவலரிடமிருந்து தப்பிக்க மனநிலை பாதித்த இளைஞர் ஒருவர் பதுங்கியிருந்தார்.

உள்ளூர் போலீஸார் அவரைக் கைதுசெய்தார்கள். மனநலக் காப்பகத்திலிருந்து தப்பித்திருந்த அவரை, போலீஸ் துரத்தியது, கடைசியில் சிக்கிக்கொண்டார்.

விநோதமான செயல்பாடு ஞாயிற்றுக்கிழமைப் பிற்பகல், உல்லாசப்பயணிகளின் கூட்டமொன்று கடற்கரை ஓரமிருந்த ப்ரோமனாது சாலையில் இளைஞன் ஒருவரின் விநோதமான நடவடிக்கைக் கண்டு அதிர்ச்சி அடைந்தார்கள். மனநிலைப் பாதிக்கப்பட்டவர் என்பதை வெளிப்படையாக அறிவிக்கும் வகையில் நடந்துகொண்ட ஆதாம் போலோ என்ற அந்த இளைஞர், பொருளற்றவகையில் ஆவேசமாகப் பேசக் கும்பல் சேர்ந்திருக்கிறது. பிரச்சினை அத்துடன் முடிந்திருக்கும், என்ன காரணமென்று தெரியவில்லை திடீரென்று கூடியிருந்த பொது மக்களுக்கு முன்பாக கண்ணிய மற்றவகையில் நடந்துகொண்டிருக்கிறார்.

(தொடர்ச்சி 7 ஆம் பக்கம் பார்க்க)

லொக்குஸ்ஸோல் வழக்கில் தீர்ப்பு:

சிறைதண்டனை: ஸ்டெஃப்பானி 20 வருடம் அர்த்தோ, 5 வருடம்

(வழக்கில் இரண்டாவது முறையாக நேரில் ஆஜராகத ‘அச்சார்’ என்பவர்க்கு மரண தண்டனை வழங்கப்பட்டுள்ளது.)

கரோஸ் – மனநிலை பாதித்த வாலிபர் கைது

(முதற் பக்க தொடர்ச்சி)

அசாதாரணமானதொரு ஓட்டம்

சம்பந்தப்பட்ட மன நோயாளி சாமர்த்தியமாக அங்கிருந்து தப்பிவிட, அவ்விடம் வந்த காவல் துறையினர் இளைஞனைத் தேட ஆரம்பித்தார்கள். நகரின் மேற் பகுதியில் போலீஸார் முதலில் தேடத் தொடங்கினார்கள், முன் னிரவு 10:30க்கு மன நோயாளி கரோஸ் பகுதியிலுள்ள ஒரு குழந்தைகள் பள்ளியில் இருப்ப தாகத் தகவல் கிடைத்தது. பாது காப்பு சுவரைத் தாண்டிக் குதித்து உள்ளே புகுந்திருக்கிறார். காலியாகவிருந்த வகுப்பறைக் குள் புகுந்த இளைஞர் தன்னைச் சுற்றித் தடுப்பொன்றை ஏற்படுத்திக் கொண்டு, காவல் துறையின் கைது எச்சரிக்கைக்கு, தற்கொலை செய்து கொள்வேனென அச்சுறுத் தல் செய்திருக்கிறார். அவரை வெளியேற்ற காவல் துறையினர் கண்ணீர்ப் புகைக் குண்டை உபயோகிக்க வேண்டியிருந்தது. சிற்சில நிமிடங்களுக்குப் பிறகு மன நோயாளி போலிஸாரிடம் சரணடைந்திருக்கிறார். அவர் கையில் சமயலறையில் உப யோகப்படும் கத்தி ஒன்று இருந்தது.

மன நல மருத்துவமனைக்கு மாற்றம்

நகரத்தில் மதிப்பு மரியாதையு மிக்க குடும்பத்தைச்சேர்ந்த அந்த இளைஞர் தன் மீது சுமத்தப்பட்டுள்ள பல குற்றங் களுக்கு மாஜிஸ்ரேட் முன் தோன்றி பதில் சொல்ல வேண்டிய நிலையில், உளவியல் பரிசோதனைக்கு உட்பட வேண்டி யிருக்கிறது. ஏற்கனவே திடீர் மனச்சிக்கலுக்கு ஆளானவரென சொல்லப்படுகிறது. பாஸ்ட்டர் ஆய்வு நிறுவனத்தைச் சேர்ந்த மனநல மருத்துவர் போவெர், இளைஞரின் மனநிலை பாதிப்பை மீண்டும் உறுதிசெய்தால், மன நல மருத்துவமனையில் தங்க வேண்டியிருக்கும், அவர் குற்றங் களுக்குப் பதில் சொல்ல வேண்டிய அவசியமில்லை. அவ்வாறு இல்லையெனில் இரண்டு பிரதான குற்றங்களுக்குப் பதில் சொல்ல வேண்டிவரும். ஒன்று: அத்துமீறி அந்நியர் வீட்டில் நுழைத்து, பரதேசிபோல வாழ்ந்தது. இரண்டு: பொது இடத்தில் அநாகரிகமாக நடந்துகொண்டது. திரு. கொனார்டி, இளைஞரின் வழக்கறிஞர். அடுத்து காவல் துறையின் அறிக்கை யொன்று, குற்றவாளியினால் வேறு எவரேனும் இழப்பு, இதர பாதிப்பிற்கு உட்பட்டிருப்பின், நகர காவற்துறை ஆணயரிடம் உடனடி யாக முறையிட்டால் தக்க நடவடிக்கை எடுக்கப்படுமெனத் தெரிவிக்கிறது.

கோர்ஸிகா தீவில் மர்மம்

(முதற் பக்க தொடர்ச்சி)

இரண்டு பிணங்கள் ஆணும் பெண்ணுமாக நேற்றுக் காலை பஸ்தியா நகரத்திற்கு அருகி லுள்ள ஆங்கியொனே கடற்கரை பகுதியைச் சேர்ந்த உல்லாசக் கடற்கரை முகாமருகே நீரில் கண்டெடுக்கப்பட்டன.

கொடூரமான இக்கண்டுபிடிப்பு களுக்குப் பின்னே பல மர்மங்கள் தொடர்கின்றன.

காலை 7 மணி. ஆங்கியொனே கடற்கரையில் விடுமுறையைச் சந்தோஷமாகக் கழிப்பதற்காக முகாமொன்றில் தங்கியுள்ள உல்லாசப்பயணிகளில் பெரும் பாலோர் விழிக்கும் நேரம். அப்போது பொழுதுபோக்காக கடலில் மீன்பிடிக்கச் சென்ற இருவர் அவசரமாக முகாம் நிர்வாக அலுவலக மேலாளரைச் சந்தித்து, பெண்மணியொருத்தி யின் சடலமொன்று கரையி லிருந்து 300 மீட்டர் தூரத்தில் நீரில் மிதப்பதாகத் தெரிவித் தார்கள். அப்பகுதி மோரியான் காவல் துறை எல்லைக்கு உட் பட்டதென்பதால், அடுத்த சில நிமிட நேரங்களில் மோரியான் போலீஸார் விரைந்து வந்து சடலத்தை நீரிலிருந்து மீட்டார் கள். அச்சமயம் காவற்துறை குழுவினர் தலைவருக்கு ஒரு தொலைபேசி செய்தி வந்தது. 3 கி.மீ. தள்ளி வடக்கில் பினா ரெல்லோ கடற்கரையில் ஓர் ஆணுடலை, கடலில் நீந்திக் கொண்டிருந்த ஒருவர் கண்ட தாக அச்செய்தி தெரிவித்தது.

முதற்கட்ட தகவல்கள்

நீரில் கண்டெடுத்த இரு உடல் களுமே ஜெர்மன் தம்பதிகள் என வெகு விரைவில் தெரிய வந்தது. அவர்கள் இருவரும் கடந்த ஜூன் மாதம் 28ந்தேதி ஆங்கியொனேவுக்கு வந்தவர் கள். கோர்சிகா தீவிலிருந்து நேற்றையதினம் புறப்படுவதாக இருந்தது. ஆணுக்கு வயது 50, பெண்மணிக்கு வயது 43. இருவருமே ஹாம்பூர் நகரில் அலுவலக ஊழியர்கள். இரண்டு உடல்களிலும் ஆடைகளிருந்தன. துப்பாக்கி குண்டுகள் பாய்ந்ததற் கான அடையாளங்கள் ஏது மில்லை. ஆணுடலில் மட்டும் முன் தலையில் வீக்கமாக ரத்தம் கட்டியிருந்தது. பெண் ணுடலில் போராடியதற்கான அறிகுறிகளோ வேறு காயங் களோ இல்லை.

கோர்ஸிகா தீவில் மர்மம் (தொடர்ச்சி)

இருந்தபோதிலும், இரண்டு உடல்களையும் நீரிலிருந்து எடுத்த நேரத்தில் காதுகளிலிருந்து ஏராள மாக ரத்தம் கொட்டியதென்பதை இங்கே குறிப்பிட வேண்டும். சம்பவம் நடந்த இடத்திற்கு அழைக்கப்பட்டிருந்த மருத்துவர் மர்ஷெசி, ஓர் அவசர பரிசோதனைக்குப் பிறகு, ஆணுடலின் மண்டை உடைந்திருக்கிறது என்றார்;

பிரச்சினையில் அனேக சிக்கல்கள்

முகாம் நிர்வாகத்தினரை விசாரித்ததில், "தம்பதிகள் இருவரும் முகாமிலுள்ள பெரும்பாலான தம்பதிகளைப் போலவே நடந்து கொண்டார்கள் எனவும், குறிப்பிட்டு சொல்லும்படியான தகவல்கள் எதுவுமில்லை என்றார்கள். இருந்த போதிலும், இறந்த மனிதர் கையில் எப்போதும் சிறிய ஃபிரிப்கேஸ் இருந்ததாகவும் வைத்திருந்ததாக வும், அதை ஒருபோதும் பிரிந்த தில்லை எனவும் சொல்லப்படுகிறது.

முகாமில் பணிபுரியும் பெண் சர்வர் தம்பதிகளுக்கிடையே சுமுக மான உறவு இல்லையெனவும் அடிக்கடி இருவரும் சண்டையிட்டுக் கொள்வதுண்டு எனவும் தெரிவித் தாள்.

– புதன்கிழமை மாலை, இறப்ப தற்கு முன்பாக தம்பதிகளுக்குள் கோபமான வார்த்தையாடல்கள் இருந்ததா? – என அவளிடம் கேட்கப் பட்டது.

– இல்லை. அன்றுமாலை ரெஸ்டா ரெண்ட்டிற்கு அவர்கள் இருவரும் சாப்பிட வரவில்லை – என்று அவளிடமிருந்து பதில் வந்தது.

விந்தையானதொரு சம்பவம்: அவர்கள் முகாமிற்கு வந்ததற்கு மறு நாள், பெண்மணி தனக்கு வேறொரு குடியிருப்பு வேண்டு மென்று கேட்டிருக்கிறாள். அவள் கூறிய காரணம் தனது ஆண் தோழர். குறட்டைவிடுவதாகவும், அவளுக்கு அது மிகவும் தொந்திர வாக இருப்பதாகவும் தெரிவித்திருக் கிறாள். உண்மையில் விநோதமான தமபதிகள். தன்னுடன் வாழ்க்கை நடத்தும் மனிதர், அவள் உறக்கத் தைக் கெடுக்கும் அளவிற்கு குறட்டை விடக்கூடியவர் என்பதை விடுமுறையின்போதுதான் பெண்மணி அறியவந்திருக்கிறாள். அவர்கள் இருவரும் மணம் செய்து கொண்ட தம்பதிகளல்ல என்ற முடிவுக்கு உடனடியாக வரமுடிந்தது. இருவரும் ஒருவேளை ஓடிவந்திருக்க வேண்டும். மருத்துவர் மர்ஷெசி அறிக்கயின் படி மரணம் முதல்நாள் இரவு 9 மணிக்கு நடந்திருக்க வேண்டும்.

போலீஸார் சோதனை

சட்டத்தில் சொல்லப்பட்டிருப்பதற் கேற்ப, நகரத்தின் பிரதம மாஜிஸ்ட் ரேட்டும், கஸ்டெல்லார் தி கசின்க்கா மேயருமான மிஸியெ லெயொ னெல்லொ முன்னிலையில் இறந்த மனிதர் முகாமில் தங்கியிருந்த குடியிருப்பு சோதனையிடப்பட்டது. ஒப்பனைச் சாமான்கள், வழக்கமான உடைகள் இவைகளோடு அவர் கையில் எப்போதும் இருக்குமெனச் சொல்லப்பட்ட ஃபிரிப்கேஸ் இருந்தது. ஆனால் அதில் சில அழுகான கைக்குட்டைகளும், சில உதிரிப் பொருட்களுமிருந்தன. அது தவிர போதுமான அளவில் பணமும் அத்தேடலில் கிடைத்தது. அப்பணம் ஜெர்மன், பிரெஞ்சுப் பணங்களாக இருந்தன. இக்கொடிய குற்றத்தின் நோக்கம் திருட்டாக இருக்கா தென்கிற முடிவுக்கு வந்தார்கள். பிறகு ஒவ்வொன்றாக சோதனை யிட்டு வந்தபோது போலீஸார் முக்கியத்துவமற்ற ஒரு சிலகடிதங் களையும்; தத்துவம், இறையியல், மனிதர்களைப் பற்றிய ஆய்வுகள், வருங்காலம், சூன்யம் ஆகிய வற்றைப் பற்றிப் பேசுகிற இலக்கிய சஞ்சிகைகளிலிருந்து கத்தரித்தவை களும் கிடைத்தன.

பின்னர் கிடைத்த செய்தியின்படி தம்பதிகளில் ஒருவரும் கடலில் குளிக்க அல்லது நீந்த விரும்பியவர் களில்லை. பெரும்பாலான நேரங் களில், கடலுக்கு வெகுதூரத்தில் நிழலில் உட்கார்ந்துவிட்டு திரும்பி விடுவார்கள்.

கைப்பையில் குறடு

முதன்முதலாகக் கிடைத்த உபயோகமானத் துப்பு பெண்மணி யின் கைப்பையில் இருந்ததெனச் சொல்லப்பட்ட குறடு. அக்குறடு புதியது, ஜெர்மனில் வாங்கப்பட் டிருந்தது. பெண்மணியின் கைப் பையில் வியப்பூட்டும் வகையில் ஒரு பொருள். தன்னைத் தற்காத்துக் கொள்ளவா அல்லது பிறரைத் தாக்கவா எதற்காக அவள் வைத் திருந்தாள்? மன அழுத்தத்திற்கான மருந்து மாத்திரைகளும் கிடைத்தன. பின்னர் நோய்குறித்த மருத்துவ அறிக்கையொன்று கிடைத்தது, அதன்படி இருவரும் ஜெர்மனியில் ஏற்கனவே நரம்புத் தளர்ச்சி மனச் சோர்வுக்கான சிகிச்சை பெற்றிருக் கிறார்களென விளங்கிற்று. மாலை மூன்றுமணி அளவில் குற்றவியல் துறை தொடர்பான அரசுப் பிரதிநிதி கள் வந்தார்கள்: திருவாளர்கள் 'ரிஸி', அரசு துணை வழக்குரைஞர்; லெயொனெல்லொ, குற்றவியல் விசாரணை மாஜிஸ்ட்ரேட்; கொலோனா, அரசு குற்றவியல்துறை மருத்துவர் என அக்குழு இருந்தது. குற்றம் நடந்த இடத்தைப் பார்வையிட்ட பிறகு, பஸ்டியா நகர ஆம்புலன்ஸ் வாகனம் வந்ததும் உடல்களை சவக் கிடக்கிற்குக் கொண்டுபோனார்கள். அங்கு மருத்துவர் கொலொன்னா பிரேதப் பரிசோதனையை மேற் கொள்வார்.

வழக்கு பற்றிய ஊகங்கள்

புலன்விசாரணையின் தொடக்க நிலையில் இருப்பதால், விசாரணை எப்படி முடியும் எனத் திட்டவட்ட மாகச் சொல்ல முடியாது, எனினும் ஊகங்களுக்குச் சாத்தியங்கள் உள்ளன: நள்ளிரவு நேரத்தில் அவர்கள் குடியிருப்பில் சப்தங்கள் கேட்டனவென்று சொல்லப்படுகிறது. ஆனால் அரசு மருத்துவரின் மரணம் நிகழ்ந்த நேரத்தோடு அது இணங்க வில்லை. அதுவும் தவிர அருகிலிருந்த ரெஸ்ட்டாரெண்டில் புதிதாக வாங்கிய உல்லாச படகொன்றின் வெள்ளோட்ட நிகழ்ச்சியைக் கொண்டாடினார்கள்; எனவே இரவு கேட்ட சப்தம் அங்கிருந்தும் வந்திருக்கலாம்.

நிறைய படகுகள் முன்னிரவில் கடலில் சென்றதைப் பார்த்ததாகச் சொல்கிறார்கள். ஆனால் மீன் பிடிப்ப வர்களும் அந்நேரத்தில் கடலுக்குச் செல்வதுண்டாம், எனவே அவற்றில் பெரும்பானவை மீன்பிடி படகுகளாக இருக்குமென்கிறார்கள்.

ஒருவேளை இவ்விரண்டு குற்றங் களும் ஒரு-கொலைகாரனின் வஞ்சம் தீர்த்துக்கொண்ட செயலா? காவல் துறையினர், அந்த திசையிலும் கவனம் செலுத்துகிறார்கள். ஆனால் கீழ்கண்ட முடிவிற்கு சாத்தியம் உள்ளது.

தனது காதலர், தன்னைவிட்டு விலகிச்செல்ல இருந்ததை ஒருவேளை பெண்மணி அறிந்திருப்பாரா? விடு முறையின் முடிவு என்பது பெண்மணி யைப் பொறுத்தவரை அவருடைய காதல் வாழ்க்கையின் முடிவா? உடல் அளவில் மனிதர் திடகாத்திரமானவ ரல்ல (இலேசாக தாங்கி நடப்பவர் என்கிறார்கள்): எனவே அவள் தலையில் அவரை அடித்து நீரில் தள்ளிய பின், அவளும் தண்ணீரில் குதித்திருப்பாளா?

எல்லாமே ஊகங்கள்தான்; நடத்த விருக்கும் பிரேதப் பரிசோதனை சில புதிய தடயங்களைக் கொடுக்காத வரை, போலீஸாருக்கு இவ்வழக்கினை முடிப்பது கடுமையானதொரு சவால்.

17

கடைசியில் ஒருவழியாக, நிழலில் அமரமுடிந்தது; சூரிய ஒளியிடமிருந்து முற்றாகப் பாதுகாக்கப்பட்டிருந்த வடக்குப் பார்த்த அந்தச் சிறிய அறை குளிர்ச்சியாகவே இருந்தது. அமைதியான இடம். எங்கோ, மிக மெலிதாகச் சிறியதொரு நீர்த்தேக்கத்தில் குழாய்தண்ணீரின் களபுளா சத்தத்தையும் அடுத்து வெகுதூரத்தில் பொதுப்பூங்கா ஒன்றில் மாலை ஐந்துமணி அளவில், பெஞ்ச் ஒன்றிற்கும் மணலுக்கும் இடையில் விளையாடும் குழந்தைகளின் கூச்சல் கும்மாளத்தையும் தவிர வேறு ஓசைகள் அந்த அறையிலில்லை. வலுவிழந்துகேட்ட அச்சத்தங்களைப் போலவே சுவர்களும் பலவீனமானவை என்கிற எண்ணத்தை ஏற்படுத்தியிருந்தன. மனத்தைச் சோர்வடையச் செய்திருந்தது; குழியுள்ள கற்களால் எழுப்பப்பட்டு, முதலில் பிளாஸ்டரும் அடுத்து வண்ணப் பூச்சும் சுவர்களுக்குக் கொடுத்திருந் தார்கள். வண்ணம் வெளிர் பழுப்பில் பொறிபொறியாக இருந்தது. கோடை, குளிர், இரண்டு காலங்களிலும் சுகமான தொரு ஈரத்தன்மையைத் தரப் போதுமான சுவர்கள். வெளிப்பக்கச் சுவரில் அளந்துவைத்ததுபோல நடுவில் திறந்திருந்த சன்னல். சன்னல்கம்பிகள் வீசிஅடித்த செங்குத்து, படுக்கைக்கோடுகளைக்கொணட பின்னிப்பிணைந்த நிழல் கட்டில் விரிப்புகளிலும், அவனுடைய கோடுபோட்ட பைஜாமாவிலும் விழுந்திருந்தது. சன்னலில் மூன்று செங்குத்துக்கோடுகளாலும் இரண்டு படுக்கைக்கோடு களாலும் துண்டாடப்பட்டிருந்த ஆகாயமும் சுவர்களைப் போல் தெரிந்தது. மனம்போனபோக்கில் தன்னிச்சையாக உருவாக்கப்பட்ட பிரிவுகள், எனினும் அதிலொரு இசைவு வெளிப்பட்டது. அதிலிருந்த பன்னிரண்டு கட்டங்களும் மனிலியூஸ் *(Manilius)* கூறியிருக்கிற கிரக வீடுகளை நினைவூட்டின.

கோடிட்ட பைஜாமாவில், இரும்புக் கட்டில் ஓரத்தில் உட்கார்ந்திருந்த ஆதாமின் எண்ணமும் அத்தருணத்தில் கிரக வீடுகளைப் பற்றியதாக இருந்தது. அவன் சிகரெட் புகைக்கவும் பிளாஸ்டிக்கிலான ஆஷ்ட்ரேயை உபயோகிக்க வும் அனுமதியிருந்தது, எனவே புகைத்தான். ஆஷ்ட்ரே உள்ளே தலைகீழாகப் புகைந்துகொண்டிருந்த சிகரெட் தடையின்றி சிந்தித்துக்கொண்டிருக்க உதவியது, எனவே சிகரெட் முடியும் வரை அவன் சிந்தனை ஓயாது. தலை

முடி ஒட்டக் கத்தரிக்கப்பட்டு, தாடியையும் மழித்திருந்ததால், மீண்டும் அவன் தலை இளவயதினனாக அவனைக் காட்டியது. அவனது பார்வை செவ்வக வடிவ ஒற்றை வண்ணத்திலிருந்த சன்னல் பக்கமிருந்தது. சன்னல்கம்பிகள் ஏற்படுத்தியிருந்த கட்டங்களில் ஒன்றைத் தேர்வு செய்யும் வழிமுறையை ஏற்கனவே அறிந்திருந்தான். தப்பான ரசனையோ தற்செயலாக நிகழ்ந்ததோ இடப்பக்கத்திலிருந்து எட்டாம் கட்டடத்தைத் தற்போது அவன் பார்த்துக்கொண்டிருந்தான். மனிலியூஸ் கருத்தின்படி எட்டாம் வீடு மரணவீடு. அதை உணர்ந்த பிறகு தனது செயலில் அவனுக்கு அக்கறையின்மை உருவானது. தனித்தன்மை மிக்க அந்த உண்மையின் (கோணங்கள், நாற்கோணம், அறுகோணம் என்று தரவுகள் பற்றிய கவலையில்லை; பெருவட்டப்பாதைக்குள் அது வருமா என்ற கேள்வியில்லை; வட – தென் துருவங்களை இணைக்கிற கற்பனைக் கோடுகள், தீர்க்க ரேகை, விண்கோள் உச்சியை இணைக்கிற கிழக்கு மேற்குக் கோடு, ஆகியவற்றைப் போல, பிரசித்தி பெற்ற நில நடுக்கோட்டுப் புள்ளிகளான *30, 60* டிகிரிகளில் ஒன்றிணைந்தாலென்ன, அல்லது இணயாமல் போனால்தானென்ன; மனிலியுஸ் கிரகவீடுகளில் எட்டாம் வீடு, ஆற்றலில் அதற்கு மூன்றாம் இடமாம், அதனுடன் இதனைச் சரிசமமாய் வைத்துப் பார்க்கவிட்டாலும் பரவாயில்லை.) அடிப்படையில் அவன் எவற்றையெல்லாம் கற்பனை செய்தானோ அல்லது நம்பினானோ அவையெல்லாம் அத்தனை முக்கியத்துவம் வாய்ந்தவை அல்ல. அந்த விளையாட்டைச் சிறுவர்களின் யுத்தக் கப்பல், வார்த்தை விளையாட்டு, சில்லு விளையாட்டுபோலத் தான் விளையாடினான். எல்லா விளையாட்டுகளும் ஒன்றுதான், அடிப்படை விதிகளை ஏற்றுக்கொள்ள வேண்டும், அவ்வளவுதான். ஆக மொத்தத்தில் அவன் ஆதாம் போலோவாக இல்லை, சந்தேகிக்க வேண்டியிருந்தது. சன்னல் கம்பிகளாகவா என்றால் அதுவுமில்லை. ஆறு சிலுவைகள் ஒன்றுடன் ஒன்று கலந்து,

A
D
O
N
A
I
Elohim Eloher
Z
E
B
A
O
T
H

என்றிருந்தன. இரண்டு மால்ட்டெஸ் சிலுவைகள் *(The Maltese cross)*[1], ஒரு தலைகீழான ஸ்வஸ்திகா குறியீடு, ஒரு தாவீது நட்சத்திரம் *(Star of David)* ஆகியவற்றைக் கொண்டு அவை அக்லா *(Agla)*[2], டெட்ராக்ராமெட்டோன் *(Tetragrammaton)*[3] போன்ற பிற குறியீடுகளின் சட்டங்களென்று அவற்றை நினைத்தான். கிரேக்க அகரவரிசை எழுத்துக்களின் முதல், இறுதி எழுத்துக்களான ஆல்பா, ஒமேகாவாகவோ அல்லது தாவீது நட்சத்திரங்கள், சூரிய கோள்கள் ஆகியவவற்றின் மாற்றாகவோகூட அவை புலப்பட்டன.

கணத்தில் சன்னலாக உருமாறியோ அல்லது அவனுக்கு முன்பாகவோ நம்மை இருத்திக்கொண்டால் கட்டில் படுக்கையின் உப்பிய விளிம்பில் நேராக விறைத்து அவன் அமர்ந்திருப்பதைக் காணலாம். நேரத்தைப் பார்ப்பவனைப் போல் தலை முன்பக்கம் லேசாகச் சாய்ந்திருக்கும், கைகள் முழங்கால்களில் கிடக்கும். அப்படிப் பார்க்கிறபோது, ஆழ்ந்த யோசனையில் மூழ்கியிருப்பதாகவோ அல்லது குளிரில் வாடுவதைப் போலவோ நமக்குத் தோன்றும். இடப்பக்கம் வைத்தகண் வாங்காமல் பார்ப்பது அவனுக்கு மகிழ்ச்சியளித்தது.

இரண்டும் ஒன்றுபோலவிருந்த அவன் பாதங்களுக்கு அடியில், தரையில் போட்டிருந்த அறுகோண வடிவ தரைஓடுகள் அடர்ந்த சிவப்பில் இருந்தன, அவை முன்பு பளபளவென்று இருந்திருக்க வேண்டும். ஜியோமிதி வடிவத்திற்குள் கச்சிதமாகத் தம்மைப் பொருத்திக்கொண்டிருந்த அத்தரைஓடுகள் அறையின் அளவுகுறைந்த வடிவம் எனலாம். சன்னல் வழியாக வந்திருந்த பகல், சுவர்களில் சாய்தளக் கண்ணாடிச் சில்லுகள் பொருத்தியிருப்பதுபோல் பிரதிபலிப் புக்கு உட்பட்டு அதன் பரப்பை விரிவாக்கிக்கொண்டிருந்தது. சுவர்களின் பளபளப்பான வண்ணப்பூச்சு செய்திருந்த கைங்கர்யம், சுவரில் பொறிபொறியாகவிருந்த துணுக்குகள், ஒரு முனையிலிருந்து மற்றொரு முனைக்கு இடைவிடாமல் ஒளியைப்பெறுவதும் திருப்பி அனுப்புவதுமாக இருந்தன. தொடக்கத்திலேயே நன்கு பரிசோதித்திருந்ததால், அறையைப் பற்றி நன்கு தெரிந்துவைத்திருந்தான். மறைக்காமல் உண்மையைச் சொல்ல வேண்டுமென்றால், அறை மிகச்சிறியதென்றாலும், பழகிய இடமென்ற உணர்வையும், தனது சொந்தவீடுபோன்ற தோற்றத்தையும் அவனுக்குக் கொடுத்திருந்தது. ஆழமானது, கடினமானது, ஒருவகையில் துறவுவாழ்க்கை, குறிப்பாக நான்கு சுவர்கள் உண்மையில் குளிர்ச்சியைத் தந்து உதவின. அக்குளிர்ச்சியைக் காண அவனுக்கு வாய்க்கவில்லை யென்றாலும், அதனை மனத்திற்குள் கொண்டாடினான். அவ்விடத்தில் எதையும் வெறுப்பவனாக அவனில்லை, காரணம் கண்ணுக்குப் புலனாகாததொரு விளையாட்டில் அவன் இறங்கியிருந்தான். அந்த விளையாட்டில் அக்கறைகொண்டு விளையாடுவதும் அதனால் மகிழ்ச்சி கொள்வதும் அவனேயன்றி அங்குள்ள பொருட்களல்ல, ஒவ்வொரு முறையும் அவ்விளையாட்டில் அவன் மட்டுமே ஜெயிக்கிறான் என்பதை யும் நன்கு அறிந்திருந்தான். தொடர்ந்து எவ்வித உணர்ச்சிகளுக்கும் இடமளிக்காமல், எவ்வித அசைவுமின்றி, திடத்துடன் உட்கார்ந்திருந்தான், அறையின் வெப்பம் 36.7 டிகிரியிலிருந்து 36.4 டிகிரிக்குக் குறைந்திருந்தது.

சிகரெட்டின் வலப்புறம் அமர்ந்திருந்தவனுக்கு, காலத்தைக் குறித்துக் கவலைப்படாமல் அரையிருள், வெளிர் பழுப்பு நிறத்துடனும் பொறி பொறியாகவுமிருந்த சுவர்கள், ஈரப்பதம் என்பனவற்றின் சூழலில் நீரில் அமிழ்ந்திருப்பவனைப் போல இருந்தான். பகல்பொழுதில் இது போன்ற தருணங்கள் நிறைய அவனுக்குக் கிடைத்தன. சிறுகுழந்தை யாக இருந்ததிலிருந்தே அவற்றை நிறைய சேர்த்து வைத்திருந்தான். குளியல்தொட்டியில் அடைந்துகிடக்கிறபோது நீர் நிதானமாகச் சூட்டிலிருந்து வெதுவெதுப்பிற்கும், வெதுவெதுப்பிலிருந்து குளிர்ச்சித் தன்மைக்கும் போகிறதென்பதை உணர முடிகிறது. தொட்டியில் நீட்டிப் படுத்து, முகவாய்வரை நீரில் அமிழ்ந்ததும் இரண்டு அடுக்கு ஆவிகளூடாகத் தெரியும் தளத்தை, நீர் உறைந்து பனியாக மாற எத்தனை நேரம் பிடிக்குமென நம்மை நாமே கேட்டுக்கொண்டபடி பார்க்கிறோம், கொதிக்கும் சட்டியில் இருப்பதுபோன்ற உணர்வு, ஆத்ம (அல்லது ஜென்) பலத்தினால்மட்டுமே வெப்பத்தைத் தாங்கிக் கொள்கிறோம் எனலாம், கிட்டத்தட்ட 100டிகிரி வெப்பத்தை அப்படி நம்மால் வெல்ல முடிகிறது. ஆனால் அதன்பிறகு அவமானப்பட்டது போல, கையறு நிலையில், நிர்வாணமாக அல்லது உடலில் நடுக்கத்துடன் குளியல்தொட்டியைவிட்டு வெளியேற வேண்டும்.

அடுத்து கட்டில்: பிற்காலத்தில் கைக்குப் பணம் வருகிறபோது, கட்டிலுக்குச் சக்கரங்கள் பூட்டச் செய்ய வேண்டுமென்றும், பின்னர் அதனை வெளியில் தள்ள ஏற்பாடு செய்யலாமெனவும் அவன் அடிக்கடி நினைப்பதுண்டு. வெளியில் குளிராக இருந்தாலும் தனக்கு வெப்பம் கிடைக்கும்படி பார்த்துக்கொள்வான். போர்வைக்கடியில் புகுந்தால் குளிரைத் தடுக்க முடியும், அதிலிருந்துகொண்டே வெளி உலகுடன் தொடர்பும் கொள்வான். அறை மிகவும் சிறியது, சுவாசிக்க மிகவும் சிரமப்பட வேண்டியிருக்கிறது என்பதிலும் உறுதியாக இருந்தான். ஏதாவது செய்வதாக இருந்தால் அதைத்தான் முதலில் அவன் கவனிக்க வேண்டும். ஆனால் அப்பிரச்சினையைச் சமாளிப்பது அரிது, அல்லது முடியாமலே போகலாம். அவன்மாத்திரம் ஆழ்ந்து உறங்க முடிந்தால், நடு நிசியில் சத்தமின்றிப் புரண்டு படுக்கவோ, தன்னைச் சுற்றிலும் பார்வையைச் செலுத்தி, பார்த்ததைப் புரிந்துகொள்ளவோ, பின்னர் அவற்றை இங்கே ஒரு காலியான கோட்–ஸ்டாண்டு, அங்கே ஒரு நாற்காலி, ஒரு துவாலை, சற்றுத் தள்ளி நிலவொளியால் பெரிதாக்கப் பட்ட கம்பி ஒன்றின் நிழல் . . . என மனத்தில் அசைபோட வேண்டிய அவசியமோ இல்லை. உறங்குவதற்கு முன்பாக என்னென்ன பொருட்கள் எங்கெங்கே இருந்தனவென்று மனப்பாடம் செய்ய இனியும் அவசிய மில்லை. இரவெல்லாம் கதவுப்பக்கம் தலையை வைத்துக் காவலிருக்க வேண்டிய நிர்ப்பந்தமுமில்லை. கதவிற்கு இங்கே ஒரு தாழ்ப்பாள் இருக்கும், சன்னலிலும் குறுக்கே கம்பிகள் இருக்கும். அவனையொத்த மனிதரினத்தின் ஒற்றை உயிரியாக, தன்னந்தனியே, நட்டநடுவில் அடைபட்டிருப்பான்.

கண்கள் ஒரே ஒரு செ.மீட்டர் கூட அசையவில்லை, ஆதாம் நிதானமாகக் கேட்டுக்கொண்டிருந்தான். அவனுக்கு வேண்டியதென்று

எதுவுமில்லை. எல்லாச் சத்தங்களும் (குழாய்களில் களகளவெனும் ஓசை, ஊமை ஒலிகள், பட்டுப்புழு கூடு, விதைகளடங்கிய தோடுகள் வெடிக்கும் ஓசைகள், வெகு தொலைவிலிருந்து அறைக்குள் நுழையும் இரைச்சல்கள், பின்னர் அவை ஒவ்வொன்றாக அடங்கிக்கொண்டுவர, மரத்தளவாடமொன்றின் கீழ், குறிப்பிட்டுச் சொல்ல முடியாததொரு இடத்தில் விழும் அண்டை தூசிகளின் முணுமுணுப்பு, தின் குழியங்களின் *(Phagocytes)* மெல்லிய அதிர்வுகள், சுவரின் மறுபக்கம் பலமாக மோதலுக்குட்பட்டதால் அந்துப்பூச்சிகள் எழுப்பும் சத்தம்) இவனிடமிருந்து புறப்படுவதைப் போல இருந்தன. இச்சுவர்களை அடுத்து வேறு அறைகள் இருந்தன, கட்டடக்கலை வடிவமைத்த அவை செவ்வக வடிவம் கொண்டவை.

ஒரே மாதிரியான வடிவமைப்பை, கட்டடத்தின் அத்தனை உட்பிரிவுகளிலும் பலமுறை கையாண்டிருந்தனர். அறை, நடைகூடம், அறை, அறை, அறை, அறை, அறை, அறை, அறை, அறை, அறை, கழிவறை, அறை, நடைகூடம்... ஆதாமிற்கு நான்கு சுவர்கள், ஒரு தாழ்ப்பாள், ஒரு கட்டில் என்ற வாழ்க்கையிடமிருந்து இதைப் போல அவ்வப்போது துண்டித்துக்கொள்வதில் மகிழ்ச்சி கிடைத்தது. குளிர், வெளிச்சம். வசதியாகவே இருந்தது. எனினும் அதுவே நிரந்தரம் என்கிறபோது வெகுசீக்கிரத்தில் அலுத்து சந்தேகப்படவும், அழைக்கவும் வேண்டியிருந்தது.

வெளியில், அநேகமாக இன்னமும் சூரியன் காயலாம்; சிறு சிறு துண்டுகளாக மேகமும் இருக்கலாம், அம்மேகமும் ஒரு பாதி ஆகாயத்தை மூடி மறுபாதியை விட்டு வைத்திருக்கலாம். ஆக இவையெல்லாம் மிச்சமிருக்கிற நகரத்தின் நிலைமை. சுற்றிலும் மனிதர்கள் வசிப்பதுபோன்ற உணர்வு ஏற்பட்டது, எல்லோரும் பொதுமையத்தைச் சுற்றிய வட்டத்தைப் போல, சுவர்களின் தயவால் வாழ்ந்துகொண்டிருந்தார்கள். சாலைகளுக்கும் குறைவில்லை, திரும்பியபக்கமெலாம் இருந்தன: குவிந்துகிடக்கும் வீடுகளை முக்கோணங்களாகவும், நாற்கரங்களாகவும் கூறு போட்டதும் அவையாக இருந்தன. சாலைகளெங்கும் வாகனங்கள், மிதிவண்டிகள். மறுபக்கம் அவையே திரும்பவரும். 100 மீட்டர் தள்ளிப்போனால், அதே வரைபடத்தின் அடிப்படையில் எழுப்பப்பட்ட கட்டடங்களை, மிகச்சரியாக 35 டிகிரி கோணங்களில் மறுபடி சந்திப்போம், கடைகள், காரேஜ்கள், சிகரெட் புகையிலை கடைகள், தோல்பொருள் கடைகளென்று அங்கேயும் இருக்கும்.

ஆதாம் தனது மனத்திலும் ஒரு வரைபடத்தை எழுதினான்: அவற்றில் வேறு சில அம்சங்களையும் சேர்த்தான். உதாரணத்திற்கு 48.3 என்றொரு கோணத்தை, அவன் வரைபடத்திலும் எங்கேனும் ஓரிடத்தில் குறிக்க உறுதியாக முடிந்தது. இதில் வேடிக்கை என்னவெனில் அதே கோணத்தை சிக்காகோவில் குறிப்பிட இடமில்லை. பிறகொருநாள் திரும்ப வரைபடம் கையில் கிடைக்கிறபோது, அங்கே என்ன புதிதாகச் சேர்க்க முடியும் என யோசித்தால் மட்டும் போதும். இப்படியே தொடரமுடிந்தால் ஆதாமின் கவனம் சிதறாது. இம்முயற்சியில் வளைகோடுகளைத் தீட்டுவதில் பெரும் சங்கடங்கள் இருந்தன,

எப்படி எதிர்கொள்வதென்று அவனுக்கு விளங்கவில்லை. வரைபடங் களை எழுதுவது எளிதான காரியம், வட்டங்களைப் போடுவதிலும் அதிகச் சங்கடங்களில்லை; சதுரங்கள் (முடிந்த அளவிற்கு) வரைந்தும் பிரச்சினையைத் தீர்க்கலாம், பிறகு அவற்றைப் பலகோணங்களில் பிரிக்க வேண்டும். அதனால் எண்ணற்ற கோணங்கள் கிடைக்கும் நம்மாலும் சிக்கலிலிருந்து தப்பிக்க முடியும். உதாரணமாக ஒரு பலகோணத்தின் GH என்ற பக்கத்தை நீட்டினால் ஒரு நேர்கோடு கிடைக்கும். அவ்வாறில்லையா GH, KL என்ற இரண்டு பக்கங்களையுமே நீட்டினால் அவை முடிவில் GLz ஒரு சமபக்க முக்கோணம் கிடைக்க வகைசெய்யும், அடுத்து என்ன செய்யலாமென, பிறகு அவன் தீர்மானிக்க முடியும்.

உலகம் ஆதாமின் பைஜாமாவைப் போலவே நேர்கோடுகளால் ஆனவை: தொடுகோடுகள், திசையன்கள், பல கோணங்கள், செவ்வகங்கள், சரிவகங்கள் என எல்லாம் அதிலிருந்தன. அவற்றுக்கிடையேயான வலைப்பின்னலும் பழுதின்றி இயங்கியது. மிகச் சரியாகப் பிரிக்கப் படாத; எறிகோணமாகவோ, வரைபடமாகவோ மாற்றத்திற்குட்படாத கடற்பகுதியோ, நிலப்பகுதியோ இல்லை.

ஆக மொத்தத்தில் உலகின் எந்த முனையாக இருப்பினும் நமக்கான பாதையைக் கண்டறிவதில் தவறு நிகழாமலிருக்க ஒரு காகிதத்தில் *100 பக்கங்களைக் கொண்ட பல கோணங்களை வரைந்தெடுத்துக் கொண்டு புறப்பட்டால் போதுமானது.* சாலைகளில் நடந்தால், நம்முடைய சொந்த திசையன்களை (vectorial) பின்தொடர்ந்தால் அநேகமாக நம்மால், ஏன் முடியாது? அமெரிக்காவரை ஏன் ஆஸ்திரேலியாவரைகூடச் செல்ல முடியும். சாங் நதிக்கரையிலிருக்கும் சூ – சாங்கில், பாப்பிரஸ் சுவர்களுடன் கூடியதொரு சிறிய கலகலத்த வீடு, காற்றிலாடும் இலைகளின் மெல்லிய சலசலப்புக்கிடையில், வெயிலிலும், நிழலிலும் பொறுமையுடன் ரட்சகரான நில அளவையாளர், தமது கவராயத்துடன் (compass) ஒருநாள் வருவார், விரிகோணத்தால் தான் இரண்டாய்க் கிழிபடுகிற உண்மையைத் தெரிவிப்பார் என காத்திருக்கிறது. இது தவிர நயாசாலேண்ட் (மலாவி), உருகுவே, 'வெர்க்கோர்'ன் மத்தியபகுதி; உலகமெங்கும்; வறட்சியால் வெடித்துப் பரத்துகிடக்கும் நிலங்கள்; துடைப்பம் செய்ய உதவும் குத்துச் செடிகளின் இடைவெளிகள் ஆகியவை வண்டுகள் மொய்ப்பதுபோல மில்லியன் கணக்கில் கோணங்களாலும்; மரணத்தின் குறியீடுகள் போன்ற நாசமூட்டும் சதுரங்களாலும்; மின்னல்களைக் கொண்டு வானத்தின் தொடுவானத்தின் எல்லையைக் கிழிக்கும் நேர்கோடுகளாலும் மூடப் பட்டு இருக்கின்றன. எனவே எல்லா இடங்களுக்கும் செல்ல வேண்டும், நல்லதொரு வரைபடமும் வேண்டும், எல்லாவற்றிற்கும் மேலாக நம்பிக்கையும் வேண்டும். குறிப்பாக ஜியோமிதி வரைபடங்களின் மீது முழு நம்பிக்கை கொள்ள வேண்டும். மாறாக வளைகோடுகள், அலைபோன்ற கோடுகள் ஆகியவற்றை வெறுத்து ஒதுக்க வேண்டும், அவை கர்வம், வட்டம், முனையம் (terminal) ஆகியவற்றின் பாவச் சின்னங்கள்.

அதே வேளை அறைக்குள் சன்னல்வழியாக வந்திருந்த வெளிச்சம் முன்னும் பின்னுமாக எல்லாத் திசைகளிலும் தாவிக்குதித்துக் கொண்டிருந்ததோடு, அவனைத் தீப்பொறிகளாலான துவாலை ஒன்றினால் போர்த்தியதுபோல மூடியதாலும், தண்ணீர் காரணமாகக் காதில் விழுந்த புத்தம்புது அலுப்புத் தரக்கூடிய சத்தத்தினாலும் மேலும் எரிச்சலுற்றான்; அவன் தொடர்ந்து அவதானித்தான், மிகக் கவனமாகச் செவிகொடுத்துக் கேட்டான். தான் வளர்வதுபோல இருந்தது; ராட்சஷன் போல மாறியிருந்தான். கண்ணெதிரே சுவர்களெல்லாம் முடிவில்லாமல் வளர்ந்துகொண்டிருந்தன. சதுரங்கள் ஒன்றின்மீதொன்றென அடுக்கிக் கொள்கின்றன. மேலும் மேலும் வளர்வது மட்டும் நிறுத்தாமல் தொடருகிறது, கொஞ்சம் கொஞ்சமாகப் பூமி முழுவதும் இன்னதென்று விளங்கிக்கொள்ளாத வகையில் நிரம்பிவழிந்தன; கோடுகளும் வரை படங்களும் சந்தித்து முட்டிக்கொள்ளத் துப்பாக்கிகளால் சுடுவதைப் போல சத்தங்கள் எழுந்தன, சந்திப்பு புள்ளிகளை மேலெழுந்து கீழே வீழும் தீ கங்குகளை வைத்து அடையாளப்படுத்தக்கூடியதாக இருந்தது. நமது ஆதாம் – ஆதாம் போலெோ, ஆதாம். போ., ‘போலோ’ என்ற குடும்பப் பின்புலத்திலிருந்து தன்னை முற்றாக இன்னமும் துண்டித்துக்கொள்ளாத ஆதாம் நட்ட நடுவிலிருந்தான், ஆம் அவன் வரைந்திருந்த அத்தனைகோடுகளுக்கும் மத்தியில் இருந்தான், வெகு அருகில் இருந்தால் உடனடியாகத் தனக்குண்டான பாதையைப் பிடித்து நடக்கவும், கோணம் விட்டுக் கோணம் பயணிக்கவும், கூறிலிருந்து திசையனுக்குச் செல்லவும், கோடுகளுக்கு ஆட்காட்டி விரலால் xx’, yy’, zz’, aa’. . . என்றெல்லாம் பெயரிடவும் முடியுமெனக் கருதினான்.

வெகு இயல்பாகத் தனது பார்வையை, சன்னல்கம்பிகள் உருவாக்கி யிருந்த எட்டாம் கட்டத்திலிருந்து விடுவித்துக்கொண்டான், உடலைத் தன்னிச்சையாகப் பின்புறம் செலுத்தி கட்டிலில் சாய்ந்தான். இரவு உணவிற்கு முன்பாக தனக்கு இரண்டு மூன்றுமணிநேரங்கள் ஏதேனும் செய்வதற்கு இருக்கின்றதென நினைத்தான். அதன் பிறகு இந்த நாளுக்குண்டான கடைசி சிகரெட்டைப் பிடிப்பான், பிறகு உறங்குவான். தனக்குக் கொஞ்சம் எழுதத் தாளும், ஒரு மைப்பேனாவும் வேண்டுமெனக் கேட்டிருந்தான். ஐயத்திற்கிடமின்றி அவை ஆதாமுக்குத் தடைசெய்யப் பட்டிருந்தன, காரணம் செவிலிப்பெண் அவனிடம் அதுபற்றித் திரும்பப் பேசவில்லை, காலையில் கூட அவள் பேசக்காணோம். தவிர தனக்கு அப்படி என்னதான் எழுத இருக்கிறதென்றும் நினைத்தான். அலுப்பைத் தருகிற எதையும் செய்ய அவன் தயாரில்லை. கிடைத்திருக்கிற வசதிகள், நேரம், நிலவும் குளிர்ச்சியான தட்பவெப்பம் ஆகிய சூழலில் அவன் செய்ய விரும்பியதெல்லாம் அருந்துவது, உண்பது, சிறுநீர்கழிப்பது, உறங்குவது . . . கட்டடத்தைச் சுற்றிலும் மரங்கள் இருக்கக்கூடுமென நினத்தான். அநேகமாக ஒருநாள் அருகிலிருக்கும் தோட்டத்திற்குச் செல்ல அனுமதிப்பார்களெனத் தோன்றியது, அப்படிச் செல்கிறபோது பைஜாமா அணிந்திருப்பான். செசில்.ஜெ. என்ற பெண் கற்றாழை செடியில் முன்பு தனது பெயரை எழுதிவைத்திருந்ததுபோல, தானும் ஏதாவதொரு அடிமரத்தில், மிக ரகசியமாகப் பெயரை எழுத வேண்டுமென நினைத்தான். திருடிய முள் கரண்டியின் உதவியுடன்

ரோமன் எழுத்துக்களில் அதைச் செதுக்குவான். பிறகு அவன் எழுதியது மழைக்கும் வெயிலுக்கும் பக்குவப்பட்டு மெல்ல மெல்ல உலர்ந்துவிடும், வெகுகாலம் பன்னிரண்டு ஆண்டுகள், இருபது ஆண்டுகள் மரங்களின் ஆயுட்காலம்வரை:

'ஆதாம் போலொ ஆதாம் போலொ' – நீடித்திருக்கும்.

நீண்டுகிடந்த தலையணையை எடுத்துவிட்டுத் தலையை அப்படியே மெத்தையில் வைத்துக்கொண்டான். பிறகு கால்களை முடிந்த அளவு நீட்டினான். இரண்டு பாதங்களும் கட்டில் விளிம்பைத் தாண்டிக் கிடந்தன. இரவுமேசை அவனுக்கு வலப்புறம் தலைக்கு வெகு அருகில் இருந்தது. அம்மேசையில் கதவுகளில்லை இரண்டு அலுமினியத் தட்டுகள் மட்டும், இழுத்து உள்ளேதள்ளும் வசதியுடனிருந்தன. முதல் தட்டில், அவசரத் தேவைக்கெனச் சிறுநீர்கழிக்க ஒரு குடுவை, அது காலியாக இருந்தது. இரண்டாம் தட்டில் பொன்னிற பிரேம் கொண்ட கறுப்புக் கண்ணாடி ஒன்றும், பஸிஃப்ளோரா, கொய்னா கலந்த அமைதிப்படுத்தும் மருந்தடங்கிய குப்பி ஒன்றும், தீப்பெட்டி இல்லாது தனித்து ஒரு சிகரெட்டும் (சிகரெட் பிடிக்க விருப்பினால் தாதியை அழைத்துத் தீப்பெட்டியோ வேறு பொருளையோ கேட்பான்.), கைக்குட்டை ஒன்றும், மருத்துவமனை நூலகத்திலிருந்து எடுத்த ழாக் டிக் – டில்லி *(Jacques Dicks – Dilly)* எழுதிய, 'லா சார் எ சொன் தெஸ்த்தன் *('La Sarre et son Destin)* என்கிற நூலும், அரை கிளாஸ் தண்ணீரும் வெண்மை நிற சீப்பு ஒன்றும், பத்திரிகையொன்றிலிருந்து வெட்டி எடுத்த 'சா சா கபோர்' *(Zsa Zsa Gabor)* படமொன்றும் இருந்தன. அங்கிருந்த அத்தனைப் பொருட்களும், அறையை ஏற்பாடு செய்திருந்த விதமும் கட்டிலில் சோம்பலும் களைப்புமாகக் கைகளிரண்டையும் சாய்வாகப் போட்டுக்கொண்டு, பாதங்களைப் பிணைத்தபடி, தலைகீழாகக் கட்டிலில் படுத்திருக்கிற ஆதாம் என்ற தனியொரு மனிதனை மையப்படுத்தி இருந்தன.

மாலை ஆறுமணிக்கு ஓரிரு நிமிடங்கள் இருந்தன, அறையின் வெளித் தாழ்ப்பாளைத் திறந்துகொண்டு செவிலிப்பெண் உள்ளே வந்தாள். புகைபிடித்தும், சிந்தனைகளில் மூழ்கியும் வெகுநேரம் கடந்திருந்தது, ஆதாம் ஆழ்ந்த உறக்கத்திலிருப்பதைக் கண்டாள். எழுப்ப அவன் தோளைத் தொட வேண்டியிருந்தது. இளம்பெண். கவர்ச்சியாகவுமிருந்தாள், சீருடை அவளை ஆக்கிரமித்திருந்ததால், வயதைக் கணிக்கவோ, அவள் அழகானவளென்று உறுதிப்படுத்தவோ, இல்லை அவள் வெகு சாதாரணமானவள் என்று கூறவோ முடியாத நிலைமை. அவளுடைய தலைமயிருக்குப் பொன்னிறச் சிவப்பு சாயத்தைப் பூசியிருந்தாள். அவளுடைய மென்மையான வெள்ளைத்தோல், அறையின் வெளிர் நிற பழுப்புச் சுவர்களுக்கிடையில் வைத்து காணும்போது ஒரு கறை போல இருந்தது.

எதுவும் சொல்வதற்கு முன்பு, பிளாஸ்டிக் ஆஷ்ட்ரேயை அவள் தரையிலிருந்து எடுத்தாள், ஆதாம் வைத்திருந்த இடமும் அதுதான். ஆஷ்ட்ரேயை எடுத்தவள் அதன் சாம்பலைக் குப்பைவாளியில்

கொட்டி காலி செய்தாள். நேரம் அங்கே மிக நிதானமாகத்தான் போகும் என்ற நிலையில்: கிடைத்த ஓய்வின் பெயரில், ஒருவரும் அறிந்திராத காரணங்களின் அடிப்படையில் சட்டென்று சில காரியங் களை மேற்கொண்டாள், அக்காரணங்கள் பழையவனவாக இருக்கலாம், அநேகமாக ஆயிரக்கணக்கான மணி நேரங்களை மனநோயாளிகளின் பணிக்கென அர்ப்பணித்ததன் பலன் அது. அவளை அவளிடமே முரண்பட வைத்திருந்தது, கேலிக்குரியவளாக மாற்றியிருந்தது, விளைவாகத் தற்போது அவள் காட்சி வில்லைகளாக மாறியிருந்தாள், திரை: அறையின் நான்கு சுவர்கள்; இடுப்பு மட்டத்தில், உடல் ஒடிந்தது, பிறகு அதே நிலையில் முடக்கப்பட்டவள்போல வெகு நேரம் இருந்தாள். உலகின் துயரம், கடும்பணி; ரொட்டி காணாத நாட்கள், சீர்குலைவு, முதுமை பற்றிய ஞாபகங்கள் போன்ற தாக்கங் களில் விழிப்புணர்வு. வெளுத்த சாம்பல்நிறம் மட்டுமே கண்ணில் படுகிற அவ்விடத்தில் இயலும் அசைவுகளையெல்லாம் பல மட்டத்தில் தொடர்ந்து செய்வித்து வண்ணங்களின் முரண்பாடுகளை அறவே நீக்குதல். இப்படியொரு துர்பாக்கியக் காட்சியைக் காண நேர்ந்ததேயென அவளைக் கண்டு விழிகளை உடனடியாக மூடிக்கொள்கிறவர் எவராயினும் அவரைப் பைத்தியமாக்குதல். காரணம், வண்ணங்களில் ஏற்பட்ட தலைகீழ் மாற்றங்கள்: அவளுடைய வெள்ளை முகமும் கட்டியிருந்த அப்ரோனும், கறுப்பு மை நிறத்திற்கு மாறியிருந்தன; முன்பு மஞ்சளாகவிருந்த சுவர்கள் முகம் சுளிக்கக்கூடிய சிலேட் நிறத்தைத் தெளித்துக்கொண்டிருந்தன. குளிர்ச்சி, அமைதியின் ஒவ்வொரு தொனியும் சட்டென்று நரகமாகவும், கொடுமையாகவும் மாறின. இறுதியில், ஒரு கொடுங்கனவு: நெருங்கிவந்தது, கன்னத்தோடு கன்னம் வைத்து ஒட்டிக்கொண்டது, ஒவ்வொரு பொருளையும் அதனதன் விருப்பத்திற்கேற்ப நீட்டவோ, குறுக்கவோ செய்தது. சற்றுமுன்புவரை பெண்ணாக இருந்தவள் இப்போது சூன்யக்காரி, பித்துநிலையின் மிதமிஞ்சிய கொடூரம் பூரணம்பெற என்னசெய்ய வேண்டுமோ அதைச் செய்துகொண்டிருந்தாள் – உண்மையில் பைத்தியமாக மாறிவிடக் கூடுமென்ற அச்சம். வேரைப்பிடித்துத் தொங்குவதுபோல விழித் திரையைக் கெட்டியாகப் பிடித்திருந்தாள், முகங்கள் எண்ணிக்கை யின்றிப் பல்கிப்பெருகின. அவள் விழிகள் பிரம்மாண்டமாக இருந்தன, குகைகள் போல திறந்திருந்தன. இருண்ட அனற்குழம்பு மண்டலத்தி லிருந்து வெளியில்வந்திருந்தாள், பின்புலம் கண்ணாடிக்கோட்டையின் மதில்சுவர்போல உடைந்து நொறுங்கியிருந்தது, வந்தவள் அப்படியே நின்றாள், பாதியுடலே தெரிந்தது, தனது உருவத்தையொத்த உலகை நோக்கி, முன்பக்கமாகச் சாய்ந்திருந்தாள், மிகநுண்ணிய துணுக்குகளாக மாறும்வரைக் காத்திருந்தாள். எலும்புகள் தெரியும்வரை உடல் மெலிந்தது; பேனாவை அழுந்த உபயோகித்து, பாம்பு தோலாலான பொருட்கள் வரைந்ததுபோலவிருந்தாள்; ‘எண்‘ எனக் கருதலாமா? இல்லை விநோதமானதொரு எழுத்துரு என்று சொல்ல வேண்டும், கிரேக்க அகரவரிசையில் மூன்றாம் எழுத்து – பெரிய எழுத்தில் காமா (*Gamma*) – மூளைக்குள் நேராக இறங்கியது. ஒரு சில நொடிகளில் கடுமையான தீயொன்றில் எரிந்தாள். வரைமுறைகளைத் தலைகீழாகப் புரட்டிப்

போட்டிருந்தாள்; முன்னும் பின்னுமான இயக்கத்தின் வேகம் குறைந்ததும், அசைவின்றி, எந்திரத்தனமாகத் தீ விபத்திற்கு ஆளான கருகிய கட்டை போல உருமாறி நின்றாள். தனது செயல்பாடுளைத் தொடர்வதற்கு ஆயிரக்கணக்கில் அவளிடம் வழிமுறைகளிருந்ததால், உயிர்வதையின் அவ்வளவு சாத்தியத்திற்கும் தன்னிடம் இடம்கொடுத்திருந்தாள். ஆதாம் உட்காரக் கட்டிலின் விளிம்பைத் தெரிவுசெய்திருந்தான். தானே முன்வந்து செய்யும் விருப்பங்களெல்லாம் வற்றிய நிலையில், செவிலிப் பெண் மீண்டும் இயங்கட்டுமெனக் காத்திருந்தான். அந்த இயக்கத்தின் முடிவில் வார்த்தைகள் பிறந்தன, அன்பில் தோய்ந்த வார்த்தைகள்.

“என்ன? நன்றாக உறங்கினீர்களா?” – அவள்.

“நல்ல உறக்கம், நன்றி” – என்றவன், தொடர்ந்து, “என்ன அறையை ஒழுங்குசெய்தீர்களா?” – என அவளிடம் கேட்டான்.

“குப்பைவாளியை, பெண் சில செ.மீட்டர்கள் தள்ளி வைத்தாள்.

“அப்படியெல்லாம் இல்லை. இன்றைக்கு நீங்களும் கொஞ்சம் வேலை பார்க்க வேண்டும்! அதையெல்லாம் நினைப்பதுண்டா? கூட்டிப்பெருக்கிச் சுத்தம் செய்யும் பெண்ணுக்குச் சம்பளம் கொடுப்பதற் கெல்லாம் இங்கே சாத்தியமில்லை, என்பது உங்களுக்குத் தெரியு மில்லையா? பிறகென்ன, கொஞ்சம் நல்ல பிள்ளையாக, விரிப்புகளை மடித்துவையுங்கள், கட்டிலை ஒழுங்குபடுத்துங்கள்! பிறகு தரையையும் கொஞ்சம் பெருக்க வேண்டும், அதற்காகத் துடைப்பமும் முறமும் கொண்டு வந்திருக்கிறேன், செய்வீர்களா?”

“மறுக்கலை, செய்யறேன் . . . ஆனா . . .” பெண்ணின் முகத்தை ஆர்வத்துடன் பார்த்தவன், தொடர்ந்து: “ஆனா –– அதை ஒவ்வொரு நாளும் நான் செய்ய வேண்டியிருக்குமா?” – எனக் கேட்டான்.

“இன்றைக்கு மட்டும் வேண்டாம். புதிதாக இந்த இடத்துக்கு வந்திருக்கீங்க இல்லையா? எனவே வேண்டாம். ஆனால் இதன் பிறகு, ஒவ்வொரு நாளும் காலையில் 10மணிக்கு உங்களுக்கு அதுதான் வேலை. அடுத்து, நல்ல மாதிரியாக நடந்துகொண்டால், தோட்டத்திற்குப் போகலாம், அங்கே வாசிக்கலாம். பிளாட் – பாண்டில்[4] மண்ணைக் கிளறலாம், அல்லது யாருடனாவது பேசிக்கொண்டிருக்கலாம் . . . என்ன உங்களுக்குத் தோட்டத்திற்குப் போக விருப்பமுண்டா . . . ம்? இங்கே ரொம்ப சந்தோஷமாகத்தான் நேரம் போகும், பார்க்கத்தான் போறீங்க. கடினமாக வேலைகள் எதுவும் செய்ய வேண்டியதில்லை. சின்னச் சின்னக் கூடைகள் முடையலாம், அலங்காரம் செய்யலாம், சிறியதாகப் பணிமனையொன்று இருக்கிறது, தச்சுக்கூடமும் உண்டு – மின்சாரப்பொருட்கள், மின்சார வாள், வேறு என்னென்ன தேவையோ அவையெல்லாங்கூடக் கிடைக்கும். ரொம்ப சந்தோஷப்படுவீங்க . . . நீங்க செய்ய வேண்டியது ஒன்றே ஒன்றுதான், நாங்கள் சொல்வது போல நீங்க நடக்கணும்? நல்லது! அதற்கு முன்பாக, உங்கக் கட்டிலைச் சரி செய்யுங்க, தரையைப் பெருக்கி வையுங்க! அப்பத்தான், உங்களைப் பார்ப்பதற்கென்று வரும்போது அறை சுத்தமாக இருக்கும்.”

ஆதாம் தலையாட்டினான்; உடனே எழுந்துகொண்டான், அடுத்த கணமே செய்ய வேண்டியதைச் செய்யத் தொடங்கினான். வெண்ணிற ஆடையில், இளம்பெண்ணொருத்தி கண்காணிப்பதென்றால், எல்லாம் நன்றாக நடக்கும். செய்து முடித்ததும், அவள் பக்கம் தலையைத் திருப்பினான்.

"எப்படி, நல்லா இருக்கா?"

"சிறுநீர் குடுவை காலியா?"

"காலிதான்"

"நல்லது. புரிஞ்சு நடப்பீங்க, நமக்குள்ள பிரச்சினைகள் வராதென நினைக்கிறேன்" – செவிலிப்பெண்.

குப்பைவாளியை எடுத்தாள், பிறகு:

"நல்லது ஒரு மணி நேரத்தில், உங்களைப் பார்க்க வருவாங்க."

"யாராவது என்னைப் பார்க்கனுமென்று வர்றாங்களா?" – ஆதாமின் கேள்வி.

"சித்தெ முன்னேதானே சொன்னேன்."

அவன் காதில் வாங்கியதாகத் தெரியவில்லை. திரும்பவும் கேட்டான்:

"யாராவது என்னைப் பார்க்கனுமென்று வர்றாங்களா?"

"அப்படித்தான் நம்பறேன்."

"அப்படியா? வருவது என்னுடைய அம்மாதானே?"

"ஓர் அரை டசன் ஆசாமிகள் உங்களைப் பார்க்க வருவாங்க, தலைமை மருத்துவரும் அவர்களுடன் வருவார்."

"போலீஸ்காரர்களா?"

"இல்லை, இல்லை!" – சிரிக்கிறாள், தொடர்ந்து, "வர்றவங்க போலீஸெல்லாம் இல்லை." – என்றாள்

"பின்ன யாரு?"

"உங்களைப் பார்க்கணுங்கிற தேவை உள்ளவங்க வர்றாங்க, அவங்களுக்கு நிறைய ஆர்வமிருக்கு. நல்லவிதமாக நடந்துகொள்ளக் கூடியவங்க, உங்களைக் கண்டிப்பாக "பார்க்கணுமென்று துடிக்கிறாங்க! அதனாலெ நீங்களும் அவங்கக்கிட்டெ நல்லவிதமா நடந்துக்குங்க!"

"பத்திரிகைக்காரங்களா?"

"ஆமாம், அப்படித்தான் வச்சுக்கோங்க. அதாவது பத்திரிகைக்காரங்க மாதிரின்னு சொல்லவந்தேன்."

"ஏன்? ஏதாவது என்னைப் பத்தி வம்புகள் எழுதனுமா?"

“எப்படிச் சொல்றது? உண்மையில் அவங்க பத்திரிகைக்காரங்க இல்லை. உங்களைப் பத்தி வம்பெல்லாம் எழுதப்போறதில்லை, உறுதியாச் சொல்லலாம்.”

“அதாவது, இங்க வரும்போது சிலரைப் பார்த்தேனே, அவங்களா?”

தன் கையோடு எவற்றையெல்லாம் கொண்டுபோக வேண்டுமோ, அவற்றைச் செவிலிப்பெண் எடுத்துக்கொண்டாள். அவளுடைய இடதுகை கதவின் கைப்பிடியில் இருந்தது.

“இல்லையில்லை, அவங்கெல்லாம் இல்லை. உன்னை மாதிரி சில இளைஞர்கள் வர்றாங்க. அவங்க தலைமை மருத்துவரோடதான் வருவாங்க. கேள்விகள் சில கேட்பாங்க. நல்லவிதமா நடந்துகொள்வது முக்கியம். அவங்க உங்களுக்குச் சாதகமா ஏதாவது செய்யவும் முடியும்.

“மறைக்காதீங்க! வர்றவங்க போலீஸ்காரர்கள்தானே?”

“சில மாணவர்கள்” – என்று கூறிய செவிலிப்பெண், குப்பைவாளியை எடுத்துக்கொண்டு வெளியேறிய நேரத்தில்: “வர்றவங்க மாணவர்கள். அவர்களுக்கு உங்களைப் பற்றி முழு உண்மையும் தெரிஞ்சுக்கனுமாம்.” – என்றாள்.

ஆதாம் அவர்கள் வரும் நேரம்வரை அயர்ந்து தூங்கினான், அதாவது 7:10 வரை.

முன்புபோலவே செவிலிப்பெண் அவன் தோளை உலுக்கி எழுப்பினாள், சிறுநீர்கழிக்கச் செய்தாள், பைஜாமாவைச் சரிசெய்யச் சொன்னாள். தலைசீவ வைத்தாள். பிறகு நடைகூடத்தின் மற்றொரு முனையிலிருந்த அறைக்கு அழைத்துச் சென்று கதவருகே நிறுத்தினாள், அவனைமட்டும் அறைக்குள் அனுப்பிவைத்தாள்.

அவனை அடைத்துவைத்திருந்த சிறைக்கூடத்தைக் காட்டிலும், இடம் மிகச்சிறியதாக இருந்தது, நாற்காலிகளில் நிறையப்பேர் உட்கார்ந் திருந்தார்கள். சிகிச்சையகம் என்பதைக் காண்பிக்க சுவர் மூலையில் மருந்துகள்கொண்ட சிறு அலமாரி, மற்றொன்றில் எடை போடும் தராசு. மனிதர்கள், நாற்காலிகளுக்கிடையில் புகுந்து, அறையில் இறுதியாக ஒரு நாற்காலியைக் கண்டு ஆதாம் அமர்ந்தான். வாய் திறவாமல் அப்படியே சிலகண நேரம் இருந்தான். அங்கிருந்த இளம் பெண் ஒருத்தியைத் தவிர மற்றவர்கள் இவனைப் பற்றி அக்கறை யில்லாதவர்கள்போல அமர்ந்திருந்தார்கள். அவள் இவன் அருகிலேயே அமர்ந்திருந்தாள். ஆதாம் சிகரெட் இருக்குமா என்று வெகுநேரம் கழித்துக் கேட்டபோது, இருக்கிறது என்பதைக்கூற ‘ஆம்‘ என்றாள். தனது கறுப்பு தோல் பையைத் திறந்து ஒரு பாக்கெட்டை எடுத்துக் கொடுத்தாள். உயர் ரக சிகரெட் அது, விலை கூடியது, பிளாக் அல்லது மொரியே பிராண்டு. ஆதாம் பெண்ணிடம், “மூன்று, நான்கு சிகரெட்டுகள் எடுத்துக்கொள்ளலாமா?” என வினவினான் இளம் பெண் பாக்கெட் முழுவதையுமே எடுத்துக்கொள்ளலாம் என்றாள். ஆதாம் பாக்கெட்டை எடுத்துக்கொண்டு, பெண்ணுக்கு நன்றி கூறிவிட்டு,

சிகரெட்டைப் புகைக்கத் தொடங்கினான். சில நிமிடங்களுக்குப் பிறகு தலையை நிமிர்த்தி அனைவரையும் பார்த்தான். ஆண்கள் பெண்களென்று அங்கிருந்தவர்கள் மொத்தம் ஏழுபேர். இளம் வயதினர், பத்தொன்பதிலிருந்து இருபத்து நான்கு எனலாம். அவர்களுடன் மருத்துவர் ஒருவர், 48 வயது. மொத்தபேரும் இவனை ஏறிட்டுப் பார்ப்பதைத் தவிர்த்து, தணிந்தகுரலில் உரையாடிக்கொண்டிருந் தார்கள். மூன்று பேர் குறிப்பெடுத்துக்கொண்டிருந்தனர். நான்காம் பெண் தனது கையிலிருந்த பள்ளிக் குறிப்பேட்டை வாசித்தவாறு இருந்தாள். ஆதாமிற்கு சிகரெட் பாக்கெட்டைக் கொடுத்தவள், அவளுக்கு 21 வயதிற்குச் சற்றுக் கூடுதலாக இருக்கலாம். அவள் பெயர் ஜூலியன் ஆர். மெலிந்த தேகங்கொண்ட பெண்போல இவனுக்குத் தோன்றினாள், வியப்பூட்டும் வகையில் அழகு, தேன் நிறத்தில் தலைமுடி, கொண்டை போட்டு முடிந்திருந்தாள், வலது கணுக்காலுக்கு மேல் மச்சமொன் றிருந்தது. அவள் கருநீலப் பருத்தி ஆடையில் இருந்தாள். இடுப்பில் பழுப்புநிற தோல் பெல்ட், மேலே பொன்னிறத்தில் வினில் லைனிங் கொடுத்திருந்தது. அவள் தாய் சுவிஸ் நாட்டைச் சேர்ந்தவள், தந்தை பத்தாண்டுகளுக்கு முன்பு குடல்புண் நோயில் இறந்திருந்தார்.

ஆதாமை உண்மையில் முதலில் பார்த்தது அவள்தான். அக்கறை யுடன் பார்ப்பதுபோல இருந்தது. கண்களைச்சுற்றி லேசாகக் கரு வளையங்கள், அப்பார்வையில் நிறைய புரிதலும், கனிவும் வெளிப் பட்டன, பிறகு முன் கைகளிரண்டையும் மடித்துக்கொண்டாள், சுண்டுவிரல்களிரண்டும் முழங்கைமூட்டினால் சிறைப்பட்டிருக்க, ஆள்காட்டிவிரல்களின் முனைகளில் அதிகம் அசைவில்லை, வழக்கத்தைக் காட்டிலும் கழுத்து கொஞ்சம் முன்பக்கம் நீட்டப்பட்டிருந்தது. அவள் நெற்றியில் சிறிது குழந்தைத்தனமும், தாய்மையும் சேர்ந்தே எழுதப் பட்டிருந்தன. தலையில், ஓர் உருளைபோல மேல் நோக்கிச்சென்று பின்னர் வளைந்து கீழிறங்கும் வகிட்டின் வலம் இடம் இருபுறமும் கேசத்தின் வேர்களுக்கு இயல்பாகவே இடம்கொடுத்திருந்த நெற்றியின் பரப்பு சற்று அகலமானதென்றாலும் சகித்துக்கொள்ளக்கூடியதாக இருந்தது.

அவளுடன் படிக்கும் சக நண்பர்கள், உடனிருந்த தலைமை மருத்துவர் ஆகியோரைக் காட்டிலும் அவள் ஒருத்தி மட்டுமே சொல்வதைக் காதுகொடுத்துக் கேட்பவளாக இருந்தாள் என்பதை மறுக்க முடியாது. அதை உணருமாறு செய்தவை அதிசய காத்திரத்துடன் கூடிய அவள் முகம், செப்பம் செய்யப்பட்ட அதன் உறுப்புகள், அவை முகத்தின் கீழ்ப்பகுதிக்குக் குறிப்பாக உதடுகளுக்குக் கடினத் தன்மைக்குப் பதிலாகக் கூடுதலான மென்மையையும், விசாரணை குணத்தையும் அளித்திருந்தன. சுவாசிக்கவென்று சிறிது வாயைத் திறந்தாள், அப்போதுகூட அவள் கண்கள் தாழவில்லை. அப்பார்வை, ஊனக்கண்களுக்குப் புலன் ஆகாதவகையில் ஆதாமின் பார்வையை வென்று, உறுதிப்படுத்தவியலாத ஓராயிரம் மனக்கிளர்ச்சிகளையும், ஓராயிரம் நுண்ணிய உணர்வுகளையும்; ஆற்றலில் தீவினைகளுக்கும், முழுமையில் கூடாபாலுறவு ஒன்றுடனும் ஒப்பிடக்கூடிய ஓராயிரம்

நெருக்கமான உறவுகளையும் உள்வாங்கியிருந்தது. அது அறிவு, மன சாட்சியின் கோட்டை அன்றி, பழிவாங்கலுக்கும், வன்முறைக்குமல்ல: மாறாகத் தனது கனிவான நம்பிக்கையில் முதுமை கண்டிருந்தது.

முதலில் அவள்தான் வாய்திறந்தாள்; முன்னதாகத் தலையை அசைத்து தலைமை மருத்துவர் சம்மதம் தெரிவித்திருந்தார். ஆதாம் கைகளைப் பற்ற நினைத்தவள்போல, அவனை நோக்கி முன்பக்கமாக வளைந்தாள், ஆனால் அவள் கைகள் மடிந்தே இருந்தன. அழுத்தமான குரலில்:

"வெகு நாட்களாக இங்கே இருக்கீங்களா?" – எனக் கேட்டாள்

"இல்லை" – என்றான் ஆதாம்.

"எவ்வளவு நாட்களாக?"

ஆதாம் தயங்கினான்.

"ஒரு நாள் இருக்குமா? இல்லை இரண்டு நாள்? மூன்று நாள்? ஒரு வேளை கூடுதலாக?"

ஆதாம் சிரித்தான்.

"ஆமாம்... மூன்று நான்கு நாட்கள் இருக்கும், அப்படித்தான் நினைக்கிறேன்."

"நினைக்கறீங்க, உறுதியாகச் சொல்ல முடியலை?"

"கறுப்புக் கண்ணாடி அணிந்திருந்த பையன் ஒருவன் கேட்டான்:

"மூன்று நான்கு நாட்கள்?"

ஆதாம் மறுபடி தயங்கினான்.

"உங்களுக்கு இங்கே தங்குவதில் சந்தோஷமா?" – ஜூலியென் கேட்டாள்.

"ஆமாம்." – ஆதாம்.

"எங்கே நீங்க இருக்கீங்கன்னு சொல்ல முடியுமா?" – மார்ட்டீன் என்ற பெண்.

"இங்கே நீங்க எங்க இருக்கீங்கன்னு சொல்ல முடியுமா? இந்த இடத்திற்கு என்ன பெயரென்றாவது தெரியுமா?"

"ஓ... மனநலக் காப்பகம்" – ஆதாம்.

"ஏன் நீங்க இங்க இருக்கீங்க?" – மார்ட்டீன்.

"ஏன் நீங்க இங்க இருக்கீங்க?" மார்ட்டீன் கேட்ட கேளவியை இப்போது ஜூலியென் திரும்பக் கேட்டாள்.

ஆதாம் யோசித்தான்.

"போலீஸ்காரர்கள்தான் என்னை அழைத்துவந்தார்கள்" – என்றான். இளம்பெண் தனது குறிப்பேட்டில் எதையோ எழுதினாள், ஆதாம்

கூறிய பதிலையே அவள் எழுதியிருக்க வேண்டும், என்பதில் ஐயமில்லை. சரக்கு வாகனமொன்று செங்குத்தான சாலையில் மிகவும் சிரமத்துடன் ஊர்வது சன்னலில் தெரிந்தது. மிகவும் அடங்கி ஒலித்த அதன் எஞ்சின் உறுமல், இறைச்சியை மொய்க்கும் ஈபோல, மருத்துவமனைக்குள் நுழைந்து, சுவர்களின் வெள்ளை கற்பலகைகளுக்கிடையில் மிகமெல்லிய வலைப்பின்னல்களாக ஒலியை மாற்றியிருந்தது. அதொரு குப்பை வாகனமென்பதில் சந்தேகமில்லை. இருபக்கமும் மிமோசா மரங்களுக் கிடையில் அமைந்த சாலையில் வாகனம் சங்கடத்துடன் ஏறிக்கொண் டிருப்பது, குப்பைகளை எரியூட்டும் தொழிற்சாலைக்குக் கொண்டு செல்வதற்காக. ஈயக் குழாய்கள், அட்டைப்பெட்டிகளின் கட்டுகள், ஸ்பிரிங்குகளின் குவியல்களென ஒன்றன்மேலொன்று கலந்து செயற்கை மலைகளின் பக்கச்சரிவுகளில் விழுந்துருளும், பின்னர் அவை எரியும் தணலில் தள்ளப்பட்டுச் சாம்பலாகும்வரை அவ்விடத்தில் காத்திருக்க வேண்டும்.

"உங்களை இங்கு எவ்வளவு நாட்களுக்கு வைத்திருப்பார்கள்?" – ஜூலியென் ஆர். வினவினாள்.

"எனக்குத் தெரியாது – யாரும் எங்கிட்ட அதைப் பற்றிப் பேசலை."

மற்றொரு மாணவன், நல்ல உயரம் அறையில் கடைசியாக உட்கார்ந்திருந்தான், சத்தமாகக் கேட்டான்:

"இங்கே எவ்வளவு நாட்களாக இருக்கீங்க?"

யோசனையில் மூழ்கியவன்போல ஆதாம் அவனைப் பார்த்தான்.

"ஏற்கனவே உங்களிடம் அதுபற்றிச் சொல்லிவிட்டேன். மூன்று நான்கு நாட்கள்..."

இளம்பெண்ணின் தலை கேள்விகேட்ட மாணவன் பக்கம் திரும்பியது, அச்செய்கை அவன் கேள்வியில் தனக்கு உடன்பாடில்லை என்பதைப் போல. அவள் குரல் மீண்டும் ஒலித்தது, தற்போது குரலில் சிறிது கனிவு சேர்ந்துகொண்டது.

"உங்கள் பெயரென்ன?"

"ஆதாம், ஆதாம் போலொ"

"உங்கள் பெற்றோர்கள்?"

"என் பெற்றோர்களுக்குக்கூட 'போலோ'தான் குடும்பப்பெயர்"

"இல்லை – நான் கேட்பது வேற, அதாவது உங்களுக்கு அப்பா அம்மா இருக்காங்களா?"

"இருக்காங்க"

"நீங்க அவங்ககூடத்தான் இருக்கீங்களா?"

"ஆமாம்."

"இப்பவும் அவங்கக்கூடத்தான் நீங்க இருக்கீங்களா?"

“ஆமாம், அப்படித்தான் நினைக்கிறேன் . . .”

“வேற எங்காவது வசித்ததுண்டா?”

“ஆமாம் . . . ஒரு தடவை . . .”

“எப்போது?”

“கிட்டத்தில் தான்”

“எங்கே?”

“குன்றுப்பகுதியில் – அங்கே வீடொன்று காலியாக இருந்தது.”

“அப்போ, அங்கேதான் நீங்க இருந்தீங்க?”

“ஆமாம்”.

“அங்கே நல்லா இருந்தீங்களா?”

“நல்லாதான் இருந்தேன்.”

“தனி ஆளாகவா?”

“ஆமாம்”

“நீங்க அங்க யாரையும் சந்தித்ததில்லையா? உங்களைப் பார்க்க ஒருவரும் வருவதில்லையா?”

“இல்லை.”

“ஏன்?”

“அவங்களுக்கு, நான் எங்கே இருக்கிறேனென்று தெரியாது.”

“அந்த இடம் உங்களுக்குப் பிடித்திருந்ததா?”

“ஆமாம், பிடித்திருந்தது.”

“ஆனால் நீங்க . . .”

“அங்க நல்லா இருந்தேன். அழகான வீடு. குன்றும் மற்றதும் நன்றாக இருந்தன. கீழே போகிற சாலையைப் பார்க்க முடியும், நிர்வாணமாக வெயிலில் காய்வதற்கும் சந்தர்ப்பம் கிடைத்தது.”

“உங்களுக்கு அது பிடித்திருந்ததா?”

“ஆமாம்”

“உங்களுக்கு ஆடையிலிருக்கப் பிடிக்காதா?”

“பிடிக்காது. கடுமையான வெப்பத்தின்போது, ஆடையோட இருப்பதென்றால் எப்படி?

“ஏன்?”

“பொத்தான்களைப் போடனும், பொத்தான்களை எனக்குப் பிடிக்காது.”

"உங்கள் பெற்றோர்கள்?"

"அவங்களை விட்டுட்டு வந்துட்டேன்".

"நீங்க புறப்பட்டு வந்துட்டீங்க?"

வாயில் ஒட்டிக்கிடந்த புகையிலைப் பிசுறுகளை விரல்விட்டு எடுத்துவிட்டு:

"ஆமாம்" – என்றான்.

"உங்க அப்பா அம்மாவை வேண்டாமென்று ஏன் கிளம்பிப் போனீங்க?"

"எங்கிருந்து?"

இளம்பெண் தனது குறிப்பேட்டில், எதையோ எழுதினாள்: தலையைக் குனிந்திருந்தவளிடம் தயக்கம் தெரிந்தது. அவள் தலையுச்சி வகிடு சுழன்று 'S' வடிவத்தைப் பெற்றதை ஆதாம் கண்டான். பிறகு தலையை உயர்த்தினாள், உறக்கத்தின் சுமையுடன் அவளுடைய பெரிய கண்களிரண்டும் மறுபடியும் ஆதாம் மீது வந்து நின்றன. அக்கண்களிரண்டும் அத்தனை பிரம்மாண்டம், நீல நிறம், மிகுந்த ஞானம், பிறரை ஈர்க்கும் ஆர்வத்திற்கு வளைந்துகொடுப்பவை. பார்வையோடு இணைந்து பயணித்த அவள் குரல் நழுவி ஆதாமுடைய அடிக் குடல்கள்வரை சென்றன. அது முதிர்ச்சியை எட்டுவதற்கு முன்பாக, இரண்டு பெண்களும், ஓர் இளைஞனும் கேட்டிருந்த மூன்று கேள்விகள் எவ்விதப் பதிலுமின்றி அங்கிருந்தன:

"உங்கள் உடல் நலன் பாதிக்கப்பட்டிருக்கிறதா?"

"உங்களுக்கு என்ன வயது?"

"ஆடைகளை விரும்புவதில்லை என்று கூறினீர்கள். ஆனால்... உங்களுக்கு நிர்வாணமாக இருக்கத்தான் விருப்பமா?"

ஜூலியென் ஆர். குரல் பனிமூட்டத்திற்கிடையில், தீவைத்த வெடிமருந்து சரசரவென்று பொரிந்தோடுவதுபோல ஓடி, வெடித்தது. காதுகுடைய உபயோகித்த தீக்குச்சியின் பாஸ்பரஸ் மெழுகு, அதற்குரிய பயனின்றி உபயோகிக்கப்பட்டதைப் போலவும், தொடர்ந்து தீயில் கருகிய மென்தோல் வாடையைப் பரப்புவதுபோலவும், தன்மீது விழும் நீரைத் தீப்பந்தம் கிழிப்பதுபோலவும் அது முடிந்தது.

"எதனால் உங்கள் பெற்றோர்கள் வீட்டிலிருந்து புறப்பட்டுப் போனீர்கள் என்று சொல்ல முடியுமா?"

ஆதாம் காதில் வாங்கவில்லை. ஒலிவாங்கியின் முன்னால் நின்று பேசுவதுபோல, கோபப்படாமல் திரும்பவும் கேட்டாள்:

"உங்கள் பெற்றோர்கள் வீட்டிலிருந்து புறப்பட்டுப்போனதற்குக் காரணம் சொல்ல முடியுமா?"

"நான் போக வேண்டிய கட்டாயம்"

"அதுதான் ஏன்?"

"எதனாலென்று சரியா என்னாலே நினைவுபடுத்த முடியலை" – ஆதாம் பதிலை, அனைவரும் தாங்கள் வைத்திருந்த தாள்களில் குறிப்பெடுத்துக் கொண்டார்கள். ஜூலியென் ஆர். மட்டுமே, தலையைத் தாழ்த்தாமல் இருந்தாள்.

"என்ன சொல்ல நினைச்சேன்னா..."

"உங்களுக்குப் பிரச்சினைகள் இருந்ததா?"

"உங்கள் பெற்றோர்களுக்கும் உங்களுக்கும் ஏதேனும் தகராறா?"

ஆதாம் கையை ஆட்டினான். அவனுடைய சிகரெட்டிலிருந்த சாம்பல் ஜூலியென் செருப்புகள் மீது விழுந்தது; அவன் முணு முணுத்தான்," மன்னிக்கணும்..." என்றான், பிறகு தொடர்ந்து:

"இல்லை, பிரச்சினையென்று அதைச் சொல்ல முடியாது, வேண்டுமானா இப்படி வச்சுக்கலாம், வெகு நாட்களாகவே, வீட்டை விட்டு வெளியில் போகவேண்டும் என்ற எண்ணமிருந்தது. நான் நினைச்சேன்..."

"ம். ஆமாம் அதுதான் வேண்டும், நீங்க நினைச்சீங்க..." – இளம் பெண்.

அவள் உண்மையில் அக்கறையுடன் கேட்பது போலிருந்தது.

"ஆமாம், அதுதான் எனக்கு நல்லதென நினைச்சேன். என்னுடைய அப்பா அம்மாகிட்ட எந்தப் பிரச்சினையுமில்லை... ஆனால்... ஒருவேளை குழந்தைத்தனமான தனிமையின் தேவைக்குக் கடைசியில் அப்படி இணங்க வேண்டியிருந்ததோ என்னவோ?"

"பொதுவாகக் குழந்தைகளுக்கு அனைவரிடமும் இயல்பாகக் கூடிப்பழகும் வழக்கமுண்டு" – கறுப்புக் கண்ணாடி அணிந்திருந்த இளைஞன் கூறினான்.

"நீங்கள் நினைக்கறமாதிரியும் வச்சுக்கலாம்... ஒருவகையில் அதுவும் உண்மைதான். அவர்கள் அனைவரும் இயல்பாகக் கூடிப் பழகுகிறவர்கள்தான். ஆனால் அதே வேளை அவர்கள் ஒருவிதத் தேடலில்... எப்படிச் சொல்வது. இயற்கையுடன் ஒருவகையான பரிவர்த்தனையைத் தேடுகிறார்கள். நான் என்ன நினைக்கிறேன் எனில் பிள்ளைகள் விரும்பியோ விரும்பாமலோ 'தன்முனைப்பு' – மனிதர் பண்பை ஏற்றுக்கொள்ள வேண்டியவர்களாக இருக்கிறார்கள். பொருட்களுக்குள் தங்களை நுழைத்துக்கொள்ள ஒரு வழிமுறையைத் தேடுகின்றனர், காரணம் அவர்களது தனித்தன்மையைக் குறித்த பயம் அவர்களுக்குண்டு; அவர்களிடம் தங்களைத் தாங்களே சிறுமைப் படுத்திக்கொள்ளும் அவாவைப் பெற்றோர்கள் கொடுக்கிறார்கள், நடப்பதனைத்தும் அதற்கேற்றாற்போல நடக்கின்றன. பெற்றோர்கள் குழந்தைகளைப் பொருட்களாக உருவாக்குகிறார்கள் – உடைமைப் பொருட்களாக அவர்களை நடத்துகின்றனர்... அதாவது அப்பொருட்

களை எவரும் உடைமையாக்கிக்கொள்ள முடியும். குழந்தைகளுக்கு உடைமைகள் என்ற ஒருவித மனநோயைத் தருபவர்கள் பெற்றோர்கள். ஆனால் என்ன நடக்கிறது? குழந்தைகள் இச்சமுதாயத்தை – பெரியவர் களைக் – கண்டு அஞ்சும் நிலை ஏற்படுகிறது. காரணம் அவர்களிடத்தில் பெரியவர்களைப் பற்றிய குழப்பங்கள் ஏற்படுகின்றன – பெரியவர்கள் ஒருவருக்கொருவர் நிகரானவர்கள் என்கிற எண்ணம் வருகிறது, இச்சமநிலையே அவர்களிடத்தில் அச்சத்தை ஊட்டுகிறது. அவர்களுக் கெனச் சில பொறுப்புகள் இருக்கின்றன. அவர்களிடத்தில் சிலவற்றை எதிர்பார்க்கிறோம். ஆனால் அதற்கு முன்வருவதில்லை, வேண்டாமென்று ஒதுங்குகிறார்கள். அவர்களுக்கென ஓர் உலகைக் கட்டமைப்பதற்கான வழிமுறையைத் தேடுகிறார்கள் – அந்த உலகம் கொஞ்சம் – எப்படிச் சொல்லலாம்? ஒரு தொன்ம உலகம் – ஒரு விளையாட்டு உலகம். அவ்வுலகில் செயலற்று முடங்கிப்போன பொருள்களுக்கு இணை யானவர்கள் அவர்கள். அல்லது அங்கே தாங்கள் மிகவும் பலசாலிக ளென்கிற உணர்வுக்கு ஆளாகிறார்கள். அப்படியொரு உணர்விற்கு இடங்கொடுத்த மறுகணத்திலிருந்து தாவரங்கள், விலங்குகள் ஆகிய வற்றினும் பார்க்கத் தாங்கள் உயர்ந்தவர்களென்றும், வளர்ந்த மனிதர் களைக் காட்டிலும் கீழானவர்கள் என்றும், பிற எல்லாவற்றுடனும் சமதை ஆனவர்களென்றும் காட்டிக்கொள்ள விரும்புகிறார்கள். இவ்வரிசையை மாற்றி எழுதவும் அவர்கள் தயாராக இருக்கிறார்கள். செடிகொடிகளைத் தங்கள் பாத்திரத்தை ஏற்குமாறு பணித்துவிட்டு, இவர்கள் பெரியமனிதர்களாக மாறிவிடுவார்கள். என்ன சொல்றேன் புரியுதுங்களா? ஒரு சின்னப்பிள்ளைக்கு உருளைக்கிழங்கு செடியி லிருக்கிற வண்டு, தன்னைப் போல மற்றொரு குழந்தை இல்லை, வளர்ந்த மனிதர்.

அந்த நேரத்தில் இளம்பெண் தன்னை ஒழுங்குபடுத்திக்கொண்டு நேராக உட்கார்ந்தாள். அவள் விழிகளிரண்டும் மூக்குக் கண்ணாடி போல மினுங்கின; புருவங்களை நெறித்தாள், எதையோ யோசிப்பது போல் தோன்றியது. கனத்த முன்நெற்றியும், நாசியும் சிறிய மாற்றத்திற்கு உட்பட்டு, அவளை ஒருவகையான ஆணவக் களிப்பிற்குத் திசைமாற்றி யிருந்தது. சமரசம் செய்துகொள்ள முடியாத நன்கறியப்பட்ட இரு பண்புகளின் முரண் அணுகுமுறையினால் அது பிறந்திருந்தது; ஏறக்குறைய ஒரு வெள்ளைத்தாளின் நடுவில், இரண்டு சொற்களை:

"புரோட்டான் – ஏற்கனவே"

"இயேசு – நீராடுபவர்"

"தென்றல் – பாட்டி"

"தீவு – வயிறு"

இதுபோல, எழுதுவதென்று வைத்துக்கொள்ளலாம். அவளுடைய முகமூடியின் மற்ற பக்கத்தைத் தற்போது வெளிப்படுத்திக்கொண் டிருக்கிறாளெனக் கூற வேண்டியிருந்தது. 'மெதடிஸம்' கிறித்துவப் பிரிவைச் சேர்ந்த இளம்பெண், மகிழ்ச்சிக்கும் – சீற்றத்திற்கும் இடையில்

விவிலியத்தின் பத்தி ஒன்றில் சொல் பிழையைக் கண்டதுபோல நடந்து கொண்டாள், ஏன் அப்படி நடந்துகொண்டாள், கடவுள்தான் அறிவார்.

கறுப்புக் கண்ணாடி அணிந்த இளைஞன் சற்று முன்னோக்கிச் சாய்ந்தான், பின்னர்:

"ஆனால் நீங்க சின்னப்பிள்ளை இல்லையே!" – என்றான். மற்றவர்கள் வாய்விட்டுச் சிரித்தார்கள், பதற்றம் பிறந்தது; தலைமை மருத்துவர் அதனை அடக்க நினைத்ததைப் போல, உட்கார்ந்தவாறு:

"தயவுசெய்து இப்படி அநாவசியமாகச் சிரிப்பதை நிறுத்த முடியுமா? இங்கே நாம விளயாட வரவில்லை. தொடர்ந்து உங்கள் கேள்வியைத் தொடருங்கள். தவிர இதுவரை நடந்ததெதுவும் கொஞ்சம்கூட எனக்கு நிறைவில்லை என்பதையும் உங்கக்கிட்டே சொல்லிடறேன். கேள்விகளை யும், பதில்களையும் முறைப்படுத்தவில்லையெனில், ஆர்வமூட்டக்கூடிய சிந்தனைகளுக்கு ஏது வழி? நோயாளியின் நடவடிக்கையைக் கவனத்தில் கொள்ளாமல், வாய்க்கு வந்தபடி கேள்விகளைக் கேட்கிறீர்கள், கடைசியில் நோய்பற்றிய எந்த முடிவுக்கும் வரமுடியாமல் திகைத்து நிற்க வேண்டியிருக்கும். தடயங்களைத் தப்பிச்செல்ல அனுமதிப்பது நல்லதல்ல."

அவர் தற்போது எழுந்துகொண்டார், கண்னாடி அணிந்திருந்த மாணவனின் கைகளிலிருந்து குறிப்பேட்டை வாங்கியவர், ஒருசில நொடிகள் பார்த்தார், மறுபடி அவனிடமே திருப்பிக்கொடுத்தார்.

"உங்களுக்கு இதை எப்படிக் கையாளுவதென்று தெரியலை." எனக் கூறிவிட்டு அமர்ந்தார், தொடர்ந்து," தேவையற்ற விஷயங்களை யெல்லாம் அதில் குறித்து வைத்திருக்கீங்க. "மருத்துவமனைக்கு வந்து எவ்வளவு நாட்களாகின்றன என்பதை நினைவுபடுத்த முடியவில்லை – மூன்று அல்லது நான்கு மாதங்கள்" பிறகு சற்றுத் தள்ளி, "வீட்டிலிருந்து ஏன் புறப்பட்டு வந்தான் என்பது ஞாபகத்திலில்லை", மறுபடியும், "ஆடை அணிய விருப்பமில்லாதவன். காரணம்: பொத்தான்களை விரும்புவதில்லை", என்றெல்லாம் எழுதி வைத்திருக்கிறீர்கள். இவற்றால் எவ்விதப் பலனுமில்லை. ஆனால், எதைக் குறிப்பெடுக்க வேண்டுமோ அதை நீங்கள் செய்வதில்லை. பதிலாக: 'மறதிப் பிரச்சினைகள்' இருக்கின்றன என்றோ – "அதீதப் பாலுறவு நாட்டம், கட்டுக்கதைகளின் பெயரால், அதற்குத் தான் பொறுப்பில்லையெனத் தட்டிக்கழிப்பது" – என்றிருக்குமென்றால், நோயைச் சரியாய்க் கண்டறிவதற்கான அறிகுறிகள் இருக்கிறதென நம்பலாம். சரி, அதிருக்கட்டும், கேள்விகளைத் தொடருங்கள்."

ஜூலியென் பக்கம் திரும்பி:

மத்மஸல், நிறுத்தாதீங்க! நன்றாகத்தான் ஆரம்பிச்சிருக்கீங்க, நீங்கள் தொடருங்கள்.

ஜூலியென் ஆர். சிறிது நேரம் யோசனையில் மூழ்கினாள். அந்நேரத்தில் அங்கு நாற்காலிகளின் கிரீச்சுகள், குறிப்பேடுகளின்

ஒன்றிரண்டு பக்கங்களைப் புரட்டுவது, எச்சிலை விழுங்குவது ஆகியவை மட்டுமே கேட்டன, மற்றபடி நிசப்தமாக இருந்தது வேர்வையும் மூத்திரமும் கலந்த விநோதமான நெடியொன்றும் மருத்துவமனைச் சுவர்களிலிருந்து வருவதுபோலிருந்தது, ஒருவேளை அது ஆதாமிட மிருந்து வந்திருக்கலாம். அதிகம் உடலுக்குச் சிரமம் கொடுக்காமல் முன்கைகளிரண்டையும் தொடைகளில் வைத்திருந்தான். அதனால் முன்கையை நேராக முகவாய் உயரத்திற்கு நிறுத்த முடிந்தது, வாய்க்கு எதிரே, சிகரெட் ஒன்று முடியும் தறுவாயிலிருந்தது. சக்தியை அதிகம் விரயம் செய்யக் கூடாதென்பதுபோல, அனைத்தையும் கணக்கிட்டு உட்கார்ந்திருந்தான். கோடுபோட்ட பைஜாமாவும், ஒட்டக் கத்தரித்திருந்தத் தலைமுடியும், மனநலக் காப்பகத்தில் பொதுவாக ஆட்சிசெலுத்துகிற புறக்கணிப்பும் இச்சமூகத்தில் ஏற்படுத்துகிற அசௌகரியத்திற்கிடையிலும், ஆதாம் அதிகம் பாதித்திராதவனாக இருந்தான். அவனுடைய நீண்ட உடலும் மெலிந்த கைகளும், இறுகிய உதடுகளும் அவனுடைய பிரத்தியேக ஞானம், விசித்திரக் குணத்திற்கும், உட்காருவது, நிற்பது போன்ற விவகாரங்களில் அவனுக்குள்ள சிறிது ரசனைக்கும் சாட்சிகளாக இருந்தன தவிர ஸ்லிப்பருக்குள் தெரிந்த பாதங்கள் இரண்டும் கறாராக ஒரே போக்கில் இருந்தன. சுவாசக் காற்று, கொஞ்சம் கிளறிய மண், வாஷ்பேசினில் தண்ணீர் வடியும் சத்தம் இவற்றைத் தவிர எதற்கும் பெரிதாகக் காத்திருக்கிறவனில்லை என்பதுபோலவிருந்தான். அவன் பிறந்து வெகுகாலமாகிறது, மீண்டும் வாழ்க்கையைத் தொடரச்செய்யவோ அல்லது போத்தல்களைப் போல ஆழமானதும் வதைக்கக்கூடியதும் ஞானத்தின் பேரால் ஆதாமையும் உலகனைத்தையும் வளைத்துப் போடுவதற்கு ஆர்வம் காட்டும் அழகிய கேசம்கொண்ட இளம் பெண்ணுடைய நீலக்கண்களின் கனத்த பார்வையைத் திடத்துடன் எதிர்கொள்ளவோ எந்த ஒன்றும் அவனிடத்தில் இல்லை. பெண்ணையும் பிறரையும் படங்களுள்ள தபால் அட்டைகளை வாசிப்பதுபோல வாசிக்க முடிந்தது. ஆனால் அத்துடன் நிறுத்திக்கொண்டான். கருங்கல் சல்லித் துணுக்குகளின் சுழலிலும் அடுக்கடுக்காக நகர்ந்துகொண்டிருந்த ஈயப்பாளங்களுடனும் கறுப்பு நதியொன்று அவனை இழுத்துக் கொண்டோடுகிறது, முடிவின்றித் திரும்பத் திரும்ப அவனுடைய தனித்த, மெலிந்த பிம்பத்தைப் புரட்டிப்போடுகிறது.

ஜூலியென் ஆர். மற்றவர்களைப் பார்ப்பதை முற்றாகத் தவிர்த்திருந்தாள். அவள் மனத்தில் இருப்பதென்ன அவமானமா, அச்சமா அல்லது வேறு ஏதேனுமா? புரிந்துகொள்வது சங்கடமாக இருந்தது.

“ஏன் இங்கே வந்தாய்? ஏன் இங்கே வந்தாய்?” – எனக் கேட்டாள்.

ஏற்கனவே கேட்டிருந்த பல கேள்விகளுள் அதுவும் இருக்கலாம், எனினும் பரிவுடன் கூடிய விண்ணப்பமாகவும், ஒரு காதல் சூத்திரத்தின் வெளிப்பாடுபோலவும் இருந்தது.

கேள்வியை மறுமுறைக் கேட்டாள்:

எங்களிடம் சொல்ல முடியுமா?– என்னிடம் ஏன் என்று சொல்ல முடியுமா? நீங்கள் ஏன் இங்கே இருக்கிறீர்கள்? தயவுசெய்து சொல்லுங்களேன், சிறிது விளக்கமாகக் கூற முயலுங்களேன்...”

ஆதாம் மறுத்தான். பாக்கெட்டிலிருந்து மற்றொரு சிகரெட்டை எடுத்தான், அதனை ஏற்கனவே அணையாமலிருந்த சிகரெட் கொண்டு பற்றவைத்தான். பின்னர் சிகரெட் துண்டைத் தரையில்போட்டு வெகு நேரம் அவனுடைய ஸ்லிப்பர் முனையால் நசுக்கினான். அவள் விரல்கள் கையிலிருந்த குறிப்பேட்டை இறுகப் பிடித்துக்கொண்டிருக்க, அவனைப் பார்த்தாள்.

“நீங்க ஏன் இங்கே இருக்கீங்க என்பதைக் கூற உங்களுக்கு விருப்பமில்லையா? ”

மற்றொரு பெண்ணான மார்ட்டீன் தற்போது பேசினாள்:

“உங்களால நினைவுபடுத்த முடியலையா...”

அவர்களில் ஒருவன் பென்சிலைக் கடித்தான்.

“சற்று முன்பாக ஆர்வம் மூட்டும் தகவலைக் கூறியிருந்தீர்கள். குழந்தைகள், சிறுமைப் படுத்திக்கொள்வதிலுள்ள மனச்சிக்கல்கள் என்றெல்லாம் பேசினீர்கள். இவையெல்லாம் உங்களுடைய மனதை ஆட்டிப்படைக்கும் பிரச்சினைகள் எனக் கருதலாமா? நான் சொல்ல வருவது, இவையெல்லாம் உங்களைக் குழந்தைகளாகப் பாவித்துக் கொள்வதில் வருகிற பிரச்சினைகளென்று சொல்லலாமில்லையா? – ஆக மொத்தத்தில் நான் நினைப்பது –”

“உங்களுக்கு வயதென்ன?” கறுப்புக் கண்ணாடி போட்டிருந்த இளைஞன் கேட்டான்?

“29 வயது” எனப் பதில் கூறிய ஆதாம், மற்றொரு இளைஞனைப் பார்த்து:

“நீங்க என்ன சொல்ல விரும்பறீங்களென்று புரியுது. ஆனால் இது போன்ற கேள்விகளுக்கெல்லாம் எவராவது பதில் சொல்லிக் கொண்டிருப்பார்களா? என யோசிக்கிறேன். ஒருவேளை மறை கழண்டவன் அல்லது பைத்தியக்கார ஆசாமியாக இருப்பின் அதனைச் செய்யக்கூடும். அது போன்ற நிலைமையில் ‘ஆம்’, அல்லது ‘இல்லை’, அல்லது வேறெதுவோ கூடச் சொல்ல முடியும், பதில் எப்படி இருந்தாலென்ன?

“பிறகு ஏன் அதைப் பற்றி எங்களிடம் பேசினீர்கள்?”

“தெளிவாகச் சொல்ல. தனிமை தேடும் பிள்ளைகளின் மன நிலையைப் பற்றிக் கூறினேன். எனவே கொஞ்சம் விரிவாகப் பேச வேண்டியதாயிற்று. ஒருவேளை அதற்கு அவசியமில்லையென நினைக்கிறேன்.”

“இங்கே, கேள்வி உங்களைப் பற்றியது தானே?

"ஆமாம். மறுக்கலை, எப்படியோ உங்கள் கேள்விக்குப் பதில் கிடைத்துவிட்டது."

"ஏனென்றால் உங்களுக்கு ஒரு நுண்பொருள்பித்து (Micromania) இருக்கிறது.

"அல்லது ஒருவேளை. 29 வயதிலும் ஒருவிதக் குழந்தைத் தனம் தங்களிடத்தில் இருப்பது காரணமாக இருக்கலாம்.

இளம்பெண் ஏதோ சொல்ல நினைத்து வாயைத் திறந்தாள், அதற்குள் அவளை முந்திக்கொண்டு கேள்வி வந்தது.

"கட்டாய தேசியச் சேவையை முடித்தீர்களா?"

"ஆமாம்."

"வேலை ஏதாவது?"

"என்ன வேலை செய்கிறீர்கள்?"

"முன்பா?"

"சரி, முன்புதான் என்ன செய்தீர்கள்?"

"கிட்டத்தட்ட எல்லாவேலையும் செய்தேன்"

"நிரந்தரமான வேலையென்று எதுவுமில்லையா?"

"இல்லை . . ."

"என்ன செய்தீர்கள்?"

"சொல்லத் தெரியலை."

"நீங்க செய்த வேலைகளில் மகிழ்ச்சியைத் தந்த வேலைகளென்று எதாவது?"

"சிறிய வேலைகள் எனக்கு மகிழ்ச்சி அளிக்கும்."

"எந்த மாதிரியான சின்ன வேலைகள்?"

"ம் . . . உதாரணமாக வாகனங்களைக் கழுவுவது."

"ஆனால் வா . . ."

"கடலில் குளிப்பவர்களைப் பாதுகாக்கிற ஊழியனாகவும் இருந் திருக்கிறேன். அதுகூட சந்தோஷமான வேலைதான். ஆனால் நான் விரும்பிய வேலைகள் எதையும் செய்ததில்லை . . . புகைக்கூண்டைச் சுத்தம் செய்யும் வேலை, கல்லறைக் குழி தோண்டும் வேலை, சரக்கு வாகன ஓட்டுநர் வேலை இந்த வேலைகளெல்லாம் எனக்குப் பிடிக்கும். ஆனால் அனுபவம் வேண்டும் என்கிறார்கள்."

"வாழ்க்கை முழுதும் அதைச் செய்ய விருப்பமா?"

"ஏன் கூடாது? கல்லறை தோண்டுகிறவர்களில் நிறைய வயதான ஆசாமிகள் இருக்கிறார்கள் என்பது உங்களுக்குத் தெரியுமில்லையா?"

"ஆனால் நீங்க நல்லாப் படிச்சிருக்கீங்க, இல்லையா?"

"ஆமாம்."

"டிப்ளோமாக்கள் வச்சிருக்கீங்க இல்லையா?"

"இரண்டு, மூன்றிருக்கும்."

"என் –"

"பிராந்திய புவியியல் டிப்ளோமா வாங்கியிருக்கேன்."

"பின் அதைப் பயன்படுத்திக்கொள்ள வேண்டாமா?"

"தொல்லியலாளராகவோ அகழாய்வாளராகவோ சரியாக நினைவில்லை, வரவேண்டுமென்று ஆசை இருந்தது."

"பிறகு"

"அந்த ஆசை நிறைவேறலை."

"தேன் நிறத் தலைமுடிகொண்ட இளம்பெண் தலையை உயர்த்தினாள்.

"சுற்றி வளைக்காமல் உண்மையைச் சொல்றேன், உங்களுக்கு இங்கென்ன வேலை என்ற கேள்வி எனக்குள் எழுகிறது –"

"ஆதாம் புன்னகை செய்தான்.

"அதாவது, உங்களுக்கு நான் பைத்தியமில்லை அப்படித்தானே?".

"அவள் 'ஆம்' என்றாள். நேர் பார்வையைத் தவிர்த்திருப்பதுபோல் தோன்றியது, எளிதாகப் புரிந்துகொள்ளும் வகையில் கண்களுமில்லை. பிறகு. தலைமை மருத்துவரைத் திரும்பிப் பார்த்தாள்.

"பைத்தியமென்று இவரை யார் சொன்னது?" என அவரிடம் கேட்டாள்.

அக்கேள்வியைத் தாம் மேம்போக்காக எடுத்துக்கொள்ளவில்லை என்பதுபோல் தலைமை மருத்துவரின் பார்வை இருந்தது. பின்னர் கால்களிரண்டையும் மெதுவாக மடித்து நாற்காலியின் கீழ் இழுத்துக் கொண்டார்.

"மத்மஸல், நான் சொல்வதைக் கேளுங்கள்; உங்களுக்குப் பாடமாக இருக்கட்டும். மொத்த உண்மைகளும் தெரியவரும் முன்பே தீர்ப்பைக் கூறும் வழக்கம், எப்போதுமே உங்களிடம் இருக்கிறது. நோயாளியுடன் நீங்கள் நடத்தும் உரையாடல் முடிவுக்குவரும் வரையிலாவது குறைந்த பட்சம் காத்திருக்க முடிந்தால், அவர் என்னசெய்திருக்கிறார் என்பதைத் தெரிந்துகொள்வீர்கள்."

அவள் தலையாட்டினாள்; இரு புருவங்களுக்குமிடையில் ஒரு வகையான கோடு விழுந்ததை மருத்துவர் வேடிக்கையாகக் கவனித்தார்.

"நாம் ஆய்வுக்கு எடுத்துக்கொள்கிற எல்லா நோயாளிகளுமே சிக்கலின்றி எளிமையாக இருந்துவிடுவார்களென்று சொல்ல முடியாது.

நாம் கடைசியாகச் சந்திக்க நேர்ந்த பிரச்சினைபோல அனைத்துமே எளிதாக இருக்க வேண்டுமென்பதில்லை. உங்களுக்கு கடலோடியை நினைவிருக்கிறதா? நான் சொல்வதைக் கேட்க உங்களுக்கு வியப்பாகக் கூட இருக்கலாம். கொலைசெய்யும் மன நோயாளிக்கும் தீங்கற்றவர் என நம்பப்படும் நோயாளிக்கும் இடையில் எல்லைக்கோடென்று எதுவுமில்லை. தங்களை நெப்போலியனாக நினைத்துக்கொள்பவர்கள், இரண்டு வார்த்தைகள்கூடத் தொடர்ந்து பேச முடியாதவர்கள் என்பது போன்ற அசாதாரண மனிதர்களைச் சந்திக்கப் போகிறோமென நினைத்து வருகிறீர்கள். அது நிகழாதபோது உங்களுக்கு ஏமாற்றமாக இருக்கிறது, சிற்சில சமயங்களில் இன்று நடப்பதுபோல அதிபுத்திசாலி யான ஒரு மனநோயாளியிடம் சிக்கிக்கொள்ளவும் நேரிடும்."

முன் எச்சரிக்கையாகச் சிறிது ஆசுவாசப்படுத்திக்கொண்டார்.

"கடைசியில், இன்றைக்கு வழக்கத்திற்கு மாறாக, மிகச் சிக்கலான ஒரு நோயாளி முன்பு நிறுத்தப்பட்டிருக்கிறீர்கள், எனவே உங்களுக்கு உதவலாமென நினைக்கிறேன். நோயாளி இயல்பாக இருக்கிறாரென்பது உங்கள் எண்ணம். ஓர் உண்மையைத் தெரிவிக்கிறேன். நோயாளியை இம்மருத்துவமனைக்குள் அனுமதிக்கப்பட்ட அன்று, மனநோய் சம்பந்தப்பட்ட, ஆரம்பப் பரிசோதனைகளுக்கு உடனடியாக அவரை உட்படுத்தினேன், சோதனையின் முடிவில், அவர் இயல்பானவர் அல்ல என்பது தெரியவந்தது, அத்துடன் பித்துப் பிடித்தவர் என்பதும் உறுதியாயிற்று. அப்பரிசோதனையில் என்ன தெரிய வந்ததென்பதை படிக்கிறேன்:"

ஒரு துண்டுக் காகிதத்தில் எழுதி வைத்திருந்ததை வாசிக்க ஆரம்பித்தார்.

- சீரான, மனச்சிதைவு பிதற்ற நிலை *(Sysematized paranoid delirium)*
- ஹைப்போ காண்ட்ரியா *(Hypochondria)* எனும் மன நோய் அறிகுறிகள்.
- மெகாலொமனியா *(Megalomania)* எனும் தற்பெருமைக் கோளாறு
- நியாயமான பொறுப்பின்மைக் கோட்பாடு *(Theory of justified irresponbility)*
- பால்வினைப் பிறழ்வு *(Sexual deviation)*
- மனக்குழப்பம் (Mental confusion)

சுருக்கமாகச் சொல்வதெனில், நோயாளி தற்போது நிரந்தர மனச்சோர்வு நிலையில் இருக்கிறார். அது மனக்குழப்பமாக வளர்ந்து தீவிர மன நோய்வரை அழைத்துப் போகும். இது போன்ற பிரச்சினை களுக்கு மனநோயாளியிடம் எஞ்சியிருக்கிற பொதுப்பண்புகள், அவருடைய அறிவுத்திறன் ஆகியவை காரணமெனத் தயக்கமின்றிக் கூறுவேன். அது மனநிலையில் திடீர் திடீரென முறிவுகள், சறுக்கல்கள், எதையும் மிகைப்படுத்திக்கூறும் பழக்கம், குழப்பம், பால்வினை உந்தலின்

பன்முக வெளிப்பாடுகள் என நோயாளியிடம் பல மாற்றங்களை ஏற்படுத்துகிறது.

மருத்துவர், தனது கையைப் பின் கழுத்துக்குக் கொண்டுசென்று தடவிப் பார்த்துக்கொண்டார், தினந்தோறும் பலமுறை லாவண்டர் வாசனை நீரால் அங்கே பலமுறை அவர் தேய்த்துக்கொள்வது வழக்கம், இருந்தும் கழுத்தில் கொழுப்புபோன்று பிசுபிசுவென்று விரல்களில் ஒட்டியது. அவர்பேச்சிற்குச் செவிகொடுத்திருந்தவர்களிடம் ஏற்படுத்தி யிருந்த தடுமாற்றங்களைத் தற்போது அவரே மேலும் மேலும் சுவைத்துக் கொண்டிருப்பதாகப் பட்டது. குறிப்பாக ஜூலியென் ஆர். என்பவளின் சங்கடம் அவருக்குச் சந்தோஷத்தைக் கொடுத்தது, அவருடைய தோள்கள் இளம்பெண் பக்கமாகச் சாய்ந்தன.

"மத்மஸல், நமது முடிவுகளுக்குள் இணக்கமில்லை என்பதை நீங்கள் புரிந்துகொள்ள வேண்டும். மிஸியே 'போல்' இடம் உங்கள் உரையாடல்களைத் தொடர்ந்து நடத்தி, எனது முடிவுகள் சரியானவையா எனக் கண்டறிய முயலுங்கள். அவர் உங்கள் கேள்விகளை, நீங்கள் சொல்வதை அதிக அக்கறையுடன் கேட்கிறார், மற்றவர்களிடத்தில் அப்படி நடந்துகொள்ளவில்லை என்பதைக் கவனித்தேன். ஆர்வம் மூட்டும் தகவல்களை அவரிடமிருந்து பெற உங்களால் முடியுமென்பது உறுதி. உளச்சோர்வில் பாதிக்கப்பட்டுள்ள இவரைப் போன்ற நோயாளி கள், பரிவுகாட்டினால் உணர்வுபூர்வமாகப் பெரிதும் தடுமாற்றத்திற்கு ஆளாவார்கள். நீங்கள் என்ன நினைக்கிறீர்கள் மிஸியே போலோ?"

ஆதாம் கடைசி வாக்கியத்தை மட்டுமே காதில் வாங்கியிருந்தான்; மருத்துவரின் பிற வார்த்தைகள் தாழ்ந்த குரலில், நம்பிக்கைத் தொனி யுடன், மாணவிக்கென்று சொல்லப்பட்டவை. ஆதாம் மருத்துவரை ஒருமுறை பார்த்தான், பின்னர் கைவிரல்களுக்கிடையில் நொய்ந்தும், வெண்மை நிறத்திலுமிருந்த சிகரெட் முனைமீது, ஓரிரு நொடிகள் பார்வைச் சென்றது, பின்னர் வாய் திறந்தான்:

"என்னை மன்னியுங்கள். உங்கள் வாக்கியத்தின் ஆரம்பத்தைச் சரியாகக் கேட்கத் தவறிட்டேன்." பின்னர் ஒருவிதமான சோர்வில் விழுந்தான், எதார்த்த உலகு கைநழுவியிருந்தது, அதனை அவன் உணரவும் செய்தான். ஜூலியென் ஆர். செருமினாள்.

"நாம தொடருவோம் . . . நீங்க என்ன நினைக்கறீங்க? உங்களுக்கு என்ன நடக்கக்கூடுமென்று நம்பறீங்க?"

ஆதாம் தலையை உயர்த்தினான்.

"எப்படி?"

"உங்களுக்கு என்ன நடக்குமென்று நீங்க நினைக்கறீங்க, அதாவது இப்போது?"

"ஆதாம் பெண்ணின் கண்களை அவதானித்தான்; தற்போது அவற்றின் வெற்றிடங்கள் இரண்டும் பழகிவிட்டன. புருவத்தின் வளைவுகள் இரண்டும் புடைத்துக்கொண்டிருந்தன, அதன் விளைவாக

மேலிருந்து விழுந்த ஒளி அவள் வெண்ணிற முகத்தில் நீலமுமில்லாத சாம்பல் நிறமுமில்லாத இரண்டு கறைகளை ஏற்படுத்தியிருந்தன, அக்கறைகளிரண்டும் பிளாஸ்ட்டரில் செய்த கபாலத்தில் தெரிவது போல இருந்தன. ஆதாம் தனது நுரையீரல்களிலிருந்து சிறிது காற்றை வெளியேற்றினான்.

“சட்டென்று விநோதமான ஞாபகங்கள் எனக்கு வருகின்றன. அதை ஏன் ஞாபகப்படுத்திக்கொள்கிறேன் என்றெனக்குச் சொல்லத் தெரியலை – வேடிக்கையாக இருக்கிறது . . .” – என்றான்.

இளம்பெண் கண்ணிமைகளின் மேல் விளிம்புகளில் அவன் கவனம் படிந்தது.

“இளம் வயதில் நடந்தது. எனக்கு அப்போது பன்னிரண்டு வயது இருக்கும். வேடிக்கை ஆசாமி ஒருவனைத் தெரிந்து வைத்திருந்தேன், அவன் குடும்பபெயர் ட்வீட்ஸ்முயிர், அவன் பெயர் சிமொன் என்பதால் எல்லோரும் ‘சிம்’ என்று கூப்பிடுவோம், சிமொன் ட்வீட்ஸ்முயிர். சேசுசபையினர் அவனை வளர்த்தார்கள். எனவே அதொரு தகுதியை அவனுக்கு வழங்கியிருந்தது. எல்லோரிடமும் நட்புடன் பழகுவான், ஆனாலதில் சிலவிதிமுறைகளை வைத்திருந்தான். அதிகம் எங்களிடம் பேசமாட்டான். தன்னுடைய வெளிதான் தனக்கு சௌகரியமென்று நினைத்தான். அவனுடைய தந்தை பிரம்பால் அடிப்பது பள்ளியில் அனைவருக்கும் தெரியும் என்பதை அவன் அறிந்துவைத்திருந்தது காரணமென்று நினைக்கிறேன். அது பற்றி எவரிடமும் பேச அவனுக்கு விருப்பமில்லை. நான் அறிந்த வகையில் அவன் மகா புத்திசாலி, ஆனால் எப்போதும் வகுப்பில் கடைசி மாணவனாக இருந்தான். விரும்பினால், முதல் மாணவனாக அவன் வரமுடியுமென நாங்க ளெல்லாம் நினைத்தோம். ஒருமுறை அவன் இன்னொரு பையனிடம் லத்தீன் மொழியிலும் அல்ஜீப்ராவிலும் முதலாவதாக வருவேன் எனச் சவால் விட்டான், அதுபோல வரவும் செய்தான். இதில் புதுமை என்னவென்றால், அவனிடம் பந்தயம் கட்டிய பையன் உட்பட எங்கள் ஒருவரையும் அச்சம்பவம் வியப்பில் ஆழ்த்தவில்லை. ‘சிம்’ பிற்பாடு அதற்காக வருந்தினான், காரணம் ஆசிரியர்கள் அவனிடத்தில் அக்கறை செலுத்தத் தொடங்கினார்கள். தன்னைப் பள்ளியிலிருந்து வெளியேற்ற வேண்டுமென்பதற்காகவே சில காரியங் களைச் செய்தான், அவன் எண்ணப்படி அதுவும் நடந்தது, அதன் பிறகு என்ன ஆனான் ஏது ஆனானென்று பள்ளியில் ஒருவருக்கும் தெரியாது. என்னிடம் ஒரே ஒருமுறை பேசினான், அது கிறிஸ்துமஸ் விடுமுறைக்கு முன்பு நடந்தது, அதாவது பள்ளியைவிட்டு வெளியேறச் சில நாட்கள் இருந்தபோது. வகுப்பிற்கு, ஒரு நாள் நிறைய பிரம்படி வாங்கிக் கன்றிய உடலுடன் வந்தான். பள்ளி இடைவேளையின் போதும், கழிவறைக் கூடத்திலும் அவன் எப்படிப் பிரார்த்தனை செய்தான் என்பதை விளக்கினான். பருப்பொருள் அடிப்படையில் கடவுள் செய்துமுடித்ததை ஆன்மிகத்தின் அடிப்படையில் மறு கட்டமைப்பு செய்வதொன்றுதான், கடவுளை நெருங்கும் வழி, எனத் தான் நம்புவதாகத் தெரிவித்தான். படைப்பில் பல அடுக்குகள் உள்ளன,

ஒவ்வொரு படியாக மேலேறிச் செல்ல வேண்டும். அவன் ஏற்கனவே இரண்டு ஆண்டுகள் விலங்காக வாழ்ந்திருந்தான். அவன் எனக்குத் தெரியவந்தபோது, சாத்தான்கள் படி நிலையைக் கடந்து மேலே செல்ல முடிந்திருந்தது. சாத்தானிடம் நேரடியாக உரையாட வேண்டி ஒரு முழுமையான வழிபாட்டை அவன் அர்ப்பணிக்க வேண்டியவனாக இருந்தான். உங்களுக்குப் புரிகிறதா? புனித அந்தோனியார் அல்லது ஆர்ஸ் பங்குக்குரு போன்ற பெருவாரியான சாதுக்களும் மாந்த்ரீகர்களும் சாத்தானிடம் தேடுகிற உடல் சார்ந்த உறவு அல்ல. முழுமையான தகவல் பரிமாற்றம். தீயசக்தியின் படைப்புகளை, அவற்றின் நோக்கங்களை; கடவுள், மிருகங்கள், மனிதர்கள் ஆகியவற்றுடன் அவர்களுக்குள்ள உறவுகளைப் புரிந்துகொள்ளுதல். கடவுளை அவர் ஊடாகவும் அவரது சாரங்கள் ஊடாகவும் எந்த அளவிற்குப் புரிந்துகொள்வோமோ அதே அளவிற்கு அவருக்கு நேர்மாறான சாத்தான்கள் ஊடாகவும் புரிந்துகொள்ள முடியும். ஒவ்வொரு மாலையும் இரண்டரை மணி நேரத்தை முழுமையாகச் சாத்தானுக்கு ஒதுக்கினான். பக்திப் பாடல் களையும் பாசுரங்களையும் எழுதிப்பாடினான். காணிக்கைகள் செய்தான், சின்னச் சின்ன விலங்குகளையும் பாவங்களையும் பலி யிட்டான். மந்திரங்களையும் முயன்றான், அதேவேளை சிறுபிள்ளைத் தனமாகவும், தனது வயதிற்கும், நாம் வாழ்கின்ற நூற்றாண்டிற்கும் அதிகப்பிரசங்கித்தனமாக தோன்றியவற்றைக் கூடாதென்று ஒதுக்கி னான். இக்கட்டத்தைப் பதினேழாம் நூற்றாண்டின் இறுதியில் ரஷ்ய நாட்டிலிருந்த கிளிஸ்டை *(Khlysty)* பிரிவினரின் சம்பிரதாயத்தோடு ஒப்பிடலாம், ஆனால் 'சிம்'இன் செய்கைகள் ஆன்மிக வாழ்க்கையின் ஒரு கட்டம். கடவுள்மீது வைத்திருந்த அதீத அன்பால் அவற்றைச் செய்தான். படைப்பை ஆன்மிகவழியில் மறுகட்டமைப்புச் செய்ய வேண்டு மென்ற உந்துதலால் செய்தான். அவன் தீர்மானம் எடுத்திருந்தான்."

மீண்டும் தொடர்வதற்கு முன்பாக ஆதாம் சிறிது தயங்கினான். செந்நிறத் தலைமுடிகொண்ட இளம்பெண், நாற்காலியின் விளிம்பில் விறைத்து உட்கார்ந்திருந்தாள், அவள் உடலில் லேசாக உதறல். அவள் கைவிரல்கள் குறிப்பேட்டின் அட்டையில் வேர்வை அடையாளங்களைப் பதித்திருந்தன. அவ்வப்போது சன்னலைக் கடந்து சென்ற பறவைகளின் நிழல் அவள் கண்புருவங்களின் நீளத்திற்கும் தெரிந்தன. வெகு நீளமான அவன் பேச்சு, சொற்கள், நினைவுகள் ஆகியவற்றின் காரணமாக அவளுக்கும் அவனது கற்பனை மாந்தர்களுக்கும் இடையில் தற்போது பேதமில்லை என்றானது, சொற்கள் அல்லது அவள் அல்லது ஒற்றைக் கொம்புடைய மிருகம் அல்லது வேறு ஏதேனுமொன்று அவ்வளவும் உயிர்த்திருந்தன.

"ஆம்– சாத்தான் சடங்குமுறையை ஒருவழியாக வெற்றிகரமாக முடித்திருந்தபோது அவனுக்கு வயது பதினாறோ, பதினேழோ. அவன் மேஜர் ஆவதற்கு இன்னும் நான்காண்டுகள் இருந்தன, அந்த நான்காண்டுகளை, மனிதர்கள் படிநிலைக்கு அர்ப்பணிக்க முடியும். அதன் பிறகு ஒன்பது ஆண்டுகள் தேவதைகள் படிநிலைக்கு. அதன் பின்னர் முப்பது வயதில் பேரவாவிற்கும், அற்ப சந்தோஷத்திற்கும்

இடமளிக்காமல் ஓயாமல் உழைத்தால் அவன் கடவுள், அவனிடம், அவனால், அவனுக்காகக் கடவுள். சொல்லுதற்கரியவனாக, வர்ணிக்க முடியாததொரு முழுவீச்சுடன் இருப்பான். இனி அவன் சிம் ட்வீட்ஸ்முயிர் அல்ல கடவுள், நேரில் வந்திருக்கும் கடவுள். புரிஞ்சுகிட்டீங்களா? விளங்குதா..?"

அவன் பேசிய பேச்சு விநோதமாக எதிரொலித்ததென்று கூற வேண்டும்: மனநலக் காப்பகமெங்கும், சிறிய குறுகலான அறையில், வெண்ணிறக் கற்பலகைகளால் மூடப்பட்டிருந்த சுவர்களில், குளிக்கும் அறைகளில், பொதுக் கழிவறைகளிலென எங்கும் கேட்டது. பூமியில் எங்கேயோ இருக்கும் பிரம்மாண்டமான காலிச் செவ்வகம், வாக்கியங்களின் ஆழத்தை மாற்றி எழுதி, சொற்களைப் பொருளிழக்கச் செய்கிறது என்றும் கருத வேண்டியிருந்தது.

"ட்வீட்ஸ்முயிர். ட்வீட்ஸ்முயிர். சிம் ட்வீட்ஸ்முயிர். அதன் பிறகு, அந்த நாளுக்குப் பிறகு அவன் மறுபடி என்னிடம் பேசவில்லை. இதற்கிடையில் அவன் இறந்துவிட்டானென்று கூறக்கேட்டேன். அவன் சாத்தான் படிநிலையில் வாழ்ந்தபோது பால்வினைநோய் தொற்றிக்கொண்டதெனக் கேள்விப்பட்டேன். வேசி ஒருத்தியுடன் கூட்டாகச் சாத்தானை வழிபட்டபோது தொற்றிக்கொண்டிருக்கிறது. எந்த மாதிரியென்று விளங்குதா? ஒருவகையில் அவன் புத்திசாலி, எல்லா விஷயங்களிலும். அவன் மட்டும் நினைத்ததுபோல இறுதிவரை சென்றிருந்தால், பத்திரிகைகள், சஞ்சிகைகளிலெல்லாம் அவன் பெயர் வந்திருக்கும்."

ஆதாம் திடீரெனச் சிரித்து, சொல்ல வந்ததைச் சொல்லாமல் நிறுத்தினான்.

"இதில் வேடிக்கையான விஷயம் எதுவென்று உங்களுக்குத் தெரியுமா? அவன் மட்டும் கொஞ்சம் இயல்பாக எல்லாரிடமும் கூடிப்பழகியிருந்தால், எங்கள் பள்ளியில் அநேகர் அவனையும் அவன் மதத்தையும் பின்பற்றியிருப்பார்கள், உதாரணத்திற்கு நானே அவன் பின்னால் போயிருப்பேன். ஆனால் அவன் வேண்டாமென்று இருந்தான். எல்லோரையும் வெறுத்தான். 'Ruysbrock, Ocean' என்று ஒருவரும் காதுபட பேசிடக் கூடாது, எழுந்தோடிவிடுவான். கொஞ்சம் அழுக்கும் அவனிடம் இருந்தது, அதுதான் கடைசியில் அவனை வீழ்த்திவிட்டது."

"அதிருக்கட்டும், நண்பன் அடிச்சுவட்டில் போகவே இல்லையென்று உங்களால உறுதியாச் சொல்ல முடியுமா? குறிப்பாக அவனுடைய மதம், சித்தாந்தங்களென்று?" – ஜூலியென் கேட்டாள்.

கறுப்புக் கண்ணாடி இளைஞன் குறுக்கிட்டான்:

"அவனுக்கு என்ன வயசு சொன்னீங்க?"

"யாருக்கு, சிம் மிற்கா?"

"ஆமாம்"

“அவன் என்னைவிடக் கொஞ்சம் வயதிலே மூத்தவன், பதினாலு பதினைந்து வயது . . .”

“உண்மை அதனாலே கூடுதலா புரிஞ்சுக்க முடியுது. பிள்ளைகள், மறைஞானம், மாயம் மந்திரமென்று அந்த வயதிலேதான் என்னென்னவோ செய்யறாங்க, இல்லைங்கிளா?”

“அந்த வயதிலே அது இயல்பென்று சொல்ல வர்றீங்க?”

“ஆமாம், நான் . . .”

“உண்மைதான். ஆனால் அதிலேதான் எத்தனை ‘தில்’ இருக்கிறது. அந்த வயதுதான் விவிலியம், நீதிபோதனை போன்றவற்றைக் கற்க உகந்த வயது என்கிறார்கள். அது மிகவும் அழகான விஷயமில்லையா?”

“தவிர, உங்களுக்கு அது ரொம்ப அழகான விஷயமா படுது–”

ஜுலியென் ஆர். சட்டென்று தலைநோவுகண்டு அதன் ஆதிக்கத்தின் கீழ் வர நேர்ந்தவள்போல் புருவத்தை நெரித்தாள்.

“அது மிகவும் அழகான விஷயமென்பதால் அவனைப் பின்பற்ற நினைத்தீர்கள், சரிதானே?”

தலைமை மருத்துவர் அதை ஆமோதித்தார்:

“ஆமாம் அதுதான் நடந்தது. கொஞ்சம் கூடுதல் தகவல்களை நான் கொடுக்கிறேன். அது நீங்க இல்லையா? சொல்லப்பட்ட முழுக் கதையும் உங்களுடையது இல்லையென்று மனப்பூர்வமாக நம்பறீங்களா? இந்த சிம் என்பவன் . . . முழுப்பெயர் என்ன? உண்மையில் அப்படி ஒருவன் இருந்தானா?”

“சிம் ட்வீட்ஸ்முயிர்”

தோள்களை உயர்த்தினான், தனக்குத் தெரியாது என்பதுபோல. அவனுடைய ஆள்காட்டிவிரல் நகத்தை சிகரெட் சுட்டது. மறுபடியும் ஒருமுறை தரையில் போட்டு ஸ்லிப்பர் முனையால் நசுக்கவேண்டிய கட்டாயம்.

“இத்தனைக்கும் பிறகு . . . நான் . . . நான் உங்கக்கிட்டெ அதை சொல்லப்போறதில்லை. நான் . . . அல்லது அவன்? அந்த நபர் யாராயிருந்தாலென்ன? அதனாலே என்ன நடந்திடப்போகுது நீங்களாக இருந்தாலென்ன? நானாக இருந்தாலென்ன? அல்லது அவனாகக்கூட இருக்கட்டுமே?”

சிறிது நேரம் யோசிப்பதுபோல இருந்தான், பின்னர் சட்டென்று அவன் தலை இளம்பெண்பக்கம் திரும்பியது.

“என்னை நீங்க எந்தக் கூட்டத்திலே சேர்த்திருக்கீங்க? மனப்பித்து *(Schizophrenia)* கூட்டத்தோடவா?”

“இல்லை, மனச்சிதைவு *(Paranoia)* வரிசையிலே.” – ஜுலியென்.

“உண்மையாகவா? என்னை மனப்பித்து வரிசையில் சேர்த்திருப்பீங்க, என நினைத்தேன்.”

“ஏன் ?”

“ஏன் என்று எனக்குத் தெரியாது, எனக்குத் தெரியாது. நான் நினைத்தேன் . . .”

யாராவது தனக்கு ஒரு கோப்பைக் காப்பி கொண்டுவர முடியுமா? என ஆதாம் கேட்டான். அவனுக்குத் தாகமாக இருக்கிறது, அறை குளிராக இருக்கிறது என காப்பிக் கேட்டதற்குக் காரணம் சொன்னான், ஆனால் உண்மையில் அறையின் தோற்றத்தைக் கொஞ்சம் மாற்றினால், தேவலாம்போலிருந்தது. சிகிச்சை அகத்தில் இருப்பதும், சிகிச்சை அக நாற்காலிகளும், சிகிச்சை அகத்துடனான உரையாடலும், சிகிச்சை அகத்தின் நெடியும், சிகிச்சை அகமொன்றின் பூதாகரமான வெறுமையும் அவனுக்கு அலுத்தது. மருத்துவர் செவிலிப் பெண்ணை அழைத்து ஒரு கோப்பைக் காப்பி கொண்டுவருமாறு பணித்தார்.

காப்பி உடனே வந்து சேர்ந்தது, இடப்பக்கத் தொடையில் காப்பியை வைத்தான். சர்க்கரை கரையட்டுமென்றுக் கரண்டியைச் சுழற்றினான். தலையை அதிகம் உயர்த்தாமல் கொஞ்சம் கொஞ்சமாகக் குடித்தான். வீக்கம் போல மனத்தில் என்னவோ இருந்தது. அதைப் புரிந்துகொள்ளக் கடினமாக இருந்தது. ஒரு மரணம் குறித்த நினைவாக இருக்கக்கூடும். மறைவு பற்றியதொரு அபத்தமான எண்ணம்; உதாரணத்திற்கு ஒரு படகில் இருக்கிறான், இரவு, ஆயிரக்கணக்கான ஏதேதோ பொருட்களின் நினைவுகள், அலைகள், பிரதிபலிப்புகள் அவ்வளவும் இரவுக்குள் ஒளிந்திருக்கின்றன.

“ஆக உங்களுக்குத் தெரியாது – தற்போதைக்கு நீங்கள் என்ன செய்யப்போகிறீர்கள் என்பது தெரியாது?” – எனக் கேள்வியைத் தொடர்ந்த ஜூலியென், அதனை நிறுத்திக்கொண்டு: “சிகரெட் ஒன்று கொடுக்க முடியுமா?” என அவனிடம் கேட்டாள்.

ஆதாம் பாக்கெட்டை அவளிடம் நீட்டினான். அவள் தன்னுடைய சிகரெட்டைக் கைப்பையிலிருந்து எடுத்த முத்துச்சிப்பி லைட்டரில் பற்றவைத்தாள். அங்கிருந்த மற்றவர்களை அவள் மறந்துவிட்டாள் என்பது வெளிப்படையாகத் தெரிந்தது. அதை வைத்துப் பார்க்கிறபோது ஆதாமைக்கூடக் கூடிய சீக்கிரம் மறப்பதற்கு வாய்ப்பிருந்தது.

“உங்களுக்கு என்ன நடக்கப்போகிறதென்பது உங்களுக்குத் தெரியாது . . .”

ஆதாம் கையை வேகமாக ஆட்டினான், அவனுடைய பந்துக்கிண்ண மூட்டுக்கு ஒரு சில மி.மீட்டர்கள் அருகே பேண்டைத் தொட்டு, ஆட்டிய கை விழுந்தது.

“வேண்டாங்க, எனக்கு நம்பிக்கை இல்லை போதுமென நினைக்கிறேன்.”

இறுதியாக ஒருமுறை முயல விரும்பியவள்போல:

"உங்களுக்கு எந்த ஆசையும் இல்லை?"

"இருக்கிறது, ஏன்?"

"அது எந்த மாதிரியான ஆசை? மரணத்தின் மீதா?"

ஆதாம் சிரித்தான்

"இல்லவே இல்லை! இறக்க வேண்டுமென்ற ஆசை சிறிதுகூட இல்லை."

"உங்களுக்கு . . ."

"எனக்கு என்ன ஆசை தெரியுமா? என்னை யாரும் தொந்தரவு செய்யாமல் இருந்தால் சரி. அதுகூடச் சரியான பதிலில்லை. எனக்கு அநேக விஷயங்களில் ஆசையிருக்கிறது. எனக்குத் தேவையில்லாத வேலைகளைச் செய்ய வேண்டும். பிறர் சொல்வதுபோலச் செய்ய வேண்டும் . . . இங்கே வரும்போது செவிலிப்பெண் நான் நல்ல பிள்ளையாக நடந்துகொள்ள வேண்டுமென்று சொன்னார்கள் அதைத்தான் செய்ய விரும்பறேன். நான் நல்ல பிள்ளையாக இருக்க விரும்பறேன். சாக விரும்பலை. அப்படியொரு ஆசை என்னிடத்தில் இல்லை. தவிர இறப்பில் ஏதோ படுத்தோம், ஓய்வெடுத்தோம் என்றில்லை. அது பிறப்புக்கு முந்தைய நிலைமைபோல. மீண்டும் உயிர்த்தெழ ஆசை யிருப்பின் உள்ளே வேகவேண்டும். அது மிகவும் அலுப்பூட்டக்கூடிய விஷயம்."

"உங்களுக்குப் பிரச்சினையே தனிமைதான் என நினைக்கிறேன்."

"ஆமாம் அதுதான். நான் மனிதர்களுடன் இருக்க விரும்புகிறேன்."

ஜூலியென் நாசித் துவாரங்களிலிருந்து வந்த புகையைச் சுவாசித்தான்.

"நான் விவிலியத்தில் வரும் ஆசாமிபோல. உங்களுக்கு 'கெகாஸி' *(Gehazi)*யைத் தெரியுமா? எலிஷாவின் ஊழியர். 'நாமான்' இடம் ஜோர்டனில் ஏழுமுறை குளிக்கும்படியோ அல்லது அதுபோல வேறொன்றோ சொல்லப்பட்டது. அவருடைய தொழுநோயைக் குணப்படுத்துவதற்காக. குணமடைந்தவுடன் அவர் எலிஷாவிற்குப் பரிசொன்று அனுப்பிவைத்தார். ஆனால் கெகாஸி பரிசை அவனுக்கென்று எடுத்துவைத்துக்கொண்டான். அவனைத் தண்டிக்க விரும்பிய கடவுள் நாமான் தொழுநோயை, அவனுக்களித்தார். என்ன நடந்ததென்று புரியுதுங்களா? கெகாஸிதான் நான். 'நாமான்' தொழுநோய் எனக்கு வந்துவிட்டது."

"உங்களுக்கு என்ன தெரியும்?, – இதுவரை எழுதப்பட்டுள்ள கவிதைகளில் மிக அழகான வரிகள் எவையென உங்களுக்குத் தெரியுமா? பெருமை பேசுவதாக நீங்கள் நினைக்கலாம், உங்களுக்கு அதைப் படித்துக்காட்ட விரும்பறேன், கேட்கிறீர்களா?"

"ஆதாம் 'ஆம்' என்பதுபோல் தலையாட்டினான். அவள் கவிதையை வாசிக்கத் தொடங்கினாள்"

"Voire ou que je vive ––"

ஆனால் அவள் குரல் திக்கியது, செருமினாள், பின்னர் வாசிப்பைத் தொடர்ந்தாள்

"Voire ou que je vive sans vie
Comme les images, par coeur
Mort!" [5]

அவள் இடப்பக்கம் பார்த்தாள், ஒரு சில செ. மீட்டர்கள் ஆதாமின் இடப்பக்கம் அவள் விழிகள் சென்றன.

"வியோன் எழுதியது, அவருடைய கவிதை வரிகள். வாசித் திருக்கீங்களா?"

ஆதாம் காப்பியைக் குடித்தான்; இல்லை என்பதுபோல கையை அசைத்தான். கேட்டுக்கொண்டிருந்த மற்றவர்களைப் பார்த்தான், சிறிது எள்ளலும் சிறிது சங்கடமும் சேர்ந்திருக்கும் தோற்றம். நாள் முழுக்கத் தன்னை ஏன் பைஜாமாவுடன் உட்காரவைத்திருக்கிறார்கள் எனக் கூறிக்கொண்டான். ஒருவேளை அவன் காப்பகத்தைவிட்டு ஓடிவிடக் கூடாது என்பதற்காக இருக்கலாமா? தீர்க்க ரேகை கோடுகளைக்கொண்ட பைஜாமாவைப் போட்டிருப்பதும் ஒருவேளை காரணமாக இருக்குமோ? எனத் தன்னைத்தானே கேட்டுக்கொண்டான். காப்பகத்தின் சீருடையாகவோ அல்லது நோயாளிகளுக்கான சீருடை யாகவோ இருக்கக்கூடும். தொடைமீதிருந்தக் காப்பியை எடுத்துக் குடித்து முடித்தான். கரையாத சர்க்கரை, குவளை கோப்பை அடியில் கரையாமல் இருந்தது. கரண்டியால் அதனைச் சுரண்டி எடுத்து நக்கினான். கூடுதலாகச் சில கோப்பை காப்பி – பத்துப் பன்னிரண்டு கோப்பைகளுக்குக் குறையாமல் குடிக்க வேண்டுமென்ற ஆசை அவனுக்கிருந்தது. அவனுக்குப் பேசவும் ஆசை, ஒருவேளை தேன் நிறத் தலைமயிர் கொண்ட இளம்பெண்ணிடம் இருக்கலாம். அவளிடம், என்னுடனே இருங்கள், வீட்டில் இருங்கள், என்னுடனேயே இருங்கள், இருவருமாகச் சேர்ந்து நேரம் காலமின்றி பகலில் – இரவில் காப்பி போடலாம், பின்னர் சேர்ந்து குடிக்கலாம்; நம் வீட்டைச் சுற்றிப் பிரம்மாண்டமான தோட்டமொன்று இருக்கும், மேலே விமானங்கள் பறந்துகொண்டிருக்க இரவு முழுக்க, விடியும்வரை அத்தோட்டத்தில் காலாற நடக்கலாம் என்றெல்லாம் கூற வேண்டும்போல அவனுக்கிருந்தது.

கறுப்புக் கண்ணாடியுடனிருந்த ஆசாமி கண்ணாடியைக் கழற்றி விட்டு அவனைப் பார்த்தான்.

"நான் புரிந்துகொண்டதை வைத்துப் பார்க்கிறபோது, உங்கள் சிநேகிதரின் இறை நம்பிக்கையை ஒருவகையான அனைத்து இறைக் கொள்கை (Pantheism) அல்லது மறை அனுபவம் (mysticism) எனக் கருதலாம் போலிருக்கிறது. அறிவின் துணைகொண்டு கடவுளைக் காணல்? ஐயமற்ற பாதை?"

ஜூலியென் இணைந்துகொண்டாள்:

"உங்களுக்கு அதனால் ஆவதென்ன?" அதாவது இந்த மறை அனுபவக் கதைகளால் உங்களுக்கு ஆகப்போவதென்ன? என்ன சொல்ல வருகிறீர்கள்? எந்த அளவிற்கு உங்களுக்கு அதில் ஈர்ப்பிருக்கிறது?

ஆதாம் தடாலடியாக உடலைப் பின்பக்கம் கொண்டு சென்றான்.

"நீங்கள் புரிந்துகொள்ளவில்லை, உங்களுக்கு எதுவும் விளங்க வில்லை. கடவுள் மீதெல்லாம் நீங்கள் நினைப்பதுபோல ஆர்வமெல்லாம் எனக்குமில்லை என் நண்பன் 'சிம்'க்கும் இல்லை, என்பதை நீங்கள் புரிந்துகொள்ள வேண்டும். கடவுளை அதாவது அவர் படைப்புக் கடவுள் என்பதால் எனக்கு அதை எப்படிச் சொல்வதெனத் தெரிய வில்லை, அதாவது அவருடைய படைப்புத் தொழிலுக்காக, நான் கடவுளிடம் ஆர்வம் காட்டுவதில்லை. பூட்டைத் திறக்கும் சாவிபோல, சில முடிவுகளுக்கு அல்லது முழுமைக்கு அவரிடம் பதிலுண்டு. அடக் கடவுளே, உங்களுக்கு எப்படிச் சொன்னாலும் புரியப்போவ தில்லை! எனக்கதில் ஆர்வமில்லை. என்னைப் படைக்க வேண்டிய தேவைகளெல்லாம் இல்லை, நம்முடைய இந்த உரையாடலைப் போல. இதேபோல உரையாடல் அமையுமானால், எனக்கு அதில் ஆர்வமில்லை. வெற்றிடத்தை நிரப்ப உதவுகிறதென்று வேண்டுமானால் இதனைத் தொடரலாம். பயங்கரமானதும், சகிக்க முடியாததுமான வெற்றிடம்: உயிர் வாழ்க்கையின் இரு நிலைமைகளுக்கிடையில், இரு படிநிலைகளுக்கிடையில், இரு காலங்களுக்கிடையில்... புரிந்து கொண்டீர்களா?"

"உண்மை அதுவெனில், அதனால் என்ன – அதாவது மறை அனுபவத்தால் உங்களுக்கு என்ன உபயோகம்?" – கண்ணாடி போட்டிருந்த மாணவன் கேட்டான்.

"இல்லை, எதுவுமில்லை. உறுதிபடக்கூறலாம் பயனே இல்லை. நீங்கள் பேச உபயோகிக்கும் சொற்கள் எனக்குப் புரியாதது எப்படியோ அப்படியென வைத்துக்கொள்ளலாம். என்ன உபயோகத்தை அது தர வேண்டுமென நீங்கள் நினைக்கிறீர்கள்? அதை என்னாலே எப்படிச் சொல்ல முடியும்? உங்களைப் போல நானில்லை என்பதை விளக்கிக் கொண்டிருப்பதைப் போல என்று வைத்துக்கொள்ளுங்கள். உதாரணத்திற்கு, ரூயிஸ் புரோவக் (Ruisbroek)ஐ எடுத்துக்கொள்ளுங்கள், நீர், நெருப்பு, நிலம், ஆகாயம் போன்ற பொருள்சார் தனிமங்களின் தனித்தன்மைகளை அறியமுற்பட்டு அவர் என்ன பலன் கண்டார்? அது கவிதையாக இருந்திருந்தால் பயன்பட்டிருக்கும், ஆனால் அவ்வாறில்லையென்பது வெளிப்படை. மறை அனுபவம் ஒருவிதப் படிநிலையை – ஆனால் உளவியல் அல்ல, உளவியல் அல்ல, என்ன? – நம்மால் விளக்கவியலாத படி நிலையை அடைவதற்கு அவருக்குப் பயன்பட்டது, அப் படிநிலை எங்கென்பது முக்கியமல்ல, எங்கு வேண்டுமானாலும் அமையட்டும். இதில் கவனத்தில் கொள்ள வேண்டியது வாழ்க்கையின் முக்கியமான கட்டத்தில், அனைத்தையும் விளங்கிக்கொண்டோம் என அவர் நம்பியது. கடவுளென்று அவர்

எப்போதும் அழைத்த ஒன்றிடம் பந்தம் ஏற்படுத்திக்கொண்டு, அக்கடவுளும் நிலையானவர்; எல்லாம் அறிந்தவர், எல்லாம் வல்லவர், எங்கும் நிறைந்தவர் எனப் பொருள்கொள்ளப்பட்டிருப்பதால், 'ரூயிஸ் புரோவக்'கும் அத்தகுதிகளுக்கு உரியவராகிறார். குறைந்தபட்சம் அவர் மறை அனுபவத் தாக்குதலுக்கு உள்ளாகிறபோது. ஏன் அநேகமாக அவர் தமது படிநிலையை அடையும் தருணத்தில், முழுமையான வெளிப்பாட்டின் போது, நிரந்தரமாகவும் கடவுள் குணங்களைப் பெற்றவர் ஆகிறார். அதுதான் அங்கே முக்கியம். அறிதல் முக்கியமல்ல, அறிந்திருக்கிறோம் என்பதை அறிதல் முக்கியம். அக்கட்டத்தில் பண்பாடு, ஞானம், மொழி, எழுத்து ஆகியவை பயனற்றுப் போகின்றன. ஒருவகையில், அதொரு சௌகரியமான படிநிலை, அதற்கு முடிவும் ஒருபோதுமில்லை. அப்படிநிலையில், உண்மையான மறை அனுபவங்கள் கிடைத்திருக்க வாய்ப்பே இல்லை. புரியுதுங்களா – ஒரு வாதப் பிரதிவாதத்தின் அடிப்படையில் இவ்வனுபவத்தை அணுகினால் – ஆனால் உறவுகள் வேறுவிதமானவை என்பதை மறுக்க முடியாது – அது 'ஒருவர், ஒருவராக இருத்தல்', எளிமையாகச் சொல்வதெனில் அதுவுமொரு படிநிலை. அறிவின் துணைகொண்டு இறுதியாக எட்ட முடிகிற ஒரே அனுபவம். வேறு எவ்வித முயற்சிகளை மேற்கொண்டாலும் அறிவுக்குக் கிடைப்பது முட்டுச் சந்துதான். அதன்பின்னர் அறிவு தனது நிகழ்கால இருப்பைத் தொலைத்து, இறந்தகால வடிவம் பெறுகிறது. அவ்வேளையில், திடீரென்று அது மிகைப்படுத்தப்படுகிறது, பிரம்மாண்டத்தை எட்டுகிறது, எதிர்க்க ஆளில்லை என்ற நிலைப்பாடு, அதனைத் தவிர்த்து மற்றவையெல்லாம் அற்பம் என்பதுபோல. ஒருவர், ஒருவராக இருத்தல் – ஆம் அதுதான். உளதாக இருத்தல் . . ."

மத்மஸல் ஆர். தலையை லேசாக ஆட்டினாள். முரண்பட்ட சிந்தனைகளுக்கு இரையானதைப் போல அவள் கீழுதடு நடுங்கியது.

"சொல்வதெல்லாம் அறிவுபூர்வமானவைதான்", கண்ணாடி அணிந்திருந்த ஆசாமி கூறினான், தொடர்ந்து," இதுதானா வேறு சொல்ல வேண்டியவை இருக்கின்றனவா?" – எனக்கேட்டான்.

"இவற்றுக்கெல்லாம் எந்தப் பொருளுமில்லை, வெற்றுக் கூச்சல்", – வேறொரு மாணவன் குறுக்கிட்டான். கண்ணாடிப் போட்டிருந்தவன் தொடர்ந்தான்.

"எனக்கு எப்படி அதைச் சொல்வதென்று தெரியவில்லை. இது போன்ற நியாயங்களைப் பேசுகிறபோது இடையில் அதை நிறுத்த முடியாதென்பதை நீங்கள் யோசித்துப் பார்த்தீர்களாவென்று எனக்குத் தெரியாது. அது முப்பட்டைக் கண்ணாடியின் பிரதிபலிப்பிற்குச் சமம். ஏனென்றால் உதாரணத்திற்கு என்னால், ஒருவரொருவராக இருத்தலொருவரொருவாக இருத்தலொருவராக இருத்தல் . . . என்று சொல்லிக்கொண்டு இருக்க முடியும், எல்லாம் ஒரு ஆரவாரப்பேச்சு. இதுபோன்ற விளையாட்டைப் பன்னிரண்டு வயதில் வேடிக்கையாகச் செய்வோம். ஒருவகையான முக்கூற்று முடிவு *(Syllogism)*. அதில்தான், அட்லாண்டிக் கடலைக் கடக்க ஒரு கப்பலுக்கு ஆறு நாட்கள் பிடித்தால், ஆறு படகுகளுக்குத் தேவை ஒரு நாள் எனக் கணக்கிடுவார்கள்."

"எனக்குத் தெரி . . ."

"ஏனெனில், இருப்புநிலைக் கோட்பாடு அங்கே ஓர் தனிக்கூறாகக் கொள்ளப்படுகிறது. ஒரு தனிக்கூறு என்பது இருத்தலை நினைவுகூரல். எங்கே அந்த இருத்தல் நினைவு, அதற்குக் கொடுக்கப்படும் விளக்கங்களுக்குரிய சொற்களுடன் ஒன்றிணைய வாய்ப்பில்லையோ அங்கே அது முடிவின்றி எண்ணிக்கையில் பெருகுகிறது, அதாவது கற்பனைக்குரிய எல்லாவற்றையும் போல. அங்கே அது நிறுத்தப்படுவதற்கு வாய்ப்பில்லைதான் . . . சரியா?"

"அது உண்மையில்லை. அது உண்மையில்லை. நீங்கள் எல்லாவற்றையும் குழப்பிக்கொள்கிறீர்கள். நீங்கள் இருப்புநிலையை உண்மையான அனுபவம்போலவும், இருப்புநிலையை கோஜிட்டோ *(cogito)*[6] போலவும், இருப்பு நிலையைச் சிந்தனையின் புறப்பாடு, வந்து சேரும் முனைபோலவும் எண்ணிக்கொண்டு நீங்கள் குழம்புகிறீர்கள். உளவியல் கோட்பாடுகள் பற்றி நான் பேசுவதாக நினைத்துக்கொண்டிருக்கிறீகள். உங்களிடத்தில் எனக்குப் பிடிக்காதது அது. நீங்கள் எப்போதும் எங்குப் பார்த்தாலும் உங்களுடைய சாத்தான் ஆய்வு முறைகளையும், உளவியல் சங்கதிகளையும் பரிசோதித்துப் பார்ப்பதென்று கங்கணம் கட்டிக்கொண்டுத் திரிகிறீர்கள். முதலும் கடைசியுமாக ஒருவித உளவியல் மதிப்பீடுகளை எல்லா இடங்களிலும் கடைபிடிக்கிறீர்கள். ஆய்வுக்கு உபயோகமானவைதான், ஆனால் ஒன்றை நீங்கள் கவனிக்கத் தவறிவிடுகிறீர்கள். உங்களைச் சிந்திக்கவைக்க நான் எடுக்கும் முயற்சிகளை, நீங்கள் உணர்வதில்லை, அது பரந்த அளவுடையது. அது உளவியலுக்கெல்லாம் அப்பாற்பட்டது. ஓர் இமாலய அமைப்பு முறைக்கு உங்களை அழைத்துச்செல்ல வேண்டுமென்று எனக்கு ஆசை. அச்சிந்தனையை ஓர் உலகளாவியச் சிந்தனை எனலாம். பரிசுத்தமான ஒருவித ஆன்மிகப் படிநிலை என வைத்துக்கொள்ளுங்கள். அந்த அமைப்பு முறையை நியாயங்களின் உச்சம், நுண்பொருள்களின் உச்சம், உளவியலின் உச்சம், தத்துவத்தின் உச்சம், கணக்கியலின் உச்சம் . . . இப்படி எல்லாவற்றின் உச்சமென்றும் கூறலாம், அங்குதான் அழைத்துச் செல்ல நினைக்கிறேன். சரியாகச் சொன்னால் அதுதான். எது எல்லாவற்றிற்கும் உச்சம்? இருப்பின் இருப்பு."

இளம்பெண்ணைப் பார்த்துத் தற்போது பேசினான்:

"சற்றுமுன்பு பரவச மனநிலையைப் பற்றிப் பேசியதால், அதனை உளவியலோடு, ஒன்றிணைத்துப் பார்க்கிறீர்கள். மனநலக் காப்பகத்தில் வைத்துக் குணப்படுத்த வேண்டியது, மனச்சிதைவு . . . என்றெல்லாம் உங்கள் கற்பனை நீளுகிறது. ஏதாவது நினைத்துக்கொள்ளுங்கள், கவலையில்லை. அதை உங்களிடம் விளக்கிக்கூற முயன்றுவிட்டு முடித்துக் கொள்கிறேன். கூறி முடித்த பிறகு பார்மெனைடு பற்றி நான் என்ன நினைக்கிறேன் என்கிற கேள்விகள் வேண்டாம், ஏனென்றால் அதைப் பற்றியெல்லாம் இனிப் பேசப்போவதில்லை . . ."

ஆதாம் தனது நாற்காலியைப் பின்னால் தள்ளினான்; சுவரில் சாய்ந்துகொண்டான். சுவர் வலிமைகொண்டதாகவும், குளிர்ச்சியுடனும்,

வெள்ளை ஓடுகளால் மூடப்பட்டுமிருந்தது. கோழித்தூக்கத்திற்கும், சண்டைபிடிப்பதற்கும் வெகு எளிதாக அச்சுவரை ஒப்பிட முடியும். மேலும் அது, முதுகின் வழியாக வருகிற ஆதாமின் குரல் அதிர்வைத் திரும்ப அனுப்பி அறையெங்கும் எதிரொலிக்கச் செய்கிறது, அதன் மூலம் அவன் உரத்துப் பேசுவதைத் தவிர்த்து, களைப்படையாமலும் பார்த்துக்கொள்கிறது.

ஆதாம் விவரித்தான், வார்த்தைகள் தெளிவில்லாமல் இருந்தன.

“ஒன்றிரண்டு ஆண்டுகளுக்கு முன்பு நடந்த விஷயத்தை உங்களிடம் சொல்கிறேன். அவற்றுக்கும் கடவுளுக்கும், சுய – பகுப்பாய்வு அல்லது அதுபோல வேறொன்றிற்கும் எவ்விதப் பந்தமுமில்லை. வழக்கமான உளவியல் அடிப்படையில் அதனைப் பகுப்பாய்வு செய்வதில் உங்களுக்கு மகிழ்ச்சி கிடைக்குமெனில் தாராளமாகச் செய்யலாம். அதில் எவ்விதப் பயனுமில்லை என்பதென் கருத்து. தவிர அதற்காகத்தான் கடவுளோடோ, நுண்பொருள் இயலோடோ அல்லது அதுபோன்றவற்றோடோ எவ்விதச் சம்பந்தமும் கொண்டிராத விஷயத்தை வேண்டுமென்றே தேர்வு செய்தேன்.”

அவன் நிறுத்தினான், ஜூலியெனைப் பார்த்தான். அவள் முகத்தில் மூக்குத் துவாரங்களின் கீழும், கண்களைச் சுற்றிலும் சிக்கலானதொரு கோபத்தால் தூண்டப்பட்டதுபோல மிக மெல்லிய அசைவுகளை அவதானித்தான். அம்மாற்றத்தை அங்கிருந்த பிறர் எவரும் கவனிக்க முடியாத நிலையிலும், மிகமோசமாக அவமானப்பட்டதைப் போல உணர்ந்தான். தாங்கிக்கொண்டிருந்த சுவரிலிருந்து விலகி முன்பக்கமாக வளைந்து, எதிரியைப் பார்ப்பதுபோல அவளைப் பார்த்தான். அவன் இருப்பு முழுமைக்கும் அங்குள்ளவர்களில் இளம்பெண்மட்டுமே புரிந்துகொள்ளக்கூடியவள் என்ற தெளிவிருந்ததால் மிக அமைதியாக அவளிடம் கூறினான்.

“என்ன ?”

7 நொடிகள் இடைவெளிவிட்டுப் பிறகு திரும்ப அவளிடம்,

“என்ன . . . என்ன ?” என்றான்.

“தொடருங்கள் . . .” – அவள்.

ஆதாம் கண்கள் சிவந்துவிட்டன. எழுந்திருக்க முடிவு செய்தவன் போல நாற்காலியின் கீழ் கால்களை மடித்தான். கண நேர தயவில் அது நடந்து முடிய வேண்டும் என்றிருந்ததைப் போல, முன்பின் தெரியாத இளம்பெண்ணின் மஞ்சள்பழுப்பு நிற வளையமிட்ட பார்வைக்கும், மனத்தின் சிறிது தயக்கத்திற்குப் பிறகு தொண்டையின் கட்டுப்பாட்டிலிருந்து விடுவித்துக்கொண்ட ‘தொடருங்கள்’ என்ற வார்த்தைக்கும் இடையில் அமைதி உடன்படிக்கை கையொப்பம் இடப்பட்டது. தனது தரப்பில் அவள் சிகரெட்டை, கறுப்புக் காலனி முனையால் அணைத்தாள். அங்கு நிலவிய சூழல் பொருளிலும் வடிவிலும் அதிசயத்தக்க வகையில் ஆண்பெண் இருவரின் தோற்றத்தைக்

கொண்டிருந்ததோடு, திடீரென்று எடுக்க நேர்ந்த புகைப்படப் படச் சுருளில் தற்செயலாக அருகருகே இருக்க நேர்ந்ததை அவ்விருவரும் உணர்ந்திருப்பது போலவும் இருந்தது.

“எதற்காகச் சிரமப்படறீங்க, உங்களுக்கு இதுபோலத் துண்டு துண்டா சொல்லிக்கொண்டு போவதில் விருப்பமில்லையா?”

அவள் பதில் பேசவில்லை, ஆனால் தலையைக் குனிந்து கொண்டாள்; முதல் தடவையைக்காட்டிலும் குறைத்து எனக் கூற வேண்டும், இருந்தும் ‘S’ன் முன்பகுதி தனியாகத் தெரிந்தது. மாறாக அவளுடைய அந்த அசைவு அணிந்திருந்த சட்டை, மார்பில் சற்றுக் கீழிறங்கப் போதுமானதாக இருந்தது, ஆதாம் கவனித்தான், அவள் மார்புகள் தொடங்கும் இடத்திற்கும் இரண்டு வெள்ளிச்சரிகை இழைகளுக்குமிடையில், ஒரு சங்கிலியின் இரு பக்கங்கள் தெரிந்தன. சங்கிலி இன்னும் சற்றுக்கீழே சென்று மார்புக் கச்சையின் அடியில், முத்துச்சிப்பியில் செய்த சிலுவையுடனோ அல்லது பதக்கமொன்றில் கடல் நீர் நீலத்தின் பின்புலங்கொண்ட ஒரு கன்னி மரியுடனோ முடிந்திருக்கும். கடவுளின் திருவுருவம் போன்ற புனிதமான ஒன்றைப் பெண் உடலின் உயிரியல் சார்ந்த, மிகவும் புடைத்த பகுதியின்கீழ் மறைத்து வைக்கும் எண்ணங்கூட ஒருவகையில் வேடிக்கையானது தான். சிறுபிள்ளைத்தனமும், மனத்தை நெகிழவைக்கும் தன்மையும், கர்வமும் அச்செயலில் வெளிப்பட்டிருந்தது. ஆதாம் மற்றவர்களைப் பார்த்தான், கறுப்புக் கண்ணாடியிலிருந்த மாணவன் தனது கையேட்டில் குறிப்பெடுத்துக்கொண்டிருந்தான், மார்ட்டீன் தலைமை மருத்துவருடன் உரையாடிக்கொண்டிருந்தாள், மற்றபடி எல்லோரிடமும் களைப்பின் அறிகுறிகள் தெரிந்தன. அலுப்பு தற்போது சங்கடமாக மாறியிருந்தது. விநோதமான, கொடுங்கனவுக்குரிய வடிவங்களை எடுத்திருந்த அலுப்பு திரும்பத் திரும்ப முடிவின்றி ஒரேவிதமான சமிக்ஞைகளையும் ஒரே விதமான சத்தங்களையும் ஒரேவிதமான வாசத்தையும் எழுப்புவது போல நடந்துகொண்டது.

அநேகமாக இச்செயல் அதிகம்போனால் இன்னும் கால் மணி நேரம் நீடிக்குமென ஆதாமின் உள்ளுணர்வு கூறியது. மிச்சமிருக்கிற நேரத்தை முடிந்தவரை நன்கு பயன்படுத்திக்கொள்வதென்கிற முடிவுக்கு வந்தான்.

“இல்லை, உங்களுக்கு ஒன்று சொல்கிறேன், அதற்கு அவசியமில்லை. நீங்கள் விரும்பாததற்கு, துண்டு துண்டாகச் சொல்லிக்கொண்டு போகிறேன் என்பது மாத்திரம் காரணமல்ல, ஒருவகையில் உண்மை, எதார்த்தங்கூட அதற்குப் பொறுப்பாக முடியாது”

“ஏன்?” – ஜூலியென்.

“ஏனென்றால் அதற்கு இலக்கியத்தைத்தான் போகிறபோக்கில் குற்றம் சொல்ல வேண்டும். ஏறக்குறைய நாம் எல்லோரும் இலக்கியம் செய்கிறோம், ஆனால் தற்போது நிலைமை சரியில்லை. உண்மையில் நான் வெகுவாக ——தால் அலுத்திருக்கிறேன். கொடுமை என்னவெனில் நாம் அதிகம் வாசிக்கிறோம். அனைவருமே எவ்விதக் குறையுமின்றி

முழுமையான வடிவை முன்னிறுத்த விரும்புகிறோம். அருவமான கருத்துகளை, சமீபத்திய அருவருப்புகளை, சிறிது காலத்திற்கேற்ற புதுப்பாணியில், முடியுமென்றால் ஆபாசமாக எழுதுகிறோம். கடைசியில் குறிப்பாக --- குறிப்பாகச் சொல்ல வேண்டிய பொருளுடன் எவ்விதப் பந்தமுமின்றி எடுத்துரைக்க வேண்டியது, அவசியமென்று எப்போதும் நாம் நினைத்துக்கொண்டிருக்கிறோம். கடவுளே, இவை எல்லாமே ஏமாற்றுவேலை! செயற்கையான கவிதைகள், நினைவுகள், குழந்தை யுள்ளம், உளப்பகுப்பாய்வு, வளமான காலங்கள், கிறிஸ்துவின் வரலாறு ... இங்கே எல்லாமே துர்நாற்றம் வீசுபவை! மட்டமான புதினங்கள் எழுதுகிறார்கள் அவற்றில் மைதுனம், சுய இன்ப விஷயங்கள், குதம், வாய்வழிப் புணர்ச்சிகள், நிர்வாணத்தைப் போற்றிய வோதுவா *(Vaudois)* கிறித்துவ இயக்கம், மெலனீசியா மக்களின் பாலுறவு நடத்தைகள் என்று இருக்கின்றன, இல்லையெனில் ஓசியான் *(Ossian)*, செயிண்ட் – அமான் *(Saint – Amant)*, பிரான்செஸ்கோ தா மிலானோ *(Francesco da Milano)* ஆகியோரின் கவிதைகள் இருக்கின்றன. அவ்வரிசை யில் டொமெனிக்கொ வெனெசியானோ *(Domenico Veneziani)*வின் 'இளம்பெண் ஓவியம்', சேக்ஸ்பியர், வில்ப்ரிட் ஓவென், ஜோவா டி டேஸ், லியோவில் லோம், தீவிரவாதம், ஃபசில் அலி க்ளினாசி ... நொவாலிஸ் மறை அனுபவம் ... யூப்பாங்க்கி பாச்சாகுட்டாக் *(Yupanqui Pachacutec)* பாடல்:

> வயற்காடு அல்லிபோல பிறந்தேன்
> வளர்ந்ததிலும் அல்லிதான் – பின்னர்
> காலங்கள் கரைந்தன
> முதுமை வந்தது
> தேகமும் மெலிந்தது
> இறந்தேன்.

என்றெல்லாம் உண்டு. அடுத்து கிப்பிகாமிக்கோஸ் *(Quipucamayocs)*. விராக்கோச்சா *(Viracocha)*. கப்பகோச்சா சகுவா *(Capacocha Guagia)* ஹடன்ரி க்ரியோக் *(Hatunricriyoc)*. இன்டிப் – ஏக்லா *(Intip – Aclla)*, மெனெட்டாவின் *(Menephtah)* வாக்குறுதிகள், ஜெத்ரோ *(Jethro)*, தாவீதின் கினா *(kinah)* இசைக்கருவி, செனெக் *(Seneque le Tragique)*, "மிகப்பெரிய சப்தத்துடன் முன்னேற்பாட்டில் இறங்க வேண்டும், குழந்தைகளே நேற்று என்னுடையது[7], தொடர்ந்து மார்க்கோவிச் சிகரெட்டுகள், வெட்டிவேர் கோப்பை, இயக்குனர் வஜ்டா *(Wajda)*, சின்ஸானோ ஆஷ்ட்ரேக்கள், மைபேனா, என்னுடைய மைபேனா பீக் பிராண்டு, எண் 576 – திரும்பத் தயாரிக்க ஒப்புதல் சான்றிதழ் எண் 26/8/58 J.O. இப்படி எதையாவது புத்தகம் போடலாம். என்ன? இது நியாயமா? இதுக்கெல்லாம் பொருளிருக்கா சொல்லுங்க? இது நியாயமா?"

ஆதாமின் கை ஒட்டக் கத்தரித்திருந்த தனது தலையைத் தடவியது. அதைச் செய்தபோது தன்னை அமெரிக்கனாக அவன் நினைத்தான்.

"உங்களுக்கு என்ன தெரியும்?, உங்களுக்கு என்ன தெரியும்? நம்ம நேரத்தையெல்லாம் குப்பை திரைப்படங்களைத் தயாரிப்பதில்

செலவிடுகிறோம். குப்பைத் திரைப்படங்கள்! ஆம். மேடை நாடகங்கள், உளவியல் நாவல்கள் என்று இன்று சொல்லப்படுபவை எல்லாமே குப்பைகள்தான். எளிமையான விஷயங்களைத் தொடுவதே இல்லை. நம் மனத்தில் அத்தனை அழுக்கு, குடிகாரர்கள், பழந்துணிகள். இன்றுள்ள எழுத்தாளர்களெல்லாம் முப்பதுகளில் வாழ்ந்ததொரு எழுத்தாளன் வழிவந்தவர்கள், விலைமதிப்பற்றவர்கள், அழகானவர்கள், மாசற்றவர்கள், பண்பாடுகளில் – குப்பைப் பண்பாடுகளில் – தோய்ந்த வர்கள் என்றெல்லாம் நீங்கள் நினைக்கக்கூடும். எனது முதுகில் அது மழையில் நனைந்த மேலங்கிபோல இருக்கிறது, உடம்பெங்கும் ஒட்டிக்கொள்கிறது."

"ம் . . . அந்த வகையில் எதை நீங்க எளிமையாப் பார்க்கறீங்க?" – சங்கடத்துடன் குறுக்கிட்டான், கண்ணாடி இளைஞன்.

"எப்படி, எது எளிமைன்னா கேக்கறீங்க? ஏன் அது உங்களுக்குத் தெரியாதா? உங்களுக்குக் கொஞ்சங்கூட அதுபற்றிய சந்தேகங்கள் இல்லையா?" – ஆதாம் தனது சட்டைப் பைக்கு கையைக் கொண்டு போவதுபோல இருந்தது, சிகரெட் பாக்கெட்டை எடுப்பதற்காக இருக்க வேண்டும், எரிச்சலுற்றவன்போல கையை அங்கிருந்து எடுத்தான்.

"உங்க கண்ணுக்கு எதுவும் படலையா?" இந்த வாழ்க்கையை, உங்களைச் சுற்றி நடக்கிற இந்த தேவடியா வாழ்க்கையைக் கண்ணைத் திறந்து பார்ப்பதில்லையா? இங்கேயும் மனிதர்கள் வாழ்கிறார்கள், சாப்பிடுகிறார்கள் என்பதெல்லாம் தெரியுமா இல்லையா? அவர்களுக்குச் சந்தோஷம் உண்டா? "பூமி ஆரஞ்சு போல நீல நிறம் கொண்டது" என எழுதியவரைப் பற்றி ஏதேனும் உங்களுக்குத் தெரியுமா? அவரைப் பற்றி என்ன நினைக்கிறீர்கள்? பித்தனென்றா இல்லை முட்டா ளென்றா? – இல்லவே இல்லை. நீங்கள் அவரை மிகபெரிய அறிஞர் என்கிறீர்கள். எதார்த்தத்தை ஒன்றிரண்டு சொற்களால் இடம் மாற்றிப் போட்டார். நீங்கள் சொல்லிப்பார்க்கிறீர்கள்: பூமி, நீலம், ஆரஞ்சு. அடடா எவ்வளவு அழகு? எதார்த்தத்திலிருந்து விலகி இருக்கிறது, சிறுபிள்ளைத்தனமானது, முதிர்ச்சியே இல்லை, அல்லது எப்படி வேண்டுமானாலும் எடுத்துக்கொள்ளுங்கள். ஆனால் எனக்கு ஒழுங்கு முறைகள் அவசியம், இல்லையெனில் எனக்குச் சித்தம் கலங்குது. அவ்வாறில்லையா பூமி நீல நிறமாக இருக்கட்டும், ஆரஞ்சுகள் ஆரஞ்சு நிறத்தில் இருக்கட்டும். இனி மனம்போன போக்கில் நான் நடந்து கொள்ள முடியாது, அதற்கான நேரம் வந்திருக்கிறது. எதார்த்தத்தை விளங்கிக் கொள்வதில் எனக்குள்ள சங்கடத்தை நீங்கள் புரிந்துகொள்ள வேண்டும். எனக்கு நகைச்சுவை உணர்வு இல்லை என்கிறீர்களா? உங்களைப் பொறுத்தவரை இவற்றையெல்லாம் புரிந்துகொள்ள நகைச்சுவை வேண்டும்? என்ன சொல்கிறேன் தெரியுதுங்களா? என்னிடத்தில் கொஞ்சம் நகைச்சுவை குறைவு அதனால், உங்களைக் காட்டிலும் வெகுதூரம் போயிருக்கிறேன். குட்டிச்சுவராகித் திரும்ப வந்திருக்கிறேன். என்னுடைய நகைச்சுவை உணர்வு வார்த்தைகளுக்கு அப்பாற்பட்டது. அது ஒளிந்திருக்கிறது, அதை வெளிப்படுத்த என்னிடம் வார்த்தைகள் இல்லை. அப்படி வார்த்தைகளை இடமுடிந்தால்

உங்களுடையதைக் காட்டிலும் அது பிரம்மாண்டமானதாக இருக்கும். உண்மையில் அதற்கு பரிமாணங்களில்லை. என்னிடத்தில் எல்லாமே அப்படித்தான். பூமி ஆரஞ்சுபோல நீல நிறமானது, ஆனால் ஆகாயம் கடிகாரம்போல நிர்வாணமானது, தண்ணீர் ஆலங்கட்டி மழைபோல சிவப்பு நிறமானது. இன்னும் நன்றாகக்கூட என்னால் சொல்ல முடியும்: ஆகாய வண்டு பூக்காம்பிலைகளில் வெள்ளமெனப் பாய்கிறது. உறங்க விருப்பம். சிகரெட்டுகள், சுருட்டு ஆத்மாவைச் சீரழிக்கின்றன. 11ஆவது. 887. *A.B.C.D.E.F.G.H.I.J.K.L.M.N.O.P.Q.R.S. T.U.V.W.W.X.Y.Z. & Co."*

"பொறுங்க, கொஞ்சம் பொறுங்க, நான்––" இளம்பெண் ஏதோ சொல்ல முற்பட்டாள். ஆதாம் தொடர்ந்தான்.

"முட்டாள்தனமான இவ்விளையாட்டை நான் நிறுத்த விரும்பு கிறேன். என் மனத்திலுள்ள விருப்பம் எதுவென்று உங்களுக்குத் தெரியாது. நான் நொறுங்கி இருக்கிறேன், கூடிய சீக்கிரம் முழுவதுமாக நொறுங்கிப்போவேன்." – என்றான்; அவன் குரல் முன்புபோல் சோர்ந்து ஒலிக்கவில்லை, அத்துடன் மூன்றாம் பேர்வழியின் குரல்போல இருந்தது.

"இங்கே என்ன நடக்கிறதென்று உங்களுக்குத் தெரியுமா?" – அவன் வினவினான், தொடர்ந்து: "அதை உங்களுக்குச் சொல்கிறேன், தெரிந்துகொள்ளுங்கள். இங்குள்ள மக்களுக்கும் இதுபோல பல்வேறு இடங்களில் உயிர்வாழ்ந்துகொண்டிருக்கிற மக்களுக்கும் சில பிரச்சினைகள் நடந்துகொண்டிருக்கின்றன. சிலர் மாரடைப்பில், மாலைவேளைகளில், அமைதியாக அவர்களுடைய இல்லங்களில் இறந்துகொண்டிருக்கின்றனர். சிலர் கவலையில் வாடவும் நேர்கிறது, ஏனெனில் அவர்களுடைய மனைவிகள் அவர்களை விட்டுப் பிரிந்திருக்கக்கூடும், ஏனெனில் அவர்களுடைய நாய் இறந்திருக்கலாம், ஏனெனில் அவர்களுடைய பிள்ளைகள் எதையாவது விழுங்கி அது தொண்டையில் சிக்கிக்கொண் டிருக்கலாம். –சொல்லுங்கள்! இவற்றில் நாம் செய்வதற்கு என்ன இருக்கிறது?"

"ஆக உங்கள் நடத்தைகளுக்கெல்லாம் இதுதான் காரணமா?" – இளம்பெண்.

"எல்லாம் என்றால்?" – ஆதாம் கத்தினான்.

"அதாவது, உங்கள் இந்த நடத்தைகளுக்கு ––நாங்கள் அறிய வந்த உங்களுடைய மொத்த நடவடிக்கைகள் எல்––––––––––"

"அவசரப்படாதீங்க!" – பதில் வேகமாகப் பதற்றத்துடன் வந்தது, அதை விளக்கிச்சொல்ல நாணப்பட்டவன்போல.

"போதும்! இதற்கு மேல எனக்குப் பொறுமை இல்லை! மனநோய் விவகாரத்தை இன்றைக்கு இத்துடன் முடித்துக்கொள்ளலாம். அதாவது என்ன சொல்ல விரும்புகிறேன் என்றால், இனி இவ்விஷயத்தில் புரிந்துகொள்ளவோ பேசவோ ஒன்றுமில்லை என்கிறேன். எல்லாம் முடிந்தது. நீங்கள் நீங்களாக இருங்கள். நான் நானாக இருக்கிறேன். இப்படி அடிக்கடி என் இடத்தில், உங்களை வைத்துப் பார்க்கிற கூத்தெல்லாம் வேண்டாம். பிறகு மற்றதெல்லாம் அர்த்தமற்றவை.

எனக்கு அலுத்துவிட்டது. கெஞ்சிக் கேட்கிறேன், தயவுசெய்து என்னைப் புரிந்துகொள்ளும் முயற்சிகள் கூடாது. அவமானமாக இருக்கிறது, எப்படிச் சொல்வதென்று தெரியவில்லை. நடந்து முடிந்தவற்றை இனிப் பேசவேண்டாம்."

அவன் குரலைத் தாழ்த்திக்கொண்டான், ஜூலியெனை நோக்கிக் குனிந்தான், அவளுக்கு மட்டும் கேட்டால் போதும் என்பதுபோல் பேசினான்.

"நாம் என்ன செய்யப்போகிறோமென்று கேளுங்க: நான் உங்களோடு பேசப்போகிறேன். மிகவும் மெதுவாக, உங்களிடம் மட்டும். நீங்களும் அதுபோல உங்கள் பதிலைச் சொல்ல வேண்டும். உங்களிடம், வணக்கம், நன்றாக இருக்கிறீர்களா? எனக் கேட்பேன். நீங்கள் என்ன சொல்வீர்களென்றால், நன்றி, நன்றாக இருக்கிறேன் என்பீர்கள். என்னுடைய விருப்பங்கள் இப்போது உங்களுக்குப் புரிந்திருக்கும். அடுத்து, உங்கள் பெயரென்ன, நீங்கள் அழகாக இருக்கிறீர்கள், உங்கள் ஆடையின் நிறம் எனக்குப் பிடித்திருக்கிறது அல்லது உங்கள் கண்கள் எனக்குப் பிடித்திருக்கின்றன என்பேன். நீங்கள் என்ன ராசி? விருச்சிகமா? துலாவா? எனக் கேட்பேன், அதற்கு நீங்கள், ஆம் அல்லது இல்லையென்று பதில் சொல்வீர்கள். உங்கள் தாயைப் பற்றி, கடைசியாகச் சாப்பிட்ட உங்கள் உணவு, அல்லது தியேட்டரில் நீங்கள் என்ன பார்த்தீர்கள், சிசிலித் தீவுக்கு சென்றுவந்தது, அயர்லாந்து விற்குப் போன பயணம் ஆகியவற்றைப் பற்றியெல்லாம் பேசுவீர்கள். உங்கள் விடுமுறைகளின் போது நடந்தது அல்லது உங்கள் குழந்தைப் பருவத்தில் நடந்ததென்று கதை சொல்லுவீர்கள். நீங்கள் முதன்முதலாக உதட்டுச்சாயம் உபயோகித்தது எப்போது? மலையில் ஒருமுறை வழியைத் தொலைத்துவிட்டு அலைந்ததென்று சொல்லிக்கொண் டிருப்பீர்கள். மாலையில் உலாத்துவதற்குப் பிடிக்குமா, பிடிக்காதா? முன்னிரவில் ஒருமுறை, மறைவாக ஏதோ அசைவதுபோல் கேட்ட சத்தம் அல்லது பள்ளி இறுதிவகுப்புத் தேர்வு முடிவுகளை மழையில் நனைந்தவண்ணம் பார்க்கச் சென்ற அன்று, உங்கள் மனத்தில் ஓடிய பட்டியலில் இருந்த பெயர்கள். சில நேரங்களில் மிகவும் அற்ப விஷயங்களை அவற்றை நான் கேட்க வேண்டிய அவசியமே இல்லை, இருந்தும் என்னிடம் மெதுவான குரலில் தெரிவிப்பீர்கள். புயல், வெள்ளம், இரவும் பகலும் சமமாக இருக்கும் நாள், பிரெத்தாஞ் *(Bretagne)* பிரதேசத்தின் இலையுதிர் காலம், உங்களைவிட உயரமாக வளர்ந்திருக்கும் பெரணிச்செடிகள், எப்போது உங்களுக்குப் பயம் வந்தது, எப்போது நீங்கள் உறக்கம் வராமல் தவித்து, இரவைச் சன்னல் கதவின் தடுப்புச் சட்டங்கள் ஊடாகப் பார்த்ததென ஒன்றுவிடாமல் என்னிடம் பேசுவீர்கள். மற்றவர்களுக்கு – ஆனால் மற்றவர்களுக்கு என்னுடைய கதையைத் தொடர்ந்து சொல்லிக்கொண்டிருப்பேன். இச்சிக்கலான கதை பிரச்சினைகள் அனைத்தையும் தெளிவாக்கிவிடும். அது சரி, உங்களுக்கென்ன இந்த மறை அனுபவமா வேண்டும்?

மற்றவர்கள் முன்பக்கமாகச் சாய்ந்து அவதானித்துக் கொண்டிருந் தார்கள். சிலர் (உதாரணத்திற்குச் செம்பட்டைத் தலையுடனிருந்த

மாணவன்) சிரித்துக்கொண்டிருந்தார்கள். அவர்கள் அதை நம்பவில்லை; அவர்கள் எல்லோருக்குமே இந்த வேறொரு உலகத்தின் கதை விரைவில் முடிந்தால் தேவலாம் என்றிருந்தது. அப்படி முடிந்தால், அவர்கள் வீட்டிற்குத் திரும்பலாம், இரவு உணவை முடிக்கலாம், மாலை வெளியில் போகலாம். திரை அரங்குகளில் பார்க்க இருக்கின்றன, பிறகு ஒப்பேரா இருக்கிறது, ஒருவேளை குளூக் *(Gluck)* ஒப்பேராவாக இருக்கக்கூடும்.

ஆதாம் இளம்பெண்ணிடம் சம்மதத்தைப் படித்தான். அவள் கழுத்தில் படித்தான், அவள் கழுத்தைச் சுற்றியிருந்த பிரதேசங்களில், உதட்டோரங்களில், தோள்களில், மார்பகங்களில், முதுகெலும்பில், பொன்னிற வளையங்களுடன் இருந்த காலணிகளில் குறைவான இணக்கமின்மைகளுடன் விறைப்பாக இருந்த பாதங்களில் என எங்கும் படித்தான். தன் உடலைப் பின்பக்கமாகத் தள்ளினான். சுவரில் ஊன்றிக்கொள்ள அனுமதித்தான், கால்களைப் பிரித்து நீட்டினான், தள்ளியிருந்த பெண்ணின் நிர்வாண முழங்கால்களில் உரசினான். அவனுடைய பைஜாமாவின் கறுப்பு வெள்ளைக்கோடு களைத் தனது உடலின் மென்தோலில் உணர்ந்தான். அக்கோடுகள், அமர்ந்திருந்த மாணவர் குழுவிற்கும் அவனுக்குமிடையில் கட்டமைத் திருந்த ஒரு வகையான கெட்டியானதும் துளைக்கவியலாததுமான தளம்வரை நீண்டிருந்தன. அவனுடைய கை ஜாக்கெட் பாக்கெட்டில் துழாவி சிகரெட் பாக்கெட்டை எடுத்தது. கறுப்புக் கண்ணாடி அணிந்த மாணவன் தனது விரல்முனைகளில் தீப்பெட்டியொன்றை நீட்டினான். அச்சிறிய பெட்டியின் இழுப்பறைக்குள் ஐந்து தீக்குச்சிகள் இருந்தன: மூன்று எரிந்திருந்தன, இரண்டு பாதிப்பில்லாமலிருந்தன. ஆதாம் தன்னுடைய சிகரெட்டைக் கச்சிதமாகப் பற்றவைத்தான்; ஜெயித்திருந்த அந் நடவடிக்கையின்போது, தற்காலிகமாகச் சிறியதொரு விவகாரம் நடந்து முடிந்திருந்தது, வியர்வைத் துளியொன்று, அவன் அக்குள் மடிப்பிலிருந்து புறப்பட்டு இரண்டாம் விலா எலும்பின் மட்டத்தில் சில்லென்று ஊசி குத்துவதுபோல விழுந்திருந்தது. ஆனால் அது வேகமாக நடந்து முடிந்திருந்ததால், பொறுத்துக்கொள்ள முடிந்தது, வேறு ஒருவரும் நடந்து முடிந்த இச்சம்பவத்தை ஊகித்திருக்க வாய்ப்பில்லை. ஜூலியென் ஆர், நாற்காலியில் நன்கு சாய்ந்திருந்தாள், களைப்பு நன்றாகத் தெரிந்தது. அவள் எதற்காகவோ காத்திருந்தாள் என்பது வெளிப்படை. அந்தக் காத்திருப்பு புதிய அல்லது விநோதமான ஒன்றிற்காகவே அல்ல, தவிர்க்கவியலாத சமூகம் சார்ந்த ஒன்றிற்காக, தவிர அது வாக்கியமொன்றில் வேண்டாமென்று அடித்த சொல்போல அமைதியும் சில்லிப்புத் தன்மையும் கொண்டது.

“ஒன்றிரண்டு ஆண்டுகளுக்கு முன்பு” ஆதாம் ஆரம்பித்தான், “சற்று முன்பு கூறிய என்னுடைய கதையை மறுபடி தொடங்க நினைக்கிறேன் . . .”

ஜூலியென் ஆர், தனது கையேட்டை எடுத்தாள், முக்கியமான வற்றைக் குறித்துக்கொள்ள தயார் என்பவள்போல அதைப் பிடித்திருந்தாள்.

"கடற்கரையில் ஒரு பெண்ணுடன் இருந்தேன். நான் குளிக்கச் சென்றேன். அவள் கூழாங்கற்களில் கால் நீட்டி அமர்ந்து, அறிவியல் கதைகளடங்கிய சஞ்சிகை ஒன்றை வாசித்துக்கொண்டிருந்தாள். அதில் ஒரு கதைக்கு 'Betelgeuse' என்று பெயர், அப்படித்தான் நினைக்கிறேன். நீரிலிருந்து நான் வெளியேறியபோது, அவள் இன்னமும் அதே இடத்தில் இருந்தாள். அவள் வெப்பத்தால் அவதிப்படுகிறாள் என்று தெரியும், ஏன் அப்படி நடந்துகொண்டேன் என்று தெரியாது, ஒருவேளை அவளுக்குத் தொந்தரவு கொடுக்க நினைத்திருக்கலாம், எனது ஈரமான பாதத்தை அவள் முதுகில் வைத்தேன். அவள் நீச்சல் உடையில் இருந்தாள். எனவே சட்டென்று வேகமாக எழுந்தாள். அவள் எதையோ என்னிடத்தில் கூறினாள். அது என்னவென்று எனக்கு ஞாபகமில்லை. இருந்தபோதிலும் அது முக்கியமானது ஆம் அது மிகவும் முக்கியமானது. இரண்டு நிமிடங்களுக்குப் பிறகு, அவள் என்னிடம் வந்து சொன்னாள்: "சித்தெ முன்னே என்னை நீ ஈரமாக்கியதால், உன்னிடம் ஒரு சிகரெட் எடுத்துக்கிறேன்". பக்கத்தில் எனது பேண்ட் கிடந்தது, சிகரெட் எடுப்பதற்காக, அதன் பையைத் துழாவினாள். நான் அவளுக்குப் பதிலேதும் சொல்லவில்லை. ஆனால் அந்த நிமிடத்திலிருந்து யோசிக்கலானேன். இரண்டு மணி நேரங்களுக்குப் பிறகும் அதைப் பற்றியே நினைத்திருந்தேன் என்ற ஞாபகம் இன்றைக்கும் இருக்கிறது. வீட்டிற்குத் திரும்பினேன், அகரமுதலியில் பார்த்தேன். அன்றைக்கு அவள் கூறிய ஒவ்வொரு சொல்லையும் புரிந்துகொள்ள அதில் தேடினேனென்று நான் சத்தியம் செய்ய முடியும். இருந்தும் என்னால் புரிந்துகொள்ள முடியவில்லை. எனது அன்றைய இரவு அதுபற்றிய சிந்தனையிலேயே கழிந்தது. அதிகாலை சுமார் நான்கு மணிக்கு பைத்தியம் போல ஆனேன். அப்பெண் கூறியிருந்த வாக்கியம் தலையில் இருந்தது. அவளுடைய சொற்கள் எல்லாத் திசைகளிலும் பயணம் செய்தன. எல்லாவிடங்களிலும் எழுதப்பட்டிருப்பதைக் கண்டேன்: என்னுடைய அறையின் சுவர்களில், தலைக்குமேலே உட்தளத்தில், சன்னல்களின் செவ்வகங்களில், எனது போர்வை விரிப்புகளின் ஓரங்களில். பல பகல்கள், பல இரவுகள் அச்சொற்களை முணுமுணுத்தபடி இருந்தேன், நோயாக முடிந்தது. பின்னர் மறுபடியும் அவ்வார்த்தைகளைத் தேடினேன் புரிந்துகொள்ள முயன்றேன், ஆனால் இப்போது நிலைமைவேறு. ஒருநாள் எல்லாமே விளங்கியதுபோல இருக்கும், மறுநாள் அது பொய்யாகத் தோன்றும். வாக்கியத்தையும் அல்லது அதற்கு இணையாகவிருக்கிற உண்மைகளையும் எப்படித் திருப்பிப்போட்டாலென்ன, அது நிச்சயமாக மாசற்ற தருக்கமாக மட்டுமே இருக்குமென எனக்குள் கூறிக்கொண்டேன், எனவே மறுபடியும் எல்லாவற்றையும் தெளிவாகப் புரிந்துகொள்ள நினைத்தேன். வெளியேறுவது அவசியமாயிற்று, என்னுடைய இரு சக்கர வாகனத்தையும், பிறவற்றையும் கடலில் வீசினேன், எனது கற்பனைகளெல்லாம் ..."

அதற்குள் ஆதாம் எல்லோருடைய பார்வையிலிருந்தும் வெளியேறி இருந்தான், தன்னுடைய தாய், மிஷெல் மேலும் பலருடைய கண்களி லிருந்தும் மறைந்ததைப் போல. சிகிச்சையகத்தின் அதிகம் ஒளியூட்டப் பட்ட பகுதியில் தனித்துப்போயிருந்த ஆதாம், மெலிந்த உடலுடனும்,

முட்டைபோன்ற அவனுடைய தலையுடனும், கிடைக்கோடுபோல இடது கையில் ஒட்டிக்கிடந்த சிகரெட்டுடனும் மிதந்துகொண்டிருந்தான். உலோகத்தாலான நாற்காலில் விறைத்து நேராக இருந்த அவனுடல், இயல்பான குழப்பத்திற்கிடையில் புகைந்துகொண்டிருந்தது. ஒரு வெறுமை, நீண்டிருந்த முகவாய், வேர்வை சொட்டும் நெற்றி, அநேகமாக முக்கோணவடிவ விழிகளுங்கூட, அவனை வரலாற்றிற்கு முந்தையகால விலங்காக உருமாற்றம் செய்திருந்தன. கலங்கிய மஞ்சள்நிற நீர்த்தேக்கத்தி லிருந்து, ஓர் ஆவிவடிவில் திரும்பத் திரும்ப எழுவதுபோல இருந்தது: அவனுடைய உடல் முழுக்க சிறகுகள் முளைத்திருந்தன. ஒவ்வொரு நுண்ணிய தசையும் அவனை ஆகாயத்தை நோக்கி எழும்பச்செய்யவே இயங்கின. மண்ணுலக மக்கள்மீது விரிக்கப்பட்ட அவள் குரல், தற்போது புரிந்துகொள்ளக் கடினமாக இருந்தது. அக்குரல் அலைகளில் அவன் காற்றாடிபோல கொண்டுசெல்லப்பட்டான். தலைக்குமேலாக, உட்புறத் தளத்திற்கு வெகு அண்மையில், ஆகாய நீலத்தில் இரண்டு கோளங்கள் முட்டிக்கொண்டன, ஊதிப்பெருத்த அவற்றின் பகை வளைவுகள் சூறாவளிக்குக் காரணமாயின: விதி தேவனின் யோசனைபோல அது நடந்தது, ஒரு மர்ம முடிச்சு, ஜெகஜோதி, இரண்டு ரயில் எஞ்சின் சக்கரங்களின் உரசலில் ஒருநாள் பிறந்த தீப்பொறி. ஆதாம் கடலாக மாறிக்கொண்டிருந்தான், அதாவது அவன் உறக்கத்தில் விழாதவரை, உட்காருதல் நிற்றல் அற்று, காந்தசக்தி கொண்ட ஜூலியென் ஆர். பெண்ணின் பார்வைத் தாக்கத்தால் அல்லது பைஜாமா வின் வரிக்கோடுகளின் உந்துசக்தியால் பாதிக்காதவரை. பின்புறமாகச் சட்டென்று சாய்ந்தான், மென்மை, ஸ்படிகம், நெளிவுகள். வாயில் சொற்கள் கூழாங்கற்களைப் போல கடமுடவென்று இடித்துக்கொண்டன. ஒரு முழுமையான கொதிநிலை வலைப்பின்னல், அச்சிகிச்சை அகத்தில் அரங்கேறியது. அங்கிருந்த மற்றவர்களுக்கு அதனைப் பின்தொடர வேண்டிய நிர்ப்பந்தம் இருந்தது. ஆதாம் பேசுவதை நிறுத்தி, பலவீனமான உறுமல்களை வெளிப்படுத்தினான், மருத்துவர் ஏதேனும் செய்ய வேண்டுமெனத் தீர்மானித்தபோது காலம் கடந்திருந்தது.

ஆதாம் தோளைப் பிடித்துக் குலுக்கியபடி, “ஏய் மிஸியெ போலோ! மிஸியே போலோ! ஏய் – போலோ! ஏய் – போலோ” இரண்டு மூன்று முறை கத்தினார். அவனுடைய ஒடுங்கிய முகத்தில், வாடிய தோற்றத்தைக் கூர்மைப்படுத்த முனைந்ததுபோல அலட்சிய சிரிப்பொன்றைக் கண்டார். கன்னக்கதுப்புகளுக்கு மேல் தொடங்கி, உதடுகளை விலக்காமலேயே முகத்தை இரண்டாகப் பிரித்திருந்தது. எனவே நம்பிக்கையை இழந்து செவிலிப் பெண்ணை அழைத்தார். ஒருவர் பின் ஒருவராகக் குளிர்ச்சி யுடனிருந்த அறையைவிட்டு வெளியேறினார்கள், அதே வேளை நிலைகுலைந்திருந்த ஆதாமை நடைகூடங்களின் வழியாக அழைத்துச் சென்றார்கள்.

ஆழ்ந்த உறக்கத்திலிருந்தபோது, அவர்கள் அறையிலிருந்து வெளியேறியதை ஆதாம் உணர்ந்தான்... அவனுடைய உதடுகள் அசைந்தன, அவர்களுக்குப் ‘பிறகு சந்திப்போம்’ எனக் கிட்டத்தட்டச்

சொல்ல வேண்டியது. ஆனால் தொண்டையில் கரகரப்பு சத்தம்கூட எழவில்லை. ஒரு கையேட்டில் எங்கோ ஒரு இடத்தில் நீல மை பேனா ஒன்று தாளில் மென்மையாக, ஒருவிதக் கீச்சொலியில், மூளை கோளாறால் நேர்ந்த பேச்சிழப்பு என்பதைக் குறிக்கும் வகையில் 'மூங்கையம்' *(Aphasia)* என்று குறித்துக்கொண்டது.

ஒன்றுக்கு இரண்டென இரண்டு திருப்பங்களை, செவிலிப் பெண்ணின் வெதுவெதுப்பான கைப்பிடியில் கடந்தபோது, ஆதாம் கற்பனை உலகில் இருந்தான். அவனுடைய குரல்வளை நாண் உறைவதற்கு வெகுநேரத்திற்கு முன்பே, அடிமனத்தில் உண்மையில் தன்னுடைய எல்லைக்குள்தான் இருக்கிறோமா? என்ற கேள்வி. ஒருவழியாகக் கடைசியில், வெள்ளை நிறம், குளிர்ச்சி, அமைதி, சுற்றிலும் தோட்டங்கள், அதன் நடுவில் வீடு என அவன் கனவுகண்ட அந்த அழகான வீடு ஒருவேளை இதுதானா எனவும் அவன் நினைத்திருக்கலாம். எப்போதும் அமைதியின் இரைச்சல் கசிந்துகொண்டிருக்கிற ஒரே ஒரு சன்னலும், வெளிர் பழுப்பு வண்ணம் பூசப்பட்ட சுவர்களையும் கொண்ட அறையில் தன்னந்தனியாக இருப்பதில் எவ்வளவு மகிழ்ச்சியென நினைத்தான். அவனுக்கு வடக்கத்திய இரவும் நள்ளிரவு சூரியனும், அவனைப் பராமரிக்கவென்று ஆட்களும் இங்கு வாய்க்கும், இனி அவன் ஓய்வு நிரந்தரமாகும், அதனை வரவேற்கும் மனநிலையிலிருந்தான். திறந்த வெளி உலாத்தலுக்கு அழைத்துச் செல்லப்படுவான், ஆழ்ந்து உறங்குவான்; சிலவேளைகளில் அழகான செவிலிப் பெண்கள் மாலை வேளைகளில் அடர்ந்த புதர்களுக்கு அவனை அழைத்துப் போகக்கூடும். கடிதங்கள் வரும். பார்வையாளர்களும் அவ்வப்போது வந்துபோவார்கள். சாக்லேட்டுகளும் சிகரெட்டுகளும் நிறைந்த பொதிகளும் வரும். வருடத்திற்கு ஒருமுறை மனநலக் காப்பகத்தின் நிறுவன நாள் என்று ஏப்ரல் 25 அல்லது அக்டோபர் 11இல் விழா இருக்கும். கிறிஸ்துமஸ்; ஈஸ்ட்டர் என்றெல்லாம் கொண்டாடுவார்கள். நாளைக்கு ஒருவேளை தேன்நிறக் கேசத்தைக் கொண்டிருந்த இளம் பெண் அவனைப் பார்க்க, வரக்கூடும், ஆனால் இம்முறை தனியாக வருவாள். அவள் கைகளைப் பற்றுவான் வெகு நேரம் உரையாடுவான். அவளுக்காகக் கவிதையொன்று எழுதுவான். இரண்டு கிழமைகளுக்கு முன்பாக, எதிர்பார்த்தபடி எல்லாம் நடந்தால், அவளுக்குக் கடிதங்கள் எழுத அனுமதிப்பார்கள். அதன் பின்னர் இலையுதிர்காலம் முடியும் தறுவாயில் இருவருமாகத் தோட்டத்தில் உலாத்துவார்கள். அவளிடம், இன்னும் ஒருவருடமோ அல்லது அதற்கும் குறைவாகவோ இங்குத் தங்கலாமா எனக் கேட்பான். கடைசியாக இங்கிருந்து வெளியேறுகிற போது தெற்கே பாடு *(Padoue)* அல்லது ஜிப்ரால்ட்டரில் சென்று இருவருமாக வசிக்கலாம். கொஞ்சம் வேலையும் செய்வேன். மாலை நாம் இருவருமாக இரவு விடுதிகளுக்கோ, காப்பி பார்களுக்கோ செல்லலாம். பிறகு விரும்பினால் அவ்வப்போது இருவருமாக இந்த இடத்திற்குத் திரும்பி இரண்டொரு மாதங்கள் தங்கலாம். மிகவும் அன்புடன் நம்மை வரவேற்பார்கள், பூங்கா பக்கம் சன்னலுள்ள மிக அழகானதொரு அறையை நமக்கென்று ஒதுக்கித் தருவார்கள். வெளியே சருகுகளைச் சூரியன் உடைக்கும், மழை பச்சை இலைகளின்

மீது சடபுடவென்று ஓசை எழுப்பும். ரயிலொன்று போகும் சத்தம் கேட்கும். நடைகூடங்களிலிருந்து காய்கறிகள் கொதிக்கும் மணம் வரும். ஒவ்வொன்றும் வெற்றிடங்களால் ஆனதுபோலவும், கதகதப்பாக வும், குளிர்ச்சியுடனும் இருக்கும். பூமியில் ஒளியும் நேரம் வந்துவிட்டது, சுள்ளிகளையும் துண்டு துணுக்குகளையும் விலக்கிவிட்டு பூமியில் துளைபோட வேண்டும். பதுங்குவதற்கு முன்பாகக் கால்களை முதலில் இறக்க வேண்டும், ஊனமுற்ற குளிர்காலத்தை முழுவதுமாகப் பதுங்கிக் கழிக்க வேண்டும். பிறகு ஒரு கோப்பை எலுமிச்சை தேனீர், பிறகு இரவு சிந்துபாத் கதையில் வரும் மந்திரப்புகையில் சூழப்பட்டதுபோல இருக்கிற கடைசி சிகரெட்டின் புகையால் சூழப்படுவேன். ஒருவேளை மணி அடித்து உறங்குவதற்கான நேரமென்று அறிவிப்பார்கள். கொசு ஒன்று விளக்கைச் சுற்றிவரும் அது எழுப்பும் ஓசை மார்பிளுக்குப் பளபளப்பூட்டும் எந்திரத்தின் ஓசைபோல இருக்கலாம். பிறகு கரையான்களிடத்தில் பூமியை ஒப்படைக்கும் தருணம், தலைகீழாகப் பயணத்தை மேற்கொள்ளும் நேரம். ஒவ்வொரு படியாக, கடந்த காலத்திற்குள் திரும்ப ஏறவேண்டும். குழந்தைப் பருவத்தில் நடந்த கொண்டாட்ட மாலைநேரத்தை எதிர்கொள்ள நேரிடும், பசையில் கால்வைத்ததுபோல் திகைத்து நிற்போம். விருந்துணவைச் சாப்பிட்டான பிறகு பனிமூட்டத்தில் மூழ்க வேண்டியிருக்கும், எதிரே பூவும் இலைகளுமாய்ச் சித்திரம் தீட்டப்பட்ட தட்டு விநோதமான வகையில் காலியாக இருக்கும், அதில் குடித்த சூப்பின் அடையாளங்கள் ஒட்டிக் கொண்டிருக்கும். பிறகு தொட்டில்களுக்கான நேரம், இறக்கும் தறுவாய். அளவில் சிறியதாய் இருப்பதும், வெறித்தனமும் தொட்டில் துணிகளின் மூச்சுத் திணறலில் முடியும், ஆனால் அதனால் எவ்வித ஆபத்துமில்லை, காரணம் இன்னும் வெகு தூரம் போக வேண்டியிருக்கிறது, குருதியிலும் சீழிலும் தாயின் வயிறுவரை பின் நோக்கிச் செல்ல வேண்டும், அங்கே கைகளும் கால்களும் முட்டை உருவில் அமர்ந்திருக்கும், ரப்பர் சவ்வுகளில் தலைவைத்து, ஆழ்துயிலில் நிலவுலகின் விந்தையான கொடுங்கனவில் மூழ்குவோம்.

ஆதாம் தனியாக வாடைக்காற்றின் கீழ் கை கால்களை விரித்துக் கட்டிலில் படுத்திருக்கிறான். அவனிடம் எவ்வித எதிர்பார்ப்புமில்லை. உயிர் துடிப்புடனிருக்கிறான். அவனுடைய விழிகளிரண்டும் உட்தளத்தின் ஓர் இடத்தை அவதானித்தபடி இருக்கின்றன. அவ்விடத்திலிருந்துதான், மூன்று ஆண்டுகளுக்கு முன்பாக 17ஆம் ரத்தக்கசிவு உள்ளே வந்தது. எல்லோரும் தற்போது வெகுதூரம் புறப்பட்டுப்போயிருக்கிறார்கள் என்பதை அறிவான். அவனுக்கென்று அளித்திருக்கும் உலகில், குழப்பத் துடன் உறங்கப்போகிறான். சாளரத்திற்கு நேர் எதிரே சுவரில், சாளரத்தின் ஆறு ஸ்வத்திக் வடிவக் கம்பிகளை சமநிலைப்படுத்துவது போல பால்வெள்ளை, வெளிர் சிவப்பு நிறத்தில் சிலுவையொன்று தொங்கிக்கொண்டிருக்கிறது. அச்சிலுவை ஒரு கிளிஞ்சலிலும், கிளிஞ்சல் கடலுக்கடியிலும் இருக்கிறது. அவனுக்கு இன்னமும் சில சங்கடங்கள் இருக்கின்றன. அந்த அறையை ஒழுங்குபண்ண வேண்டியது அவன்

வேலை, தவிர சோதனைக்கென்று சிறுநீர் கொடுக்க வேண்டும், பரிசோதனையின் போது கேள்விகளுக்குப் பதில் சொல்ல வேண்டும். பிறகு எப்போதும்போல எதிர்பாராமல் கிடைக்கும் விடுதலையின் தயவை எதிர்பார்த்துக் காத்திருக்க வேண்டும்; ஆனால் தற்போதைக்கு அதிர்ஷ்டமிருப்பதால் வெகுகாலத்திற்கு அக்கட்டிலே, அப்பூங்காவே, இரும்பு நாற்காலி, புத்தம்புதிய பெயிண்ட் இவற்றின் இதமான சூழ்நிலையே கதியென்று இருக்க முடியும்.

துர்ச்சம்பவத்தை எதிர்பார்த்து, இக்கதை முடிவு பெறுகிறது. காத்திருங்கள், தெரியவரும். அவர்களிடம் நான் (இச்சொல்லை அதிகம் நான் உபயோகித்ததில்லை என்பதை அறியவும்) நம்பிக்கை வைக்கலாம் என நினைக்கிறேன். எதிர் வரும் நாட்களில் ஒரு நாள் ஆதாமைக் குறித்தோ, அவனிடமுள்ள வேறொன்றைப் பற்றியோ சொல்வதற்கு ஒன்றுமில்லையெனில், அந்த நாள் உண்மையிலேயே ஒரு வித்தியாசமான நாள்.

குறிப்புகள்

1. The Maltese cross is the cross symbol associated with the Knights Hospitaller (the Knights of Malta

2. Agla – (Atoh Gebor Leolahm Adonai) – Thou art mighty forever, O Lord

3. Tetragrammaton is a title for the name YHVH, which is the true spelling of jahovah.

4. Plate – bande பூங்காக்களில் (பூச்செடிகள் மட்டுமே காணக்கூடிய இடங்கள்) அல்லது தோட்டங்களில் (காய்கறிகள், பூச்செடிகள், கனிமரங்கள் எல்லாம் நிறைந்தது) பொதுவில் நீண்ட பாட்டை போன்ற கிளறிய நிலம், பூச்செடிகள் அல்லது காய்கறிகள் வளர்க்கப்படும்.

5. உயிரின்றியும் வாழ்வேன்
இதயம் மூலம், சித்திரம்போல,
மரணமே !

6. Cogito, ergo sum ஒரு லத்தீன் தத்துவச் சொற்றொடர், பிரெஞ்சு தத்துவாசிரியர் Rene Descartes என்பவரால் உலகிற்கு நன்கு தெரியவந்தது.

7. Animo parandum est: liberi quondam mei, vos pro paternis, sceleribus poenas date. – Seneque le Tragique.

❖

மொழிபெயர்ப்பாளரின் பிற காலச்சுவடு வெளியீடுகள்

வணக்கம் துயரமே
(நாவல்)
பிரான்சுவாஸ் சகன்
தமிழில்: நாகரத்தினம் கிருஷ்ணா
ரூ. 190

உயிர்க்கொல்லி
(பிரெஞ்சுச் சிறுகதைகள்)
தமிழில்: நாகரத்தினம் கிருஷ்ணா
ரூ. 100 (வி.பி.பி.யில் ரூ. 100)

மார்க்ஸின் கொடுங்கனவு
தனியுடைமையென்பது தொடர்கதையா?
(கட்டுரைகள்)
டெனிஸ் கொலன்
தமிழில்:
நாகரத்தினம் கிருஷ்ணா
ரூ. 200 (வி.பி.பி.யில் ரூ. 200)

9